சிவரகசியம்

முதற்பதிப்பு: 2023

First Edition: 2023

Sivaragasiyam

சிவரகசியம்

Indira Soundarajan

இந்திரா சௌந்தர்ராஜன்

ISBN: 978-93-5695-655-1

Pustaka
EBooks | Audiobooks | Paperback

Pustaka Digital Media Pvt. Ltd.
#7-002, Mantri Residency,
Bannerghatta Main Road, Bengaluru - 560 076
Karnataka, India

+91 7418555884

சிவரகசியம்

இந்திரா சௌந்தர்ராஜன்

Pustaka
EBooks | Audiobooks | Paperback

1

'சிவம் என்றால் மங்களம்' என்பது பொதுவான பொருள். ஆனால், உண்மையில் சிவன் என்றால் 'உயிர்' என்பதே சூட்சுமப் பொருள். சிவன் கோவிலுக்குப் போகிறேன். சிவனை வழிபடப் போகிறேன் என்றால், உயிரின் மூலத்தை தேடிப்போகிறேன், உயிரை உணரப் போகிறேன் என்பதே பொருளாகும்.

அந்த உயிரை உணரத் தொடங்கி விட்டால் பிறகு உடம்பு ஒரு பொருட்டே இல்லை. உடம்பை என்ன வேண்டுமானாலும் செய்யலாம். ஒரு குரங்காட்டி தன் குரங்கை ஆட்டி வைப்பதுபோல ஆட்டிவைக்கலாம்.

உயிர் மூலத்தை உணர முடிந்தவரை சித்தன் என்கிறோம். அதனால்தான் ஒரு சித்தனுக்கு நீரில் நடப்பதும் காற்றில் மிதப்பதும், கூடுவிட்டு கூடு பாய்வதும் சாதாரண ஒரு சாகசமாகிறது!

சென்னை விமான நிலையம்! காலை வேளை...

ஆஸ்திரேலியாவின் சிட்னி நகரில் இருந்து வந்திருந்த இரும்புப் பறவையான விமானம் ஒன்றின் வயிற்றில் இருந்து வெளிப்பட்டார் டாக்டர் வில்சன்.

சுற்றுப்புறச்சூழல் குறித்த ஆய்வுகளில் இவரது ஆய்வறிக்கையைத்தான் உலக நாடுகள் பெரிதாகக் கருதுகின்றன.

இணையதளத்திலும் இவரது வலைத்தளத்துக்குள் புகுவது அசாதாரணமான விஷயம். அப்படி ஒரு நெருக்கடி. அபூர்வமாகத்தான் பத்திரிகையாளர்கள் முன் தென்படுவார். அப்படி ஒரு தருணத்தில் பத்திரிக்கையாளர்களும் இவரைப் பிய்த்து எடுத்து விடுவார்கள்.

அப்போது நிச்சயமாக ஒரு எச்சரிக்கை இவரிடம் இருந்து வெளிப்படும். அப்படி கடந்த வாரத்தில் இவரிடம் இருந்து வெளிப்பட்ட ஒரு எச்சரிக்கை ஓபாமா வரை திரும்பி பார்க்க வைத்துவிட்டது.

'டாக்டர் வில்சன் இன்றைய தினம் ஒட்டுமொத்த பூமிப்பரப்பும் எப்படி இருக்கிறது என்று சுருக்கமாக, அதே சமயம் தெளிவாகக் கூறமுடியுமா? என்று ஒரு ஜெனிவா நாட்டு டி.வி.யின் பெண் நிருபர் மைக்கை நீட்டியபடி கேட்ட கேள்விக்கு அவர் சொன்ன பதில்தான் இன்று உலகின் ஹாட் டாபிக்!'

'2012ல் அல்லது 2013ன் நடுவில் இந்த உலகின் பெரும்பாலான நிலப்பரப்பு கடலுக்குள் மூழ்கிவிட வாய்ப்பு மிகுதியாக உள்ளது. கார்பன் புகை இல்லாத காற்றே எங்கும் இல்லை என்றாகி விட்டது. வானம் என்பது டி.வி. மற்றும் செல்போன் டவர்களின் மின்காந்த அலைகள் தவழ்ந்திடும் ஒரு இடமாகிவிட்டது. இதற்கு நடுவில் வானில் எல்லா பாகங்களிலும் சேர்த்து நிமிடத்துக்கு 3000 விமானங்கள் பறந்து தன் பங்குக்கு வளிமண்டலத்தில் பெட்ரோலியக் குப்பையை போட்டபடியே இருக்கின்றன. மனித சமுதாயத்தின் சுயநலமான இயற்கையை மதிக்காத அணுகுமுறை இது. நிச்சயம் இதேபோல் காரில் போய்க்கொண்டும், செல்போனில் பேசிக்கொண்டும், டி.வி. பார்த்துக்கொண்டும், தூங்கி எழுவதெல்லாம் சில காலங்களுக்குத்தான். நமது பேரன், பேத்திகள் வியாதிகள் இல்லாமல் நல்ல தண்ணீர் குடித்தபடி வாழமுடியுமா என்பது மில்லியன் டாலர் கேள்வி!' என்று அவர் சொன்ன பதில் பலரது தூக்கத்தையே கெடுத்துவிட்டது.

அப்படிப்பட்டவர்தான் திடீரென்று இந்தியாவுக்கு அதிலும் தமிழகத்துக்கு விமானம் ஏறிப் பறக்கிறார்!

அவரது வருகை ஒரு பத்திரிகை ஆசிரியருக்கு மட்டும்தான் தெரியும். அவர் பெயர் காண்டீபன்! டாக்டர் வில்சனை படாதபாடு பட்டுத் தேடிப்பிடித்து நட்புக்கொண்டார்.

காண்டீபன் ஒரு சித்தர் ஸ்பெஷலிஸ்ட்டும்கூட! சித்தர்களைப் பற்றிய ஆராய்ச்சியில் கிட்டத்தட்ட 40 வருடங்களை கழித்துவிட்டவர். ஏதாவது ஒரு சித்தர் பாடலைச் சொல்லி, எழுதியவர் யார் என்றால் கேட்டு முடிக்குமுன் பதிலைச் சொல்லிவிட முடிந்தவர்!

காண்டீபனும் பார்ப்பதற்குக் கொஞ்சம் சித்தர் மாதிரிதான் இருந்தார். பின் குடுமி வளர்த்து ரப்பர் பேண்ட் கொண்டு அதைக் கட்டியிருந்தார்.

கண்டங்கழுத்தில் ஒரே ஒரு ருத்ராட்சம் தவழும் ஒரு கறுப்புக் கயிறு.

நெற்றியில் பெரிதாக விபூதி, குங்குமம் எல்லாம் இல்லை. ஆனால் கண்களில் ஆசிட்விட்டு கழுவியதுபோல் அப்படி ஒரு பளிச்!

கதர் ஜிப்பா சட்டை, காற்றுப்போக்கான குர்தா காலில் ஒரு மாட்டுத்தோல் செருப்பு.

இவ்வளவுதான் காண்டீபன்.

அறுபது வயதைக் கடந்துவிட்ட போதிலும் 50 வயதுதான் மதிக்க முடியும். அப்படி ஒரு தோற்றம்.

கையில் டாக்டர் வில்சன் என்று எழுதப்பட்ட ஒரு பெயர் அட்டையைப் பிடித்தபடி பயணிகள் வெளியேறும் வாயில் அருகில் நின்றபடி இருந்தார்.

கச்சிதமாய் அவரிடம் வந்து, ‘ஹாய் காண்டீ’ என்று சேர்ந்து கொண்டார் டாக்டர் வில்சன்.

“வெல்கம் டாக்டர்...”

"தேங்க்யூ காண்டீ... ஷெல் வீ மூவ்...?"

"நிச்சயமா... இங்க உங்கள யாராவது அடையாளம் கண்டுக்கறதுக்கு முந்தி வேகமா வந்து என் கார்ல ஏறிடுங்க..." என்று அவர் வசம் இருந்த வீல் சூட்கேசை இழுத்துக்கொண்டு வேகமானார் காண்டீபன்.

கார் சென்னை வேண்டாம் என்பதுபோல தாம்பரம் நோக்கி ஓடத் தொடங்கியது! காண்டீபனே காரைச் செலுத்தினார். காருக்குள் டேஷ் போர்டில் ஒரு சித்தரின் சிறிய புகைப்படம். அதற்கு சந்தனம், குங்குமம் எல்லாம் வைக்கப்பட்டிருந்தது.

"யார் காண்டீ இவர்?" முன் சீட்டில் அமர்ந்திருந்த டாக்டர் வில்சன் ஆங்கிலத்தில் பேச்சை ஆரம்பித்தார்.

"என் குருநாதர் டாக்டர். பெரிய சித்தர். பேர் வாலேஸ்வரன்..."

"வாவ்... இவரை நான்கூடப் பார்த்த மாதிரி இருக்குதே?"

"பார்த்த மாதிரி மட்டுமல்ல பேசின மாதிரியும்னு சொல்லுங்க."

"ஏ... இவர்தான் ஆஸ்திரேலியாவுல இருக்கற என் மூலிகைப் பண்ணைக்கு வந்த சித்தர், ஈஸ் இட்?"

"எக்ஸாக்ட்லி, எக்ஸாக்ட்லி."

"ரியலி தட் எக்ஸ்பீரியன்ஸ் வாஸ் மிராகிள் அமேசிங்..."

டாக்டர் வில்சனிடம் பரவசம் பொங்கத் தொடங்கியது.

"தினம் தினம் இங்க அவரால மிராகிள்தான்."

என்று பதிலுக்குச் சொல்லி சிரித்தார் காண்டீபன்.

"இப்ப இவர் எங்க இருக்கார்...?"

"நோ பிராப்ளம். நாம இப்ப இவரோட ஆஸ்ரமத்துக்குத்தான் போறோம்..."

"அங்க என்னை யாருக்கும் தெரியாதுதானே?"

"நோ பிராப்ளம் டாக்டர். அங்க ஒரே ஒரு லேடிதான் இருக்காங்க. மத்தபடி யாரும் கிடையாது..."

“பை த பை நாம எப்ப அந்த மெர்க்குரி டெம்பிளுக்கும் சிவன்மலைக்குப் போகப்போறோம்?”

“என் வீட்டுக்கு போயிட்டு, அப்புறமா ஆஸ்ரமத்துக்கு போயிட்டு இதே காரிலேயே உடனேயே கிளம்பிடலாம் டாக்டர்”

“இங்க இருந்து அந்த மெர்க்குரி டெம்பிள் எவ்வளவு தூரம்?”

“என்ன ஒரு பத்து மணி நேர பயணம்னு வெச்சுக்குங்களேன்.”

காண்டீபனின் பதிலால் சற்று அயர்ச்சி ஏற்பட்டது. டாக்டர் வில்சனிடம்... அதே சமயம் கார் டிராஃபிக்கில் திணறத் தொடங்கியது. தேங்கி நிற்கும் காருக்கு வெளியில் ஒரு பிச்சைக்காரி கையில் ஒரு குழந்தையோடு அதை கிள்ளிவிட்டு அழச்செய்து பிச்சை எடுத்தபடி இருந்தாள்.

“என்ன காண்டீ, இது கொடுமை...?”

“ஏன் டாக்டர், உங்க ஊர்ல டிராஃபிக் இடைஞ்சலே கிடையாதா?”

“நான் அதை சொல்லலை... இந்த இடைஞ்சல்ல ஒரு லேடி பிச்சை எடுக்கறத சொன்னேன்.”

“அது அப்படித்தான்... பை த பை உங்க ஆஸ்த்ரேலியாவுல பிச்சைக்காரங்களே இல்லையா டாக்டர்...”

“வெரி ரேர்... அவங்களும் இப்படி டிராஃபிக்ல எல்லாம் பிச்சை எடுக்கமாட்டாங்க காண்டீ...”

“அப்ப காஸ்ட்லியான பிச்சைக்காரங்கன்னு சொல்லுங்க...”

காண்டீபனின் கேள்வியில் சற்று கிண்டல் இழையோடிற்று.

“காண்டீபன், எங்க நாட்டை விடுங்க... உலகத்துக்கு வழிகாட்ற திருக்குறளும், சித்தர் பாடல்களும் உள்ள உங்க ஊர்ல கூடவா பிச்சை... வறுமை?”

டாக்டர் கேட்ட விதத்தில் இந்தியா மேல் அவருக்கு இருக்கும் நம்பிக்கையும் மதிப்பும் வெளிப்பட்டது.

“இது கர்ம பூமி டாக்டர்... யாரா இருந்தாலும் அவங்களுடைய பாவ புண்ணியங்களுக்கு ஏற்ப அனுபவிக்க வேண்டியதை அனுபவிச்சுத்தான் தீர்க்கணும். பிச்சையும் அதுல ஒண்ணு”

“காண்டி... இந்த ஜஸ்டிஃபிகேஷனை என்னால ஒத்துக்க முடியலை. நான் உங்க நாட்டை பார்த்து பிரமிச்சுப் போய்தான் இங்க வந்துருக்கேன்... நீங்க எனக்கு நெட் மூலமா அனுப்பித் தந்த ஈபுக்ஸ், ஆர்டிகள்ஸ், பாடல்கள் எல்லாமே என்னை உலுக்கி எடுத்துடுச்சி. குறிப்பா, குலோபல் வார்மிங்னு இன்னிக்கு உலகமே பயப்படற வெப்பத்துக்கு எதிரா நாம என்ன பண்ணப் போறோம். இந்த பூமியை எப்படி காப்பாத்தப் போறோம்னு நான் கவலைப்பட்டப்போ, அதுக்கு பதில் இங்கதான் இருக்குன்னு நான் படிச்ச அவ்வளவு விஷயங்களும் சொன்னது.

பல நூறு வருஷத்துக்கு முன்னாலேயே இங்க இருக்கற ஆண்டாள்ங்கற ஒரு சின்னப் பொண்ணு கடல் நீர்தான் ஆவியாகி மேகமா மாறி மழையைக் கொண்டு வருதுங்கறதை அவ பாடின திருப்பாவைங்கற பாட்டு வரில பார்த்து நான் பிரமிச்சே போனேனே! யார் இந்த ஆண்டாள்னு நான் உங்ககிட்ட கேட்டப்போ, அவ ஒரு சின்னப் பொண்ணு, கோவில்ல ஊழியம் பார்க்கற பெரியாழ்வார்ங்கறவரோட வளர்ப்பு மகள். பின்னால அவ அந்த கடவுளையே கல்யாணம் பண்ணிகிட்டு இந்த பூமியைவிட்டே போய்ட்டான்னு நீங்க சொன்னப்போ சோ வாட் எஃபான்டசின்னு தான் முதல்ல நினைச்சேன்.

ஆனா ஒரு ஃபான்டசில எப்படி சைன்டிஃபிக் ட்ரூத்ஸ் அதாவது விஞ்ஞான உண்மைகள் இருக்கமுடியும்னு கேட்டுகிட்டு யோசிச்சப்போ, அது உங்களுக்கு ஃபான்டசி ஆனா எங்க வரைல அது ஒரு உண்மைன்னு நீங்க சொன்னீங்க ஞாபகம் இருக்கா?”

டாக்டர் வில்சன் தனது ஸ்டைலான ஆங்கிலத்தில் காண்டீபனிடம் கேட்டபோது அந்த கார் தாம்பரத்தை கடந்து படப்பை நோக்கிச் சென்றபடி இருந்தது.

"நல்லா ஞாபகம் இருக்கு டாக்டர்... நீங்க என்ன அந்த ஒரு கேள்வியை மட்டுமா என்கிட்ட கேட்டீங்க... இதுவரை நீங்க என்கிட்ட கேட்ட கேள்விகளை எல்லாம் நான் லிஸ்ட் போட்டு வெச்சிருக்கேன். கிட்டதட்ட மூவாயிரம் கேள்விகள் கேட்டு இருக்கீங்க. நானும் எனக்கு தெரிஞ்ச பதிலைச் சளைக்காமல் சொல்லியிருக்கேன்."

"அப்படி என் எல்லா கேள்விக்கும் பதில் சொல்ற அளவுக்கு அறிவும், சிந்தனையும் உங்ககிட்ட இருக்கறதுல எனக்கு ரொம்ப சந்தோஷம். ஆனா உங்களால் இந்தக் கொடுமையை எல்லாம் போக்க முடியாதா?"

டாக்டர் வில்சன் கேட்ட உடனேயே காண்டீபனுக்கு திரும்பவும் சிரிப்பு வந்துவிட்டது. "டாக்டர் வில்சன். நான் ஒரு சாதாரண பத்திரிகை ஆசிரியர்... ஐ ஹேவ் நோ பவர் டு சேஞ்ஜ் தி சொஸைட்டி. என் பத்திரிகைல நான் எழுதலாம். எழுதிகிட்டும் இருக்கேன். இன்ஃபாக்ட் உலக நாடுகளைப் பார்க்கும்போது நூறு கோடி மக்களைத் தாண்டிட்ட நாங்க இங்க நல்லாதான் இருக்கோம். இத்தனைக்கும் எங்களுக்கு தண்ணி, கரண்ட்டுன்னு நிறையவே சிக்கல்கள்!"

காண்டீபன் விட்டுக் கொடுக்காதபடி ஒரு பதிலைச் சொன்னார். அப்படியே காரை பண்ணை வீடு போன்ற ஒரு வீட்டு முன் நிறுத்தினார்.

காரின் சப்தம் கேட்டு அவர் மனைவி பரிமளமும், மகள் ரஞ்சிதமும் வெளியே வந்து பார்த்தனர்.

கார் நிற்கவும் "இதுதானா அந்த சித்தரின் ஆஸ்ரமம்?" என்று கேட்டார் டாக்டர் வில்சன்.

"இல்ல டாக்டர்... இது என் வீடு! மீட் மை வைஃப் பரிமளா அண்ட் மை டாட்டர் ரஞ்சிதம்."

அவர்களையும் அறிமுகப்படுத்தி வைத்தார். பரிமளம் கை கூப்பினாள். ஆனால் ரஞ்சிதம் ஹலோ டாக்டர் என்று கூறாமல் பேசி கை குலுக்கினாள்.

“வாங்க டாக்டர்... இன்னிக்கு எங்க வீட்லதான் உங்களுக்கு பிரேக் ஃபாஸ்ட். அப்புறமா ஒரு குட்டி ரெஸ்ட். அதுக்குப் பிறகு நம்ம பயணத்தை தொடங்கறோம்...”

என்று டாக்டரை வீட்டினுள் அழைத்துச் சென்றார்.

எளிமையான அந்த நாளைய வீடு! ஹாலில் பிரம்பு நாற்காலிகள்! ஒரு இடத்தில் டி.வி.! மோடோ மேல் தமிழகத்தில் வரும் அவ்வளவு மாதவார இதழ்களும் இறைந்து கிடந்தன.

‘கீச் கீச் கீச் கீச்’ என்று பறவைகளின் கூக்குரல்... ஹாலைக் கடந்த வரண்டாவில் பிரம்பாலேயே வளைத்து உருவாக்கப்பட்ட கூடு ஒன்றுக்குள் தேன் சிட்டுப் பறவைகள்தான் சப்தமிட்டபடி இருந்தன! ஹாலின் நேர் மேல் கூரையில் திறப்பு இருந்து கண்ணாடி பொருத்தப்பட்டு சூரிய வெளிச்சம் பளிச்சென்று உள் விழுந்திருந்தது.

டாக்டர் வில்சன் முதல் தடவையாக ஒரு தமிழனின் வீட்டுக்குள் வந்து அதைப் பார்க்கிறார்.

அவர் முகத்தில் ஏராளமான ஆச்சரிய ரேகைகள் ஓடத் தொடங்கின.

“என்ன டாக்டர் பாக்கறீங்க?”

“இந்த வீடு வித்யாசமா இருக்கு...”

“வாஸ்துப்படி கட்டப்பட்ட வீடு.”

“யூ மீன் மனையடி சாஸ்திரம்.”

“அதேதான்.”

“வொண்டர்ஃபுல்”

“டாக்டர் நீங்க முதல்ல உங்களை கொஞ்சம் ஃப்ரெஷ் பண்ணிட்டு வாங்க... அதோ அதுதான் உங்க ரூம். உள்ள பாத்ரூம் டாய்லெட் எல்லாம் இருக்கு...”

காண்டீபன் கை காட்ட, டாக்டர் வில்சனும் உள்ளே நுழைந்து அறைக்கதவையும் சாத்திக்கொண்டார். அவர் மகள் ரஞ்சனி அவர் எதிரில் வந்து நின்றாள்.

"அப்பா டாக்டர் இந்தியா வந்திருக்கிறது எனக்கு ரொம்பவே ஆச்சரியமா இருக்கு. இங்க ஏதாவது கான்ஃப்ரன்ஸாப்பா...?"

"இல்லம்மா... டாக்டர் ரொம்ப பர்சனலா வந்திருக்கார்?"

"அப்படின்னா...?"

"ஒரு ரிசர்ச்சுக்காகன்னு வெச்சுக்கோயேன்."

"இந்தியாவுல அதுலயும் தமிழ்நாட்டுல அவர் ரிசர்ச் பண்ண என்னப்பா இருக்கு?"

"பாரத தேசத்தையே தாங்கி நிக்கற நாடு தமிழ்நாடு. அதாவது இதை திருவடி தேசம்னு சொல்வாங்க. இந்த திருவடில இல்லாதது எதும்மா...?"

"இந்த திருவடி மலரடி எல்லாம் உங்க நயமான கற்பனை. எனக்கு இந்த விளக்கம் எல்லாம் வேண்டாம்."

"நீ இந்த காலத்து பொண்ணு, இப்படி தான் பேசுவே. காலேஜ்ல ஜர்னலிசம் வேற படிச்சவ. கேள்வி கேட்கச் சொல்லியா கொடுக்கணும்."

"அப்பா விஷயத்துக்கு வாங்க... அவர் ரிசர்ச் பண்ணி தெரிஞ்சுக்கற அளவுக்கு இங்க அப்படி என்ன ரகசியம் இருக்கு?"

"ஏம்மா இல்ல... பொதிகை மலைச்சாரல்ல இருக்கற பூமிகாத்தான்பட்டியும், அந்த ஊருக்குள்ள இருக்கற ரசமணீஸ்வரர் கோவிலும் இருக்கே..."

"ரசமணீஸ்வரர் கோவிலா... கேள்விப்பட்டதே இல்லையே."

"இனி நீ மட்டும் இல்ல... டாக்டரால உலகமே அந்த ஊரைப்பத்தி தெரிஞ்சுக்கப்போகுது."

"அப்படி என்னப்பா இருக்கு அங்க?"

"அதுதாம்மா சிவரகசியம்!"

காண்டீபன் சொன்னதில் நல்ல அழுத்தம்!

* ———— *

2

‘ரகசியம் என்கிற வார்த்தைக்கு ஒருவருக்கு மட்டுமே தெரிந்த உண்மை’ என்பதே பொருளாகும். ஒருவருக்கு மட்டுமே தெரிந்திருக்கும் ஒரு விஷயம் பொய்யாக இருக்கும் பட்சத்தில் அதுகூட ரகசியமாகாது.

அதேபோல ஒளிந்து கிடக்கும் உண்மைகள் எல்லாமும்கூட ரகசியங்கள்தான். அதை நாம் உணர முடிவதில்தான் சூட்சுமம் இருக்கிறது...

ரகசியம் என்ற உடனேயே எல்லோருக்கும் சிதம்பர ரகசியம் என்கிற சொற்பதம்தான் முதலில் நினைவுக்கு வரும். ஆனால் அந்த சிதம்பர ரகசியத்தை முற்றாக ஒருவர்கூட இதுவரையில் அறிந்திருக்கவில்லை.

ஒரு ரகசியம் மட்டுமே அங்கு இருந்தால் அதை ஒரு வேளை கண்டு பிடித்திருக்கலாம். பலப்பல ரகசியங்கள் புதைந்திருந்தால் எப்படிக் கண்டறிய முடியும்?

ஆனாலும் சிதம்பர ரகசியங்கள் பலவற்றை அறிந்த சிலரும் இருக்கவே செய்கின்றனர்!

அந்த ரகசியங்கள்...?

காண்டீபன் சொன்னதைக் கேட்டு ரஞ்சிதத்துக்குள்ளும் ஒரு தூண்டுதல் ஏற்பட்டது.

“அப்பா அந்த சிவ ரகசியம் பற்றி உங்களுக்கு ஏதாவது தெரியுமாப்பா?” என்று ஆரம்பித்தாள்.

“ஏம்மா நான் நல்லா இருக்கறது உனக்குப் பிடிக்கலையா?”

“அப்படின்னா அந்த ரகசியம் ஆபத்தான ஒரு பின்புலமாப்பா?”

“ஆபத்துங்கறதைவிட புதிர்னு சொல்லலாம் ரஞ்சிதம்.”

“எப்படிப்பா?”

“பூமிகாத்தான்பட்டி ரசமணீஸ்வரர் கோவில்ல பௌர்ணமிக்கு பௌர்ணமி பதினெட்டு சித்தர்கள் வந்து பூஜை செய்துட்டு போறாங்கன்னா நீ நம்புவியா?”

காண்டீபனின் கேள்வி ரஞ்சிதத்தை மட்டுமல்ல அவர் மனைவி பரிமளத்தையும் அவர்முன் இழுத்து வந்து படபடப்போடு நிறுத்தியது.

“அப்பா என்னப்பா சொல்றீங்க... பதினெட்டு சித்தர்கள் இன்னமுமா இருக்காங்க...”

“சித்தர்களுக்கு ஏதும்மா நம்மளைப்போல கால வரம்பு? அதை உடைக்க முடிஞ்சதாலதானே அவங்க சித்தர்களாகவே ஆனாங்க.”

“இதெல்லாம் உங்களுக்கு எப்படிப்பா தெரியும்?”

“இதுக்குதான் உன்னை நம்ம பத்திரிகை ஆபீசுக்கு நீ தினமும் வந்து போகணும்னு சொன்னேன்.”

“அப்ப யாராவது வாசகர்கள் கடிதம் போட்டு...”

“போன்லேயே பேசினாங்கம்மா... அந்த ஊர் ஒரு உலக அதிசயம்.”

“எந்த வகைல?”

“தவறாம பெய்யற மழை முதல் அதிசயம்... நினைக்கறத நடத்திக் கொடுக்கற ருத்ராட்சமரம் இரண்டாவது அதிசயம். வற்றவே வற்றாத கோவில்குளம், எந்த ஒரு சின்ன விஷயமா

இருந்தாலும் கோவில்ல உத்தரவு கேட்டு சாமி அனுமதிச்சா மட்டுமே அதைச் செய்யற ஊர்மக்கள், இப்படி அங்க அதிசயங்களுக்கு பஞ்சமே இல்லை ரஞ்சிதம்...”

“இதெல்லாம் கட்டுக்கதையா மூடநம்பிக்கையாகூட இருக்கலாம்தானே?”

“அப்ப தவறாம மழை பெய்றது எதை வெச்சு?”

“அப்படி நிறைய ஊர்கள் இந்த உலகத்துல இருக்கே? வடக்க சிரபுஞ்சி, இங்க தமிழ்நாட்டுலேயே வால்பாறை...”

“அங்ககூட மழை அளவு குறைஞ்சுகிட்டே வருது ரஞ்சிதம். அடுத்து அங்க மழை பெய்ய பூகோள ரீதியான காரணங்கள் நிறைய இருக்கு. பூமிகாத்தான்பட்டி வரைல அந்த ஊர் கோவில்ல இருக்கற ரசமணீஸ்வரரால் மட்டும்தான் மழையே...! அதை நிருபிக்கிற மாதிரி பக்கத்து ஊர்கள்ல அந்த அளவு மழை இல்லை. அடுத்து அந்த ஊர்ல இருக்கற ஆயிரம் வருஷ பழமையான ருத்ராட்சமரம்...!”

“நீங்க சொல்றதை எல்லாம் வெச்சுப் பார்த்தா ஒரு ஆன்மீக விஷயமா தெரியுது. ஆனா, நம்ம டாக்டரோ ஒரு சுற்றுச்சூழல் விஞ்ஞானி... இவரால எப்படி...?”

“நீ நல்லா கேள்வி கேட்கறே... ஆனா உன் கேள்வில ஆழம் இல்லை.”

“சரி... நான் என்ன தவறா ஆழமில்லாதபடி கேட்டுட்டேன்”

“அந்த ஊர்ல இருக்கற ரசமணீஸ்வரர் விக்ரகத்தை ஒரு சூப்பர் கண்டக்டிவிடி மெடீரியலா பார்க்கறார் நம்ம டாக்டர். ரசமணிங்கற மெர்க்குரியை ஒரு திடப்பொருளா ஆக்கறது முடியாத காரியம். ஆனா பல சித்தர்கள் பாதரசத்தை ரசமணியா கட்டி தன் பக்தர்களுக்கு கொடுத்திருக்காங்க. தண்ணீரை உறையச் செய்து பனிக்கட்டி ஆக்கலாம். பாலையும் உறைய வைத்து கட்டித் தயிராக்கலாம். ஆனாலும் இவைகள்கிட்ட நீர்த்தன்மை இருந்துகிட்டுதான் இருக்கும். பாதரசமோ பிரிஞ்சா திரும்பச்

சேரவே சேராது. அப்படிப்பட்ட பாதரசத்தை இரும்புபோல கட்றதுங்கறது சாதாரண விஷயமில்லை."

"அதனால...?"

"அப்படி ஒரு லிங்க உருவம் அதுக்கு பௌர்ணமிக்கு பௌர்ணமி சித்தர்கள் செய்யற ரகசிய பூஜை இதுக்கு பின்னால்தான் அந்த ஊரோட வளத்துக்கு காரணமான ரகசியம் இருக்கு."

"இதை இங்க இருக்கற யாரும் ஆராய விரும்பலையா இல்லை முடியலையா?"

"இப்பதான் நீ சரியான கேள்வியே கேட்டுருக்கே. பலபேர் அந்த ரகசியத்தை தெரிஞ்சுக்க முயற்சி செய்தாங்க. ஆனா அவங்க யாரும் இப்ப சித்த சுவாதீனத்தோடவே இல்லை!"

"மை காட்... அப்படின்னா அவங்கள்லாம் பைத்தியமாயிட்டாங்களா?"

"அப்படியும் சொல்ல முடியாது. அவங்க யாருக்கும் அவங்கள பத்தின எந்த விஷயங்களும் தெரியலை. அவங்க பேரே அவங்களுக்கு மறந்து போச்சுன்னா பார்த்துக்கோயேன்..."

"நம்பவே முடியலியே..."

"சுலபமா நம்பமுடிஞ்சா அது விஞ்ஞானம். நம்ப முடியாம நம்பிக்கை அடிப்படைல ஏத்துக்கறது தானே மெய்ஞானம்."

"எப்படி... எப்படி அவங்களுக்கு இப்படி ஆனது. டாக்டர்கள் யாரும் அவங்கள குணப்படுத்த முயற்சி செய்யலையா?"

"அதுக்கு சம்பந்தப்பட்டவங்க ஒத்துழைக்கணுமே ரஞ்சனி..."

"சரிப்பா... டாக்டர் வில்சனும் அவங்களப் போலவே சித்தபிரமைக்கு ஆளாயிட்டா..."

"இந்த கேள்வியை நான் எப்பவோ கேட்டுட்டேன். ஆனா டாக்டர் வில்சனோ தனக்கு அப்படி எதுவும் ஆகாதுன்னு நம்பறார். பயந்தாலோ கண்மூடித்தனமா இந்த விஷயத்தை

ஏத்துகிட்டாலோ இதை எப்படி புரிஞ்சுக்க முடியும்னும் திருப்பிக் கேட்கறார்."

"அதுவும் சரிதான். பை த பை அப்பா உங்ககூட நானும் வரட்டுமா?"

ரஞ்சிதம் ஆர்வமாக கண்களை சிமிட்டிக்கொண்டு கேட்டாள். ஆனால் பரிமளம் பதறிப்போய், "ஐய்யய்யோ அதெல்லாம் வேண்டாம். வயசுப்பொண்ணா லட்சணமா வீட்டோட இரு" என்றாள்.

"இந்த வயசுப் பொண்ணு அது இதுன்னே, அப்புறம் கட்டாயமா அப்பாவே தடுத்தாலும் கிளம்பிடுவேன் ஜாக்ரதை..."

"போதுண்டி... எந்த விஷயத்தை உரிச்சு பார்க்கணும், எதை அப்படியே ஏத்துக்கணும்னு இருக்குடி. யார்கிட்ட வேணும்னாலும் விளையாடலாம். கடவுள் விஷயத்துல மட்டும் கூடாது..."

பரிமளம் தான் ஒரு கட்டுப்பெட்டியான பெண் என்பதுபோல பேசினாள். காண்டீபனோ சிரித்தார். அதற்குள் கதவை திறந்துகொண்டு டாக்டர் வில்சனும் வந்துவிட்டார்.

பரிமளம் வில்சனை பரிதாபமாக பார்த்தாள்.

ரஞ்சனியோ "ஆல் த பெஸ்ட் சார்...!" என்று கை கொடுத்தாள்.

"எதுக்கும்மா?"

"உங்க பூமிகாத்தான்பட்டி ஆராய்ச்சிக்கு..."

"தேங்க்யூ... உங்க சித்தர்களை நான் இந்த தடவை சும்மாவிடப் போறதில்லை. இந்த உலகத்தையே பூமிகாத்தான்பட்டியா மாத்த வழி இருக்கான்னு அவங்கள வெச்சு தெரிஞ்சுக்கப்போறேன்." என்றார் அவரும் படு உற்சாகமாக. பரிமளம் சாப்பிட அழைத்தாள். டைனிங் டேபிளில் வெஜிடபுள் சாலட், இட்லி, புதினா துவையல், பழரசம் என்று இயற்கையான மெனு ஐட்டங்கள்.

வில்சன் சுவைத்துச் சாப்பிட்டார். சாப்பிடும் போதும் விவாதம் தொடர்ந்தது.

"டாக்டர்... இந்த உலகம் நிஜமாலுமே 2012 இல்லைன்னா 2013ல அழிஞ்சிடுமா?" என்று ரஞ்சனியும் கேட்டு வைத்தாள்.

"அதுக்கு நிறைய சான்ஸ் இருக்கும்மா... நான் ஒவ்வொரு அஞ்சு வருஷமா ஒரு கணக்கெடுப்பு எடுத்து வெச்சிருக்கேன். அதன்படி பார்த்தா 1975ல இருந்து 1980 வரையான அஞ்சு வருஷத்துல உலகம் முழுக்க பதினேழு பூகம்பமும் 44 நிலநடுக்கமும், மூணு ஹரிக்கேன்ங்கற சூறாவளியும்தான் தாக்கிச்சு. அதுவே 80ல் இருந்து 85ல் இரண்டு மடங்காச்சு... இந்த இரண்டாயிரத்து அஞ்சுல இருந்து பத்துக்குள்ள உலகம் முழுக்க எவ்வளவு நிலநடுக்கமும் பூகம்பமும் ஏற்பட்டிருக்கு தெரியுமா?"

இட்லியை விண்டு உண்டபடியே அவர் கேட்கவும் அவர் சொல்லப்போகும். புள்ளி விவரத்துக்கு தயார் ஆனாள் ரஞ்சிதம்.

"நீ நம்பமாட்டே மை சைல்ட்... இதுவரை ஆயிரத்து நானூறு நிலநடுக்கம் ஏற்பட்டிருக்கு. அதுமட்டுமில்ல 56 பூகம்பம் ஏற்பட்டு அதுல இருபதாயிரம் பேர் வரை இறந்துட்டாங்க. மிக அதிக பூகம்பம் ஏற்பட்டது சீனா, ஜப்பான், பிலிப்பைன்ஸ்லதான். இந்தியாவை பொறுத்தவரை அந்தமான்லயும் குஜராத் பக்கமும் பூமிக்குள்ள எப்பவும் இடப்பெயர்ச்சிதான்."

"இதுக்கு எது காரணம் டாக்டர்...?"

"மரங்களை பெரிய அளவுல அழிச்சது முதல் காரணம். ஆறுகள்ள மண் திருடி தண்ணீரை பூமிக்குள்ள ஊரவிட்டது அடுத்த காரணம். பெட்ரோலியக் கலாசாரம் பிரதான காரணம்..."

"யூ மீன் புகை... மாசு."

"ஆமாம் ஒரு மனிதன் ஒரு நாளைக்கு இரண்டு லிட்டர் தண்ணீராவது குடிக்கணும்கறது டாக்டர்களோட அட்வைஸ். ஆனா தண்ணியைக் குடிக்கறோமோ இல்லையோ, ஒவ்வொருத்தரும் சராசரியா 2 லிட்டர் பெட்ரோலை கட்டாயம் பயன்படுத்தறோம். நூறு மீட்டர் தூரத்துக்குக்கூட டூ வீலர் பயன்படுத்தப்படுது."

"அப்ப எல்லாரும் நடந்து போனா பிரச்சினை சரியாயிடுமா?"

"பெட்ரோலியப் பயன்பாடு மாறணும். பிளாஸ்டிக் கலாசாரம் அறவே ஒழிக்கப்படணும். சூரிய சக்தியைப் பயன்படுத்தக்

கத்துக்கணும். ஒரு மனிதன் குறைந்தது இரண்டு மரங்களையாவது வளர்த்து ஆளாக்கணும்."

"இந்த விஷயத்துல இந்தியாவை நான் முன்னோடி நாடா பார்க்கறேன். இங்க மரங்கள் நீங்கள் விருட்சம்னு சொல்லி சாமி மாதிரி கும்பிடறதும், ஆறுகளை கங்கை, காவிரின்னு சாமியாக்கி வழிபடறதும் ரியலி ஃபென்டாஸ்டிக்."

டாக்டர் வில்சன் இந்தியாவை புகழவும் ரஞ்சிதத்துக்கு கோபம்தான் வந்தது.

"டாக்டர் அதெல்லாம் அந்தக்காலம். இப்ப நாங்களும் உங்களைப் பார்த்து கெட்டுப் போயிட்டோம். இயற்கையை கடவுளை கும்பிட்டது எல்லாம் அந்தக் காலம். காவேரித் தண்ணீருக்காக இப்ப அரசாங்கமே சண்டை போட்டுக்கறதுதான் இப்போதைய நிலை..."

ரஞ்சிதம் பளிச்பளிச்சென்று பேசியது அவருக்கு மிகப்பிடித்துப் போய்விட்டது.

"ரஞ்சிதம், நீ ஏன் எனக்கு துணையா வரக்கூடாது?" என்று கேட்டார்.

"ஷ்யூர் டாக்டர்... நான்தான் இனி உங்களோட பிரைவேட் செகரட்ரி" என்று கூறிவிட்டு சிரித்தாள் ரஞ்சிதம். பரிமளத்துக்கு பரிதவிப்பாக இருந்தது. பரிதாபத்தோடு கணவனைப் பார்த்தாள். காண்டீபனோ கவலையே படாதே என்வரையில் குருநாதராக வாலேஸ்வரன் சாமி இருக்கிறார். அவர் பார்த்துக் கொள்வார் என்பதுபோல சுவற்றில் தொங்கிய வாலேஸ்வரன் சாமியின் சமாதிப் படத்தைக் காண்பித்தார்!

பரிமளம் அதன்பின் எதுவும் பேசவில்லை!

◈◈◈

ஆற்றோரமாக ஒரு மாந்தோப்பை ஒட்டி இருந்தது அந்த ஆஸ்ரமம். ஆள்நடமாட்டமே இல்லை. டாக்டரும் ரஞ்சிதமும் காண்டீபனோடு உள் நுழைந்தபோது ஆஸ்ரம் தோட்டத்தில் பூ பறித்துக் கொண்டிருந்தாள் ஒரு பெண்.

மூவரையும் பார்த்துக் கைகளை கூப்பி வணங்கினாள்.

"என்ன வரதம்மா... நல்லா இருக்கீங்களா?"

"நல்லா இருக்கேங்க... நீங்க வரப்போறீங்கன்னு இப்பதான் சாமி சொன்னாரு... அதேபோல வந்துட்டீங்க..."

"சொல்லிட்டாரா... ரொம்ப சந்தோஷம். ஒரு பெரிய காரியத்துக்கு போறோம். சாமிதான் துணை வரணும்."

"அவர்கிட்ட விட்டுட்டா அவர் பார்த்துக்கறாரு."

பேசிக்கொண்டே அந்த பெண்மணி உள்ள ஒரு மரத்தடியில் இருக்கும் வாலேஸ்வர சித்தரின் ஜீவ சமாதி அருகில் சென்றாள். மரத்தில் சாமியின் புகைப்படம் ஒரு கண்ணாடிச் சட்டத்துக்குள் பூட்டப்பட்டு தொங்கிக் கொண்டிருந்தது. அதைப் பார்த்த டாக்டர் வில்சன் முகத்தில் ஒரு அதிர்ச்சி. காண்டீபனும் அதை உணர்ந்தவராக பேசினார்.

"என்ன டாக்டர்... சாமி போட்டோவை பார்த்து அதிர்ச்சியா இருக்கா?"

"ஆமாம் காண்டீ... இவர் உயிரோட இல்லையா... இறந்துட்டாரா?"

"சாமி இறந்து நாப்பது வருஷமாச்சு..."

"நாப்பது வருஷமா... அப்ப எப்படி ஆஸ்திரேலியாவுல என் கார்டனுக்கு வந்தார். என்கிட்டயும் பேசினாரே...?"

"அதுதான் அவரோட சாகசம்... சாமியோட பூத உடல்தான் சமாதிக்குள்ள இருக்கு. சூட்சும உடம்பு அப்படியேதான் இருக்கு. அதோட அவர் எங்கேயும் போவார் வருவார்."

"வாட் எ மிராகிள்... வாட் எ மிராகிள். நான் சாமி உயிரோட இருக்கறதாதான் நினைச்சுகிட்டிருந்தேன். ஆமாம் இவர் 40 வருஷம் முந்தியே இறந்துட்டதை நீங்க ஏன் அப்பவே சொல்லல...?"

"சித்தர்களுக்கு மரணமில்லைன்னு நினைக்கறவன் நான். அதனால் சொல்லலை."

“ஓ... வாட் ஏ அமேசிங்... எனக்கு பிரமிப்பா இருக்கு காண்டீ...”

“எங்களுக்கு சாமி விஷயத்துல எப்பவுமே பிரமிப்புதான். இப்பகூட நாம் வரப்போறதை இந்தம்மாகிட்ட சொல்லியிருக்கிறார் பாருங்க...”

“அது எப்படி... எப்படி வந்து சொல்வார்?”

அவர் கேள்விக்கு காண்டீபன் வரதம்மாவைப் பார்த்தார். வரதம்மாளும் பக்கத்து மரத்தை பார்த்தபடியே இந்த மரத்துல செம்போத்துப் பறவை வந்து உட்கார்ந்து கத்தினா ஆஸ்ரமத்துக்கு ஆட்கள் வராங்கன்னு அர்த்தம் சர்பம் இங்கே கண்ணுல பட்டா வர்ற மனுஷங்க தப்பானவங்கன்னு அர்த்தம். இதெல்லாம் குறிப்பால தெரிஞ்சுக்கற விஷயங்கள். சமயத்துல சாமி சமாதில ஓலை விழும். அதுல எழுத்து பூர்வமாவே அவர் பேசறதும் உண்டு.”

வரதம்மாள் சொல்லிக்கொண்டிருக்கும்போதே மரத்தில் இருந்து இலை உதிர்ந்து விழுவதுபோல் ஒரு பனை ஓலை ஒடு சமாதி மேல் விழுந்ததை ரஞ்சிதமும் பாத்தாள்.

ஓடிச்சென்று அதை எடுத்தும் வந்தாள்.

அதில் ‘பூமிகாத்தான்பட்டிக்குப் போக வேண்டாம். வந்த வழியே திரும்பிச் செல்லுங்கள்’ என்னும் எழுத்துக்கள்!

படித்தவளுக்குச் சுரீர் என்றது.

டாக்டர் வில்சனிடமோ அதனாலேயே ஆர்வம் இரு பங்காக அதிகரித்தது!

சித்தர்கள் என்பவர்களுக்கு சரியான பொருள் என்ன? இவர்கள் வேறு, முனிவர்கள் வேறா?

ரமணன், கோவை

சித்தம் எனப்படும் மனதை ஒரு கட்டுக்குள் அடக்கி ஆளத் தெரிந்தவர்களையே சித்தர்கள் என்கிறோம். தவத்தின்

மூலமாகவும் மனதை அடக்கலாம். இப்படி மனதை அடக்க முனைந்து தவம் செய்பவர்கள் முனிவர்கள். சித்தர்கள் வேறு முனிவர்கள் வேறு!

சித்தர்களுக்கு இந்த வழிதான் என்று ஒரு கட்டுப்பாடு கிடையாது. எந்த வழியிலும் அவர்களால் செல்ல முடியும். கடவுளே இல்லை என்றும் சில சித்தர்கள் கூறியுள்ளனர். முனிவர்கள் அப்படிக் கிடையாது. ஒரு தெய்வத்தை நம்பி மூலமந்திரத்தால் அந்த தெய்வத்தின் தரிசனம் பெறவோ, இல்லை வரம் பெறவோ விரும்புகிறவர்கள் முனிவர்கள்.

* ——— *

3

சிதம்பரம் என்றவுடன் ரகசியம் என்கிற வார்த்தையும் சேர்ந்து நினைவுக்கு வரும்! சிதம்பரத்தை பஞ்சபூத தலங்களில் ஆகாய தலமாக குறிப்பிடுவார்கள். அங்குள்ள சன்னதிக்குள்ளும் ஒரு வெற்றிடத்தை காட்டி வணங்கச் சொல்வார்கள். அதுதான் பிரதான ரகசியம்! அதாவது இறைவன் ஆகாயம் போன்றவன். ஆகாயம்தான் நீள அகல உயர என்னும் எந்த பரிமாணங்களும் இல்லாதது. அவைகளுக்குள்ளும் அடங்காதது. அதன் ஆரம்பம் எது என்றே தெரியாததால் முடிவும் அதற்கு இல்லை. நம்முடைய பூமியில் இருந்து சூரிய சந்திரர்கள் தொடங்கி கோடிக்கணக்கான நட்சத்திரங்கள் வரை எல்லாமே ஆகாயத்தில்தான் இருக்கின்றன. ஆகாயம் என்று ஒன்று இல்லாவிட்டால் நாமும் பூமியில் நடமாட முடியாது. பூமிக்குள் வாழும் மண்புழுக்களைப்போல வாழவும் நம்மால் முடியாது. எனவே எப்படிப் பார்த்தாலும் ஆகாயமே அனைத்திலும் விஞ்சி இருக்கிறது. இதை சற்று மாற்றி கண்களுக்கு புலனாகாததே இந்த உலகில் அதிகம் எனலாம். புலனாவது மிக மிகக்குறைவே. இப்படி புலனாகாத, புலப்படாத ஒன்றாக விளங்கும் ஆகாயத்திலோ ஆயிரமாயிரம் ரகசியங்கள் இருக்கின்றன!

௸

ஏட்டில் வந்த செய்தி டாக்டர் வில்சனைப் பாதித்தது போலவே தெரியவில்லை! அவர் முகத்தில் ஒரு மகிழ்ச்சிதான் தெரிந்தது. அதை காண்டீபனும் கவனித்தார். ரஞ்சிதமும்கூட கவனித்தாள்.

"டாக்டர் உங்களுக்கு இந்த செய்தி அதிர்ச்சியா இல்லையா?" என்று ரஞ்சிதம் கேட்கவும் செய்தாள்.

"இல்லை டியர்... ஒரு ஏட்டுல திடுதிடுப்புன்னு ஒரு மெசேஜ் வர்றதை எப்படி சீரியஸா எடுத்துக்க முடியும்? இந்த வழிமுறையே எனக்கு ஆச்சரியமா இருக்கு. இதுக்கு சித்தர் சாமி நேர்லயே வந்து பேசலாமே...?"

"ஓ... நீங்க இப்ப லாஜிக் பாக்க ஆரம்பிச்சிட்டீங்கன்னு சொல்லுங்க..."

"ஒரு சைன்டிஸ்ட் நான்... கேள்வி கேக்கறது என் பிறப்புரிமை காண்டீ... அதை நீங்க லாஜிக்னாலும் சரி, மேஜிக்னாலும் சரி..."

"டாக்டர்... இந்த முறைல பேசறதுதான் சித்தர்கள் வழக்கம். அவர்கள் நேரில் வராம இருக்கறதுக்கு பல காரணங்கள் இருக்கு. அவைகளை எல்லாம் நம்மால் புரிஞ்சுக்க முடியாது."

"ரைட் காண்டி. சித்தர் இப்படி பேசினதாவே இருக்கட்டும். ஏன் அங்க என்னை போக வேண்டாம்னு சொல்றார்?"

"அது எப்படி எனக்கு தெரியும்? ஆனா ஒண்ணு மட்டும் நல்லா தெரியும் டாக்டர். சித்தர்கள் எது சொன்னாலும் அதுல அர்த்தம் இருக்கும்."

"அப்படி எப்ப நான் நினைக்கிறேனோ அன்னிக்கு நான் அவங்களுக்கு கட்டுப்பட்டு நடந்துக்கறேன். இப்ப எனக்கு இன்ட்ரஸ்ட் அதிகமாயிருக்கு. அதுதான் உண்மை."

டாக்டர் வில்சனின் முடிவான பதிலைத் தொடர்ந்து நான் என்ன செய்யட்டும் என்கிற மாதிரி ரஞ்சிதம் பார்த்தாள்.

“ஓ.கே. டாக்டர். நீங்க உங்க பயணத்தைத் தொடருங்க. ஆனா உங்ககூட நான் என் மகளை அனுப்ப முடியாது. நானும் உங்ககூட வரமுடியாது.”

காண்டீபனின் பதில் டாக்டர் வில்சன் வரையில் அதிர்ச்சியாகத்தான் இருந்தது. பழுத்த பரங்கிப்பழம் போன்ற அவர் முகத்தில் சுருக்கம் விழுந்து தீவிர சிந்தனையோட்டமும் தொடங்கியது.

“வெரி சாரி டாக்டர்... எனக்கு குருவோட கட்டளை ரொம்பவும் பெருசு. நான் ஒரு ஒபிடியன்ட் ஸ்டூடன்ட். அதே சமயம் ஒரு சுதந்திரமான ஆராய்ச்சியாளரான உங்களை நான் எதுவும் சொல்லல.” என்றார்!

“ஓகே காண்டி... ஐ அண்டர்ஸ்டுட் யுவர் பொசிஷன். நீங்க சித்தருக்கு சிஷ்யன்... அடங்கித்தான் போயாகணும்... நானோ விஞ்ஞானி... எதிர்த்து செயல்பட்டுத்தான் தீரணும். ஆனா ஒண்ணு நீங்க எனக்கு ஒரு நண்பரா வேறு விதங்கள்ல உதவலாம் இல்லையா?”

“வேறு விதங்கள்னா...?”

“யாராவது ஒரு கைடை எனக்கு துணையா அனுப்பிக் கொடுங்களேன்...”

“அது ஒண்ணும் பெரிய விஷயமல்ல டாக்டர். நாம் முதல்ல வீட்டுக்கு போவோம். நான் என் ட்ராவல் ஏஜென்டுக்கு போன் பண்ணி காரோட டிரைவரை வரச்சொல்றேன். அந்த நபர் உங்களுக்கு நிச்சயம் உதவியா இருப்பார்...”

“தேங்க்யூ காண்டி... தேங்க்யூ ஸோ மச்!”

“டாக்டர் வில்சன் உற்சாகமாய் காண்டீபனின் கையை குலுக்கினார். பார்த்துக்கொண்டே இருந்த ஆஸ்ரமக் காப்பாளர் பெண்ணான வரதம்மாள் மட்டும் ரஞ்சிதத்தின் காதுகளில் விழுகிற மாதிரி பாவம் இந்த வெள்ளைக்காரர் கஷ்டப்பட்றதுக்குன்னே இந்தியாவுக்கு வந்திருக்கார்...” என்றாள். ரஞ்சிதம் அதை ரகசியமாக மனதுக்குள் குறித்துக்கொண்டாள்!

◈◈◈

மத்திய சிறைச்சாலை வார்டரின் அலுவலகம் உள்ளே வார்டர் பெருமாள்துரைமிடுக்காக அமர்ந்து கம்ப்யூட்டரில் எதையோ தேடியபடி இருந்தார். அப்போது சென்ட்ரி போலீஸ் ஒருவர் உள்ளே வந்தவராக சல்யூட் அடித்து நின்றார்.

“என்ன இருதயம்?”

“ஐயாவை பார்க்க ஒரு ஜோசியக்காரர் வந்திருக்காருங்க.”

“ஜோசியக்காரரா... எனக்கு ஜோசியத்துல எல்லாம் நம்பிக்கை கிடையாதே. நானும் அப்படி யாரையும் வர சொல்லலியே...”

“இவர் அவசியம் உங்களைப் பார்க்கணும்னு சொல்றாருங்கய்யா. இவர் சொன்ன தேதில சுனாமி வந்துச்சாம். இவர் கணிச்ச மாதிரிதான் கவர்மென்ட்டே தேர்தல்ல ஜெயிச்சிச்சாம்!”

“ஓ... உன்கிட்ட அந்த ஜோசியக்காரன் பீலா உட்டானாக்கும்.”

“எனக்கு அப்படி தெரியலீங்கய்யா. வார்டரைப் பார்த்து என்ன பண்ணப்போறே? அவர் கேட்டா நான் சொல்லணும். என்கிட்ட சொல்லுன்னேன்...”

“சரி சொன்னானா?”

“சொன்னாருங்க... ஒரு ஆராய்ச்சிக்காக ஜெயிலுக்கு வந்துருக்காராம். ஒத்துழைப்பு கொடுத்தா பல பெரிய உண்மைகளை இந்த உலகம் தெரிஞ்சிக்கும்னு ரொம்ப நம்பிக்கையா பேசறாருங்க.”

பெருமாள்துரைசென்ட்ரி போலீஸ்காரர் சொன்னதில் ஆழ்ந்து போனவராய் “சரி வரச்சொல்” என்றார்.

அடுத்த இரண்டாவது நிமிடம் அந்த ஜோதிடரும் வார்டர் அறைக்குள் நுழைந்தார்.

“வணக்கங்க...”

“உம் உம்... என்ன விஷயம்?”

“முக்கியமான விஷயங்க. கொஞ்சம் உக்காந்து பேசலாங்களா?”

“சரி உக்காருங்க... பை த பை ஜெயில்ல இன்னிக்கு மெயின் ஆடிட்டிங் இருக்கு. டாப்ல இருந்து ஆபீசர்ஸ் வந்துருக்காங்க. உங்களோட பேச எனக்கு அதிக நேரம் கிடையாது. வேகமா விஷயத்துக்கு வாங்க...”

“நல்லதுங்க. இங்க அடுத்தவாரம் ராமண்ணாங்கறவரை தூக்குப்போடப் போறீங்கதானே?”

“ஆமாம். அதுக்கென்ன?”

“உலகத்துல தூக்கு தண்டனை கைதிக்கு மட்டும் தான் சாகப்போற நேரம் தெரிஞ்சிருக்க முடியும். மற்ற யாருக்குமே அவங்க உயிர் எப்பப் போகும்னு தெரியாது இல்லீங்களா?”

“இப்ப எதுக்கு இந்தக் கேள்வி?”

“தயவுசெய்து சொல்லுங்க... தூக்கு தண்டனை கைதியை தவிர யாருக்காவது தெரியுமா?”

“தெரியாது... அதுக்கென்ன இப்போ?”

“ஜோதிட சாஸ்திரத்துல ஒருத்தர் உயிர் எப்ப பிரியும்னு கண்டுபிடிச்சு சொல்ல முடியும் சார்... ஆனா அது அவ்வளவு சுலபமான விஷயம் இல்லை. ஜோதிடத்துல குறைஞ்சது ஐம்பது வருஷ அனுபவமும் இறைவனோடு ஆசிகளும் அதுக்கு வேணும்.”

“நீங்க கொஞ்சம் நேரா விஷயத்துக்கு வர்றீங்களா?”

“கோபப்படாதீங்க சார். இந்த ராமண்ணாங்கற கைதியோட பிறந்த தேதி, நேரம் தெரிஞ்சா ஜாதகம் கணிச்சு அதுல தூக்குப்போடப் போற மரண தேதி ஒத்துவருதான்னு பார்க்க விரும்பறேன்.”

“வேண்டாத வேலை. போகட்டும், பாக்கறதால என்ன பிரயோஜனம்?”

“என்ன சார் அப்படி கேட்டுட்டீங்க... எந்த கிரகம் ராமண்ணாவுக்கு மரணத்தை ஏற்படுத்தி தருதுன்னு தெரிஞ்சா அதை வெச்சு நான் எல்லார் ஜாதகத்துலயும் உள்ள மரணப்

பக்கத்தை திறந்து அவங்க இறப்புத் தேதியை கண்டுபிடிச்சிடுவேன் சார்?”

ஜோதிடர் சொன்னதைக் கேட்டு வார்டர் சிரித்தார் பெருமாள் துரை!

“எதுக்கு சிரிக்கிறீங்க?”

“பொறந்தா ஒரு நாள் செத்துதான் போயாகணும். இதை முன் கூட்டியே தெரிஞ்சுக்கறதால வாழற நாள் நிம்மதிதான் போகும்... அதோட ஜோதிடத்தை நான் ஒரு டுபாக்கூர் விஷயமா நினைக்கறேன். இதுக்காக ஒரு தூக்கு தண்டனை கைதியோட விவரங்களை தர விரும்பல. நீங்க கிளம்பலாம்”

“சார் நான் திரும்ப வற்புறுத்தறேன்னு தப்பா எடுத்துக்காதீங்க. நான் நேரா அந்த தூக்கு தண்டனை கைதி வீட்டுக்கு போய் இந்த தகவல்களை வாங்கிட முடியும். இது ஒண்ணும் பெரிய ரகசியம் இல்லை. அவங்கல்லாம் ரொம்ப துக்கத்துல இருப்பாங்கன்னுதான் அங்க போகல. அப்புறம் நீங்க பேசினதுல இருந்து ஜோதிடத்துல உங்களுக்கு நம்பிக்கை இல்லைன்னு தெரியுது. இந்த கேஸையே நீங்க ஏன் ஒரு டெஸ்ட் பீஸா எடுத்துக்கக் கூடாது?”

“சரி நான் யோசிக்க கொஞ்சம் டைம் கொடுங்க. உங்க போன் நம்பரை கொடுத்துட்டுப் போங்க...”

வார்டர் பெருமாள்துரைகடைசி வரை பிடி கொடுக்காமல் அந்த ஜோதிடரை அனுப்பி வைத்தார்.

ஜோதிடருக்கும் ஏமாற்றமாகத்தான் இருந்தது.

அறையைத் தாண்டப் போனவரை தடுத்து, “உங்க பேரை சொல்லவேயில்லையே...” என்று கேட்டார்.

“ரங்கசாமி” என்று ஒரு வார்த்தையில் பதில் வந்தது!

◈◈◈

அந்த வீட்டுக்கு ஒரு கொரியர் தபால் வந்திருந்தது. கொரியர் பாய் மூடிக் கிடக்கும் அந்த வீட்டு முன் கொரியர் தபாலோடு

வெறித்துக் கொண்டிருந்தான். பக்கத்து வீட்டுக்காரர் பார்த்துவிட்டு கேட்டார்.

“என்னப்பா கொரியர் தபாலா?”

“ஆமாம் சார்... வீடு கதவு சாத்தியிருக்கு. நானும் சுத்திச்சுத்தி பார்க்கறேன். யாரும் வரமாட்டேங்கறாங்க” என்றான்.

“தபாலை இப்படி கொடு நான் கொடுத்துடறேன்” என்று அவரே கேட்டார்.

“அது தப்பாச்சுங்களே...”

“அது சரி... கொடுத்தா நான் பின் பக்க கொல்லை வழியா போய் இந்த லெட்டரை சேர்த்துடுவேன். இல்லேன்னா உன் இஷ்டம்.”

“என்ன சார் இது... ஆமா அவங்க வந்து வாங்கிக்க மாட்டாங்களா?”

“மாட்டாங்க தம்பி... அந்த வீட்டம்மா தூக்க மாத்திரை சாப்ட்டு தூக்கத்துல இருக்காங்க. வயசுப் பொண்ணுங்க உள்ள அறைக்குள்ள இருக்காங்க... உன் குரல் அவங்க காதுலயே விழாது.”

“ஏன் சார் அப்படி?”

“உங்க வீட்ல யாரையாவது தூக்குல போடப்போனா அப்ப தெரியும் அந்த வேதனை...”

அவர் பதிலைத் தொடர்ந்து அவன் மறுபேச்சு பேசாமல் கொரியர் தபாலை அவரிடம் ஒப்படைத்துவிட்டு கிளம்பிப் போனான்.

அவரும் தபாலுடன் கொல்லைப்புறம் நோக்கி நடந்தார். இரு வீட்டுக்கும் நடுவில் இடுப்பளவு சுவர்தான் தடையாக இருந்தது.

இந்த நாளிலும் கொல்லையில் கிணறு என்று ஒன்று இருந்தது! அதில் அந்த வீட்டின் மூத்த பெண்ணான பிருந்தா என்பவள் தண்ணீர் இறைத்தபடி இருக்க அடுத்தவளான அகிலா அருகில் இருந்து துணி தோய்த்துக் கொண்டிருந்தாள்.

வீட்டுக்காரர் சுவரருகே வந்து நிற்கவும் இருவரும் பார்த்தனர்.

"அம்மா எப்படிம்மா இருக்காங்க?"

"தூக்கத்துலதான் சார் இருக்காங்க. கொஞ்சம் தூக்கம் தெளிஞ்சாலும் அவருக்கு முந்தி நான் போயிடறேன்னு ஆரம்பிச்சுடறாங்க..." என்றாள் பிருந்தா. அப்போது அவள் கண்களும் கலங்கிவிட்டன.

"சரிம்மா... அப்பப்ப கொஞ்சம் வாசல்பக்கம் வாங்க, உங்களுக்கு ஒரு கொரியர் தபால் வந்துருக்கு. இந்தாங்க." அவர் நீட்டினார். இளையவள் வாங்கிக்கொண்டாள். 'யார் அனுப்பியது' என்று பார்த்தாள். அனுப்பியவர் முகவரியில் 'இருளாண்டி முத்துப்பட்டி' என்கிற குறிப்பு!

சித்தர்கள் இப்போதும் இருக்கிறார்களா?

ராமன், திருப்பூர்

எப்போதும் இருப்பவர்களே சித்தர்கள். அவர்கள் காலத்தை வென்றவர்கள். உடம்புக்கு என்று பஞ்சபூத விதிகள் உள்ளன. அதனை காயகல்பங்களால் அதிகபட்சம் 140 ஆண்டு வரை உயிருடன் பேணிகாக்கலாம்.

அதன்பின் உடம்பை உதிர்த்துவிடுவதே நல்லது. சூட்சும சரீரம் என்று நம் எல்லோருக்குமே உண்டு. அதனுள் அடங்கி வாழத் தெரிந்தவர்கள் சித்தர்கள்.

* ———— *

4

ரகசியம் என்ற வார்த்தையே மனதுக்குள் ஒரு பரபரப்பை தரவல்லதாகும். மனித மனங்களுக்கு ரகசியங்களை அறிவதில் எப்போதுமே ஆர்வம் அதிகம். ஒரு ஆச்சரியம் என்னவென்றால் ஒவ்வொரு மனிதனும் தன் உள்ளங்கையிலேயே பல ரகசியங்களை ஒளித்து வைத்துக் கொண்டிருக்கிறான். ரேகை சாஸ்திரம் தெரிந்தவர்களுக்கு அந்த ரகசியங்களை அறிந்து கொள்வது சுலபம்!

அந்த கொரியர் கடிதம் சற்று கனமாகவும் இருந்தது. மூத்தவளான பிருந்தா அதைக் கவனமாக பிரித்துப் பார்த்தாள். உள்ளே ஒரு கடிதமும் விபூதிப் பொட்டலம் ஒன்றும் இருந்தது. கடிதத்தைப் பிரித்தாள்.

'அன்புச் சகோதரா!

கொலைக் குற்றத்துக்காக தூக்கு தண்டனை விதிக்கப்பட்டு நீ தூக்கில் ஏறப்போவதை நான் அறிவேன். மனம் பொறுக்காமல் சிவன்மலைக்கு சென்று, காக்காய்ச் சித்தரையும் தரிசனம் செய்தேன். அவரும் நீ ஏன் வரவில்லை என்று கேட்டபோது நடந்தவைகளைக்

கூறினேன்.

ஆனால், காக்காய் சித்தர் துளிகூட அதிர்ச்சியைத் தன் முகத்தில் காட்டவில்லை. மாறாக உனக்கு எண்பத்திஎட்டு வயதும் ஏழு மாதங்களும், ஆறு தினங்களும், மூன்று மணி நேரங்களும், பின் இருபது நொடிகளும் ஆயுள் காலம் என்றார். அந்தப் பதிலே உன்னை யார் நினைத்தாலும் தூக்கில் போடமுடியாது என்பதை எனக்கு புரிய வைத்துவிட்டது. அந்த மகிழ்ச்சியோடு அவர் தந்த விபூதிப் பிரசாதத்தை இத்துடன் அனுப்பியுள்ளேன்.

இந்த பிரசாதம் தர ஜெயிலுக்கே வந்தேன். ஆனால் எதனாலோ எனக்கு அனுமதி கிடைக்கவில்லை. எனவே, உன் வீட்டு முகவரிக்கு அனுப்புகிறேன். இது நிச்சயம் உன்னை அடையும். தைரியமாக இரு. நீ ஜனாதிபதியால் மன்னிக்கப்படலாம். இல்லாவிட்டால் அரசாங்கம் உன்னை விடுதலைகூடச் செய்யலாம். யாருக்கு தெரியும்?

காக்காய் சித்தரின் கருணை நிச்சயம் உனக்கு ஏதாவது செய்யும் என்று மட்டும் நான் உறுதியாக நம்புகிறேன்.

இப்படிக்கு
உன் நண்பன் இருளாண்டி.'

கடிதத்தைப் படித்த பிருந்தாவுக்கு, புதிதாக ஒரு தெம்பு வந்ததுபோல் இருந்தது. அகிலாவும் வாங்கிப் படித்தாள். “அக்கா நம்ப அப்பா அடிக்கடி சிவன்மலைக்குப் போய் அங்க ஒரு சித்தர்சாமியையும் பார்த்துட்டு வருவாருல்ல... இது அவர் பிரசாதம்கா.”

“ஆமாம் அகிலா... சித்தர் சாமி அப்பாக்கு நிறைய ஆயுள் இருக்குன்னு சொல்லியிருக்கறது மனசுக்கு தெம்பா இருக்கு... வா உள்ள போய் அம்மாகிட்டயும் சொல்வோம்...”

“அப்படியே இந்த விபூதியோட ஜெயிலுக்குப் போய் அப்பாவை பார்த்து இந்த விபூதியையும் வெச்சு விடுவோம்கா...”

“முதல்ல அம்மாகிட்ட சொல்வோம் வா...”

இருவரும் கொல்லைப்புறத்தில் இருந்து உள் சென்றனர்.

ஒரு அரையிருட்டு அறைக்குள் துவண்ட வாழை இலைபோல படுத்திருந்தாள் ஜானகி. பிருந்தாவும், அகிலாவும் சென்று அவளை எழுப்பினார்கள். அவளும் சோர்வாய் எழுந்து அமர்ந்தாள்.

“என்னம்மா சாப்பாட்டு நேரம் வந்துடுச்சா... அம்மா சாப்பிடணுமா அதுக்குத்தான் எழுப்பினீங்களா?” என்று கேட்டாள்.

“இல்லம்மா... இந்த லெட்டரை படிச்சுப் பார்...” என்று பிருந்தா கடிதத்தை அவளிடமும் தந்தாள். ஜானகியும் கண்களை கசக்கிக்கொண்டு கடிதத்தை படித்தாள்.

அவளிடமும் ஒரு புதிய தெம்பு. அவள் கண்கள் அகண்டு பிரகாசமாவதில் அது நன்றாகத் தெரிந்தது.

“அம்மா நிச்சயம் அப்பா தப்பிச்சிருவார்மா... நீ வேணா பாரேன்” என்றாள் அகிலா.

“ஆமாம்மா... காக்காய்ச்சித்தர் பத்தி உங்கப்பா என்கிட்ட பல தடவை சொல்லியிருக்கார். அவருக்கு வடைன்னா ரொம்ப இஷ்டம்னு என்னை செஞ்சு கொடுக்கச் சொல்லி எடுத்துட்டுப் போவாரு. அவர் கணிப்பு பொய்யானதும் இல்லை...”

“அப்புறம் என்னம்மா... நீ இனியாச்சும் சந்தோஷமா இரு. நானும் அக்காவும் இந்த விபூதியை அப்பாவைப் பார்த்துக் கொடுத்துட்டு வரோம்...”

“பாத்துப் போயிட்டு வாங்க... சாமியே உங்களுக்கு காவலா துணைக்கும் வரட்டும்.”

ஜானகி அப்படிச் சொல்லி முடித்த நொடி, காக்கை ஒன்று கத்தும் சப்தம் இசைவாகக் கேட்டது. அதுவும் அவர்களுக்குள் பரவசத்தைக் கூட்டியது!

◈◈◈

ஜெயில்!

வார்டர் பெருமாள்துரையின் அறை.

ஜோதிடர் ரங்கசாமி வந்து காத்துக் கொண்டிருந்தார். பெருமாள்துரையும் தன் குடியிருப்பில் இருந்து வந்தவராக ரங்கசாமியை ஏற இறங்கப் பார்த்தார்.

"நீங்க அழைச்சதா போன் வந்தது. வந்துட்டேன்..."

"நல்லது... அந்த ராமண்ணாவோட பிறந்த தேதி நேரம்னு எல்லாத்தையும் தரேன். கணக்கு போட்டு எனக்கு பதில் சொல்ல எவ்வளவு நேரம் தேவைப்படும்?"

"ஒரு மூணு மணிநேரம் தேவைப்படும் எனக்கு."

"சரி... அந்த மூணு மணிநேரமும் இந்த அறையிலேயே இருந்து கணக்குபோட்டு பாத்துக்கலாம். ஒண்ணும் ஆட்சேபணை இல்லையே.?"

"ஒண்ணும் இல்லை சார்..."

"சரி உங்களுக்கு அஞ்சு நிமிஷத்துல தகவல்கள் வந்து சேரும். நான் உள்ள ரைடுக்கு போய்ட்டு வரேன்..."

பெருமாள்துரை புறப்பட்டார். வெளியே வந்தவர் கணினி மயமாக்கப்பட்டுவிட்ட ரெக்கார்ட் செக்ஷன் நோக்கித்தான் முதலில் சென்றார்.

இடையில் கைதிகளின் நடமாட்டங்கள்.

ஒரு கைதி பூச்செடிகளுக்கு தண்ணீர் விட்டுக் கொண்டிருக்க, இன்னொரு கைதி காரிடார் நடைபாதையை மாப்கொண்டு துடைத்துக் கொண்டிருந்தான்.

ரெக்கார்ட் செக்ஷனில் கம்ப்யூட்டர் ஒன்றன் முன்னால் அட்டென்டர் ஜவஹர் இருந்தார். அவரிடம் ரங்கசாமிக்கு ராமண்ணாவின் தகவல்களை தரச் சொல்லவும், "சார் ராமண்ணாவை பார்க்க அவரோட இரண்டு மகள்களும் வந்துருக்காங்க..." என்றார் ஜவஹர்.

“இது பர்மிஷன் கொடுக்கற நேரமில்லையே.”

“சொல்லிட்டோம். ஆனா போகாம வெளியே உட்கார்ந்துகிட்டிருக்காங்க. நாளைக்கு காலைல 10 மணிக்கு வாங்கன்னா ஒரே ஒரு நிமிஷம் பாத்துட்டு போயிடறோம் பிரசாதம் தரணும்னு கைல ஒரு பொட்டலத்த வேற வெச்சுகிட்டு இருக்காங்க...”

“சரி நான் அவங்களப் பாத்துக்கறேன். நீங்க இந்த தகவல்களை என் ரூம்ல இருக்கற ஜோசியர்கிட்ட கொடுத்துருங்க...”

“ராமண்ணாவோட கருணை மனுகூட ரிஜெக்ட் ஆயிட்ட மாதிரிதான். இனி போய் ஜோசியம் பார்க்குறதுல என்ன சார் அர்த்தம் இருக்கு?”

“நான் ஜோசியம் பார்க்கலை. பார்க்கவும் மாட்டேன். இது ஏதோ ஆராய்ச்சியாம். இதுக்கு மேல கேள்வி கேக்காம போய் சொன்னதைச் செய்யுங்க.”

“சாரி சார்...”

ஜவஹர் விலகிக்கொள்ள, பெருமாள்துரையின் கால்கள் வெளிப்பக்கமாய் விசிட்டர்கள் வந்து குவியும் இடம் நோக்கி நடந்தன.

விசிட்டர்கள் அறையில் யாரும் இல்லை. அகிலாவும், பிருந்தாவும் மட்டும் அமர்ந்திருந்தனர். ‘நீங்க சொன்னா கேட்கமாட்டீங்க...?’ என்று ஒரு சென்ட்ரி போலீஸ்காரர் கத்திக்கொண்டிருக்க, பெருமாள்துரை வந்து சேர்ந்தார். அந்த சென்ட்ரி போலீஸ்காரர் ஒரு சல்யூட்டோடு விரைப்பானார்.

“வணக்கம் சார்” பிருந்தா எழுந்து கை கூப்பினாள். அவளோடு சேர்ந்து நின்றுகொண்டாள் அகிலா.

“என்னம்மா உங்களுக்கு ஜெயிலோட ரூல்ஸ் தெரியுமா, தெரியாதா?”

“சாரி சார்... ஒரு அவசரமான விஷயம்.”

“அப்படி என்ன அவசரம்?”

"அப்பாவுக்கு இந்த விபூதியை வெச்சுவிடணும்."

"இங்க ஜெயில்லயும் விபூதி இருக்கும்மா. பிள்ளையார் கோயில், சர்ச், மசூதின்னு எல்லாம் இருக்கு. இதுக்காகவா வந்தீங்க?"

"இல்லை சார் இது விசேஷமான விபூதி..."

"அப்படி என்ன விசேஷம்?"

"இது அப்பாவோட குருநாதரான காக்காய் சித்தர் கொடுத்த விபூதி..."

"சரி... இதை என்கிட்ட கொடுங்க, நான் உங்கப்பாவை உள்ள பார்த்து கொடுத்துடறேன்..."

"ரொம்ப நன்றி சார்."

பிருந்தா விபூதிப் பொட்டலத்தை பெருமாள்துரை வசம் தந்தாள். அப்படியே "சார். ஜனாதிபதி மாளிகைல இருந்து நல்ல பதில் வந்திருச்சா சார்."

தயங்கித் தயங்கி கேட்டாள். அங்கே இருந்து ஒரு பதிலும் வரவில்லை. தடுத்து நிறுத்துவதாக இருந்தால் எப்போதோ வந்திருக்க வேண்டும். ஆனால் அந்த உண்மையை இவர்களிடம் அப்படியே சொல்வது மனிதத்தன்மை கொண்டதாக இருக்காது. எனவே "எதிர்பார்த்துகிட்டே இருக்கோம்மா." என்றார் பெருமாள் துரை.

"நீங்க வேணா பாருங்க... அப்பா கட்டாயம் விடுதலையாயிடுவார். காக்காய்ச் சித்தர் அப்பாவுக்கு ஆயுள் 88 வருஷம் 7 மாசம்னு கணக்கு போட்டு சொல்லி அனுப்பியிருக்காரு.."

அகிலா உற்சாகமாய் தன் நம்பிக்கையை வெளிப்படுத்தினாள்.

பெருமாள்துரைக்கு அகிலாவை பார்க்கப் பரிதாபமாக இருந்தது. ஒரு வறட்டுச் சிரிப்புச் சிரித்தார்.

"நல்லதம்மா உன் நம்பிக்கை பலிக்கட்டும். நீங்க போய்ட்டு வாங்க..." என்றார்.

அவர்களும் புறப்பட்டனர். பெருமாள்துரை கையில் இருந்த பொட்டலத்தையும் ஒரு பார்வை பார்த்தார். திரும்பவும் சிரிப்பு வந்தது. அப்படியே நடந்தார்!

◈◈◈

ராமண்ணாவின் சிறைப்பகுதி!

கிட்டே நெருங்க நெருங்க 'ஓம் நமசிவாய... ஓம் நமசிவாய...' என்கிற முணுமுணுப்புச் சத்தம் பெருமாள்துரையின் காதுகளில் விழுந்தது. இரும்புக் கதவை தொட்டு நின்றபோது கொஞ்சம் அதிர்வாகவும் இருந்தது.

உள்ளே ஜெயிலின் உட்புறச் சுவற்றில் அடுப்புக் கரித்துண்டு கொண்டு வரையப்பட்ட பிரம்மாண்ட சிவலிங்க உருவம், பக்கத்தில் சிறியதாக ஒரு காகத்தின் உருவம்.

அந்த இரு உருவங்களையும் நோக்கி கண் மூடியபடி ராமண்ணாதான் ஜெபித்துக் கொண்டிருந்தார். பெருமாள்துரை பார்த்தபோது ராமண்ணாவின் முதுகுப்பக்கம்தான் தெரிந்தது. கதவைத் திறந்துவிட சென்ட்ரி போலீஸ்காரர் ஒருவரும் வந்து நின்றார். உள் நுழைந்த பெருமாள்துரைக்கு கோவில் ஒன்றில் நுழைகிற மாதிரி ஒரு உள் உணர்வு!

ராமண்ணாவும் நாமஜெபத்தை நிறுத்திவிட்டு பெருமாள்துரையைப் பார்த்தார்.

"என்ன ராமண்ணா இது... ஜெயிலை கோவில் ஆக்கிட்டே...?"

"பேசு ராமண்ணா... சிவம்னா உனக்கு ரொம்ப இஷ்டமா?"

"ஆமாம் சார்... என்வரைல எங்கும் சிவம், எதிலும் சிவம் சார்..."

"அது என்ன காக்கா மாதிரி..."

"என் குருநாதர் சார். காக்காய்ச் சித்தர்..."

"அவர் காக்காய் வடிவத்துலதான் இருப்பாரா?"

“பெரும்பாலும் காக்காய் வடிவத்துல இருப்பார். மத்தபடி நம்மைப்போல தான் சார் அவர்...”

“என்ன பிரயோஜனம் ராமண்ணா. உனக்கானத் தூக்கு தண்டனை உறுதியாயிடுச்சே. ஜனாதிபதிக்குப் போட்ட கருணை மனுவுக்கும் பதிலே இல்லையே...”

“அதெல்லாம் எனக்கு தெரியாது சார்... நீ வெளிய வந்துடுவே ராமண்ணா, உனக்கு நான் இருக்கேன்னு என் குருநாதர் ராத்திரிகூட கனவுல வந்து சொல்லிட்டுப் போனார்.”

“பாவம் ராமண்ணா நீ... உன்னை நினைச்சு பரிதாபப்படறதா, இல்லை சிரிக்கறதான்னே தெரியலை எனக்கு...”

“இரண்டுமே வேண்டாம் சார். என் குருநாதர் சொன்னா சொன்னபடி நடக்கும். எண்பத்தெட்டு வருஷம், ஏழுமாசம் நீ இந்த மண்ணுல இருந்தே தீரணும்னு என்கிட்ட சொன்னவர், விபூதி பிரசாதம் அனுப்பியிருக்கேன் உனக்கு கிடைக்கும்னும் சொன்னாரே.”

ராமண்ணா சொன்ன மறு நொடி பெருமாள்துரைக்குச் சுரீர் என்றது.

“என்ன ராமண்ணா சொல்றே. விபூதியை யார்கிட்ட கொடுத்து விட்டிருக்காராம்?” ஆழம் பார்ப்பதுபோலக் கேட்டார்.

“நீங்களே தருவீங்கன்னு சொன்னார். இப்பகூட நீங்க அதுக்காகத் தான் வந்துருக்கீங்கன்னு நான் நினைக்கிறேன்.”

ராமண்ணாவின் பதில் பெருமாள்துரையை ஒரு ஆட்டு ஆட்டிவிட்டது. தன்வசம் இருந்த விபூதியை நீட்டியபடியே சென்ட்ரி போலீசைப் பார்த்து “ராமண்ணாவோட பெண்கள் இப்ப வந்துட்டு போனது ராமண்ணாவுக்கு தெரியுமா?” என்று கேட்டார்.

“தெரியாது சார்.”

“நீங்க யாராவது சொன்னீங்களா?”

“இல்ல சார்...” என்றார் சென்ட்ரி போலீஸ்காரர்.

"அப்ப என் மகளுங்க தான் இந்த விபூதியை வந்து தந்துட்ட போறாங்களா...! அப்படின்னா சாமி என் மகளுங்கள பார்த்துருக்கணும்! அப்பாடா... இப்பதான் எனக்கு நிம்மதியாயிருக்கு. இரண்டு வயசுப் பொண்ணுங்களையும் பொண்டாட்டியையும் விட்டுட்டு இப்படி ஜெயில்ல கிடக்கறேனே... அவங்கள யார் பார்த்துக்கு வாங்கன்னு துடிச்சேன். சாமி நான் இருக்கேன்னு சொல்லாம் சொல்லிட்டார்..."

ராமண்ணா சொல்லி வாய் மூடு முன் 'காகா...' என்கிற காகத்தின் குரல் அங்கே ஒலித்தது. அது தற்செயலாக ஒலித்த மாதிரி தெரியவில்லை. ஆமோதிக்கிற மாதிரியே இருந்தது.

பெருமாள்துரையின் முகத்தில் ஏராளமான மாற்றங்கள்!

◈◈◈

தனது அறைக்குள் பெருமாள்துரை நுழையவும் ஜோதிடர் ரங்கசாமி தன் லேப்டாப்பை மூடவும் சரியாக இருந்தது.

"என்ன ஜோசியரே கணிச்சு முடிச்சிட்டீங்களா?"

"முடிந்தது சார்... ரொம்பவே வித்யாசமான ஜாதகம் சார் இது..."

"எந்த வகைல?"

"எல்லா வகைலயும்... ஒண்ணுமட்டும் உறுதி. இவரை நீங்க தூக்குல போட முடியாது. இவருக்கு 88 வருடம் ஏழு மாசம் வரை ஆயுள் உறுதி. இந்த சிறை வாசம்கூட இன்னும் சில மணி நேரங்கள்தான்."

அந்த பதில் பெருமாள்துரையை அதிர வைத்தது. அகிலாவும் 88 வருடம் ஏழு மாதம்தான் ஆயுள் என்றாள். ராமண்ணா சொன்னதும் 88 வருடம் ஏழு மாதங்கள் என்கிற அதே கணக்கு. இங்கே மூன்றாவது முறையாக ஜோதிடரிடமும் அதே கணக்கு. இதை தற்செயல் என்பதா... இல்லையென்றால் இனம் புரியாத அமானுஷ்யமா?

பெருமாள்துரை தனக்குள் கேட்டுக்கொண்ட போது ஆமாம் என்பதுபோல திரும்பவும் காகம் கரையும் சப்தம். கா...கா...!

பெருமாள் துரைக்கு வியர்க்க ஆரம்பித்தது.

சித்தர்கள் மொத்தம் 18 பேர் தானா... ஆனால், நூற்றுக் கணக்கில் இருப்பதுபோல் தெரிகிறதே. இது என்ன? 18 என்கிற ஒரு கணக்கு?

சிவஞானம், சென்னை.

நூற்றுக்கணக்கான சித்தர்கள் இருக்கவே செய்கிறார்கள். ஆயினும் 18 என்ற எண்ணுக்குள் அடைக்கப்பட்ட பதினெண் சித்தர்களை விளங்கிக்கொண்டு அவர்களின் எவர் வழி நடந்தாலும் உலக பந்தங்களில் இருந்து விடுதலை பெற்று விடலாம். பதினெட்டு என்பது ஒரு சூட்சுமமான எண். ஒன்று முதல் ஒன்பது வரை தான் எண்கள் உள்ளன. பிறகு பூஜ்யம் கண்டறியப்பட்டது. ஆக, இந்த ஒன்பது எண்களையும், பூஜ்ஜியத்தையும் கூட்டி, கழித்து, வகுத்து பெருக்கியே பல கோடி கோடிகளை நாம் அடைந்துவிட முடியும்.

இதன் துவக்கம்தான் பதினெட்டு.

அதாவது, பதினெட்டு என்பது ஒன்பதின் பெருக்கப்பட்ட வடிவமாகும். ஒன்பதையும், ஒன்பதையும் கூட்டினாலும் பதினெட்டுதான் வரும். இந்த 18க்குள் அதாவது 1 லிருந்து 8 க்குள் மற்ற அவ்வளவு எண்களும் உள்ளன.

இந்த எட்டையும் ஒன்றையும் கூட்டினால் 9 வருகிறது. ஆக, இந்த 18 என்பது கூட்டல், கழித்தல், பெருக்கல், வகுத்தலை தன்னுள் கொண்டிருப்பதாகும். ஏன், இது 19, 20, 21 என்று தொடர்கின்ற எண்களுக்கும் பொருந்தும் எனலாம். உண்மைதான்.

ஆனால், 18 தான் முதல் வடிவம். அடுத்து 1 என்ற எண் சூரியனைக் குறிக்கும். 8 ம் எண் சனியனைக் குறிக்கும். சூரியன் ஆத்மகாரகன். சனி ஆயுள்காரகன்.

நமது ஆயுளில் நமது ஆத்மா சுடர்விட்டால் கிட்டுவது இறை நிலையாகும். இப்படி விவரித்துக்கொண்டே போகலாம். எனவேதான், சபரிமலையில் 18 படிகள் இருக்கிறது. பாரதயுத்தம் 18 நாள் நடந்தது, 18 டுடன் ஒரு சூட்சும தொடர்பு உள்ளது.

எனவே, இத்துடன் 18 சித்தர்கள் பூட்டப்பட்டனர். ஆனால், இவர்கள் மட்டுமே சித்தர்கள் என்று தவறாக கருதிவிடக் கூடாது. சித்தர்கள் பல நூறு பேர்கள் உள்ளனர் என்பதே உண்மை.

18க்குள் அடங்கியவர்களை கசடற அறிந்தாலே போதும் என்பதே 18க்கு பின் உள்ள செய்தி!

* ——— *

5

சித்த ரகசியங்களுக்கு ஒரு அளவில்லை. ரகசியம் என்றாலே அது எழுத்தில் வராது. எனவே, அவைகளை அவர்கள் எழுதி வைக்க விரும்பியதில்லை. மாறாக, சில ரகசியங்களை அவர்கள் ஒளித்து வைத்துவிட்டுப் போயிருக்கிறார்கள். அதுவும் சில பாடல்களில் மட்டும்... அந்தப் பாடல்களை நாம் விளங்கிக்கொள்ளத் தனி அறிவு வேண்டும். எது சித்தம் என்பது நமக்குத் தெரியாத வரையில், அதுவும் நமக்குத் தெரியாமலே இருக்கும்.

உதாரணமாக 'ஆதி' என்கிற சொல்லுக்கு ஆரம்பம், தொடக்கம், மிகமிக முதன்மைப்பட்டது என்று தான் பொருள் சொல்வோம். ஆனால் 'பெரும் நெருப்பு' என்றும் இதைப் பொருள் கொள்ளலாம். அதற்கு சொல்லை பிரித்துப் பார்க்கத் தெரிய வேண்டும். 'ஆ+தீ' என்பதே ஆதி என்பர். 'தீ'யாகிய நெருப்பு எப்படி ஆவுடன் கூடும்போது தன் நீட்சியை இழந்து 'தி'யாக மட்டும் ஆகிறது என்று கேட்கக் கூடாது. இலக்கணப்படி பார்க்கும்போது இதில் பிழை தெரியலாம். ஆனால் ரகசியத்தை ஒளிப்பதுதான் அவர்களுக்கு நோக்கம், நமக்கும் சித்த அறிவு வசப்படும் பட்சத்தில் இதை சரியாகப் புரிந்து அந்த ரகசியத்தையும் புரிந்து கொள்வோம்!

பெருமாள்துரையின் முகம் அதிர்ச்சியிலும், ஆச்சரியத்திலும், முதல் முறையாக சந்திக்கின்ற அமானுஷ்ய அனுபவத்தாலும் வியர்த்துவிட்டிருந்தது. அதை அந்த ஜோதிடர் பார்த்தார். அவருக்கு பார்க்கும்போதே புரிந்துவிட்டது.

"என்ன சார்... என் பதிலை நம்ப முடியலையா... இல்லை இது எப்படி சாத்தியம்கிற எண்ணமா?"

"இதை என்னால் நம்ப முடியலைதான். ராமண்ணாவோட ஆயுள்னு நீங்க சொன்னது, 88 வருடம் 7 மாசம்னு ஒரு கணக்குல... இதே 88 வருஷம் 7 மாசம் அப்புறம் இன்னும் சில மணி நேர ஆயுள் கணக்கை ராமண்ணாவோட பெண்களும் வந்து சொன்னாங்க! அவங்களுக்கு சொன்னவர் யாரோ, ஒரு சித்தராம். அவர் பெயர்கூட காக்கைச் சித்தர்னு சொன்னாங்க.

செல்லுக்குள்ள இருக்குற ராமண்ணாகிட்ட இந்த தகவலை சொல்லப் போனப்போ, ராமண்ணா தன் கனவுல காக்கைச் சித்தர் வந்து தன்னோட ஆயுள் 88 வருஷம் 7 மாசம்னு சொன்னதா சொன்னார்.

ஒரே விடை ஆனா மூணு தரப்பில்லிருந்து மூணு விதமா என் காதுல விழுந்ததை நினைச்சா இதை எப்படி எடுத்துக்குறதுனே தெரியலை... இது தற்செயலா, இல்லை அறிவுக்கு அப்பாற்பட்ட விஷயமானு குழப்பமா இருக்கு..."

பெருமாள்துரை தாடையை வருடியபடியே கூறவும், ஜோதிடர் ரங்கசாமியிடமும் ஒரு சிலிர்ப்பு.

"சார் உங்க பதில் எனக்கு தனித்தெம்பைத் தருது... ஜாதகம்கற இந்த கலை மீது பெரிய மதிப்பே எனக்கு ஏற்படுது சார். எப்பேர்ப்பட்ட ஒரு வித்தையை நான் கைல வெச்சிகிட்டு இருக்கேன்னு நினைச்சு பெருமைப்படறேன். உண்மைல, நம்ப முன்னோர்கள் பெரிய கில்லாடிங்க சார்...! ஒரு உயிரோட ஒவ்வொரு அசைவிற்குமே, கோள்கள் தான் காரணம்கிறதை உணர்ந்து, அதை வருங்கால சந்திகளும் உணரணும்னு ஒரு

கணக்கை உருவாக்கி, அதை எழுதி வெச்சிட்டும் போனதை நினைச்சா சிலிர்ப்பா இருக்கு எனக்கு...” என்றார். ஆனால் அதற்கு பெரிதாக ஒரு பதில் கருத்து யாரிடமும் இல்லை. மாறாக நெற்றியில் சுருக்கம் விழ அவர் தீவிரமாக எது குறித்தோ யோசிப்பது மட்டும் தெரிந்தது. அது என்னவென்றும், அந்த ஜோதிடருக்குப் புரிந்தது.

“சார்... நீங்க இப்ப என்ன நினைக்கறீங்கன்னு சொல்லட்டுமா?”

“என்ன?” அவரும் நிமிர்ந்து பார்த்து கேட்டார்.

“தூக்கு தண்டனை கைதிக்கு 88 வருஷம்னா எப்படி... ஒரு வேளை ஜனாதிபதியோட கருணை மனுவால நடக்குமா, இல்ல, வேற எப்படின்னு தானே யோசிக்கிறீங்க?”

“ஆமாம்... கருணை மனுவுக்கெல்லாம் சான்ஸே இல்லை. அது நிராகரிக்கப்பட்டாச்சு...”

“அவசரப்படாதீங்க... மனுஷ வாழ்க்கைல, எப்ப எது எப்படி நடக்கும்னு சொல்ல முடியாது. எவ்வளவு பெரிய விஷயமாக இருந்தாலும் அது நடக்க ஒரு நொடி போதும். ஆகையால் இந்த விஷயமும் அப்படிதான். ஆனா ஒண்ணு... இந்த ராமண்ணாவை மட்டும் நீங்க தூக்கிலெல்லாம் போடவே முடியாது சார். ஞாபகம் வெச்சுக்குங்க...”

ரங்கசாமி என்கிற அந்த ஜோதிடர் குரலில் அப்படி ஒரு உறுதி.

“பார்க்கறேன். ஜோசியமா இல்லை சட்டமான்னு...” என்று பெருமாள் துரையிடமும் ஒருவித ஆவேசம் பீறிட்டது.

“அப்ப நான் புறப்படறேன் சார்... நாம இனி அடிக்கடி சந்திப்போம்னு நினைக்கறேன்” என்றபடியே புறப்பட்ட ரங்கசாமியிடம் ஒருவித நம்பிக்கையும் மகிழ்ச்சியும் தெரிந்தது.

◈◈◈

அந்த காருக்குள் டாக்டர் வில்சன் இருந்தார். கூடவே மணி என்கிற பெயரில் ஒருவனும் இருந்தான். அவனே காரை

ஓட்டியபடியும் இருந்தான். அவனுக்கு ஓரளவு ஆங்கிலமும் தெரிந்திருந்தது. காரும் பூமிகாத்தான்பட்டி நோக்கி சிட்டாகப் பறந்து கொண்டிருந்தது. பக்கவாட்டில் வயல்வெளிகள் நழுவியபடி இருந்தன.

எப்போதோ போடப்பட்ட தார்ச்சாலை!

அதில் ஏராளமாய்க் குழிகள். காரை மிகவும் கவனித்து ஓட்டிக் கொண்டிருந்தான் மணி. எப்.எம். வேறு பாடிக்கொண்டிருந்தது. அது டாக்டர் வில்சனை எரிச்சல்படுத்தியபடி இருந்தது. நடுவில் மணி இரண்டு இடங்களில் டீ குடிப்பதற்காக காரை நிறுத்தியிருந்தான். அங்கும் சினிமா பாட்டு ஒலித்தபடி இருந்தது.

எப்போது பார் இப்படி பாட்டு கேட்டபடி இருந்தால், சிந்திப்பது இல்லாவிட்டால் மனதை அமைதியாக வைத்துக்கொள்வது என்பது எப்போது? வில்சனுக்கு அது புரியவேயில்லை. ஒரு கட்டத்தில் எரிச்சலோடு "ஸ்டாப் த ரேடியோ..." என்று கத்திவிட்டார். அவனும் அணைத்தான். "எப்பப் பார் எல்லாரும் பாட்டு கேட்டுக்கிட்டே இருக்கறது இரிடேஷனா இல்லையா?" டாக்டர் வில்சனே பேச்சை ஆரம்பித்தார்.

"பாட்டு கேக்கறது இரிடேஷனா... நோ டாக்டர் இட் ஈஸ் எ ப்ளசன்டேஷன்."

"இது ஒரு நாய்சி பொலூஷன்... ஹெல்த்துக்கு நல்லது கிடையாது."

"நீங்க வேற டாக்டர்... பாட்டு கேட்காம கார் ஓட்டறது ரொம்ப போர்..."

"ஓகே... அந்த ஊருக்கு இன்னும் எவ்வளவு தூரம் இருக்கு...?"

"அது கிடக்கு கொள்ளை தூரம்."

"இப்படி எல்லாம் டென்டேடிவா பதில் சொல்லக்கூடாது. எங்க நாட்டுல இந்த கேள்வியை ஒரு டிரைவர்கிட்ட கேட்டிருந்தா

அவர் எவ்வளவு மைல் தூரத்துல இருக்கோம், எவ்வளவு நேரத்துல அங்க போய் சேர்வோம்னு துல்லியமாச் சொல்வார்."

"நாங்க இப்படியே பழகிட்டோம் டாக்டர். போகட்டும் பூமிகாத்தான்பட்டிக்கு ஆராய்ச்சி பண்றதுக்குத்தானே வந்துருக்கீங்க..."

"ஆமாம்... காண்டீ எல்லா விஷயத்தையும் சொல்லியிருப்பாரே?"

"சொன்னார் சொன்னார்... எனக்கும் பூமிகாத்தான்பட்டிக்கு போய் அங்க அப்படி என்னதான் இருக்குன்னு பார்க்கணும்கற ஆசை. இப்ப நீங்க வரவும் எனக்கு வசதியா போச்சு."

"அப்ப இதுக்கு முந்தி நீ போனதில்லையா?"

"போயிருக்கேன். ஆனா கோவில் பக்கம் போனதில்லை."

"ஏன்?"

"நான் சாமியில்லேங்கற கோஷ்டியச் சேர்ந்தவன். அதனாலதான்."

"ஓ நீ ஒரு கடவுள் நம்பிக்கை இல்லாதவனா?"

"ஆமாம் டாக்டர்... நீங்க எப்படி?"

"நான் கடவுளை நம்பறவன்."

"ஆச்சரியமா இருக்கே... கடவுளை நம்பற நீங்க எப்படி இது ஆராய்ச்சிக்கு ஒத்துகிட்டீங்க?"

"இதுக்கும் அதுக்கும் என்ன சம்பந்தம்?"

"சரிதான். ஊருக்குள்ள நிறையப் பேர் மென்டலா திரிஞ்சுகிட்டு இருக்காங்க. என்னன்னு கேட்டா, கோவில்ல போய் ஒளிஞ்சிருக்காங்க. விடிஞ்ச பிறகு பார்த்தா அவங்க பேரே அவங்களுக்கு தெரியலை! கோவில்ல இருக்கற சாமி தண்டிச்சிடிச்சின்னு சொல்றாங்க..."

"அப்ப நான் போனா எனக்கும் அப்படி ஆகும்னு சொல்றியா?"

“அது தெரியாது... ஆனா இப்படி ஒரு விஷயம் அந்த ஊர்ல இருக்கு. அதுக்கு பின்னால பெருசா ஏதோ மர்மம் இருக்குங்கறதுதான் என்னோட கருத்து...”

“அப்ப அந்த மர்மத்தைக் கண்டுபிடிப்போம்...”

“கண்டுபிடிச்சு என்ன டாக்டர் பண்ணுவீங்க...?”

“இந்த உலகத்துல, கொஞ்சம்கூட மழையே பெய்யாத இடங்கள்னு நிறைய இடங்கள் இருக்கு. ஏதோ கொஞ்சம் மழை பெய்யற இடமும் இருக்கு. அந்த இடத்துல எல்லாம் மழையை வரவழைக்கணும்கறது என் ஆசை. அதுக்கு இங்க விடை கிடைக்கலாம்னு நினைக்கறேன்...”

“அந்த கோயிலுக்குள்ள அப்படி எல்லாமா மேட்டருங்க இருக்கு...?”

மணி ஆச்சரியப்பட்டுப் போனான். அதே வேகத்தில், “சாமின்னு ஒண்ணு நிஜமா இருந்தா, அது இப்படியா இந்த ஒரு ஊர்ல மட்டும் எப்பவும் மழை பெய்ய வைக்கும்?”

“வாட் டு யூ மீன்?”

“இல்ல... சாமி ஐ மீன் கடவுள்னு ஒருத்தர் நிஜமா இருந்தா உலகம் பூரால்ல நல்லா மழை பெய்ய வெச்சு எல்லா இடத்தையும் வளமா வெச்சிருப்பார்.”

“யூ... பூல்! ஆரம்பத்துல அப்படிதான் இருந்தது. எப்ப பெட்ரோல் கண்டுபிடிச்சு காரும் பஸ்சும் ஓட ஆரம்பிச்சோ அப்ப ஆரம்பமாச்சு இயற்கைக்கு எதிரான யுத்தம். அப்புறமா ரேடியோ, டி. வி. செல்போன்னு அலைவரிசைத் தாக்குதல்கள் வேற. இது போக பிளாஸ்டிக் கலாச்சாரம் ரசாயனத் தொழிற்சாலைன்னு ஊருக்கு ஊர் ஆரம்பமாகவும் பூமியும் வானமும் மெல்ல மெல்ல மாற ஆரம்பிச்சு, இப்ப நல்ல தண்ணிக்கு மனுஷன் சண்டை போட்டுக்கற நிலை வந்திருக்கு.”

“ஓ அப்ப உங்க கருத்துப்படி பார்த்தா கடவுள் இருக்காரு. அப்படிதானே.”

"அது அவங்கவங்க பாக்கற பார்வையைப் பொருத்தது."

"அப்படின்னா கடவுள் எதனால் பூமியைக் கெடுத்து, குட்டிச்சுவராக்கறவங்களை வேடிக்கை பார்த்துகிட்டிருக்கார்...?"

மணி அப்படி ஒரு கேள்வியை கேட்பான் என்று டாக்டர் வில்சன் எதிர்பார்க்கவில்லை. சட்டென்று ஒரு பதிலைக் கூறவும் முடியவில்லை. தடுமாறினார்.

"என்ன டாக்டர்... பதில் சொல்ல முடியலையா?"

"ஆமாம்ப்பா... நீ ஒரு நல்ல கேள்வி கேட்டுருக்கே, ஆனா அவர் வேடிக்கை பார்க்கறார்னு நான் நினைக்கலை. நாம் திருந்தறதுக்கு சந்தர்ப்பம் கொடுத்துகிட்டு வரார்னுதான் எனக்குத் தோணுது."

"எங்க ஆளுங்க மாதிரியே நல்லா சமாளிக்கிறீங்களே டாக்டர். கடவுள் பத்தி யார்கிட்ட கேள்வி கேட்டாலும் இப்படித்தான். வெட்டு ஒண்ணு, துண்டு ரெண்டுன்னு பதில் சொல்லமாட்டாங்க. ஒரு மாதிரி சமாளிப்பாங்க."

மணி உள்ளதைச் சொல்கிறானா, இல்லை கேலி செய்கிறானா என்று தெரியவில்லை. அந்த நேரம் பார்த்து சாலையோரமாக பூமிகாத்தான்பட்டி, இருபது கிலோ என்கிற பெயர் பலகை கண்ணில்பட்டது. பக்கவாட்டில் பொதிகை மலைத்தொடரும் பளிச்சென்று கண்ணில் பட்டது.

"டாக்டர் அந்த ஊர் வந்துடிச்சு... இன்னும் ஒரு அரை மணி நேரத்துல அங்க இருப்போம். இன்னும் இருபது கிலோ மீட்டர் தூரம்தான்... இப்ப நான் உங்க ஊர் டிரைவர் ஆயிட்டேனா?"

என்று மணி கேட்டான்.

டாக்டர் சிரித்தார். சிலீரென்கிற மலைக்காற்று வந்து முகத்தில் மோதியது. வானில் பூமிகாத்தான்பட்டி மேல் மட்டும் மழை மேகங்கள், திடீரென்று கருங்குவியலாக குவிந்திருப்பதும் தெரிந்தது. ஆச்சரியமாகப் பார்த்தார்... பார்க்கும்போதே சாரல் மழை பொழியத் தொடங்கி விட்டது. டிராக்டர் ஒன்று

கரும்புகள் ஏற்றிய ட்ரெயிலரை இழுத்துச் சென்றபடி இருந்தது. பக்கவாட்டில் வாய்க்கால் ஒன்றும் அதில் திபுதிபுவென்று நீரும் ஓடிக்கொண்டிருந்தது.

மணியும் காரை மெல்ல செலுத்தத் தொடங்கினான்.

ஒரு இடத்தில் சாலையோரமாக ஒரு பெரும் மரத்தின் கீழ் சிவலிங்கம் ஒன்றும் கண்ணில்பட்டது. அதற்கு மாலை போடப்பட்டு பூஜை எல்லாமும் செய்யப்பட்டிருந்தது. அதன் அருகில் பயபக்தியோடு ஒருவர் மழை விழுவது பற்றிய கவலையே இன்றி சாமி கும்பிட்டபடி இருந்தார்.

“காரை நிறுத்து... அது சிவலிங்கம் தானே?”

“ஆமாம் டாக்டர்...” என்றபடி காரை நிறுத்தினான். சாமி கும்பிட்டபடி இருந்தவர் கும்பிட்டுவிட்டு திரும்பி வந்தார். டாக்டர் அவரை நிறுத்தி விசாரிக்கத் தொடங்கினார்.

“சிவலிங்கம் கோவிலுக்குள்ள இருக்கணும். இங்க ஏன் வெளில இருக்கு?” டாக்டர் ஆங்கிலத்தில் கேட்டது, அவருக்கும் புரியவில்லை முழித்தார்.

“யோவ்... இது ஏன் இங்க இருக்குன்னு சொல்.” என்றான் மணி.

“இது இன்னிக்கு நேத்தா இருக்கு... பல நூறு வருசங்களால்லா இருக்கு?”

“ஏன்யா கோவில்ல இல்ல?”

“கோயில்லயும் இருக்கு. ஆனா ரசமணிலிங்கம். இதெல்லாம் கல்லால் ஆன லிங்கங்க.”

“சரி அது மட்டும் ஏன் கோயில்ல... இதுங்கல்லாம் ஏன் இப்படி வெளில... விபரம் தெரியுமா?”

“அதுவா... இந்த லிங்கம் மாதிரியே மொத்தம் ஒன்பது லிங்கங்க இந்த ஊர்ல இருக்கு. இது சூரிய லிங்கம்... போகப்போக சந்திர லிங்கம், மங்கள லிங்கம், புதலிங்கம், குருலிங்கம், சுக்ரலிங்க,

சனிலிங்கம், ராகுலிங்கம் கேது லிங்கம்னு மொத்தம் ஒன்பது கிரகத்துக்கு ஒன்பது லிங்கங்க... எல்லாமே வெளிலதான் இருக்கு. ஆனா எதனால இப்படி இருக்கு... அந்த ரசமணிலிங்கம் மட்டும் ஏன் உள்ள இருக்குங்கறது எல்லாம் சித்தருங்க விஷயம். நமக்கு அதை எல்லாம் புரிஞ்சுக்கற படிப்பும் இல்லை. அறிவும் கிடையாது." என்றார் அவர்.

"அப்ப இதைப்பத்தி எல்லாம் யார்கிட்ட கேட்டா தெரியும்?" டாக்டர் வில்சன் கேட்டார்.

"என்கிட்ட கேள் சொல்றேன்... You can ask me." என்று ஒரு குரல்! தமிழிலும் ஆங்கிலத்திலும் கலந்து ஒலித்தது.

திரும்பிப் பார்த்தார் டாக்டர் வில்சன்.

சூரியலிங்கம் அருகில் கையில் சூலாயிதமும், சடை பிடித்த தலையுமாய் கோவணம் மட்டுமே கட்டியிருந்த மனிதர் ஒருவர் நின்று கொண்டிருந்தார்!

சித்த சாகசங்கள் என்று எதையெல்லாம் சொல்லலாம்?

ரமணி, சென்னை.

அவைகள் கணக்கிலடங்காதவை!

ஆயினும் அஷ்டமாசித்திகளைச் குறிப்பிட்டு சொல்லலாம். 'அணிமா, மகிமா, இலஹிமா, கரிமா, பிராகாமியம் வசித்வம், பிராப்தி. ஈ சத்வம்,' என்கிற எட்டு சித்திகளைதான் அஷ்டமா சித்தி என்பார்கள். அதாவது கடுகுபோலச் சிறுத்துபோவது, விஸ்ரூபம் எடுத்து நிற்பது, மலைபோல கனப்பது, பஞ்சுபோல மிதப்பது, கூடுவிட்டு கூடு பாய்வது, வசியப் படுத்துவது, வேண்டியதை அடைவது, கடவுளாகவே ஆகிவிடுவது என்பவைதான் அவைகள்.

நமது புராணங்களில் இவைகளை பல இடங்களில் காணலாம். அனுமனின் விஸ்வரூபம், திருமூலரின்

கூடுவிட்டுக் கூடு புகுந்த விஷயம், திருநாவுக்கரசர் கடலில் மிதந்த அனுபவம் இப்படிப்பட்டவைகள் அஷ்டமாசித்திகள் சார்ந்ததே.

* ——— *

6

சிலருக்கு எல்லாமே விரைவாக அலுத்துப்போய் விடும். நவரசமான சமையலாகட்டும், சொகுசான பயணமாகட்டும், பாட்டுக் கேட்பது, நடனம் பார்ப்பது, ஊரைச்சுற்றுவது, அரட்டை அடிப்பது, நீண்ட தூக்கத்தில் ஆழ்ந்துபோவது என்று மனிதர்கள் விரும்பும் எல்லா விதமான சுகங்களுமே ஒரு கட்டத்தில் அலுத்துப்போய் மனதில் ஒரு வெறுமை உணர்வு சூழத் தொடங்கும்.

இந்த வெறுமை உணர்ச்சிதான், சித்தத்தை நாம் உற்று கவனிக்கத் தொடங்குவதன் ஆரம்பமாகும். எல்லாமே அலுத்துப் போகிறது. எதனாலும் நீடித்த நிலையான இன்பத்தைத் தர முடியவில்லை.

தித்திப்பு பிடிக்கும் என்பதற்காக, அதையே சாப்பிட்டுக் கொண்டிருக்க முடியவில்லை. எவ்வளவுதான் வயிறு நிரம்பச் சாப்பிட்டாலும் திரும்பவும் பசிக்கிறது. கவனித்தாலும், கவனிக்காவிட்டாலும், உணர்ந்தாலும், உணராவிட்டாலும் உடலில் மாற்றங்கள் ஏற்படுவதைத் தடுக்கவோ, தவிர்க்கவோ முடியவில்லை. இதைப் பற்றி எல்லாம் ஆழ்ந்து சிந்திக்கத் தொடங்கும் போதும் சித்தம் விழித்துக்கொண்டு விடுகிறது.

சித்தம் விழித்துக்கொள்வது அவ்வளவு சுலபமல்ல!

ஒரு வகையில் அது அருள் சார்ந்ததும்கூட!

☙

நான் சொல்கிறேன் என்ற அந்த கோவணாண்டி மனிதரை ஆச்சரியமாகப் பார்த்தார் டாக்டர் வில்சன். அவரது கையில் உள்ள சூலாயுதம் ஒரு மிரட்டு மிரட்டியது. டிரைவர் மணியும்கூட சற்று அதிர்ந்து போனான். டாக்டர் வில்சனின் காதோரமாக,

"டாக்டர் சார்... பயந்துடாதீங்க. எங்க ஊர்கள்ல பிச்சைக்காரங்க சிலர் இப்படி எல்லாம் வேஷம் போட்டுகிட்டு திரிவாங்க. மரைகழண்ட கேசுங்களும் இப்படி அலையும்..." என்றான்.

அந்த கோவணாண்டி மனிதரும் அருகில் வந்தார். ஊர்க்காரரர் எதனாலோ விட்டால் போதும் என்று ஓடிப்போய் விட்டார்.

"உனக்கு இப்ப என்ன தெரியணும்?" அவர் அருகில் வந்த நிலையில் திரிசூலத்தோடு டாக்டரை ஒரு சுற்றும் சுற்றி வந்து நின்றார்.

"அது சரி... நீ யாருய்யா? கைல திரிசூலத்தோட என்னமோ சிவபெருமான் மாதிரி வந்து நிக்கறே?" மணி தெனாவெட்டாக அவரைப் பார்த்து கேட்டான். அந்த மனிதர் பதிலுக்கு தன் தாடியை நீவியபடி ஒரு முறைப்பு தான் முறைத்தார்.

"மணி. அவர்கிட்ட அப்படி எல்லாம் பேசாதே. மரியாதையா பேசு. என்னைப்பத்தி சொல்லு" என்று டாக்டர் வில்சனும் ஆங்கிலத்தில் மணிக்கு எடுத்துக் கொடுத்தார்.

"டாக்டர் சார்... உங்களுக்கு இவங்களைப் பத்தி எல்லாம் தெரியாது. எங்க ஊர்ல டுபாக்கூர் சாமியாருங்களுக்கு பஞ்சமே கிடையாது. அதுலயும் உங்கள் மாதிரி வெள்ளைக்காரங்க பார்த்துட்டா விடவே மாட்டாங்க. ஏன்னா நீங்க தான் எதைச் சொன்னாலும் கோவில் மாடு மாதிரி தலை ஆட்டுவீங்களே...?"

மணியும் பதிலுக்கு அவரோடு ஆங்கிலத்தில் பேசியது அந்த கோவணாண்டி மனிதரை கொந்தளிக்கச் செய்தது. "ஷட்அப்... அண்ட் ஸ்டிக் ஆன் யுவர் டர்ட்டி மௌத் வாட் டு யூ நோ அபௌட் மீ...?" என்று அந்த மனிதரும் பதிலுக்கு கோபத்துடன் கேட்கவும் ஆடிப்போனான் மணி. வில்சனும் திகைத்துத்தான்

போனார். தோற்றத்துக்கும் அவர் பேசிய ஆங்கிலத்துக்கும் துளியும் தொடர்பில்லை. டாக்டர் வில்சன் வேகமாக அவரைப் பார்த்து கும்பிடத் தொடங்கினார்.

“சாமி முதல்ல உங்களுக்கு என் நமஸ்காரம்!”

“யாருக்கு வேணும் உன் நமஸ்காரம். இந்தப் பக்கம் எங்க வந்தே நீ?”

“உங்க கோபம் நியாயமானது... தப்பா பேசினதுக்கு மன்னிச்சிடுங்க...”

“நீ தான் இப்ப தப்பா பேசி மன்னிப்பு கேட்டுகிட்டும் இருக்கே...”

“உங்க பேச்சே எனக்கு புரியலீங்களே...”

“இவன் என்னை போலி சாமின்னு சொன்னதுக்கெல்லாம் வருத்தப்பட்ற ஆள் நான் இல்ல. முற்றும் துறந்துட்ட எனக்கு இவன் பேச்சால் எல்லாம் வருத்தமும் வரமுடியாது. ஆனாலும் என் கோபத்துக்கும் நான் கேட்டதுக்கும் காரணம் வேற.”

“அது என்னன்னு நான் தெரிஞ்சுக்கலாமா?”

“எதை வேண்டுமானாலும் யார் வேண்டுமானாலும் தெரிஞ்சுக்க ஆசைப்படலாம். அதுல எந்த தப்பும் கிடையாது. ஏன்னா தெரிஞ்சுக்க முயற்சி செய்வது படிக்க ஆசைப்பட்ற மாதிரி ஒரு விஷயம். அது ஒரு கல்வி. ஆனா படிக்கறவனுக்கு பணிவும் கட்டுப்பாடும் ரொம்ப முக்கியம். இவன்கிட்ட அது இல்ல. அதுக்கு தான் கோபப்பட்டேன்.”

“உண்மைதான் சாமி. இவருக்கு பேசத் தெரியல.”

டாக்டர் வில்சன், மணியின் தவறை ஒப்புக்கொள்ளவும் மணியிடம் ஒரு சிலிர்ப்பு.

“சாமி. உங்க வரைல நான் பேசினது தப்பா இருக்கலாம். ஆனா அதுக்கு காரணம் நான் இல்ல. இந்த நாட்டுல போலி சாமியாருங்க இருக்காங்களா இல்லையா? யார் அசல் யார்

போலின்னே தெரியமாட்டேங்குதே...” விடாமல் தனக்குத்தானே வக்காலத்து வாங்கிப் பேசினான்.

“மணி நீ கொஞ்சம் சும்மா இரு... நான் சாமிகிட்ட பேசிக்கறேன் சாமி. உங்களப் பார்த்தது எனக்கு ரொம்ப சந்தோஷம். நான் அந்நிய நாட்டவனா இருக்கலாம். ஆனா நடுநிலையானவன். எங்க எந்த நல்லது இருந்தாலும் எடுத்துக்கறவன். ஒரு பெரிய ஆராய்ச்சி நோக்கத்தோடதான் இந்த பூமிகாத்தான்பட்டிக்கும் வந்திருக்கேன்.”

“தெரியும்... போகாதே, வேண்டாம்னு என்னைப்போல ஒரு சித்தன் தடுத்தும் வந்துருக்கேன்னு சொல்...”

அவரின் பதிலால் டாக்டர் வில்சன் ஒரு வினாடி ஆடிப்போனார்.

“இப்ப நான் சொல்றேன்... திரும்பிப் போய்டு உன்னால இங்க எதையும் கண்டு பிடிக்க முடியாது. மீறி முயற்சி செய்தா அது உனக்கு தான் ஆபத்துல முடியும். இங்க நீ பாக்கறது சூரிய சிவத்தை. இதுபோல இன்னும் எட்டு சிவலிங்கங்கள் இந்த பூமிகாத்தான்பட்டியை சுத்தி எட்டு திக்குலயும் மையமான பிரம்ம பாகத்துலயும் திறந்த வெளியிலலே இருக்கு. பார்க்கத்தான் இது கல். உண்மையில் ஒவ்வொண்ணும் நவரத்தினங்களோட ஜாதியைச் சேர்ந்தது. அந்த வகைல இந்த ‘சூரிய சிவலிங்கம்’ வைடூரியத்தோட குணத்தை உடையது. சூரியன்கற கோளோட நேரடி சம்பந்தம் இதற்கு உண்டு. மற்ற லிங்கங்களுக்கும் அந்தந்த கோளோட குணத்துக்கு ஏற்ப தொடர்புகள் இருக்கு. இதனால் கோள்களோட கதிர் வீச்சை இங்க வர்றவங்க நேரிடையாய் பெறலாம். பிறந்த நேரப் புள்ளிக்கு தகுந்த மாதிரி கோள்களால வழி நடத்தப்படுபவன்தான் மனிதன். இங்க வரவும் கோள்கள் வழிவிட்டால் தான் உண்டு. அதெல்லாமே ஒரு கணக்கு. ஒன்பது லிங்கங்களை வணங்கி கோள்களுடைய அருளாசியோட ரசமணிநாதனாகிய அந்த ஈசான தரிசனம் செய்வதுங்கறது இமயமலை ஏறி அந்த கைலாச கிரியை சுற்றி வந்ததுக்குச் சமம்.

உனக்கு என் கடைசி எச்சரிக்கை!

இந்த ஒன்பது லிங்கங்களை தரிசிச்சுட்டு, ரசமணிநாதனையும் வணங்கிட்டு திரும்பிப் பாக்காம போய்கிட்டே இரு. இப்ப மணி சரியா பன்னிரண்டு. சூரிய லிங்கம் மேல் உச்சி வெயில் விழும் நேரம். இப்ப அதோட ஜொலிப்பை பார்க்கக் கொடுத்து வெச்சிருக்கணும்... பார்!"

அவர் தனது நீண்ட பேச்சோடு அந்த சிவலிங்கத்தைக் காட்டவும் உச்சிக்கு சூரியன் வந்து அந்த சிவலிங்க சிரசின் மேல் செங்குத்தாக விழவும் சரியாக இருந்தது. அதற்கு ஏற்ப நேர் மேலே மரங்களிலும் கிளைகள் இல்லை.

கரிய நிறத்தில் இருந்த அந்த சிவலிங்கம் அந்த நொடியில் மெர்க்குரி விளக்கு ஒன்று ஜொலிப்பதுபோல ஜொலித்தது. எல்லாம் சில நொடிகள்தான். அப்படியே அது மங்கி சிவலிங்கம் கருப்பாக தெரியத் தொடங்கி விட்டது.

டாக்டர் வில்சனுக்கு பெரிய அளவில் பரவசமாகி விட்டது. மணிக்கு தடுமாற்றம்.

போ, மீதி எட்டு லிங்கங்களை தரிசனம் செய்துட்டு, ரசமணிநாதனையும் தரிசனம் பண்ணிட்டு இருட்டு கூடறதுக்குள்ள ஊரைக் காலி செய்துகிட்டு திரும்பிப் போயிடு.

இல்லேன்னா... அவர் கேட்ட விதமே ஒரு மாதிரி மர்மமான மிரட்டலாகத்தான் இருந்தது. சொல்லி முடித்த வேகத்தில் மரத்துக்கு பின்னால் சென்றார். வரவேயில்லை.

வில்சன் மெல்ல அந்த மரத்தின் பின் பக்கம் சென்று பார்த்தபோது அங்கே யாரும் இல்லை. வியப்பு அவருக்குள் அதிகமானது.

"என்ன டாக்டர் பண்ணப் போறீங்க?" மணி கேட்டான்.

"இந்த சித்தர் பேசினதை எல்லாம் கேட்ட பிறகு என் ஆர்வம் இன்னும் அதிகரிக்குது மணி..."

"அப்படின்னா?"

"என்ன ஆனாலும் சரி... நான் வந்த நோக்கம் நிறைவேறாம நான் இந்த ஊரைவிட்டுப் போகமாட்டேன்."

"சரி... அப்ப உங்க அடுத்த திட்டம்...?"

"மீதி இருக்கற எட்டு லிங்கங்களைத் தரிசனம் செய்துட்டு இந்த சித்தர் சொன்ன மாதிரியே ரசமணி லிங்கத்தையும் முதல்ல தரிசனம் பண்ணுவோம்."

"பண்ணிட்டு ஊரைக் காலி பண்ணிடணும்னு சொன்னதை மறந்துட்டீங்களே."

"அது மட்டும் கிடையாது..."

"அப்ப எங்க தங்க... இங்க லாட்ஜ் எல்லாம் கிடையாது."

"அதை நாம் கோவில்ல தரிசனம் முடிச்ச பிறகு முடிவு செய்வோம்."

டாக்டரிடம் ஒரு தீவிரமும் தீர்மானமும் பளிச்சென்று புலப்பட்டது. மணி மட்டும் மனதுக்குள் 'ஹம். அடுத்தடுத்து என்னெல்லாம் நடக்கப் போகுதோ... அந்த ஈஸ்வரனுக்குத்தான் வெளிச்சம்...' என்றபடியே காரைக் கிளப்பினான்!

◈◈◈

சென்னை விமான நிலையம்!

அமெரிக்க விமானம் ஒன்றின் வயிற்றில் இருந்து இறங்கி வந்து கொண்டிருந்தான் அர்ஜுன்! தமிழகத்தின் பிரபலமான தொழிலதிபர்களில் ஒருவரான ராமரத்னத்தின் ஒரே மகன்.

இன்றைக்கு பி.ஏ. முடித்த கையோடு மிடில் கிளாஸ் இளைஞர்களே மற்ற படிப்புக்காக அமெரிக்கா போகும்போது அர்ஜுன் போய் வருவதற்கென்ன?

விமான நிலையத்துக்கு அர்ஜுன் இண்டஸ்ட்ரீஸின் ஜெனரல் மேனேஜர் தாமோதரன் வந்திருந்தார். அவரோடு இன்னும் சில ஆபீஸ் சகாக்கள். அதுபோக அர்ஜுனின் மாமாவான கபாலீஸ்வரனும் அவரது ஒரே மகளான கண்மணியும்கூட வந்திருந்தனர். கண்மணி அவன் அருகே வரவும் "அர்ஜுன்." என்று அவன் பேரை ஸ்டைலாக சிதைத்தவளாக அவனைக்

கட்டிக்கொண்டாள். மற்றவர்கள் மலர்க் கொத்துக்களை தந்து மெலிதாகச் சிரித்தனர். கபாலீஸ்வரன் “என்ன மாப்ளே?” என்று கேட்டு அவனை பெரிய மனித தோரணையோடு மார்போடு அணைத்தபோது, மது வாடை வெளிப்பட்டு அர்ஜுன் முகத்தை சுணக்கிக் கொண்டான். அப்படியே, “என்ன மாமா பகல்லயேவா?” என்றும் கேட்டான்.

“எல்லாம் நீ வரப்போற சந்தோஷம்தான்...”

“எனக்கு கொஞ்சம் மிச்சம் வெச்சிருக்கீங்க தானே?”

ஃபாரீன்ல இருந்து வரே... நீ தானே கொண்டு வரணும்?”

“எல்லாம் சூட்கேஸ்ல இருக்கு மாமா”

இருவரும் சரக்கு சமாச்சாரத்தை முதல் விஷயமாக பேசிக்கொண்டது கண்மணியை உறுத்தியது.

“போதும்... உங்க சல்லாபங்கள் வீட்ல வெச்சுக்குங்க. அங்க பங்களால மாமா காத்துகிட்டிருப்பார்...” என்று இடைவெட்டு வெட்டினாள் கண்மணி.

“ஆமாம் அர்ஜுன்... உன் அப்பா நீ எப்ப வருவேன்னு தவியா தவிச்சுகிட்டு இருக்காரு. பை த பை ஒரு அசைன்மெண்ட்டும் உனக்கு தயாரா இருக்கு..”

கபாலீஸ்வரன் காரை நோக்கி நடந்தபடியே சொன்னார்.

“என்ன மாமா... அர்ஜுன் இண்டஸ்ட்ரீசுக்கு அப்பா என்னை எம்.டி. ஆக்கப்போறாரா?”

“இல்ல அர்ஜுன்... இது வேற அசைன்மெண்ட்.”

“நேத்துகூட போன்ல பேசினேனே அப்பா எதுவும் சொல்லலியே...”

“ஒரு சஸ்பென்சா இருக்கட்டும்னு சொல்லாம இருக்காரோ என்னவோ?”

“பீடிகை பலமா இருக்கே... அப்ப உங்களுக்கே தெரியாதுன்னு சொல்லுங்க..”

“எனக்கு தெரியாமலா... என்கிட்டகூட அபிப்ராயம் கேட்டாரே.”

“அப்ப அது என்னன்னு நீங்கதான் சொல்லுங்களேன்...”

“அர்ஜுன்... அப்பா வாயால அது சொல்லப்பட்றதுதான் நல்லது. எல்லாம் நல்ல விஷயம்தான். உனக்கு ரொம்ப பிடிச்ச விஷயமும்கூட...”

கபாலீஸ்வரன் கடைசி வரை பிடிகொடுக்கவில்லை.

கண்மணி சற்று மௌனமாக வந்தாள்.

அவளைப் பார்க்கவும் கல்யாண விஷயமோ என்று அவனுக்குத் தோன்றியது.

“என்ன மாமா எனக்கும் கண்மணிக்கும் கல்யாண ஏற்பாடா?” என்று கேட்டான். கறுப்புநிற பென்ஸ் காரும் உரசியபடி வந்து நின்றது.

“அது இல்ல அர்ஜுன்... நீ கார்ல ஏறு.” என்றார் மாமா.

“நீங்க ஏம்ப்பா அத்தான் மனசை தூண்டிவிட்டீங்க... அர்ஜுன்... அதிகபட்சம் அரை மணி நேரத்துல தெரியப்போற விஷயத்துக்காக எதுக்கு தவிக்கறே... அவ்வளவு கூடவா உனக்கு பேஷன்ஸ் இல்லை?”

கண்மணி சூடானாள். அர்ஜுன் அதைக் கேட்டு பெருமூச்சு விட்டான். முகம்கூட மாறிவிட்டது. தலையை உசுப்பிக்கொண்டு புறத்தில் நெடுநாட்களுக்கு பிறகு தெரியும் சென்னை நகரைப் பார்த்தான்.

மாமா கபாலீஸ்வரனுக்கே என்னவோபோல் இருந்தது. அவரே அந்த சஸ்பென்ஸை உடைக்கத் தொடங்கி விட்டார்.

“அர்ஜுன்... பூமிகாத்தான்பட்டின்னு ஒரு கிராமம் இங்க பொதிகை மலைப்பக்கம் இருக்கு. உலகமே வறட்சியால காயும் போதும் அங்க மட்டும் தவறாம மழை பெய்யும். அப்படி ஒரு அபூர்வமான இடம். அதனால் கரும்பு அங்க ஏகபோகமா விளையுது. ஆனா அங்க ஒரு சர்க்கரை தொழிற்சாலை இல்லை. உன் அப்பாவுக்கு அங்க ஒரு சர்க்கரை தொழிற்சாலை

ஆரம்பிக்கறதுங்கறது, வாழ்க்கை லட்சியம்னே சொல்லலாம். அதை உன் மூலமா அவர் செயல்படுத்த நினைக்கறார்."

மாமா சொல்லி முடிக்க அர்ஜுன் முகத்தில் இன்ப அதிர்ச்சி!

நான் சித்தனாக விரும்புகிறேன். அதற்கு முதலில் என்ன செய்யவேண்டும்?

சுரேஷ், மடிப்பாக்கம்.

முதலில் சித்தம் பற்றியும், சித்தர்கள் பற்றியும் அறிந்து கொள்ளுங்கள். சித்தனாவது என்பது எளிதான விஷயமல்ல. அதற்காக அது மிக கடினமானதும் அல்ல. ஆனால் ஆசைப்படுவதெல்லாம் சித்தம் நோக்கிச் செல்ல உதவாது. அது விதியின் கைகளில் உள்ள உன்னதம். கல்லூரியில் படித்துப் பெற அது பட்டம் அல்ல. கடைகளில் விலைக்கு வாங்கிட அது பொன்னோ பொருளோ அல்ல.

அது அறிவு நிலை! அதை பக்தியின் துணையோடு அணுகவேண்டும்.

* ———— *

7

ஒருவரிடம் சித்தம் விழித்துக்கொள்ள ஏராளமான தாக்கங்கள் தேவைப்படுகின்றன. எவ்வளவு தாக்கங்கள் ஏற்பட்ட போதிலும் நம்மில் பலர் கேட்டுக்கொள்ள வேண்டிய கேள்வியை கேட்டுக் கொள்வதேயில்லை.

பசிக்கிறது சாப்பிடுகிறோம், திரும்பவும் பசிக்கிறது திரும்பவும் சாப்பிடுகிறோம். தொடர்ந்து விடாமல் பசிக்கிறது. பசிக்கும் போதெல்லாம் நாமெல்லாருமே சாப்பிடத்தான் செய்கிறோம் சொல்லப்போனால் சாப்பாடுதான் வாழ்க்கை என்றும் கருதுகின்றோம்.

ஏன் பசிக்கிறது, இந்த பசியை வெல்ல முடியாதா? அதற்கு என்ன வழி என்றெல்லாம் நாம் கேட்டுக் கொள்வதேயில்லை. சித்தம் விழித்துக் கொண்டவர்களுக்கோ இதுதான் பிரதான கேள்வி. அன்றாடம் உண்ணவும் உறங்கவும் தானா வாழ்க்கை? இல்லை... அளப்பரிய ஆற்றல் கொண்டது மனித மனம். அதனால் எதை வேண்டுமானாலும் சாதிக்கலாம்.

ஆனால் நம் மனதை நாம் அற்ப சோகங்கள், மகிழ்ச்சிகளில் மட்டுமே வைத்திருக்கிறோம். இவைகளுக்கு நடுவே முடிந்த மட்டும் கனவு காண்கிறோம். மனதை இவைகளைக் கடந்து இயக்க வேண்டும். அதற்கு மனமானது நமக்கு புரியவேண்டும். எனவே மனதை அடக்கி அதை புரிய முயன்றனர்.

அது பாய்ந்து பாய்ந்து ஓட முற்பட்ட போதெல்லாம் கட்டுப்பாடு என்னும் உறுதியான சங்கிலியால் இழுத்துக் கட்டினர். மனதை அடக்க அடக்க அதன் ஆற்றலும் அதிகரித்தது. புரியாததெல்லாமும் புரியத் தொடங்கியது என்ன அது?

ஜ

அர்ஜுனிடம் இன்ப அதிர்ச்சி!

"நிஜமாவா மாமா?"

"இதுல பொய் சொல்ல என்ன இருக்கு அர்ஜுன்..."

"இல்ல... அப்பா இருக்கற தொழிலே போதும். இதையே கவனிச்சுக்க முடியலன்னுல்ல சொல்லிகிட்டிருந்தார்..."

"ஆமாம் அர்ஜுன்... ஒருவகைல உன் அப்பாவுக்கு இந்த ஆசை வர நானும் காரணம்!"

"எப்படி?"

"பூமிகாத்தான்பட்டி ஒரு ஆச்சரியமான ஊர். வருஷத்தோட எல்லா நாளும் அங்க மழை பெய்யுது. ஏரி குளங்கள் எல்லாம் எப்பவும் நிரம்பி வழியுது. அதனால அங்கே மூணுபோகம் விளையுது. அதுல கரும்பும் அடக்கம். அப்படி ஒரு இடத்துல தொழிற்சாலை போட்டா நமக்கு ரொம்பவே ஆதாயம்.

கரும்பை வெட்டி டிராக்டர் ஏற்றி, ஒரு இடத்துல இருந்து இன்னொரு இடத்துக்கு கொண்டு போய் ஸ்டாக் பண்ணி வெச்சு அப்புறமா தேவைக்கு எடுத்து பயன்படுத்துறதுல நிறையவே உபரிச் செலவாகுது. வெட்டுக்கூலி, டிராக்டர் வாடகை, குடோன் மெயின்டனன்ஸ் இப்படி... கரும்பு விளையற வயல்களுக்கு நடுவிலயே தொழிற்சாலைன்னா எவ்வளவு தேவையோ, அதை மட்டும் வெட்டி எடுத்து வந்து பிராசஸ் பண்ணிட்டு போய்கிட்டே இருக்கலாம். அப்புறம் அந்த கரும்புச் செக்கையை கொண்டு ஒரு பேப்பர் மில்லும் போடலாம். இதனால மத்தவங்களுக்கு

ஒரு கிலோவுக்கு பதினெட்டு ரூபாய் செலவானா நமக்கு 12 ரூபாதான் ஆகும்."

"நீங்க சொல்ற ஐடியா நல்லாதான் இருக்கு. இப்படி ஒரு ஊர்ல இத்தனை நாளா எப்படி ஒரு சக்கரை தொழிற்சாலையும் வராம இருக்கு...?"

"அங்கதான் அந்த ஊரை பத்தின இன்னொரு விஷயத்தை நீ புரிஞ்சுக்கணும். அந்த ஊரைச் சேர்ந்தவங்க மட்டுமே அந்த இடத்தை வாங்கவும் விற்கவும் முடியும். மத்தவங்களுக்கு அனுமதி கிடையாது. உங்கப்பாவோட பூர்வீக ஊர் அது!"

"இந்த காலத்துல இப்படி ஒரு ஊரா?"

"ஏன்பா காஷ்மீர்ல இன்னிக்கு இப்படித்தானே இருக்கு?"

"இதுக்கு என்ன காரணம்?"

"அது பெரிய கதை அதை சொன்னா நீ ரொம்ப ஆச்சரியப்படுவே. இதுக்கு மேல நான் இதைப்பத்தி பேசினா கண்மணியும் என்னை விடமாட்டா. கொஞ்சம் அவளையும் கவனி."

கபாலீஸ்வரன் பேச்சோடு பேச்சாக மகளை ஓரைப்பார்வை பார்த்தார். அவளிடம் மென்மையாய் ஒரு பொய் கோபம்.

"பார் அதுக்குள்ள கோவிச்சுகிட்டதை..."

"பின்ன என்னப்பா... இப்பதான் அத்தான் வந்திருக்கார். அதுக்குள்ள உங்க பிசினஸ் பேச்சைத் தொடங்கணுமா?" என்று சிணுங்கினாள்.

"சாரிம்மா... நான் இனி வாயே திறக்கல..."

"வீடு வந்தாச்சு. இனி திறந்தா என்ன மூடினா என்ன?"

கார் பங்களாவினுள் நுழைந்து நின்றது. ஆரத்தி தட்டோடு இரண்டு பெண்கள் காத்திருந்து ஆரத்தி கரைக்க, "வாப்பா அர்ஜுன்" என்று மகனை மார்போடு அணைத்து வரவேற்றார் ராமரத்னம்.

அதிகம் பேசப் பிடிக்காதவர் வழக்கமான ஃபார்மால்டிசுகளும் இல்லாதவர். எனவே பயணம் எப்படி இருந்தது. நீ எப்படி இருக்கே கேள்விகளுக்கு இடமில்லாமல் போய்விட்டது.

“டேக் ரெஸ்ட்... மென்டலா ஃப்ரீ ஆன பிறகு என் ரூமுக்கு வா... உன்கூட நான் பல விஷயங்கள் பேசி முடிவுக்கு வர வேண்டியிருக்கு” என்றார். அர்ஜுனுக்குப் புரிந்துவிட்டது.

“ஐ நோ டாட்... உங்க சொந்த ஊர்ல சுகர் ஃபேக்டரி போட்றது சம்மந்தமா தானே?” அர்ஜுன் கேட்கவும் அவரிடம் ஒரு சின்ன அதிர்வு. வேகமாக திரும்பி கபாலீஸ்வரனைப் பார்த்தார்.

“கபாலி... நீ எதுக்கு முந்திரிக் கொட்டை மாதிரி இதை சொன்னே... நான் சொல்லிக்கிறேன்னு சொல்லியிருந்தேன்ல?”

“அது வந்து... நான்... ஒரு சந்தோஷத்துல என்னையறியாம பேசிட்டேன்” என்றார், கபாலீஸ்வரன்.

“நோ... திஸ் இஸ் ராங் என்னை பத்தி தெரிஞ்சும் நீ இப்படி நடந்துக்கறது தப்பு.”

ராமரத்னம் எண்ணெயில் விழுந்த அப்பளமாய் பொரிந்தார்.

“சாரி அத்தான்... சாரி அத்தான்...”

“சாரி கேக்கறவங்களையே எனக்கு பிடிக்காது கெட்லாஸ்ட்...” கத்தினார். அவர் அப்படி கத்தியதும் கபாலீஸ்வரன் தலை கவிழ்ந்தது. கண்மணிக்கு கண் மணிரண்டும் கலங்கிவிட்டது. மெல்ல வெளியேறத் தொடங்கினார். அர்ஜுனுக்கும் சற்று அதிர்வாகத்தான் இருந்தது. அவர் வெளியேறி முடியவும்,

“டாட் இது ஒரு சின்ன விஷயம்... இதுக்கு போய் இவ்வளவு டென்ஷன் ஆகணுமா?” கேட்டான்.

“நோ... திஸ் ஈஸ் நாட் எ ஸ்மால் மேட்டர். உனக்கு பூமிகாத்தான்பட்டி பத்தி எல்லாம் தெரியாது. அது பூலோக கைலாசம். அங்க சுகர் ஃபேக்டரி போட்றது என் நெடுநாள் கனவு. அது என் ஊர். வெளிய இருந்து ஒருத்தன் வந்து அங்க

எதையும் செய்ய முடியாது. அதனால் அந்த ஊர்ல சரியான வேலை வாய்ப்பே பலருக்கு இல்லை. விவசாயத்தை மட்டுமே நம்பி வாழற ஊராப்போச்சு. அங்க எப்படி போகணும் எப்படி நடந்துக்கணும்னு ஒரு வரையறை இருக்கு. அதை எல்லாம் சொல்லி உன் மூலமா அங்க ஒரு ஃபேக்டரிய ரன் பண்ணனும். அதுக்கு அந்த ஊர் ரசமணீஸ்வரரும் அனுமதி தரணும்கறதுதான் என் ஆசை."

"ரசமணீஸ்வரரா. அவர் யார் டாடி?"

"எல்லாத்தையும் உட்கார்ந்து பேசுவோம். நீ ஜெட்லாக்ல இருப்பே. முதல்ல நல்ல ரெஸ்ட் எடுத்துட்டு வா. பிறகு பேசுவோம்."

அவர் சுதாரித்துக் கொண்டார். அதே சமயம் அந்த பங்களாவின் இன்னொரு அறையில் கபாலீஸ்வரன் கொந்தளிப்போடு நடந்து கொண்டிருக்க அருகில் கண்மணி.

"ஏம்ப்பா இப்படி ஏதாவது ஒரு விஷயத்துல மாமாகிட்ட மாட்டிக்கிறீங்க... எதுக்கு அத்தான்கிட்ட ஃபேக்டரி பத்தி பேசினீங்க...?"

"கண்மணி என்னை கொலை குற்றவாளியை கேக்கற மாதிரி எல்லாம் கேள்வி கேட்காதே... உன் மாமாதான் ஒரு அரை லூசு... எல்லாத்துலயும் ஒரு கண்டிப்பு. எடுத்ததுக்கெல்லாம் சென்டிமென்ட்"

"மெல்லப் பேசுங்க அவர் காதுல விழுந்துடப் போகுது."

"மண்ணாங்கட்டி... கூடிய சீக்கிரம் இந்த ஆளுக்கு ஒரு பாடம் கத்துக் கொடுக்கறேன். ஏன் நான் சும்மாதானே இருக்கேன். என்னை வெச்சு அந்த சுகர்ஃபேக்டரியை தொடங்கியிருக்கலாம் தானே?"

"ஐயோ அப்பா உங்களுக்கும் மாமாவுக்கும் எப்பவுமே ஏழாம் பொருத்தம். நீங்க உங்ககிட்ட இருந்த லெதர் ஃபேக்டரிரையே நடத்த முடியாம மூடினவர். அந்த கடனே தலைக்கு மேல

இருக்கும்போது உங்கள நம்பி புதுசா ஒரு பிசினஸ் ஸ்டார்ட் பண்ண யாருக்குப்பா மனசு வரும்?"

"மத்தவங்களுக்கு வரவேண்டாம். மச்சினன் பாவம்னு இவர் நினைக்க வேண்டாமா?"

"போதும் வாயை மூடுங்க... அமைதியா இருங்க உங்களாலயே என் கனவு நொறுங்கிடப்போகுது. அத்தானுக்கும் எனக்கும் கல்யாணம் ஆகிறவரையில் தயவுசெய்து அமைதியாகவும், அடக்கமாகவும் மாமாவுக்கு பிடிச்ச மாதிரி நடந்துக்க பாருங்க. நான் இப்ப மாமாவை பார்த்து உங்க செய்கைக்காக மன்னிப்பு கேட்டுட்டு அத்தானையும் பார்த்துட்டு வரேன்..."

கபாலீஸ்வரனை சாந்தப்படுத்தியவளாக அந்த அறையைவிட்டு நீங்கினாள் கண்மணி!

◈◈◈

ஊரைச் சுற்றிலும் உள்ள அவ்வளவு லிங்கங்களையும் கும்பிட்டு முடித்தாகிவிட்டது. ஒன்பதாவதாக கோவிலில் உள்ள ரசமணீஸ்வரர்தான் பாக்கி. அதற்காக கோவில் முகப்பில் நின்றிருந்தார் டாக்டர் வில்சன்.

பழங்கால கோவில்! சீராக செதுக்கப்பட்ட சதுர க்யூப்களை போன்ற கற்களாலான மதில் சுவர். உள்ளே ஒரு ஏக்கர் நிலப்பரப்பு நிச்சயம் இருக்கும். மையத்தில் கோபுரத்தோடு கூடிய சுவாமி சன்னதி. எதனாலோ அம்பிகைக்கு சன்னதி இல்லை. கோயிலை சுற்றிலும் உலாவர ஏற்ற விதத்தில் திருவீதி. அந்த திருவீதிக்கும் மதில் சுவருக்கும் இடையில் நாற்புறமும் கற்றளியால் ஆன மண்டபங்கள், ஏராளமான கற்தூண்கள் உள்ளடக்கமாய் இருட்டு கவிந்திருந்தது. ஒளிந்து கொண்டால் கண்டுபிடிப்பது கடினம். லேசான கழிவு வாசம் வெளிப்பட்டு வெளவால்கள் அடைந்து கிடப்பதை ஊர்ஜிதம் செய்தன. அந்த வெளவால்களும் பக்திமான்களைப்போல கோவில் கோபுரத்தை சுற்றி வட்டமாகவே பறந்து கொண்டிருந்ததுதான் பெருத்த ஆச்சரியம்.

வில்சனை கோவிலுக்குள் அழைத்துச் சென்றான் மணி. அவ்வளவாக கூட்டமில்லை. இருட்டினால் பௌர்ணமி சித்தர்கள் வந்து பூஜை செய்துவிட்டு போகிற நாள். மறுநாள் காலை தான் கோவிலுக்கு ஏராளமான கூட்டம் வரும்.

கதவைத் திறந்த மாத்திரத்தில் அப்படியே சுவாமியை தரிசனம் செய்யலாம். திவ்ய அலங்காரத்துடன் சுவாமி காட்சி தருவார். அப்போது மூலிகை வாசமும் வீசும். அதை முகர்ந்தபடியே சுவாமியை தரிசனம் செய்வது மனதுக்கும், உடலுக்கும் மிக நல்லது. எனவே அதற்காகவென்று ஒரு கூட்டம் கோவிலுக்கு வெளியே, அங்கங்கே உள்ள வீட்டு திண்ணைகளிலும், தென்னந்தோப்புகளிலும் காத்துக் கொண்டிருந்தது.

வில்சன் கையில் காமிரா, கழுத்தில் அதன் தோல் கூடு. அவரை கோவிலை சேர்ந்த சிப்பந்திகள் சிலர் கவனித்துவிட்டு, 'இங்கே படம் எடுக்கக் கூடாது' என்றனர்.

'எடுத்தா என்ன... அதனால எது குறைஞ்சுடும்?' அவர் கேள்விக்கு அந்த சிப்பந்திகளால் பதில் சொல்ல முடியவில்லை.

'இங்க அதுதான் வழக்கம். மீறி எடுத்தா சாமி குற்றமாயிடும்' என்றனர்.

"இவனுங்களோட பெரிய இம்சை... ஆ ஊன்னா சாமி குத்தம் வந்துடும்பாங்க. நாம போட்டோ எடுக்கறதால சாமிக்கு எந்த வகைல இடைஞ்சல்? கேட்டாலும் சொல்லமாட்டாங்க... இது இங்க மட்டுமல்ல எல்லா கோயில்லயும் இதுதான் நிலை."

மணி அலுத்துக்கொண்டான். கேட்டுக்கொண்டே பரமேஸ்வர பட்டர் வந்தார்.

"பதிலை நான் சொல்றேன் கேட்டுக்குங்கோ" என்று ஆரம்பித்தார்.

"என்ன சாமி சொல்லுங்கோ..."

"போட்டோ எடுக்கறதுங்கறது ஒரு சில வருஷமா தான்... ஆனா இது ஆயிரம் வருஷத்து கோவில். நீங்க போட்டோ

எடுத்து பிரிண்ட் போட்டு நாலு பேர்கிட்ட காட்டும்போது அவாள்ள சிலராவது, அதான் சாமியை போட்டோவுல பாத்துட்டோமே... கோவில்லயும் இதே சாமிதான் இருக்குது, இதுக்கு எதுக்கு அவ்வளவு தூரம் போயிட்டுன்னு, இங்க வந்து தரிசனம் பண்ணாமப் போயிடுவா. ஆனா வந்து தரிசனம் பண்றதுக்கும், போட்டோவுலயே தரிசனம் பண்றதுக்கும் நிறைய வித்யாசம் இருக்கு.

கடவுள் எல்லா இடத்துலயும் இருக்கார்... காத்து மாதிரி! ஆனால் அந்த காத்தை மூக்கு வழியா வாங்கி தான் நாம் சுவாசிக்கிறோம். மூக்குன்னு ஒண்ணு இல்லேன்னா எவ்வளவு காத்து இருந்தும் நம்மால் சுவாசிக்க முடியாது. சுவாசிக்காம வாழவும் முடியாது. அதே மாதிரி எல்லா இடத்துலயும் இருக்கற கடவுள் கோவில்ல தான் வெளிப்படறார். அவர் வெளிப்படற இடத்துல ஒரு வைப்ரேஷனும் இருக்கு.

அதுக்கு தான் தினமும் கோவிலுக்குப் போகணும்னு பெரியவா சொல்வார். கூடவே பெருமாள் கோவில்னா துளசி, தீர்த்தம், சிவாலயம்னா விபூதி, குங்குமம். இந்த நாலுக்குமே மருத்துவ குணம் உண்டு. இதை தினம் பயன்படுத்தும்போது நோய் நொடியும் அண்டாது. நாமளும் நல்ல வைப்ரேஷனை அடையறோம். நம்மை படைச்ச இறைவனை நன்றியோடு தொழுது கடன்காரனா இல்லாமலும் இருக்கோம்.

எல்லாத்துக்கும் மேலே கோவில்ங்கறது எல்லாருக்கும் பொதுவான ஒரு இடம். ஏழை பணக்கார பேதங்கள் இங்க கிடையாது. ஆகையால பேதமில்லாத மனித சமுதாயத்தை இங்க சந்திக்கறோம். இதுல நம்ம உறவுகளும், நண்பர்களும்கூட இருப்பா. அவாளையும் பார்த்த சந்தோஷம் கிடைக்கறது. இப்படி கோவிலுக்கு பின்னால ஏராளமான நல்ல விஷயங்கள் அடுக்கடுக்கா இருக்கு.

இது புரியாம கோவிலைப் பத்தி தாழ்வா பேசக்கூடாது. காலமாற்றங்களையும், மனுஷனோட வக்ரங்களாலயும் கோவிலை

சுத்தி வியாபாரம் அப்புறம் பிச்சை எடுக்கறதும், உள்ளுக்குள்ள காசு கொடுத்தா வேகமான தரிசனம், இல்லேன்னா தாமதமான தரிசனம்கற நிலைப்பாடுகள் தோன்றிடுத்து.

அதெல்லாம் தப்புதான். அதை சரி செய்துக்கணுமே தவிர, அதனால கோவிலே தப்புன்னு சொல்லக்கூடாது. அவசரப்பட்டு பேசக்கூடாது...”

பரமேஸ்வர பட்டர் ஒரு போடு போட்டுவிட்டு போனார். அப்போது ‘நான் யார்... நான் யார்?’ என்று கேட்டபடி ஒரு மனிதர் டாக்டர் வில்சனை நோக்கி வந்தார்.

பார்க்க இளமையான தோற்றம். முகத்தில் புதர்போல தாடி மீசை. தலையை சொரிந்தபடி ‘நான் யார்... நீ யார்?’ என்று கருத்து கேட்கவும்... மணியிடம் கோபம்...

“நீ யார்னு என்கிட்ட கேட்டாக்கா... போடா லூசுப்பயலே...” என்று தள்ளிவிட்டான். திரும்பி வந்தபடி இருந்த பரமேஸ்வர பட்டர் “யப்பா இது கோவில். நல்ல வார்த்தைகளை மட்டும்தான் இங்க பேசலாம். தப்பா பேசாதே! அவர் இப்ப ஒரு பிரம்ம ஞானி...

ஆனா சில வருஷங்களுக்கு முந்தி இந்த கோவிலுக்கு வந்தப்போ உன்னைப் போலவே வெடுக் வெடுக்குன்னு பேசினவர். எங்களுக்கு தெரியாம கோவிலுக்குள்ள ஒளிஞ்சிருந்து சித்தர்கள் செய்யற பூஜையை பார்க்கப்போய் இப்படி ஆயிட்டவர். இந்த ஊர்ல இந்த மாதிரி நிறைய பேர் இருக்கா... பாத்து ஜாக்ரதை!” என்றார்.

டாக்டர் வில்சனிடம் உடனேயே ஒரு பரபரப்பு...

சித்தத்தை ஒரு கல்வியாக போதிக்க முடியாதா?

துர்கா, சென்னை.

‘காற்றை கையில் பிடிக்க முடியாதா’ ‘சப்தத்தை கண்களால் பார்க்க முடியாதா’ என்று கேட்பதைப் போன்ற ஒரு கேள்வி இது?

சித்த விலாசம் என்பது ஏட்டுக் கல்வியல்ல. மேலான எண்ணத்தில் உருவாகி அந்த எண்ணங்களாலேயே பல்கிப் பெருகி பின் மொத்த எண்ணங்களுமே தொலைந்து போய் மனமே ஒரு காலிப் பாத்திரம்போல வெறுமையாகிவிடும் அதிசயம் அது.

சித்தம் தெளிய, சித்தம் புலப்பட, சித்தம் வசப்பட, சித்தம் பலப்பட, சித்தம் அடங்கிட, சித்தம் ஒளிபெற விதிப்பாடும், குருவருளும் பின் இறையருளும் பெரிதும் முக்கியம்! அது இல்லாத நிலையில் ஒரு சராசரி பட்டதாரிகளாக இந்த உலகின் ஏட்டுக் கல்வியில் சூரர்களாக வேண்டுமானால் நாம் திகழலாம். சித்தம் ஒரு சூரியனாய் எட்ட முடியாத உயரத்தில்தான் இருக்கும்.

———

8

மனதை அடக்க அடக்க அதற்கு எப்படிப்பட்ட சக்திகள் எல்லாம் வரும் என்பதை மனதை அடக்கிப் பார்க்காமல் உணரவே முடியாது. இந்த உலகில் ஆயிரக்கணக்கான மொழிகளும் அதனுள் லட்சோப லட்சம் வார்த்தைகளும் உள்ளன. இவைகளை பயன்படுத்தியே மனித சமுதாயமும் மனதில் நினைப்பதை பேசியும் எழுதியும் வருகிறது.

இத்தனை மொழிகள் வார்த்தைகள் இருந்தும் சில அனுபவங்களையும், அதன் உணர்வு நிலைகளையும் மிகச்சரியாக நம்மால் விவரிக்க முடிவதில்லை. அதைப்போல், இதைப்போல் என்று நமக்கு தெரிந்த உதாரணங்களைச் சொல்லிப் புரியவைக்க முயல்கிறோம். ஆகாயத்தில் பறந்ததுபோல் இருந்தது, தேன்போல் தித்தித்தது. இப்படி எல்லாம்தான் கூறுகிறோம்.

காரணம்... சில உணர்வு நிலைகளை விளக்கிட வார்த்தைகளே இல்லை என்பதுதான். அதிலும் சித்தயோகத்தில் அதன் அனுபவங்களை வார்த்தைப்படுத்துவது ஆகாத காரியம். ஒரு குறிப்பிட்ட யோகாசனமோ, இல்லை மூலிகையோ, சித்த புருஷர் ஒருவரின் பார்வைத் தீண்டலோ நம்முள் ஏற்படுத்தும் தாக்கத்தை நாம் விவரிக்கவே முடியாது.

மனதைத் துளியும் எண்ணங்கள் இன்றி வெறுமைக்கு ஆளாக்க வேண்டும். சிலருக்கு தலையில் அடிபட்டு மூளைச்

செல்கள் பாதிக்கப்பட்டு எந்தவித எண்ணங்களும் இன்றி இருப்பார்கள். சிலர் விபத்தில் கோமா நிலையிலும் மனதில் எந்த எண்ணங்களும் இன்றி இருப்பார்கள்.

இது சித்த யோக நிலையல்ல! மனதின் மீது பிரக்ஞையோடு ஆதிக்கம் செலுத்தி எண்ணங்களை அப்படியே அடக்கியும் கட்டிப்போட்டும் எண்ணங்களற்று இருப்பதே சித்த யோக நிலை. இப்படி ஒரு நிலையின்போது உடல் நிலையில் நிலவும் மின்சார கதியில் இருந்து உடம்பைச் சுற்றி தவழும் ஆரா எனப்படும் அலை வெளிப்பாடு வரை சகலத்திலும் மாற்றம் ஏற்படும்.

ரத்த ஓட்டத்திலும், இதயத் துடிப்பிலும்கூட மாறுபட்ட தன்மை இருக்கும்.

இப்படி ஒரு நிலையில்தான் ஒரு பூ பூக்கும் ஓசையில் இருந்து ஒரு குண்டூசி விழும் சப்தத்தைகூட துல்லியமாகக் கேட்க முடியும். இங்கே தான் நம் எதிரில் இருப்பவர்களின் மனதில் உள்ள எண்ண ஓட்டங்களையும் நாம், அவர்கள் கூறாமலே கேட்கும் ஆற்றல் ஆரம்பமாகிறது!

கோயில் பட்டரான பரமேஸ்வர பட்டர் சொல்லிவிட்டுச் சென்றது வில்சனை ஆர்வப்படுத்தியது. ஆனால் மணி சற்று மிரண்டு போனான். மிரட்சியை கண்களிலும் காட்டினான்.

"என்ன பயமா இருக்கா?"

"இருக்காதா டாக்டர்... சரி நீங்க என்ன பண்ணப் போறீங்க?"

"என்னோட திட்டத்துல எந்த மாறுதலும் இல்லை. இப்பதான் எனக்கு ரொம்பவே சந்தோஷமா இருக்கு... ஒரு ப்ரேயரை பாக்கறவங்களுக்கு அவங்களை பத்தின நினைப்பே மறந்து போயிடுதுன்னா, ரியலி அது ஒரு மிராக்கிளான விஷயம் மட்டுமில்ல, அதுக்கு பின்புலத்துல

இருக்கற காரண காரியங்களும் எனக்கு ரொம்ப முக்கியம். குறிப்பா என்னோட ஆராய்ச்சிக்கு அது ரொம்ப முக்கியம்..."

"எல்லாம் சரி டாக்டர்... உங்களுக்கே ஏதாவது ஆயிட்டா?"

"எனக்கு எதுவும் ஆகாது. ஆகவும் விடமாட்டேன்..."

"இப்படித்தான் இதுக்கு முந்தி ஒளிஞ்சவங்களும் நினைச்சாங்க. ஆனா அவங்களுக்கு ஆயிடிச்சே?"

"ஃபூல் மாதிரி பேசாதே... அவங்களும் நானும் ஒண்ணா? என்கிட்ட நவீன கருவிகள் எவ்வளோ இருக்கு. கும்மிருட்ல போட்டோ எடுக்கற நைட் ஸ்கேன் கேமரா, சின்ன சப்தத்தைகூட ரிக்கார்ட் பண்ணிக்க முடிஞ்ச ரிக்கார்டர்... பூமியில் ஏற்பட்ட மாற்றங்கள் அதிர்வுகளை அளக்கற இண்டிகேட்டர், யாராவது தாக்க வந்தா அவங்களை மயக்கம் போட்டு விழவைக்க முடிஞ்ச சைலன்சர் கேஸ், இப்படி எவ்வளவோ இருக்கும்போது என்னை யார் என்ன செய்துட முடியும்?"

வில்சன் பயங்கர தீவிரம் காட்டினார். மணி அதற்கு மேல் அவரிடம் விவாதிக்க விரும்பவில்லை. மனதுக்குள், "உங்க தலையெழுத்து எப்படிப்பட்டதுன்னு காலைல தெரிஞ்சிடும்" என்று கூறிக்கொண்டான். அப்படியே விலகவும் தொடங்கினான்.

அதே சமயம் கோவிலின் மத்தள முரசு தொம் தொம்மென்னு ஒலிக்க ஆரம்பித்தது. சன்னதிக்குள் நடைசாற்றுவதற்கு முன்பாக நடக்கும் பள்ளியறை சேவை முடிந்து அதன் தொடர்பாக மணி அடிக்கும் சப்தமும் சேர்ந்து கொண்டது.

அங்கும் இங்குமாய் இருந்தவர்கள் வெளியேற ஆரம்பித்தார்கள். பரமேஸ்வர பட்டரும் சன்னதி கதவை தாழிடாமல் திரையை மட்டும் இழுத்து மூடிவிட்டு வெளியே வரவும், தீப்பந்தமுடன் கோவில் ஊழியக்காரனான அம்புலி சேர்ந்து கொண்டான். இவர்களோடு மத்தளக்காரனும் சேர்ந்துகொள்ள மூவருமாய் சன்னதிக்கு வெளியே வந்து

வெளிப்பிராகாரத்தை சுற்றிவரத் தொடங்கினர் வெளிபிரகாரத்தின் ஒரு பக்கமாய் கருங்கும்மென்று கல் மண்டபங்களும் இன்னொரு பக்கம் சன்னிதி எவரும் இருக்க கல்தூண் பிராகாரத்தை பட்டர் பார்த்தபடியே நடந்தார். அம்புலி தீப்பந்த ஒளியை முடிந்த எல்லைக்கு காட்டினான். நிறைய அந்துப்பூச்சிகள் பறப்பதுதான் தெரிந்தது. மற்றபடி கண்களுக்கு யாரும் புலனாகவில்லை.

பட்டரும், அம்புலியும் ஒரு சுற்று சுற்றி முடித்த நிலையில் கோவிலின் கோபுர வாயிலுக்கு வந்து நின்றனர். அங்கே கற்பூரத் தட்டு தயாராக இருந்தது. உச்சபச்சமாக மத்தளக் கொட்டு முடியவும், கோபுரக் கதவுகள் இரண்டும் வெளிப்பக்கம் இருந்து நான்கு பேர்களால் இழுக்கப்பட்டு சாத்தப்பட்டது. இரண்டடி நிலத்துக்கு இருந்த தாழ்ப்பாளையும் இழுத்து தாமரை இலை கணக்காய இருந்த பூட்டையும் எடுத்து பூட்டி முடித்தார் பரமேஸ்வர குருக்கள்.

பின் கற்பூர ஆரத்தியையும் காட்டினார். அந்த ஆரத்திக்காகவும் விபூதிக்காகவும் பலர் காத்திருந்தனர். குறிப்பாக நான் யார்? நான் யார்? என்று கேட்டுக்கொண்டு திரியும் இரண்டு பேர் வேகமாக முன் வந்து பட்டரிடம் முகத்தை காட்ட அவர்களுக்கு பட்டரும் விபூதி பூசிவிட்டார்.

அவ்வளவையும் பார்த்தபடி வெளியே தெருவில் காரை ஒட்டி நின்று கொண்டிருந்தான் மணி. அவனோடு டாக்டர் வில்சன் இல்லை.

எல்லோரும் அவனைக் கடந்து போனார்கள்.

ஒரு கட்டத்தில் தெருவில் யாரும் இல்லை.

இரவின் நிசப்தத்தில் பூமிகாத்தான்பட்டி வசப்பட தொடங்கியது. வானில் உருண்டு திரண்டு நிற்கும் பௌர்ணமி நிலவு... அங்கும் இங்குமாய் வீசி எறிந்த வெள்ளை வஸ்திரங்களைப்போல மேகத்துணுக்குகள். மணிக்கு கழுத்துப் பக்கம் வியர்த்துவிட்டிருந்தது. அவன் சட்டைப் பாக்கெட்டில் உள்ள செல்போனும் சிணுங்கியது.

“டாக்டர் சார்...”

“நானேதான்... உள்ள இருந்துதான் பேசறேன்...”

“தேடி வந்தவங்க கண்ணுல படாம எப்படியோ ஒளிஞ்சிட்டீங்கன்னு சொல்லுங்க...”

“ஆமாம்... நீ வெளிய கார்கிட்டயே இரு... நான் அப்பப்ப உன்னை கூப்பிட்டு பேசிகிட்டே இருப்பேன்”

“உங்க விருப்பம்போல செய்யுங்க... இங்க கோவில் முன்னால பெருசா யாரையும் காணோம். ஆனா ஊருக்குள்ள எங்க பார் கூட்டம், விடிஞ்சா சாமி தரிசனம் பண்றது பெரிய விசேஷம்னு அங்கங்க தங்கியிருக்காங்க...

“விடியும்போது பார்... நான் எப்படி வெளிய வரேன்னு... எல்லா சித்தர்களையும் படம் எடுத்துடுவேன். நாளைக்கு காலைலயே அவ்வளவு சித்தர்களும் உலகப்புகழ் பெற்றிடுவாங்க. நெட்ல நான் எடுக்கப்போற படம்தான் நாளைய உலக அதிசயம்.”

டாக்டர் வில்சனிடம் உற்சாகம் கொப்பளித்தது. ஆனாலும் மணி வரையில் சற்று உதறலாகத்தான் இருந்து சட்டென்று டாக்டரிடம் ஒரு பரபரப்பு.

“மணி... உன்கூட நான் அப்புறமா பேசறேன். இங்க என்னைத் தவிர வேற யாரோகூட இருக்கற மாதிரி எனக்குத் தோணுது. உன்கூட பேசிகிட்டிருந்தப்போ யாரோ என்னை கடந்து போனதுபோல இருந்தது.”

“நான் உன்னை அப்புறமா கூப்பிடறேன்.”

என்று போனை கட் செய்தார்.

இனி உள்ளே...

நிலவொளியின் பொழிவில் கல்மண்டபத்தில் இருந்து வெளிச்சத்தில் வந்து பிரகார வெளிச்சத்தில் ஒரு தேடலுடன் நடந்தபடி இருந்தார் டாக்டர் வில்சன்.

கீழே கருங்கற்களை வெட்டிச் செதுக்கிச் செய்த பட்டியக் கற்களால் ஆன தரைப்பரப்பு செருப்பில்லாத கால்களாக இருந்த படியால் ஜில்லென்று இருந்தது. நடக்கும்போதே விசுக் விசுக்கென்று யாரோ கடந்து போவதுபோலவும் அவருக்குத் தோன்றியது.

நொடிக்கும் குறைவான காலகதியில்தான் அதையும் உணர முடிந்தது. கோவில் சன்னதி சுவற்றை ஒட்டி நிறைய நந்தியாவட்டை புஷ்பச் செடிகளும் செம்பருத்திச் செடிகளும் வளர்ந்திருந்தன. அவைகளுக்குள் யாரோ புகுந்து கொண்டார்போல அவைகளும் குலுங்கின.

டாக்டர் வில்சன் வரையில் புதிராகவும் சற்று அச்சமாகவும்கூட இருந்தது. கைவசம் உள்ள ஹேண்டி கேமராவை தயாராக இறுக்கமாக பிடித்துக்கொண்டார். எப்படியே நடந்தார். ஒரு கட்டத்தில் தனியே பிராகாரத்தை சுற்றிச்சுற்றி வருவதை உணர்ந்தவர் எல்லாமே பிரமைதானே என்றும் சிந்திக்கத் தொடங்கினார். கொஞ்சம் சோர்வாகவும் இருந்ததால் கல்மண்டபப் படி ஒன்றின் மேல் ஆசுவாசத்தோடு உட்கார்ந்தார். ஜிலுஜிலுவென்று காற்று... இருதோள்களிலும் தொங்கியபடி இருந்த துணிப்பைகள் லேசாக ஆடத்தொடங்கின. உள்ளே மினரல் வாட்டர் பாட்டிலில் இருந்து பிஸ்கட் பாக்கெட் வரை எல்லாமே இருந்தது. ஒரு பிஸ்கட்டை எடுத்து சாப்பிடக்கூட தோன்றியது.

கைக்கெடிகாரத்தை பார்த்தார்.

மணி பத்தரையைத் தொட்டுக் கொண்டிருந்தது. சுற்றிச்சுற்றி வந்ததில் கோவிலுக்குள் யாராவது வருவதாக இருந்தால் கோபுரவாசல் வழியாக மட்டும்தான் வரமுடியும் என்பது திண்ணமாகிவிட்டிருந்தது. மற்ற எந்த இடத்திலும் வாசலோ இல்லை சாளரத் திறப்போகூட இல்லை. கோவில் கிழக்கு கோபுரத்துக்கு நேர் பின்னால் மேற்கில் ஒரு குட்டி கோபுரமும், வாசலும் இருந்தபோதிலும் அதன் கதவுகள் அடைக்கப்பட்டு காலகாலமாக அது திறக்கப்படாத நிலையில் அந்த கதவுக்கு முன்னால் கோவில் உற்சவத்துக்கு பயன்படுத்தப்படும் சப்பரங்கள் மற்றும் தள்ளுவண்டிகள் நிறுத்தப்பட்டிருந்தன. எனவே

எதன் வழியாகவும் உள்ளே ஒருவர் வந்திட இடமில்லாத நிலையில் இந்த சித்தர்கள் எதன் வழியாக வருவார்கள் என்கிற கேள்வியும், டாக்டரிடம் பெரிதாக எழும்பியிருந்தது.

அவ்வேளை பார்த்து மெல்லிய எண்ணெய் கசட்டு வாசம் வரவும் எங்கிருந்து வருகிறது என்கிற வேட்கையோடு எழுந்தார். அப்படியே நடந்தார். அப்போதுதான் கோவிலின் சன்னதிக்கு செல்லும் கொடி மரத்துக்கு முன் உள்ள கதவு திறந்திருப்பதும் தெரிந்தது.

இது முன்பே திறந்திருந்ததா, இல்லை இப்போதுதான் திறக்கப்பட்டதா என்கிற சந்தேகமும் கூடவே வந்தது. உள்ளே எட்டிப் பார்க்கவும் கண்களில் திகைப்பு ஊடுருவியது. உள்ளே சன்னதி பளிச்சென்று தெரிந்தது. சன்னதி முகப்பு மாடத்தில் அகல்விளக்குகள் வரிசையாக ஏற்றப்பட்டு ஜெகஜோதி மயமான ஒரு தோற்றம். வில்சன் மெல்ல உள்ளே கால் வைக்க முற்பட்டபோது கிணற்றடியில் யாரோ கிணற்றில் தண்ணீர் இறைத்துக் குளிப்பதுபோல சப்தம்... சலசலவென்று... அப்படியானால் உள்ளே யாரோ இருந்து குளிக்கிறார்களா?

பிராகாரத்தைச் சுற்றி வரும்போது கோவில் கிணற்றை பார்த்த ஞாபகம் வரவும், கேமராவை தயார் நிலையில் வைத்துக்கொண்டே அங்கே ஓடினார்.

ஆனால் கிட்டே நெருங்கியபோது யாரையும் காணவில்லை. மாறாக வாளியில் தண்ணீர் இறைக்கப்பட்டிருப்பதும் தண்ணீர் தரையில் சிந்தியிருப்பதும் அங்கே இருந்தது. ஈரக்கால் தடயங்களும் தெரிந்தன.

தான் அமர்ந்திருந்த சமயம் யாரோ கோவில் கிணற்றில் குளித்திருக்க வேண்டும் என்று யூகித்தவர், அந்த கால் தடயங்களை பின்பற்றத் தொடங்கினார். அது சன்னதிக்கு செல்லும் பக்கவாட்டு வடக்கு வாயில் அருகே போய் வளைந்து மேலேறி டாக்டரையும் உள் அழைத்து சென்றது.

உள்ளே முன்பு பார்த்தபோது விளக்குகள்தான் எரிந்தபடி இருந்தன. இப்போதோ நந்தி சிலை முன்பாக பெரிய பெரிய

மூங்கில் தட்டுகளில் பூவும் பழங்களும் குவிந்திருந்தன. சில மூங்கில் தட்டுகளில் யாகத்தின்போது பயன்படுத்தப்படும் மூலிகை வேர்களும், துண்டுகளும் காணப்பட்டன!

உற்றுப் பார்த்தபடியே அதை கேமராவில் பதிவு செய்ய டாக்டர் வில்சன் முயன்றபோது படபடவென்று ஒரு வவ்வால் கேமராவை தட்டி விடுவதுபோல தென்பாகத்தில் இருந்து வடபாகம் நோக்கி பறந்து சென்றது.

சைவம், வைணவம், சாக்தம்போல சித்தமும் வழிமுறையா? இல்லை, அது ஒரு தவ நிலையா?

ஞானப்பிரகாசம், திருவண்ணாமலை.

நல்ல கேள்வி...

சித்தம் ஒரு வழிமுறைதான்... மிக மிக பிரத்யேகமான ஒரு வழிமுறை என்றும் கூறலாம். சைவத்துக்கு பெரிய புராணம், வைணவத்துக்கு நாலாயிர திவ்யபிரபந்தம், சாக்தத்துக்கு தேவி பாகவதம், கௌமாரத்துக்கு திருப்புகழ்போல சித்தத்துக்கு பதினெண் சித்தர்களும் அவர்கள் பாடிய பாடல்களுமே அடிப்படை.

இன்னொரு ஆச்சரியமான தகவல்!

சித்த புருஷர்கள் மதம் கடந்தவர்களும்கூட, பௌத்தத்தில்கூட ஏராளமான சித்த புருஷர்கள் உண்டு.

தனக்குத்தானே விசாரமுற்று, தான் யார் எனும் கேள்வியில் விழுந்து, உலகின் எந்தவிதமான மாயையும் பொருட்படுத்தாது பிறர் தயவின்றி அல்லது ஒரு குருவின் தயவோடு தன்னை கடைத் தேற்றிக் கொள்வதே சித்த மார்க்கம்.

* ——— *

9

'பரிமளசாமி என்று ஒரு சித்தர். தென் ஆற்காடு மாவட்டத்தில் சுற்றித் திரிந்தவர்.

இவரது பின்புலம் யாருக்கும் தெரியாது. பொதுவாக சித்தர்களின் பின்புலங்கள் யாருக்கும் தெரிவதே இல்லை. நதிமூலம், ரிஷி மூலம் பார்க்கத் தேவையில்லை என்று இதை வைத்துத்தான் சொன்னார்களோ என்னவோ?

பதினெட்டு சித்தர்களின் பெயர்களும்கூட பெற்றோர் சூட்டிய பெயர்கள் அல்ல! எல்லாமே காரணப் பெயர்கள்தான்.

குதம்பைச் சித்தர், தேரையர், கருவூரார், கொங்கணர், சிவவாக்கியர் என்று எல்லாமே காரணப் பெயர்கள்தான். பரிமளசாமி என்கிற பெயர்கூட அவர் அருகே சென்றால் ஒருவித சுகந்த வாசத்தை நாம் உணரலாம் என்கிற அளவில் காரணப் பெயராகவே அமைந்துவிட்டது.

அவருக்கு அது எப்படி சாத்யமாயிற்று என்பதும் ஒரு ஆச்சரியமூட்டும் விஷயமாகும். இத்தனைக்கும் அவர் குளிக்கவே மாட்டார். எப்பொழுதாவது மழை பெய்யும்போது அதில் நன்றாக நனைவார். அதுதான் அவரது குளியல். அப்படிப்பட்டவர் உடம்பில் எப்படி வாசம் வீசமுடியும்? இது என்ன மாயம்?

இப்படித்தான் கேள்விகள் எழும்.

ஆனால் அங்கே தான் பல ஆச்சரியமூட்டும் உடல் குறித்த உண்மைகள் ஒளிந்திருக்கின்றன! அவை...?'

ஃ

டாக்டர் வில்சன் வவ்வாலின் பிரவேசத்தை ஒரு தற்செயல் சம்பவமாகக் கருதியபோதிலும், அங்கே திடீரென்று முளைத்திருக்கும் பூஜை பொருட்கள், மூலிகைகள், ஏற்றப்பட்டிருக்கும் தீபங்கள் என்று எல்லாமே அவருக்கு ஆச்சரியத்தையும் பிரமிப்பையும்தான் அளித்திருந்தன.

காமிராவில் அந்த காட்சிகளை அவர் பதிவு செய்து கொள்வதற்காக முனைந்து வியூஃபைண்டர் வழியாக பார்த்தபோது முதுகுப்புறமாக யாரோ உரசியபடி செல்வதுபோல் தோன்றவே, பார்ப்பதை விட்டுவிட்டு திரும்பிப் பார்த்தார்.

ஆனால் யாருமில்லை... அப்படிப் பார்த்த நொடி வெளியில் சிறிய அளவில் மணி ஒலிக்கும் சப்தம் கேட்டது. சப்தம் வந்த திசையும் துல்லியமாகத் தெரிந்தது. டாக்டரிடம் ஒரு அதீத வேகம் தொற்றிக்கொண்டது. தான் வந்த வழியே திரும்பி சப்தம் வந்த திக்கு நோக்கிச் சென்றபோது சாம்பிராணி தூபம் போட்டதுபோல அங்கே புகைமூட்டம்.

புகை மூட்டத்துக்குள் புகுந்து பார்த்தபோது வடக்கு சுவர்புறத்தில் தெற்கு நோக்கிய நிலையில் உள்ள ஒரு சிறிய ஆலயமான காலபைரவர் சன்னதியில் பூஜை நடந்து முடிந்ததுபோல ஒரு தோற்றம். பைரவர் முன்னாலே ஒரு மண்கலயம். கலயத்தில் பால் பாயாசம். பைரவர் கழுத்தில் எலுமிச்சம்பழ மாலை சாற்றப்பட்டு அவரது கண்கள் இரண்டும் உயிருள்ள கண்கள் இரண்டும் பார்ப்பதுபோலவே டாக்டர் வில்சனைப் பார்த்தது.

டாக்டர் வில்சனுக்கும் சுரீர் என்று இதயத்தை யாரோ துளையிட்டதுபோல இருந்தது. கலயத்தில் இருக்கும் பாயாசத்தை

நெருக்கமாக பார்க்க விரும்பி தலையை சன்னதிக்குள் விட்டபோது வேதமந்திர முழக்கம் காதைத் தீண்டியது.

கூட்டமாக ஒரு பத்து பேர் அமர்ந்துகொண்டு சொல்வது போன்ற மந்திரம்! உள்ளே விட்ட தலையை அப்படியே வெளியே எடுத்த டாக்டர் திரும்பி நடக்கத் தொடங்கினார்.

மந்திர முழக்கம் உள்ளே திருச்சன்னதி முன்னால் உள்ள நந்தி சிலைக்கு அருகில் இருந்துதான் கேட்டது. அங்கேதான் ஒரு ஐம்பது, அறுபது பேர் அமர முடிந்த அளவில் இடமும் இருந்தது. முன்பு எட்டிப் பார்த்தபோது அங்கேதான் மூலிகைப் பொருட்களும், பழங்களும் இருந்தன.

டாக்டர் வில்சன் வெகுவேகமாக நடந்தார். அவர் பார்க்க விண்ணில் இருந்து சில நட்சத்திரங்களும் கோயில் கோபுரம் மேல் விழுந்து மறைந்தன.

கோபுரக்கலசத்துக்கு நேர் மேலே பௌர்ணமி நிலவும் ஜொலித்துக் கொண்டிருந்தது. வானில் துளிகூட மேகமில்லை. ஏராளமான நட்சத்திரங்கள் நிலவுக்கு பக்கத்திலேயே முண்டியடித்துக்கொண்டு கீழுள்ள ஆலய நிகழ்வை பார்க்க வந்துவிட்டது போலவும் தோன்றியது.

அதே சமயம் குபுகுபுவென்று டாக்டர் வில்சனை சுற்றி பெருமளவில் புகைமூட்டம் சூழ ஆரம்பித்தது அவ்வளவும் ஹோம குண்டத்தில் எழும்பிய தீயின் புகை!

டாக்டர் வில்சனுக்கு மூச்சு முட்டியது. பெரிய அளவில் இருமலும் வந்தது. கண்களையும் அந்த புகை கரிக்கவிட்டது. அப்படியே மயக்கமும் வர ஆரம்பித்தது.

“நோ... நோ... ஐ கான்ட் அலவ்டு. ஐ கான்ட் அலவ்ட்...” அவர் உதடுகள் முணுமுணுக்க சட்டைப்பையில் இருந்து மாத்திரைபோல் ஒன்றை எடுத்து வாயில்போட்டு விழுங்கப் பார்த்தார். ஆனால் வாயில் போட்ட வேகத்தில் பிரகார கல் தரைமேல் சுருண்டும் விழுந்தார்.

உள்ளே வேத கோஷம் மட்டும் ஒலித்தபடியே இருந்தது!

◈◈◈

விடிந்துவிட்டது!

தொம்தொம் என்று முரசு ஒலிக்கும் சப்தம். காருக்குள் ஸ்டியரிங் மேலேயே சாய்ந்த நிலையில் கண்ணயர்ந்து விட்ட மணி சப்தம் கேட்டு உதறிக்கொண்டு கண் விழித்தான்.

கோவில் பட்டர் பரமேஸ்வர குருக்கள் ஒரு கூட்டத்தோடு கோபுரவாசல் கதவு நோக்கிச் சென்றபடி இருந்தார். கோபுர வாசலில் ஏராளமான கூட்டம். முதல் நாள் இரவே வந்துவிட்டவர்களில் இருந்து, அந்த அதிகாலை வேளையில் புறப்பட்டு வந்தவர்கள் என்று ஒரு பெருங்கூட்டம் பரமேஸ்வர குருக்களுக்காகக் காத்துக் கொண்டிருந்தது.

மணி காரில் உள்ள டைமரைப் பார்த்தான்.

மணி மிகச் சரியாக ஆறு!

பொலபொலவென்று விடியலும் ஆரம்பித்து இதமான சூழல். ஆனால் மணிக்கு மட்டும் பதைப்பாக இருந்தது. உள்ளேபோன டாக்டரிடம் இருந்து ஒரு கட்டத்துக்கு பின் போனே இல்லை. இவனாக கூப்பிட்டபோதும் அவர் அட்டெண்ட் செய்யவில்லை. எல்லாமாகச் சேர்ந்து அவனைக் காரைவிட்டு இறங்கச் செய்து உள்ளேயும் ஓடவிட்டது.

கதவுக்கு முன்னால் அடைத்துக்கொண்டு நின்றிருந்தவர்கள் விலகி வழிவிட பரமேஸ்வர குருக்களும் கதவுக்கு கற்பூர ஆரத்தி காட்டியவராக சாவியைக்கொண்டு கதவைத் திறந்தார். திறந்த வேகத்தில் வேகமாக முன்னே சென்ற வரை கூட்டம் திபுதிபுவென்று அடைத்துக்கொண்டு பின் தொடர்ந்தது. மணியும் ஆவல் தாளாமல் உள்ளே புகுந்தான்.

எல்லோரும் சன்னதி நோக்கித்தான் ஓடினார்கள். சித்தர்கள் செய்த பூஜையையும் அலங்கார கோலத்தில் சுவாமியையும் உதயவேளையில் பார்ப்பது தனித்த சிறப்பினை உடையது.

மணி அதை எல்லாம் பொருட்படுத்தவேயில்லை. எங்கே டாக்டர் என்றுதான் தேடினான். டாக்டரும் பக்கவாட்டு பிரகாரப் பாதையில் ஒரு இடத்தில் விழுந்து கிடந்தார். சன்னதிக்கு செல்லும் அவசரத்தில் யாரும் பெரிதாக அவரைப் பார்க்கவில்லை. பார்த்தாலும் கூட்டத்தோடு ஓடி வந்தவராக நினைக்கவே வாய்ப்பும் மிகுதி.

மணி அவரைப் பார்த்த வேகத்தில் ஓடிப்போய் தொட்டு எழுப்பினான். அவர் கீழே விழுந்து கிடந்த விதத்தில் கேமரா, செல்போன் எல்லாமே அங்கங்கே விழுந்து கிடந்தது. அவைகளையும் எடுத்துக்கொண்டான்.

"டாக்டர்... டாக்டர்..." வலிந்து அவன் எழுப்பவும் அவரும் மெல்ல கண் திறந்தார். ஒரு புதியவனைப் பார்ப்பதுபோல மணியைப் பார்த்தார்.

"என்ன டாக்டர் பார்க்கறீங்க... பொழுது விடிஞ்சிடிச்சு." அவர், அவன் சொன்னதை காதில் வாங்காமல் சுற்றுமுற்றும் பார்த்தார்.

"டாக்டர் சார்... என்னத்த பார்க்கறீங்க. உங்களுக்கு நல்ல நேரம். யாரும் உங்களைப் பார்க்கல. வாங்க முதல்ல வெளியே போவோம். நான் உங்கள பல தடவை கூப்பிட்டும் உங்ககிட்ட பதில் இல்லை. செல்போன்ல ரிங் சப்தம் மட்டும் போய்கிட்டே இருந்தது. என்ன ஆச்சு?"

அவரை எழுப்பி நிறுத்தி அரக்கபரக்க அவன் பேசியும் அவரிடம் பதிலில்லை. தலையை ஒரு மாதிரி சொரிந்துகொண்டு சிரித்தார்.

அடுத்த நொடி அவனுக்கு புரிந்துவிட்டது.

"டாக்டர் சார்... நீங்களும் கிறுக்கனாயிட்டீங்களா? போச்சுடா... தலையால அடிச்சுகிட்டேனே கேட்டீங்களா?"

அவரை அப்படியே அழைத்துக்கொண்டு வெளியேறினான். எதிரில் வந்த ஒருவர், "என்னங்க சாமி தரிசனம் பண்ணலையா?" என்று கேட்கவும் அவரை வெறித்துப் பார்த்தான். அப்படியே

அவரை நோக்கி நடந்தான். டாக்டரும் நடந்தார். ஆனால் அவர் பழைய நடையே இல்லை... உடம்பெல்லாம் தளர்ந்துவிட்ட ஒருவர் மிகவும் சிரமத்துடன் நடப்பதுபோல் இருந்தது. மணி அதைப் பார்த்து கலங்கியும் போனான்.

"கடைசில கோவில் ஜெயிடிச்சு... எங்கிருந்தோ வந்த நீங்களும் வம்பை விலைக்கு வாங்குன கதையா இப்படி ஆய்ட்டீங்க. இனியும் இங்க இருந்தா தொடர்ந்து ஏதாவது நடக்கலாம். வண்டில ஏறுங்க. காண்டீபன் சார் தான் உங்களோட என்னை கோர்த்துவிட்டவர். அவர்கிட்டயே உங்களை கொண்டுபோய் விட்டுட்றேன்" என்றபடியே அவரை வலிந்து காருக்குள் ஏற்றிக்கொண்டு காரையும் கிளப்பினான்.

கார் ஊர் எல்லையைத் தொட்டபோது சூரிய லிங்கம் இருக்கும் இடத்தில் இருந்து போகும்போது எச்சரிக்கை செய்த அதே திரிசூல சித்தர் வெளிப்பட்டு நடுரோட்டில் வந்தும் நின்றார்.

காரும் கீரிச்சிட்டு நின்றது.

மணி அருகே பக்கவாட்டுப் பக்கம் வந்த சித்தர்.

"என்ன... எல்லாம் போச்சா? சித்தன் வாக்கு சிவ வாக்கு... கேக்காம போனா இப்படிதான் ஆகும். இவன் வரைல போன நினைப்பு போனதுதான். இனி தப்பித் தவறிக்கூட இவனோட இந்த பக்கம் வந்துடாதே... புறப்படும்" என்றார் அதட்டலாய்... மணி முன்பு பேசியதுபோல கேலியாக பார்க்கவோ பேசவோ இல்லை.

கைகளைக் கூப்பி அவரைத் தொழுதான்.

"தப்புதான் சாமி... தப்புதான். எந்த காலத்துலயும் நான் இனி இந்த பக்கம் வரமாட்டேன். முன்ன பார்த்தப்போ நான் தப்பா பேசியிருந்தா மன்னிச்சிடுங்க..." என்றான்.

அவரோ அதை அங்கீகரிப்பதுபோலச் சிரித்தார். அவனது காரும் விலகியது. அதே சமயம் புதிதாக ஒரு படகுகார்! மிகச்சரியாக அந்த சித்தர் நின்ற இடத்தில் கிரீச்சிட்டு நின்றது.

காரின் ஃபிலிட் ஒட்டிய பின் கதவுக்கண்ணாடிகள் கீழிறங்கிய நிலையில் உள்ளே அர்ஜுனும், அவன் மாமா கபாலீஸ்வரனும்தான் தெரிந்தனர். முன் பக்கத்தில் டிரைவரும் அர்ஜுனின் உதவியாளன் கணேஷும் அமர்ந்திருந்தனர்.

கபாலீஸ்வரன் சித்தரை ஆச்சரியத்தோடு பார்த்தார். குறிப்பாய் அவர் கையில் உள்ள திரிசூலத்தை! சித்தர் அவர் பார்ப்பதை பொருட்படுத்தாதபடி சூரியலிங்கம் உள்ள மரம் நோக்கி நடக்கத் தொடங்கினார்.

"சாமி... சாமி... ஒரு நிமிஷம்" கபாலீஸ்வரன் அழைக்கவும் திரும்பினார்.

"பூமிகாத்தான்பட்டிக்கு இங்க இருந்து எவ்வளவு தூரம்னு சொல்ல முடியுமா?" அவர் கேட்ட கேள்விக்கு அவர்களை நெருங்கி வந்த சித்தரும்,

"உங்க வரைல ரொம்ப தூரம்." என்றார்.

"ரொம்ப தூரம்னா ஒரு ஐம்பது கிலோ மீட்டர் இருக்குமா?"

"இதுதான் ஊரோட எல்லை. அதோ ஊர்..."

"ஓ... இவ்வளவு பக்கத்து ஊரையா ரொம்ப தூரம்னீங்க?"

"ஆமாம்... உங்க வரைல ரொம்ப ரொம்பத் தூரம். பேசாம திரும்பிப் போயிடுங்க.."

"என்ன சாமி... மதிச்சு கேட்டா, மிரட்டலா பதில் சொல்றீங்க! நாங்க யார் தெரியுமா?"

"ஏன் தெரியாம... நீ எட்டாம் தேதி பிறந்த எத்தன். அவன் அடிபடப்போற பித்தன்... முன்னால இருக்கற ரெண்டும் உங்க வண்டி மாடுங்க..."

அவர் பதில் பொட்டில் அடித்தது. கபாலீஸ்வரனும் எட்டாம் தேதி பிறந்தவர்தான். எனவே ஆடிப் போய்விட்டார். எத்தன், பித்தன் என்று அவர் பேசியதாலும் அர்ஜுனிடம் சற்று கோபம்.

"அங்கிள்... என்ன இந்த ஆள் இப்படிப் பேசறான்?"

“விடு அர்ஜுன்... பாத்தா தெரியல. யாரோ லூசு. டிரைவர் காரை எடு...”

கபாலீஸ்வரன் அங்கிருந்து விலகப் பார்த்தார். காரும் சீற ஆரம்பித்தது...

“போ... போ... விதியோட சேர்ந்து விளையாடப் போ” என்று சிரித்தபடியே மரத்துக்கு பின்புறமாக சென்று மறைந்தும் போனார்.

காருக்குள் அர்ஜுன் ஒரு மாதிரி ஆகிவிட்டிருந்தான்.

“என்ன அர்ஜுன் அந்த கிறுக்கன் பேசனதை நினைச்சு வருத்தப்பட்டுகிட்டிருக்கியா?”

“ஆமாம் அங்கிள்... அந்த ஆள் பேசினதுல நிறைய அர்த்தம் இருக்கற மாதிரிதான் எனக்குத் தோணுது. ஆமா உங்க பிறந்த தேதி என்ன அங்கிள்...”

அர்ஜுன் கேட்கவும் அவனிடம் உண்மையை சொன்னால் தனக்குதான் அசிங்கம் என்பதை வேகமாக உணர்ந்த கபாலீஸ்வரன், “என்னோட பர்த்டேட் ஏப்ரல் 1. அவன் ஏதோ உளறினா அதைப் போய் பெருசா எடுத்துக்கறியே... ஊரைப்பார்...! எவ்வளவு பசுமையா இருக்கு பார்...”

வெளியே பார்த்தபடி பேசினார் கபாலீஸ்வரன். அர்ஜுனும் பார்த்தான். புஷ்டியான கரும்பு வயல்கள்! சாலையோரமாக ஆற்று வாய்க்கால் வாய்க்காலில் கலகலவென்று ஓடியபடி நீர்... காற்றிலும் இருபது டிகிரி ஏசியின் குளுமை... காரும் ஊரின் நுழைமுகத்தில் புகுந்தது. அங்கே பிரசிடென்ட் அருணாச்சலம் உட்பட ஊர்க்காரர்கள் கையில் ஒரு மாலையோடு காத்துக் கொண்டிருந்தார்கள்!

சித்தர்களின் ஜீவசமாதிகளில் அப்படி என்ன இருக்கிறது?

– திருவேங்கடம், புதூர்.

பளிச்சென்று கூறுகிறேன். அவர்களது அழியாத ஆன்மா அங்கே பிரகாசித்தபடி இருக்கிறது. ஜென்மாந்திர

தொடர்புகளில் சிக்கி மீண்டும் பிறவாமலும் புண்ணிய யோகங்களுக்கு சென்று அங்கு வாழாமலும் தேசத்தை உயிர் நீத்த நிலையிலும் தேகமின்றி அந்த உயிராகிய ஆத்மா தவம் இயற்றும் இடம்தான் ஜீவசமாதி! இடையில் தவம் கலைத்து அந்த ஆன்மாக்கள் இந்த உலகை வலம் வருவதும் உண்டு. தங்களை வலம் வரும் தூய அன்புடைய பக்தர்களுக்கு அவர்களது ஞானக்கண்ணை திறந்து விடுவதும் அங்கு நடக்கிறது.

எந்த ஒரு ஜீவசமாதி ஆரவாரமின்றி தூய்மை துளியும் குன்றாமல் பேணப்படுகிறதோ அந்த ஜீவசமாதியின் சூழலில் மனிதர்களும் சரி, பிற உயிரினங்களும் சரி அன்போடும் பண்போடும் பலவிதமான நலங்களோடும் வாழ்ந்தபடி இருப்பார்கள்.

கேணிகள் நிரம்பி வழியும் மலர்கள் பூத்துக் குலுங்கும் பசியே இருக்காது.

———

10

'பரிமளசாமி சித்தரிடமே ஒரு அன்பர் இந்த கேள்வியை கேட்கவும் செய்தாராம். 'சாமி பார்க்க அழுக்கா இருக்கற உங்க உடம்புல எப்படி சாமி வாசனை வீசுது?' என்று... நாற்றம், வாசனை இரண்டுமே என்ன?' என்று சாமியும் திருப்பிக் கேட்டாராம்.

'இது என்ன சாமி கேள்வி... நாத்தம்னா யாருக்கும் பிடிக்காமப்போகும், வாசனைன்னா எல்லாருக்கும் பிடிக்கும்கற, ஒரு பதிலை தனக்கு தெரிந்த விதத்தில் அந்த அன்பரும் கூற, பரிமளசாமி சிரித்துவிட்டார். அப்படியே நாத்தமோ, வாசனையோ அதை குணம்கற ஒரு வார்த்தைல சொல்ல உனக்கு தெரியலை என்றவர் குணம்கறது உணர்வு சார்ந்தது மட்டுமில்ல, உடம்பு சார்ந்ததும்கூட...! உணர்வு மணக்கணும்னா புத்தி தெளியணும். உடம்பு மணக்கணும்னா வயிறு தெளியணும். வயிறு உன்வரைல குப்பைத்தொட்டியா இருந்தா வேர்வை, மூத்திரம், மலம்னு எல்லாமே நாறும். அதே வயிறு பால் பாத்திரமா மாறிட்டா எல்லாமே மணக்கும்!' என்றாராம்.

இந்த வயித்தை எப்படி அப்படி வெச்சிக்கறது? என்று கேட்கும்போது தினசரி காலைல கோயிலுக்கு போ. அதுவும் பெருமாள் கோவிலுக்கு போ... தீர்த்தம், துளசி, சடாரி பொங்கல், சுண்டல்'னு அஞ்சும் அங்க தான் கிடைக்கும், தாயார் சன்னதில மஞ்சள், குங்குமம் கொடுப்பாங்க. அதுவே உன்னை ஆரோக்யமா வெச்சுக்கப் போதுமானது என்றாராம்! எப்படி

என்ற கேள்விக்கு அவர் சொன்ன பதிலுக்குள் ஆச்சரியமூட்டும் உண்மைகள்!

ஏ

ஊர் எல்லையில் தெரிந்த பூமிகாத்தான்பட்டி பஞ்சாயத்து போர்ட் பிரசிடெண்ட் அருணாசலமும், ஊர் சகாக்களும் அர்ஜுனின் சலனத்தை தற்காலிகமாக அகற்றுவதுபோல தாரை தப்பட்டையோடு காத்திருந்தனர்.

அருணாசலம் கையில் ஒரு பெரிய மாலை!

இன்னொரு பெரியவர், பொன்னாடையை மடித்து வைத்தபடி இருந்தார். படகுக் கார் கண்ணில் படவும் எல்லோரிடமும் ஒரு பரபரப்பு!

அர்ஜுனுக்கு அந்த காட்சிகள் புதிதுதான்...

ஆனால் மாமா கபாலீஸ்வரன் அதை எல்லாம் எதிர்பார்த்திருந்தவர்போலப் பேசத் தொடங்கினார்.

"அர்ஜுன்... தாரை தப்பட்டையோட காத்துகிட்டிருக்காங்க. இது கிராமத்து ஸ்டைல். காரைவிட்டு இறங்கி எல்லாத்தையும் ரிசீவ் பண்ணிக்கோ" என்று எடுத்துக் கொடுத்தார்.

அர்ஜுனும் தன் கூலிங்கிளாஸ் கண்ணாடியை நெற்றியில் ஏற்றி வைத்தபடி காரைவிட்டு இறங்கினான். மாமாவும், அவனது செகரட்ரி கதிரேசனும் அவனைத் தொடர்ந்து இறங்கினர்.

அருணாசலம் வேகமாய் முன் வந்து மாலையைபோட்டு அவன் கையில் ஒரு எலுமிச்சம் பழத்தையும் கொடுத்தார். அப்படியே பெரிதாக அரசியல்வாதியைபோல கும்பிடுபோட்டு "என் பேர் அருணாசலம்ங்க... நான்தான் இந்த ஊரோட பிரசிடென்ட்... இவங்க எல்லாம் நம்ம ஊர் பெரிய மனுஷங்க. இவர் கிருஷ்ணக் கோனார். இந்த ஊர்ல பெரிய பால் பண்ணை வெச்சு நடத்தறார். அவர் பேர் சண்முக பாண்டியன், கரும்பு கொள்முதல் வியாபாரி..."

அருணாசலம் அறிமுகத்தில் இறங்கிவிடவும் அர்ஜூன் நெளியத் தொடங்கி மாமா கபாலீஸ்வரனைப் பார்த்தான். அவன் பார்த்த மறுகணம் அவர் புரிந்துகொண்டு அவன் சார்பாக களத்தில் இறங்கினார்.

"ரொம்ப சந்தோஷம் மிஸ்டர் பிரசிடென்ட்... அர்ஜூன் தம்பி நேத்துதான் அமெரிக்காவுல இருந்து வந்தார். வந்த உடனே இங்க கிளம்பி வந்துட்டார். இது ஒரு அவசரமான விசிட்டுன்னுகூடச் சொல்லலாம்.

இந்த ஊர்ல சர்க்கரை தொழிற்சாலை போடணும்னா முதல்ல ஊரை பார்க்கணும், தொழிற்சாலை போட ஏற்ற இடத்தை பார்க்கணும். அப்புறம் தானே ஒரு நல்ல முடிவுக்கு வரமுடியும்?" என்று அவர் பேசவும் கூட்டத்தாரிடம் ஒரு சின்ன சலசலப்பு. தங்களுக்குள் குசுகுசுவென்றும் பேசிக்கொள்ளத் தொடங்கி விட்டனர்.

அருணாசலத்துக்கும் தர்மசங்கடமாகி முகத்தில் ஒரு மாற்றம் தெரிந்தது.

அர்ஜுன் அதை உணர்ந்தவனாக, "மிஸ்டர் அருணாசலம்... மாமா ஏதாவது தப்பா பேசிட்டாரா ஏன் எல்லாரும் ஒரு மாதிரி ஆயிட்டாங்க?"

"அது இல்ல தம்பி... இந்த ஊருக்கு சர்க்கரை தொழிற்சாலை வரப்போகுது, ஊரும் பெரிய அளவுல வளரப்போகுதுன்னு நம்பித்தான், எல்லாரும் உங்களை வரவேற்க வந்திருக்கோம். ஆனா ஐயா பேசினத பார்த்தா இனிதான் ஒரு முடிவுக்கு வரப்போறதா சொல்றாரு... அதான் எல்லாருக்கும் ஒரு சின்ன அதிர்ச்சி..."

அருணாசலம் பேசியதில் இருந்து ஊரே சர்க்கரை தொழிற்சாலையை பெரிய அளவில் எதிர்பார்த்துக் கொண்டிருப்பதை அர்ஜூனால் நொடிக்குள் உணர முடிந்தது. அருணாசலத்துக்கு ஒரு தெளிவான பதிலைச் சொல்வதற்குள் அவரே தொடர்ந்தார்.

“தம்பி... இங்க சர்க்கரைத் தொழிற்சாலை போட பலர் விரும்பினாங்க. அவ்வளவு ஏன், அரசாங்கமே ஆசைப்பட்டது. ஆனா இந்த ஊர்க்கட்டுப்பாடு அவங்களுக்கெல்லாம் அனுமதி தரலை.” என்று அவர் கூறவும் அர்ஜுனிடம் திகைப்பு.

“ஊர்க்கட்டுப்பாடா?”

“ஆமாம் தம்பி... இந்த ஊரைச் சேர்ந்தவங்கதான் கோவில்ல சாமிகிட்ட அனுமதி கேட்டு எதையும் செய்யலாம். இந்த ஊரைப் பூர்வீகமாக கொள்ளாதவங்க, இந்த ஊர்ல இடம் வாங்கவோ தொழில் செய்யவோ அனுமதி கிடையாது.”

“ஏன் இப்படி?”

“காலம் காலமா இதுதான் இங்க நிலைப்பாடு. இந்த மாதிரி கட்டுப்பாடுகளாலதான், இந்த ஊர், உலகத்துக்கே ஒரு முன் உதாரணமாகவும் இருக்கு. இங்க இதுவரை மழை பொய்த்துப் போனதே இல்லை. எந்த தப்புத்தண்டாவும் நடந்தது இல்லை.

இங்க தெருவுல ஒரு நகையோ, பணமோ கிடந்தா அது போலீஸ் ஸ்டேஷனுக்குதான் போகும். யாரும் அதை தங்களுக்கு கிடைச்சதா நினைக்கமாட்டாங்க. தெரிஞ்சும் சரி, தெரியாமலும் சரி இங்க யாரும் தப்பு பண்ணமாட்டாங்க. ஏன்னா இந்த ஊரே சிவன் சொத்து. ஆகையால இந்த மண்ணுல இருக்கற எல்லாமே சாமிக்குச் சொந்தமானது. அதனாலதான் இந்த இடத்தை விக்கறதோ, வாங்கறதோ நடக்கறதில்லை.

உங்க வரைல உங்க தாத்தாவுக்கு இதுதான் பூர்வீகம். உங்கப்பா பிறந்ததும் இங்கதான். அதனால, பூர்வீக உரிமை உங்களுக்கு இருக்கறதால நீங்க இங்கே சர்க்கரை தொழிற்சாலை போடறதுல எந்தத் தடையும் இல்லை. ஆனா, நீங்களே இனிமேதான் முடிவு செய்யணும்னு சொன்னதுதான் எங்களுக்கு வருத்தமான விஷயம்...”

அருணாசலம் சொல்லி முடித்துவிட்டார். அதைக் கேட்டபடி இருந்த ஊர்ப்பெரியவர் ஒருவர்.

“என்ன அருணாசலம் முக்கியமானதை சொல்லாம விட்டுட்டியே?” என்றார்.

“என்னண்ணே?”

“இவங்க ஆசைப்பட்டாலும், படாட்டியும் கோவில்ல சாமி உத்தரவு தரணும்ல?”

“ஆ... ஆமாம்ணே...”

“என்ன ஆமாம்... அதை முதல்ல சொல்லாம மத்த விஷயங்களப் பேசி என்ன பிரயோஜனம்?”

அவர் கேட்ட விதம் அர்ஜுனுக்கு தலையில் குட்டு வைத்தது போலவும் இருந்தது. சற்று கலங்கியவனாக, கபாலீஸ்வரன் மாமாவை பார்த்தான். அவருக்கும் புரிந்தது.

“உங்க எல்லாருக்கும் ஒரு விஷயத்தை தெளிவா சொல்லிடறேன்... இங்க நாங்க சர்க்கரை தொழிற்சாலை கட்டப்போறது உறுதி. இது அர்ஜுன் அப்பாவோட கனவு!

லட்ச லட்சமா லாபம் சம்பாதிக்கறதுக்காக அவர் இதை செய்யலை. தன் சொந்த ஊருக்கு, தானும் ஏதாவது செய்யணும்னுதான் அவர் இங்க தொழிற்சாலை கட்ட விரும்பறார். நான் இனிமேதான் முடிவுக்கு வரணும்னு சொன்னது எந்த இடத்துல அதை கட்டப்போறோங்கறதத்தான்... அதுக்காக நாலு இடத்தை பார்த்தாதானே முடிவுக்கு வரமுடியும்?” என்று ஒரு மாதிரியாக சமாளித்தார்.”

“அதுக்கென்னங்க... தாராளமா ஊரை சுத்திப் பாருங்க. எந்த இடம் ஏத்த இடம்னு சொல்லுங்க. அப்புறமா அந்த இடத்து சொந்தக்காரர்கிட்ட ஒரு ஒப்பந்தம் போட்டுக்கலாம். அதுக்கு முந்தி நேரா கோவிலுக்கு போய் முதல்ல சாமியை தரிசனம் பண்ணுவோம்.

இது ரொம்பவும் பெரிய காரியம். சாமிகிட்ட இருந்துதான் இதைத் தொடங்கணும். இடத்தை தீர்மானம் பண்ண பிறகு சாமிகிட்ட பூ கட்டிபோட்டு உத்தரவு கேட்போம்.” என்ற அருணாசலத்தை சற்று கூர்மையாக பார்த்த அர்ஜுன், “இந்த உத்தரவு கேக்கறது, சாமி கும்புடறதெல்லாம் உங்க நம்பிக்கை

சார்ந்த விஷயம். எனக்கு இதுல எல்லாம் நம்பிக்கை இல்லை. நான் புத்தியையும், உழைப்பையும் நம்பற ஒருத்தன். ஆகையால் இதுல என்னைச் சம்மந்தப்படுத்தாதீங்க." என்றான்.

எல்லோருக்குமே அந்த பதில் சுருக்கென்றிருந்தது.

அருணாசலத்துக்கு தொடக்கமே இப்படி கேள்வியும், விவாதமுமாக இருப்பதும் நெருடியது.

"சின்ன வயசு தம்பி உங்களுக்கு... அதான் இப்படி சட்டுன்னு பேசிட்டீங்க. நீங்க சும்மாகூட வாங்க. மத்த விசயங்களை நாங்க பார்த்துக்கறோம்" என்று சமாளிக்கப் பார்த்தார். ஆனால் கூடி நிற்பவர்களுக்கு அவர் அப்படி பேசியது பிடிக்கவில்லை என்பதும் நன்றாகத் தெரிந்தது.

"சரி... சாமிகிட்ட உத்தரவு உத்தரவுங்கறீங்களே அந்த உத்தரவு கிடைக்கலேன்னா என்ன செய்வீங்க?" என்ற கேள்வியை அர்ஜுனின் செகரட்ரி கதிரேசன் கேட்டான்.

"இது என்ன கேள்வி... உத்தரவு தந்தாதான் தொழிற்சாலை. இல்லைன்னா சாமி இங்க தொழிற்சாலை நடத்த வேண்டாம்னு சொல்றதா அர்த்தம். சாமிக்கு இஷ்டம் இல்லைன்னா எங்களுக்கும் இஷ்டம் இல்லைன்னு அர்த்தம்." என்ற பதில் கூட்டத்தில் இருந்து மிகவேகமாக வந்தது.

அர்ஜுன் அடுத்த நொடியே தன் செகரட்டரி காதில் ஆங்கிலத்தில், "என்னய்யா ஸ்டார்ட்டிங்கே இப்படி இருக்கு. ஊருக்குள்ளே நுழையும்போதே ஒரு சாமியார் மிரட்டிட்டு போறான். இவங்களோ ஆதிவாசிங்க மாதிரி நடந்துக்கறாங்க. நம்ம இந்தியா ஏன் வல்லரசா ஆகாம இப்படியே இருக்குன்னு இப்பதான்யா தெரியுது..." என்றான்.

"சரி சார் நாம என்ன பண்ணலாம்?"

"ஊர் எனக்கு பிடிச்சிருக்கு. தண்ணி பிரச்சினை இல்லை. ஆனா இங்க இருந்து வேலைக்கு வர்றவனும் சாமியார்த்தனமா நடந்துகிட்டா எப்படிய்யா தொழில் பண்றது?"

“சார் முதல்ல இவங்க போக்குக்கு போய் நாம இங்க உக்காருவோம் சார். அப்புறமா நம்ம அதிகாரம் பணபலத்தால இவங்களக் கொஞ்சம், கொஞ்சமா நம்ப பக்கம் திருப்பிடலாம்.”

“யு ஆர் ரைட்! இங்க நான் சர்க்கரை தொழிற்சாலை போடும்போதே, ஒரு எஜிகேஷன் சென்டரை கொண்டுவந்து சைன்ஸ்னா என்ன, ஹிஸ்டரி, ஜியாக்ரஃபின்னா என்னன்னு இவங்களுக்கு சொல்லிக் கொடுக்கணும். இல்ல இங்க நாம தொழில் பண்ண முடியாது. இவங்களோட சேர்ந்து பஜனைதான் பண்ணலாம்” என்றான்.

இருவரும் ஆங்கிலத்தில் பேசிக்கொண்டது அங்கு ஒருவருக்குக்கூட புரியவில்லை.

“சரிங்க சார்... நாம பேசறத புரியாம கவனிக்கிற இவங்களை இப்பவே உங்க அன்பான பேச்சால மாத்திடுங்க சார். உங்களுக்கு கடவுள் நம்பிக்கை இல்லேன்னு எனக்கு தெரியும். அதை இங்க இவங்ககிட்ட காட்டிக்க வேண்டாம் சார்...” என்றும் செகரட்டரியும் சொல்லி முடிக்க, அர்ஜுனிடம் மிகவேகமான ஒரு மாற்றம்.

“மிஸ்டர் அருணாசலம்... ஐ ஆம் சாரி! நான் உங்க நம்பிக்கையை எந்த நிலையிலும் தவறா நினைக்கல. எனக்கு நீங்க சொன்னதெல்லாம் ரொம்பவே புதுசு. அதோட நான் அமெரிக்காவுலேயே பல வருஷம் இருந்துட்டதால என்கிட்ட கொஞ்சம் விஞ்ஞான பாதிப்பு இருக்கத்தான் செய்யும். அதை நீங்களும் தப்பா நினைக்க வேண்டாம்.

நமக்கு மேல ஒரு சக்தி இருக்குன்னு நானும் நம்பறேன். அந்த சக்தி இந்த ஊர்ல சிவலிங்கமா இருக்கு. அமெரிக்காவுல ஜீசஸ் க்ரைஸ்டா இருக்குது. துபாய் குவைத்துல அல்லாவா இருக்கு. இப்படித்தான் நினைக்கறேன். ஆகையால உங்க விருப்பப்படியே செய்யுங்க. இப்ப என்ன, கோவிலுக்கு போகணுமா?” கேட்டான்.

அவன் பேச்சு அவ்வளவு பேரையும் அரை நொடியில் மாற்றிவிட்டது. எல்லோர் முகத்திலும் வாரித்தெளித்ததுபோல ஒரு பரவசம்.

“ஆமாம் தம்பி... கோவிலுக்கு போய்ட்டு இடம் பார்ப்போம்...” என்றார் அருணாசலமும். சரி என்றபடியே காரில் ஏறப்போனவன் அதற்காக கார் நின்ற இடத்தை சற்று சுற்றி வந்தபோது மாடு ஒன்று சாணம் போட்டிருந்தது. அதில் அவன் கால்கள் பட்டு அவன் உடம்பும் கூசிப்போனது. அது முகத்தில் தெரிந்தது.

“அடடே... சாணிய மிதிச்சிட்டீங்களா... டேய் யாராவது ஒரு வாளில தண்ணிய கொண்டுகிட்டு வாங்கப்பா” என்று கத்தினார் அருணாசலம். பின் அவரே, “தம்பி அப்படியே மண்ணுல துடைச்சிட்டு கார்ல ஏறுங்க. பக்கத்துல தான் நம்ம வீடு. அங்க போய் காலை நல்லா கழுவிட்டு அப்படியே ஒரு காபியும் சாப்ட்டு பொறவு கோயிலுக்கு போகலாம்.” என்றார்.

அவனுக்கும் வேறு வழி தெரியவில்லை!

அருணாசலத்தின் வீடு ஓரளவுக்கு பெரிதாகத்தான் இருந்தது. பெரிய திண்ணை, அதில் நீலநிற கடப்பை கற்கள். வேலைப்பாடுள்ள நிலைகால், பித்தளைத் தாழ்ப்பாளோடு கூடிய தேக்கு மரத்தாலான விஸ்தாரமான கதவு. உட்பாகத்தில் நீண்ட வராண்டா. நடுவில் பிரம்ம பாகத்தில் திறப்பு! மழையும் சரி, வெய்யிலும் சரி வீட்டுக்குள் பட்டுத்தெரிக்கும் அமைப்பு.

உள்ளே அங்கங்கே ஏராளமான கைவினைப் பொருட்கள், ஓலையில் செய்யப்பட்ட கிளிகள், பஞ்சால் உருவான முயல்கள், மரத்தண்டு வேர்களில் கலை வடிவங்கள் என்று பார்க்குமிடமெங்கும் நல்ல கலை வடிவங்கள்.

அசிரத்தையாக உள் நுழைந்த அர்ஜுனுக்கே அதெல்லாம் பெரிய ஆச்சரியத்தைத் தந்தது.

“என்ன தம்பி பாக்கறீங்க... எல்லாம் என் மக ரஞ்சனியோட கை வேலை. சும்மாவே இருக்கமாட்டா. எதையாவது செய்துகிட்டே இருப்பா...” என்று அவர் சொல்லவும், ரஞ்சனி என்கிற அந்த தேவதை அவன் எதிரில் வரவும் சரியாக இருந்தது.

சித்தர்களைப் பற்றி தெரிந்த அளவு அவர்களது தாய், தந்தையர் மற்றும் உறவுகள் பற்றி தெரியாமல்போவது எதனால்?

பைரவன், திருச்சி.

சித்தர்கள் பற்றி தெரிய வந்திருப்பதிலேயே நிறைய முரண்பட்ட பொய்யான தகவல்கள் உண்டு. சேர, சோழ, பாண்டிய அரசர்கள் பற்றி உறுதியாக அறிந்திட கல்வெட்டுகளும், செப்பேடுகளும், யாத்ரீகர்களின் குறிப்புகளும் கிடைத்திருப்பதுபோல இவர்கள் வரையில் அழுத்தமாக ஒரு ஆதாரமும் இல்லை. நூற்றுக்கு தொண்ணூறு செவிவழிச் செய்திதான்.

தெளிந்து தேற வேண்டியது நம் பொறுப்பு. நதி மூலம், ரிஷி மூலம் காணத் தேவையில்லை என்பார்கள் சித்த மூலமும் அப்படியே...

நானறிய எந்த ஒரு சித்தரும் அவர்களது பெற்றோர் சூட்டிய பெயரால் நாம் இப்போது அவர்களை அழைப்பதில்லை. அது என்னவென்றும் நமக்குத் தெரியாது.

சிவவாக்கியர், காகபுஜண்டர், குதம்பையார், காடு வெளியார், இடைக்காட்டார், போகர், புலிப் பாணி, கருவூரார், தேரையர், என்று எவரை எடுத்துக்கொண்டாலும் சரி, எல்லாமே அவர்களது தனித்தன்மையை முன்னிறுத்தும் காரணப்பெயர்களே!

இப்படி பெயர்களே தெரிந்திராத நிலையில் பெற்றோர்களை எப்படித் தெரிந்துகொள்ள முடியும்?

* ———— *

11

'பரிமள சித்தர் சொன்ன பெருமாள் கோவில் பிரசாதத்தில் வயிற்றுக்கு சுகம் தரும் விஷயங்கள் மறைமுகமாக உள்ளன. தீர்த்தத்தில் பச்சை கற்பூரமும், ஏலக்காயும் தட்டிப் போடப்பட்டிருக்கும். இதற்கு கிருமிகளைக் கொல்லும் ஆன்டிபயாடிக் குணமுண்டு. வெண் பொங்கலில் நெய், மிளகு, சீரகம் மூன்றும் இருக்கும். நெய்யானது உடம்புக்குத் தேவையான கொழுப்புச்சத்தை தரவல்லது. மிளகும், சீரகமும் குளிர்ச்சியைத் தந்து செரிமானத்தையும் தூண்டும். சீராக அகத்தை வைத்திருக்க உதவுவது என்கிற காரணத்தால்தான் சீரகம் என்கிற பெயரே வந்தது.

துளசி ஒரு அற்புத மூலிகை... இது சற்று உஷ்ணத்தைக் குணமாக கொண்டது. ஆனாலும் இந்த உஷ்ணம்தான் கபம் கட்டாமலும் ஜலதோஷம் மற்றும் சீதலம் தொடர்பாய் வரும் நோய் நொடிகளில் இருந்தும் காப்பாற்றும்.

மஞ்சள், குங்குமமும் ஒரு ஆன்டிபயாடிக்தான். நம் மேனி மேல் கிருமிகள் இருந்தால் மஞ்சளின் குணமும் அதன் நெடியுமே அதை விரட்டிவிடும். இதுபோக அளிக்கப்படும் சுண்டல் என்பது புரதச்சத்தும் உடம்புக்கு தேவையான இதர முக்கிய சத்துக்களையும் தன்னகத்தே உடையது.

சுண்டல் எனும்போது ஒவ்வொரு நாளைக்கு ஒவ்வொரு பயறு வகைகள் பயன்படுத்தப்படும். இதில் கொண்டைக்கடலை,

பட்டாணி, கடலப்பருப்பு என்று ஒவ்வொன்றும் ஒவ்வொரு கோளின் ஆதிபத்யம் உடையவை. இப்படி பிரசாதத்துக்கு பின்னாலே சுவை மற்றும் பசியாற்றும் தன்மை கடந்து ஆரோக்யத்துக்கு முக்கியத்துவமளிக்கும் விஷயங்கள் புதைந்து கிடக்கின்றன.

இப்படி ஆரோக்ய உணவு உண்ணுபவர்களின் வயிறு சுத்தமாக இருக்கும். அளவாகவும் மிகச்சரியான வேளைக்கும் சாப்பிடுவதால் வாயு தோன்றாது. அமிலம் உப்பு சர்க்கரை எல்லாமே தேவைக்கு மிகாது. இதனால் வியர்வை நாறாது. மலமும் துர்குணம் கொள்ளாது.

சாமியார்த்தனமாய் வாழ்பவர்களுக்கே இப்படி எனும்போது இதில் உப்பும், புளியும், காரமும் சேர்க்காத இயற்கை உணவை மட்டுமே உட்கொள்ளும் பரிமள சித்தரின் மேனி எப்படி நாற்றம் என்கிற ஒன்றை சந்திக்க முடியும்?'

ௐ

எதிரில் வந்த ரஞ்சனியை பார்த்த மாத்திரத்தில் அர்ஜுனிடம் ஒரு மின்னல் வெட்டியது. ரஞ்சனியும் பார்ப்பதற்கு லட்சணமாய் அவனைக் கவர்ந்து இழுத்தாள்.

கிராமத்துப் பெண்போல் பாவாடை தாவணியில் இருந்தபோதிலும் கொஞ்சம் நளினமும் அவளிடம் இருந்தது. தலை வகிட்டை சற்று ஓரமாய் எடுத்து பின்னிய பின்னலின் முடிவில் ஒரு ரப்பர் பேண்ட்போட்டு கட்டி மீதமுள்ள கூந்தலை சுழித்துவிட்டிருந்தாள். நல்ல சிவந்த நிறம் கருப்பு முத்துக்களை பிரதிபலிக்கும் கண்கள். அர்ஜுன் அமெரிக்காவில் ஆப்பிள் நிறத்தில் ஆயிரமாயிரம் பெண்களைப் பார்த்திருக்கிறான். ஆனாலும் ஒரு வாலிப மனதை ஒரு சில பெண்களால் மட்டுமே நூறு சதம் ஈர்க்க முடியும்.

ரஞ்சனியிடம் அந்த ஈர்ப்பு இருந்தது. அதில் ஈர்க்கப்பட்டு ஒரு சன்னமான ஸ்தம்பிப்பில் இருந்த அர்ஜூனைப் பார்த்த அவளிடமும் கிட்டத்தட்ட அதே மாதிரியான ஈர்ப்பு.

அப்போது மாமா கபாலீஸ்வரனும் உள்ளே வந்து அந்த காட்சியைக் கண்டு சற்று மருண்டு போனார். அவனுக்குள் அவரது ஒரே மகளான கண்மணிதான் 'குபீர்' என்று ஞாபகத்தில் வந்தாள். அர்ஜூனுக்கென்றே காத்திருப்பவள்! கபாலீஸ்வரனிடம் கிரிமினல் புத்தி வேகமாக வேலை செய்யத் தொடங்கியது.

"அர்ஜுன் என்ன இது... இன்னுமா நீ கிளீன் பண்ணிக்கல?" என்று கேட்டு அவனைக் கலைத்தார்.

"தம்பி இதுதான் என் பொண்ணு ரஞ்சனி. நீங்க பார்த்த அவ்வளவு கலைப்பொருட்களையும் செய்தது இவதான்... இந்த கிராமத்துலயே முறைப்படி சங்கீதம் கத்துகிட்டு வர்றதும் என் மகள்தான். கோயில் குருக்களோட சம்சாரம் ரொம்ப நல்லா பாட்டு சொல்லித் தருவாங்க. அவங்கதான் என் பெண்ணோட குரு..."

அருணாசலம் தேவைக்கு மேலேயே அறிமுகமும் விளக்கமும் அளித்தார்.

"அது சரி... விட்டா உங்க பொண்ணு கட்டிகிட்டிருக்கற பாவாடை தாவணி எந்த கடைல வாங்கினதுன்னுகூட சொல்வீங்கபோல இருக்கே... முதல்ல பாத்ரூமை காட்டுங்க" என்று குறுக்கில் நுழைந்து சற்று கோபத்தைக் காட்டினார் கபாலீஸ்வரன்.

அருணாசலமும் அர்ஜுனை பாத்ரூமுக்கு அழைத்துச் சென்றுவிட்டு திரும்பி வந்தார். ரஞ்சனியும் காபிபோட உள்ளே சென்றுவிட்டாள். அந்த இடைவெளியில் அருணாசலத்தின் தாயான கோவிந்தம்மாளும் தன் தண்டட்டி அணிந்த காதுகளோடும், கொக்குச் சிறகுபோன்ற தலை முடியோடும் வீட்டின் மையத்தில் வந்து அமர்ந்துவிட்ட அர்ஜூனைக் காண வந்து நின்றாள்.

"இவங்க என் அம்மா..."

“இவங்கல்லாம் யாரு அருணாசலம்?”

“இவங்கதான்மா நம்ம ஊர்ல சர்க்கரை தொழிற்சாலை அமைக்கப்போற முதலாளி... தம்பி பேர் அர்ஜுன்...”

“ஓ... இவங்க அப்பாதான் நம்ம வடக்குத் தெருவுல குடி இருந்த ரங்கநாத வாத்யார் மகன் ராமரத்னம்னு சொன்னேல்ல...?”

“ஆமாம்மா... நம்ம ஊர் வாரிசுதான் தம்பியும். அதான் சர்க்கரை தொழிற்சாலை கட்ட எந்த தடையுமுமில்லாம முன் வந்துருக்காரு...”

“வாரிசா இருந்தா மட்டும் போதுமா... சாமி உத்தரவு தரணும்ல?”

கோவிந்தம்மாள் சாமி உத்தரவு என்று சொன்ன நொடி அர்ஜுன் முகத்தில் ஒரு திகைப்பு, கபாலீஸ்வரனும் அதிர்ந்தாலும் அதை காட்டிக் கொள்ளாதபடி, “உங்கம்மாக்கு எவ்வளவு பெரிய தொழிற்சாலை, எத்தனை பேருக்கு வேலைங்கறதவிட சாமி உத்தரவுதான் பெருசாத் தெரியுது...” என்றார்.

அர்ஜுன் அப்படியே ஒரு பார்வை பார்த்து நிற்கையில் அவன் செல்போனில் ஒரு ராக் பாடல் காலர் டோனாய் காதில் ஒலிக்க, அவன் உதவியாளன் நுழைந்தான்.

“சார்... நான் வெளிய கார்கிட்டதான் இருக்கேன். டு யூ நீட் பிரைவிசி சார்...?”

“கதிர் உள்ள வந்து என் மாமாவை எதையாவது பண்ணி தள்ளிகிட்டு போ...”

“ஷ்யூர் சார்...”

அர்ஜுன் மிக மெலிதான குரலில் பேசியது யார் காதிலும் விழவில்லை.

இடையில் காபியின் வாசம் மூக்கை நிமிண்ட ஒரு வெள்ளித் தட்டில் பெரிய பெரிய கிராமத்து லோட்டாக்களில் காபியோடு வந்தாள் ரஞ்சனி.

ஆவியோடு எடுத்துப் பருக ஆரம்பித்தான் அர்ஜுன்.

நிஜமாலுமே அமிர்தமாக இருந்தது. அவன் கண்கள் காபியை எடுக்கும் சாக்கில் ரஞ்சனியின் பக்கவாட்டையும் பளிச்சென்று தெரிந்த இடுப்பையும் கவனித்து சற்று உஷ்ணமாகத் தொடங்கின.

அப்போது வேகமாய் உள்ளே வந்த கதிரேசன், "சார் உங்களுக்கு ஒரு போன்... லைன்ல எஞ்ஜினியர்" என்று அவரை வெளியே அழைத்தான். அரைமனதாக மாமா எழுந்து சென்றார்.

அர்ஜுன் தன் கூலிங்கிலாசை கழட்டி எதிரில் இருந்த மோடா மேல் வைத்துவிட்டு காபியை ருசித்தான்.

"எப்படி இருக்கு தம்பி காபி..."

"சூப்பர்..."

"கிராமத்து காபி... உங்க டவுன் ஹோட்டல்போல இருக்காது..."

"நோ... நோ... எனக்கு ரொம்ப பிடிச்சிருக்கு. இந்த காபி மட்டுமல்ல இவங்களோட ஹேண்டி கிராஃப்ட் ஐடம்ஸ்... அப்புறம் இவங்க டிரெஸ் சென்ஸ்... ஓ... பியூட்டி ஃபுல்!"

அவன் பியூட்டி ஃபுல் என்று அழுத்தமாக சொன்னபோது அதில் ஒரு லாவண்யம் இருந்து அது ரஞ்சனியையும் ஈர்த்தது.

"என் பேத்தி பிரமாதமா சமைப்பா... இந்த கிராமத்துலயே தின்னவேலி வரை போய் காலேஜில படிச்சவ என் பேத்தி மட்டும்தான்..." கோவிந்தம்மாளும் ரஞ்சனிக்கு பக்கவாத்யம் வாசித்தாள். தொடர்ந்து லௌகீகமாக பேசமுடியாதபடி மாமா திரும்ப வந்தார்.

"அர்ஜுன் கமான் மேன்... இப்படி இங்க உக்காந்துட்டா எப்படி? கோவிலுக்கு போகணும். இடம் பார்க்கணும்னு எவ்வளவு வேலை இருக்கு?" என்று கேட்டார்.

அர்ஜுனும் அரைமனதாய் அவரோடு புறப்பட்டான். ஞாபக மறதியாய் காபி டம்ளருக்கு பக்கத்தில் வைத்த கூலிங்கிலாசை எடுத்துக்கொள்ளாமலே அங்கிருந்து விலகினான். அதை யாருமே கவனிக்கவில்லை!

◈◈◈

கோவில்!

நெடிதுயர்ந்த கோபுரம் முன் உள்ள சாலை மேல் அர்ஜுனின் கார் வந்து நிற்கவும் உற்சாகமாய் இறங்கினான். கூடவே அவனது உதவியாளனும் மாமாவும் இறங்கிட அருணாசலமும் மற்றவர்களும் பின்னாலேயே வந்து சேர்ந்து கொண்டனர்.

கோவில் கோபுரம் ஓரளவுக்கு பிரம்மாண்டமாகத்தான் இருந்தது. அதன் சுருக்கங்களில் ஏராளமான புறாக்கள், அருணாசலம் கோபுரத்தை பார்க்கும் அர்ஜுனிடம், "தம்பி... இந்த புறாக்கள்ளாம் பௌர்ணமி அன்னிக்கு மட்டும் இந்த கோபுரத்தைவிட்டுப் போயிடும்..." என்று ஒரு புதிய தகவலைக் கூறினார்.

"ஏன் அப்படி?"

"அதான் தம்பி இந்த கோவிலோட சக்தி. அன்னிக்குதான் சித்தர் சாமிங்க வந்து கோவில்ல யாகம் பண்ணி பூஜை செய்வாங்க. அதை யாரும் பார்க்க கூடாதுங்கறது ஐதீகம். புறாக்களும் அதுக்கு கட்டுப்பட்ட மாதிரி அன்னிக்கு மட்டும் கோபுரத்துல அடையாம ஊர்ல இருக்கற மரங்கள்ள போய் அடைஞ்சுடும்..."

அருணாசலம் ஆவலாய் சொன்னதை கேட்ட கபாலீஸ்வரன், "இந்த கதையை எங்களை நம்பச் சொல்றீங்களா?" என்று கேட்டார்.

"நேத்துதான் பௌர்ணமி... நீங்க நேத்து வந்திருந்தா பார்த்துருக்கலாம்..."

"ஓ... அப்ப நேத்து சித்தர் சாமிங்க யாரும் பூஜை பண்ணாங்களாக்கும்?"

"ஆமாம்... அதானே இந்த கோவிலோட சிறப்பே..."

"ஏன் அதை யாரும் பார்க்கக்கூடாது...?"

"அதுதான் இந்த ஊர் வரைல ஐதீகம்..."

"ஐதீகம்னு இன்னும் இந்த மாதிரி என்னென்ன பொய்கள் இருக்கு?"

“பொய்களா... அவ்வளவும் சத்தியங்க...”

கோபுரவாசலிலேயே கபாலீஸ்வரன் தன் கோணல் புத்தியை காட்டத் தொடங்க, அர்ஜுன் ஒரு பார்வை பார்த்து அடக்கினான்.

அதன்பின் எல்லோருமாய் உள்ளே சென்றனர்.

பரமேஸ்வர குருக்கள் பூர்ண கும்பமுடன் காத்திருந்து வரவேற்றார். அர்ஜுன் என்ன செய்வது என்று தெரியாமல் பூர்ண கும்பத்தைப் பார்க்க கண்ணில் தொட்டு ஒற்றிக்கொள்ளச் சொன்னார் அருணாசலம்.

ரஞ்சினியை பார்க்கும் முன் வரை அவரை சற்று அலட்சியமாக பார்த்த அர்ஜுன், இப்போது அவர் சொன்னதை சிரத்தையாக கேட்டுக்கொண்டான். அதை மாமாவும் கவனித்தார். அவருக்கு புரியத் தொடங்கிவிட்டது.

கண்மணி அவன் மேலேயே விழுந்து பழகியும் அவளிடம் காட்டாத ஒரு வாஞ்சையையும், பார்வையையும் ரஞ்சனியிடம் அவன் காட்டியதில் அவருக்குள் ஏராளமான பட்டாசுகள் வெடித்து முடித்திருந்தன.

இப்போது அருணாசலத்திடமும் அந்த வாஞ்சை தொடரவும் கலவரமாகிப் போனார்.

அர்ஜுன் கோவிலை வெகுவாக ரசித்தான்.

“இந்த கிராமத்துக்குள்ள இப்படி ஒரு கோவிலா?” என்றும் கேட்டு வியந்தான். சன்னதி முன்போய் நிற்கவும் சந்தனக் காப்பிடப்பட்ட ரசமணீஸ்வரர் திரு உருவம் அவனை அழுத்தமாகவே கவனிக்க வைத்தது. பட்டரோ அருணாசலம் காதுகளில், “சுவாமிகிட்ட இப்ப உத்தரவு கேட்கப்போறேளா?” என்று கேட்டார். அருணாசலம் அதை அர்ஜுனிடம் கேட்டார்.

“சாமிகிட்ட உத்தரவு கேட்டுடலாமா?”

“எப்படி கேட்கணும்?”

“பூ கட்டிப்போட்டுதான் கேட்போம்...”

"அப்ப அப்படியே செய்துடுங்க..."

"உத்தரவு வராட்டி இங்க சர்க்கரை தொழிற்சாலை கட்ட இடத்தை யாரும் விற்கமாட்டீங்க... அப்படித்தானே?"

மாமா அப்படி கேட்பார் என்று அர்ஜுனே எதிர்பார்க்கவில்லை.

"என்ன மாமா இது அபசகுணமா?"

"அபசகுணமாவா... அர்ஜுன் உனக்கு என்னாச்சு? இந்த சகுனம்கறதே பெரிய பம்மாத்துன்னு சொல்ற நீயா இப்படி பேசறே?" மாமா அவன் காதோரமாய் கடித்தார்.

"அது என் தனிப்பட்ட கருத்து... ஆனா அதை இங்க நான் காட்டிக்க விரும்பலை. பேசாம என்ன நடக்குதுன்னு பாருங்க..."

அவர் வாயை அடக்கினான். குருக்களும் பெரிதாக பஞ்ச தீபமே காட்டினார். பின் கட்டப்பட்ட இரு பொட்டலங்களோடு அவன் முன்வந்து நின்றவராக "பகவானை நன்னா பிரார்த்தனை பண்ணிண்டு இதுல ஒண்ணை எடுங்கோ..." என்றார்.

அவனும் சாமியையும் அவரையும் மாறி மாறி பார்த்துவிட்டு ஒரு சீட்டை எடுத்தான். பின் என்ன நினைத்தானோ "சாமி இதை இப்ப பார்க்க வேண்டாம் அப்படியே சாமிகிட்டயே வெச்சிடுங்க. நான் இடத்தை முடிவு செய்துட்டு வந்து அப்புறம் பார்க்கறேன்" என்றான்.

"மன்னிக்கணும்... உத்தரவுன்னு ஒண்ணு வந்தாதான் ஊர்க்காரா இடத்தை தரமுடியும். இங்க முதல்ல சுவாமி விருப்பம். அப்புறம் தான் மனுஷ விருப்பம்..."

பரமேஸ்வர குருக்களின் கனிவான பதிலைத் தொடர்ந்து, "பிரிங்க சாமி... சாமி பூ கொடுத்துட்டாரான்னு பார்ப்போம். பூ வந்தா சாமிக்கு சம்மதம். விபூதி வந்தா வேண்டாம்னு அர்த்தம்..." என்று அருணாசலத்தோடு வந்த ஒருவரும் சொல்ல குருக்கள் பொட்டலத்தை பிரித்தார்!

உள்ளே?

நீங்கள் ஏதாவது சித்த சாகசங்களைப் பார்த்திருக்கிறீர்களா?

பானுதாசன், காரைக்குடி.

ஆஹா... 1976ம் வருடம் சேலத்தில், ஒரு பெரிய மனிதர் வீட்டில் காயத்ரி ஸ்வாமிகள் வந்து தங்கியிருந்தார். அவரை நண்பர்களோடு சென்று தரிசித்தபோது, நாங்கள் பழங்கள் வாங்கிச் சென்றிருந்தோம். நான் கொண்டு சென்ற ஆரஞ்சுப் பழத்தை என் எதிரிலேயே உரித்து அதனுள் இருந்து ஒரு நிலைக்கல் பிள்ளையார் விக்ரகத்தை எடுத்துத் தந்தார். என் நண்பர்களுக்கும் அவ்வாறே செய்தார். ஒருவருக்கு மகாலட்சுமி விக்ரகம், ஒருவருக்கு சிவலிங்கம் என்று...

அப்போது அங்கு வந்திருந்த ஒருவர், இதை எல்லாம் வரவழைத்து தருவதற்கு பேசாமல் ஆளுக்கு ஆள் தங்கம், வைரம் என்று வரவழைத்து கொடுத்தால் அது இன்னும் உதவியாக இருக்குமே என்று கமெண்ட் அடித்தார். அவரை அருகில் அழைத்து மனதில்தான் தங்கம், வைரமெல்லாம் இருக்க வேண்டும். நான் அருளாளன்... பக்தியை உருவாக்குபவன். ஆசையை மூட்டுபவன் அல்ல என்று பதிலும் கூறினார்.

இந்த சம்பவம் என் மனதில் ஆழமாக பதிந்தும்விட்டது! இன்றும் அந்த நிலைக்கல் பிள்ளையார் எங்கள் வீட்டில் இருக்கிறது...

* ——— *

12

சராசரி மனிதர்கள் வரையில் உடம்புக்கும், மனதுக்கும் நெருங்கிய தொடர்பு உண்டு. உடம்பில் உபாதைகள் இருக்கும்போது மனதில் உற்சாகம் போய்விடும். இதனால்தான் ஆரோக்யமே பெரிய செல்வம் என்றும் சொன்னார்கள். சித்த புருஷர்கள் வரையில் உடம்பை அவர்கள் இருவிதங்களில் அணுகினார்கள். கல்ப மூலிகைகளைப் பயன்படுத்தி உடம்பை முற்றாக நோய் உபாதைகளில் இருந்து விடுவித்துக் கொள்வது ஒரு விதம்.

உடம்பில் எப்பேர்ப்பட்ட உபாதைகள் ஏற்பட்டாலும் அதைக் கண்டு கொள்ளாமல் விட்டுவிடுவது இன்னொரு விதம். இந்த இரண்டு விதத்துக்குமே சான்றுகள் உண்டு.

'அல்லமர்' என்று ஒரு சித்தர். காயகல்ப மூலிகைகளால் இவர் உடலை மொத்தமாக வென்றுவிட்டார் என்றே கூறலாம். இவரை ஒருவர் கத்தியால் குத்தினார். ஆனால் குத்து விழுந்த பாகம் அதிகபட்சம் மூன்று நிமிடங்களில் குணமாகி பழைய நிலையை அடைந்துவிட்டது. அவ்வளவு வேகமாக இவர் உடல் குணப்பாட்டை அடைந்தது. இதை ஒரு மாயைபோல்தான் பலரும் பார்த்தனர். இவருக்கு நேர் எதிரானவர் பிராந்தர் என்கிற சித்தர். பிராந்தரை யானைக்கால் வியாதி ஆட்கொண்டிருந்தது. ஆனால் அதைப் போக்கிக்கொள்ள இவர் மருந்தேதும் உண்ணவில்லை. யானைக்கால் வியாதியின் வலியையும் வேதனையையும் பிராந்தர் அனுபவிக்கவே விரும்பினார்.

அவர் முன் மயானக்காளியே பிரசன்னமாகி யானைக் கால் நோயைக் குணப்படுத்த முன் வந்தும் தடுத்துவிட்டார். உன் அருளால் குணமானது என்பதைவிட நான் அதை சகித்துக்கொண்டேன் என்பதும், அனுபவித்து அதை தீர்த்தேன் என்பதே எனக்கு உகந்தது என்றார்!

சித்தர்களின் இப்படிப்பட்ட போக்கைத்தான் சித்தம் போக்கு சிவம் போக்கு என்றார்கள்!

அர்ஜூன் எடுத்த அந்த சீட்டைப் பிரித்துப் பார்த்த பரமேஸ்வர குருக்கள் முகத்தில் ஒரு பிரகாசம். அதுவே சன்னதியில் இறைவன் உத்தரவு தந்துவிட்டான் என்பதை எல்லோருக்கும் சொல்லாமல் சொல்லிவிட்டது.

மாமா கபாலீஸ்வரன் முகத்தில்தான் அதிக டென்ஷன்! கடவுளை நம்புவதில்லை என்கிற கொள்கை உடைய அர்ஜுன்கூட அந்த நொடிப்பொழுதில் தனக்கு நல்ல உத்தரவு கிடைக்க வேண்டும் என்றுதான் ஆசைப்பட்டான். அவன் ஆசைக்கு பின்னாலே ரஞ்சனி இருந்தாள்.

குருக்களும் சந்தோஷமாக வாயைத் திறந்தார்.

"சுவாமி நல்ல உத்தரவு கொடுத்துட்டார்... நீங்க இனித் தாராளமா இந்த ஊர்ல சர்க்கரைத் தொழிற்சாலையை ஆரம்பிக்கலாம்." என்றார்.

ஊர்க்காரர்களிடமும் உடனேயே ஒரு பரபரப்பு. அதுவரை அவர்களுக்கும் அடங்கிக் கிடந்த பலவிதமான ஆசைகள் வேகவேகமாக வெளிப்படத் தொடங்கின.

"முதலாளி... நம்ம தொழிற்சாலைல எம்புட்டு பேருங்க வேலை பார்ப்பாங்க..." என்று அப்போதே ஒருவர் அர்ஜுனை முதலாளியாக பார்க்கத் தொடங்கிவிட்டார்.

“இது என்னய்யா கேள்வி... நிச்சயம் நம்ம ஊர்ப் பசங்களுக்கு வேலை உண்டு. என்னங்க நான் சொல்றது?” என்றார் இன்னொருவர்.

“முதல்ல இடத்தை பார்த்து முடிவு செய்யட்டும். அடியேன்னு கூப்பிடறதுக்கு பொண்டாட்டி வரதுக்கு முந்தியே, ஒருத்தன் தனக்கு பொறக்கப்போற ஆண் குழந்தைக்கு அழகப்பன்னு பேர் வெச்சானாம்கற கதையால்ல இருக்கு” என்றார் இன்னொருவர். ஆனால் அருணாசலம் மட்டும் அமைதியாக உள்ளே சாமி சன்னதி மேலேயே பார்வையாக இருந்தார்.

அவர் மனதுக்குள் ஒரு செய்யக்கூடாத தவறை செய்துவிட்டதைப்போல ஒரு குற்ற உணர்ச்சி. அது யாருக்கு தெரிந்ததோ இல்லையோ குருக்களுக்கு மட்டும் நன்றாகத் தெரிந்தது.

“வாங்க கோவிலை பிரதட்சணமா வலம் வருவோம்” என்று அர்ஜுனை அழைத்துக்கொண்டு அருணாசலத்தோடு வந்தவர்கள் செல்ல, அருணாசலம் மட்டும் அங்கேயே நின்றுவிட்டார்.

“என்ன தலைவரே... நீங்க வரலையா?”

“நீங்க சுத்தி வாங்க... நான் நம்ம சாமிகிட்ட நாலு வார்த்தை பேசிட்டு வந்துடறேன்” என்றார். அவர்கள் விலகவும் குருக்களும் எதிரில் வந்து கூர்மையாக அருணாசலத்தைப் பார்த்தார்.

“அப்படிப் பார்க்காதீங்க சாமி... எனக்கு இப்பவே உடம்பெல்லாம் வெடவெடன்னு நடுங்குது.”

“தப்பு பண்ணா நடுங்காம என்ன பண்ணும் தலைவரே?”

“சாமி இந்த தப்பை நான் என் சுயநலத்துக்காக பண்ணல. ஊருக்காக, ஊர்ல படிச்சுட்டு வேலை இல்லாம இருக்கற நம்ம ஊர் பயலுகளுக்காகத்தான் பண்றேன்.”

“அப்ப நம்ம ஊர் பசங்கள நம்ம சுவாமி காப்பாத்த மாட்டார்ங்கறது உங்க எண்ணமா?”

“அப்படி இல்ல...”

“அப்ப எப்பவும்போல உத்தரவு கேட்டிருக்கலாமே? எதுக்கு திருவுளச்சீட்டுல, இரண்டுலயும் பூவையே வெச்சு கட்டிக் கொடுக்கணும்?”

“அது... அது...”

“எது? உங்களால நானும்னா இப்ப பாவியாயிட்டேன். நீங்க கட்டிக்கொடுத்ததை நான் ஒரு தடவை திறந்து பார்த்துருக்கணும். நான் அதை செய்யாமவிட்டது என் தப்பு.”

“சாமி... சொல்றேன்னு தப்பா எடுத்துக்காதீங்க. தொழிற்சாலை அமைக்கறேன்னு வந்துருக்கற இந்த அர்ஜுன் தம்பிக்கும் கடவுள் நம்பிக்கையில்லை. அதனால தன்னை நம்பாதவன் தனக்கு தேவையில்லைன்னு சாமி நினைச்சுட்டா என்ன பண்றதுன்னு ஒரு பயம். எனக்கு... அதோட ஒரு நல்லதுக்காக சில தப்பு பண்ணலாம்னு சாஸ்திரத்துலயும் சொல்லியிருக்கு. நான் ஊர் நல்லதுக்காகத்தான் செய்துருக்கேன். உங்க வீட்லயும் காலேஜுக்கு போய் படிச்ச புள்ள இருக்கு. இதை இப்படியே விட்ருவோம். சாமிகிட்ட மன்னிப்பு கேட்டு அவரையும் இந்த முடிவை ஆதரிக்கச் சொல்வோம்...”

“வேறவழி... ஆனா எனக்கென்னவோ நல்லது நடக்கும்னு தோணலை.”

குருக்கள் பெருமூச்சோடு கூறிவிட்டு விலகிக்கொண்டார்!

அர்ஜுனும் கபாலீஸ்வரன் மாமாவும் பிரதட்சணத்தை முடித்துவிட்டு கோவில் கோபுரவாசலுக்கு வந்து நின்றனர்.

“அடுத்து என்ன மாமா... இனியாவது நாம் இடம் பாக்கப் போகலாம்தானே?” என்று கேட்டான் அர்ஜுன்.

“தாராளமா... அடுத்த வேலையே அதுதானே?”

“கதிரேசன் நம்ம எஞ்ஜினியர் கொடுத்த லேண்ட்ஸ் கெட்ச் எங்க?” என்று தன் உதவியாளரிடமும் கேட்டான்.

“என் லேப்டாப்ல, ஃபைல்ல இருக்கு சார்.”

“எங்க காட்டுங்க...?”

வேகமாக லேப்டாப்பை வெளியே எடுத்து, அதன் திரையில் ஒரு மாதிரி தொழிற்சாலை வடிவ இட அமைப்பையும் தேடிப் பிடித்தான். அதை அவனோடு சேர்ந்து பலரும் பார்த்தனர்.

அருணாசலமும் வந்து சேர்ந்தார். அவரும் பார்த்தார். நீள அகலங்களை மீட்டர் கணக்கில் குறித்து ஒரு செவ்வக வடிவத்தை காண்பித்த கதிரேசன், "கரும்போட வேஸ்டேஜும், கெமிக்கல் வேஸ்டேஜும் வெளியேற ஒரு வாய்க்கால் ரொம்ப முக்கியம். அது வழியா நாம வெளியேத்தற வேஸ்டேஜை ஒரு குறிப்பிட்ட இடத்துல சுத்திகரிச்சு, அந்த வாட்டரை திரும்பப் பயன்படுத்தற பிளான்ட்டுக்கும், மெயின் பிளான்ட்டுக்கும் இடையில் குறைந்தபட்சம் ஐநூறு மீட்டர் தூரமாவது இருக்கணும். இது ரூல்!

எல்லாத்தையும் கூட்டிக் கழிச்சா, சாலிடா ஐம்பது ஏக்கர் இடம், இது ஒரு சதுரமாவோ இல்லை செவ்வகமாகவோ இருக்கலாம். இந்த இடமும் ஊரோட ரிவர் பெட்டை ஒட்டி இருந்தா நமக்கு ரொம்பவே நல்லது..."

கதிரேசன் சொல்லி முடிக்க அர்ஜூன் பார்வை அருணாசலம் பக்கம்தான் திரும்பியது.

"அப்ப ஐம்பது ஏக்கரா அளவுக்குங்களா இடம் தேவைப்படுது?"

"அவ்வளவு இருந்தாதான் எதிர்காலத்துல நினைச்ச மாதிரி பெரிய அளவுல தொழிற்சாலையை அமைக்க முடியும்?"

"கொஞ்சம் குறைவா இருந்தா?"

"ஏன் ஐம்பது ஏக்கர் இடம் கிடைக்காதா?"

"இங்க யார்கிட்டயும் அவ்வளவு இடம் இல்லை. அஞ்சு ஏக்கர், பத்து ஏக்கர்னுதான் வெச்சிருக்காங்க. எனக்குத்தான் ஒரு இருபத்திநாலு ஏக்கர் இடம் இருக்கு. ஆனா அதை என்னால விக்கவோ, இல்லை குத்தகைக்கு விடவோ முடியாது..."

"ஏன் அப்படி?" கபாலீஸ்வரன் தன் ஸ்பெக்சை கழற்றித் துடைத்தபடியே கேட்டார்.

“எங்க குடும்பத்துக்குன்னு ஒரு வழக்கம் இருக்குங்க... அது வழி வழியா வர்ற சொத்து. எனக்கு இப்ப ஒரே மகள். அவளை கட்டிக்கற மாப்பிள்ளைக்குதான் அது போய்ச் சேரும்.”

அருணாசலம் சொல்லி முடித்த நொடி கபாலீஸ்வரனுக்கு நெஞ்சில் அறை விழுந்த மாதிரி இருந்தது.

“அப்ப உங்க இடமே வேண்டாம் விட்றுங்க” என்று வேகமாக ஒரு முற்றுப்புள்ளியும் வைத்தார்.

“அது மட்டுமில்ல...?” என்று வேறு ஒருவர் அருணாசலத்துக்காக இழுத்தார். அர்ஜுன் அவரை பதிலுக்குப் பார்த்தான்.

“அந்த இடத்துல ஒரு வில்வ விருட்சம் ஒண்ணு இருக்கு... பல நூறு வருசம் முந்தி அகத்தியர் நட்ட மரம் அது!”

“அந்த மரத்தை வெட்டக்கூடாதுன்னு சொல்லப்போறீங்க... அதானே?” கபாலீஸ்வரனே திரும்பவும் முந்தினார்.

“அவசரப்படறீங்களே... அது ஸ்தலவிருட்சம். இந்த ஊரோட சாமி அது. சாதாரண மரமில்ல அது. அதுகிட்ட... போய் கையெடுத்து கும்பிட்டு நாம் எதைக் கேட்டாலும் அது தரும். இப்பவும் வெளியூர்ல இருந்தெல்லாம் அந்த மரத்தைக் கும்பிடவும் நினைச்ச காரியம் நடக்கவும் பலபேர் வந்துட்டு போறாங்க...”

ஊர்க்காரரர் சொன்னதைக் கேட்டு ஒரு கேலிச்சிரிப்பு சிரித்தான் அர்ஜுன்.

“சிரிக்காதீங்க தம்பி... உங்களுக்கு சந்தேகமா இருந்தா பரீட்சை பண்ணிப் பாருங்க. அந்த மரத்துகிட்ட போகும்போது நல்ல எண்ணம் ரொம்ப முக்கியம். சந்தேகம், கேலி, கிண்டலெல்லாம் இருந்தா நம்ம வாழ்க்கைலயும் அதெல்லாம் வந்துரும்...”

அவரது பேச்சு அர்ஜுன் உதவியாளன் கதிரேசனை பயமுறுத்தியது. ஆனால் அர்ஜுன் அதைக் கேட்டு, “இது அடுத்த ஒரு முட்டாள்தனமான விஷயம். இந்த ஊர்ல இந்த மாதிரி இன்னும் எவ்வளவு இருக்குன்னே தெரியலியே...” என்று ஆங்கிலத்தில் கதிரேசனிடம் புலம்பினான்.

கபாலீஸ்வரனும் ஆமோதித்தார். அதே ஜோரில், "பேசாம நாம திரும்பிப்போய் இந்த பிராஜக்ட் ஆரம்பிக்கறது பத்தி நிதானமாப் பேசுவோம். எனக்கென்னவோ இங்க நல்லபடியா நாம் தொழில் தொடங்க முடியும்னே தோணலை..." என்றார். அவரும் ஆங்கிலத்திலேயே பேசியதால் யாருக்கும் புரியவில்லை.

நாம் இங்க நின்னு பேசறதுக்கு அந்த மரத்துகிட்ட... போய் பேசறது ரொம்ப நல்லது. தொழிற்சாலை கட்ட நல்ல இடமா கிடைக்கணும்னு, அங்க வேண்டிகிட்டா வேலையும் சுலபமா முடிஞ்சிட்டுபோகுது" என்றார் ஒருவர்.

அர்ஜூனும், "அதையும் தான் பார்ப்போமே" என்றான். அப்படியே கதிரேசன் பக்கம் திரும்பி, "கதிரேசா... நீ என்ன நினைக்கறே?" என்று கேட்டான்.

"இதெல்லாமே நம்பிக்கை சார்ந்த விஷயங்கள் சார். இதுல நம்ம விருப்புவெறுப்புகளை காட்றது எனக்கு சரியாப்படலை சார்..."

"என்னய்யா நீயும் பயப்பட ஆரம்பிச்சிட்டியா?"

"அப்படி இல்ல சார்... நான் என் மனசுல பட்டதைச் சொன்னேன்..."

"நீ பூசி மெழுகுறே... இப்படிக் கேட்டதை எல்லாம் தர்ற ஒரு மரத்தை வெச்சுகிட்டு இவங்க ஏன்யா நான் தொழிற்சாலை அமைத்து எல்லாருக்கும் வேலை கொடுக்கணும்னு கேட்கறாங்க. அந்த மரத்துகிட்டேயே வேலையக் கேட்டு வாங்கிக்க வேண்டியதுதானே?"

"அப்படி இல்ல சார்... இதை வேற மாதிரி பார்க்கணும்"

"எப்படி?"

"இந்த ஊரைச் சேர்ந்த எல்லாரும் நீங்க சொன்ன மாதிரி தங்களுக்கு வேலை வேணும்னு கேட்கப்போய் அதனாலகூட இங்க வந்துருக்கலாம் இல்லையா?"

கதிரேசன் பதில் சொன்னானா இல்லை அர்ஜூனை மடக்கினானா தெரியாது. அர்ஜூனிடம் திகைப்பு.

“சரிய்யா... அப்ப நான் ஒண்ணு கேக்கறேன், அது நடக்குதான்னு பார்த்துடுவோமா?”

அர்ஜுன் பதிலுக்கு கேட்ட விதமே சரியில்லை.

சதுரகிரி மலையில் சித்தர்கள் வசிப்பதாகக் கூறுவது உண்மையா?

ராமலிங்கம், தென்காசி.

அது ஒரு காலம்... இப்போது அது எந்த அளவு உண்மை என்று எனக்கு தெரியவில்லை. இருக்கலாம், இல்லாமலும் இருக்க வாய்ப்பு உள்ளது. ஏன் என்றால் முன்பு நூற்றுக்கணக்கானவர்கள் மட்டுமே சென்று வந்த அந்த மலைக்கு இப்போது லட்சக்கணக்கில் ஜனங்கள் செல்வதால் அந்த மலையே மாறத்தொடங்கிவிட்டது. நான் அறிந்தவரை சித்தர்களுக்கு தனிமையும் ஏகாந்தமுமே மிகப்பிடிக்கும்.

* ———— *

13

சித்தம் போக்கு சிவம் போக்கு என்பதற்கு நிறையச் சம்பவங்களை உதாரணங்களாகச் சொல்லலாம். இவைகளை எல்லாம் நுட்பமாய் உணர்ந்தால் ஒவ்வொரு சம்பவங்களுக்குள்ளும் ஒரு பேருண்மை ஒளிந்திருப்பதும் தெரியும்.

பிராந்தர் என்கிற சித்தர் ஒரு மண்பானையோடு போய் பிட்சை கேட்பார். பிச்சைக்கும், பிட்சைக்கும் நிறைய வித்யாசம் உள்ளது. இதை முதலில் தெளிவாகப் புரிந்துகொள்ள வேண்டும். பிச்சை என்பது எதைக் கொடுத்தாலும் வாங்கிக்கொள்வது என்பதாகும். அப்படி வாங்குவதில் எச்சிலுக்கும் இடமுண்டு. ஆனால் பிட்சை அப்படியில்ல. அரிசியை மட்டும்தான் பிட்சையின்போது அளிக்க முடியும். பிச்சை கேட்பவர் என்பவர், விதி வசத்தால் வாழ முடியாது வறுமையில் விழுந்தவராவார். ஆனால் பிட்சை கேட்பவர் வாழ வழியிருந்தும் சொத்து சுகங்கள் இருந்தும், அவைகளை உதறிவிட்டு துறவுக்கோலம் பூண்டவர் ஆவார்.

பிச்சை கேட்பவருக்கு நாம் பிச்சையளிப்பது என்பது கருணையாகும். அதே சமயம் பிட்சை கேட்பவருக்கு நாம் பிட்சை போடுவது கடமையாகும். பிச்சை கேட்பவருக்கு இல்லையென்று சொல்வதால், நமக்கு குறையொன்றும் நேராது. பிச்சையிட்ட புண்ணியம் வேண்டுமானால் சேராமல் போகும். ஆனால் பிட்சை கேட்டு வருபவருக்கு மறுப்பது என்பது பாவச்செயலாகும். ஏன் என்றால் பிட்சை கேட்டு வருபவர் நம்மிடம் அரிசியை

மட்டும் பெறுவதில்லை. நம் தீவினைகளையும் அவர் சேர்த்தே பெற்றுச் செல்கிறார் என்பார்கள்.

இப்படி பிச்சைக்கும் பிட்சைக்கும் இடையில் உள்ள வேற்றுமையை முதலில் தெரிந்துகொள்ள வேண்டும். பிராந்தரும் பிட்சை கேட்டு வரும் அரிசியைகொண்டு அடுப்பொத்து அமுது சமைப்பார். அதில் ஒரு கவளம் தான் சாப்பிட்டது போக மீதம் உள்ளதை காக்கை குருவிகளுக்குப் போடுவார். பின்பு பானையை கவிழ்த்து வைத்துவிடுவார்.

அதாவது அவர் உறங்கச் செல்லும்போது அவரிடம் அவரது உடம்பு ஒன்றைத் தவிர வேறு எதுவுமே இருக்காது; இருக்கவும் கூடாது.

இப்படி அவர் நடந்து கொள்வதற்குப் பின்னாலே நுட்பமான பல உண்மைகள் உள்ளன! அவை...?

ஃ

அர்ஜுனுக்குள் அவனது விஞ்ஞான அறிவு வேலை செய்யத் தொடங்கிவிட்டது. இந்த அறிவுடையவர்களுக்கு எல்லாவற்றுக்குமே காரணகாரியங்கள் தெரிந்தாக வேண்டும். அப்படி தெரியாவிட்டாலோ, இல்லை காரண காரியங்கள் புரியவில்லை என்றாலோ, மூடத்தனம் என்கிற ஒரு வார்த்தையை தயாராக வைத்துள்ளனர். அந்த ருத்ராட்ச விருட்சத்தை அர்ஜுனும் பரிசோதிப்பது என்கிற முடிவிற்கு வந்துவிட்டான். அந்த முடிவிற்கு வந்த நொடி அவனிடம் ஒரு புதுத்தெம்பு.

கதிரேசனும் கவனித்தான்

"என்ன சார்... இந்த மரத்தைப் பரிசோதிக்கப் போறீங்களா?"

"ஏன் கதிரேசா... கூடாதா?"

"அப்படி. இல்ல சார்..."

"வேண்டாம்... நீ எதுவும் சொல்லாதே. நான் இப்ப மனசுல ஒண்ணு நினைச்சிருக்கேன். அது நடக்குதான்னு பார்க்கறேன்..."

“நம்பிக்கையோட நல்ல விஷயமா நினையுங்க சார்...”

“அது நல்ல விஷயமா, கெட்ட விஷயமான்னு எனக்குத் தெரியாது. ஆனா சின்ன விஷயம்தான். எனக்கு இப்பவே கோடியக் கொடு, லட்சத்தை கொடுன்னு கேட்டு இந்த மரத்தை நான் தர்மசங்கடப்படுத்தப் போறதில்லை. ஐ நோ... திஸ் ட்ரீ ஈஸ் நாட் எ ஏ.டி.எம்! ஆனா நான் நினைச்சிருக்கறது என்வரைல கொஞ்சம் இன்ட்ரஸ்ட்டான விஷயமும்கூட...”

பேசிக்கொண்டே. மரத்தின் நிழல் பகுதி வரை வந்துவிட்டனர். மரத்தினடியில் பாம்புப்புற்று ஒன்று பெரிதாக இருந்தது. சிலர் அந்தப் புற்றோடு சேர்ந்து மரத்தை சுற்றி வந்து கொண்டிருந்தனர்.

ஒரு பெண் வெளியூரில் இருந்து வந்திருந்தாள். சமீபத்தில்தான் அவளுக்கு திருமணம் ஆகியிருந்தது. அவளோடு அவள் கணவனும் வந்திருந்தான். இருவருமாக கல்யாண மேடையில் அணிந்திருந்த உடையோடு மரத்தை வலம் வந்தபடி இருந்தனர். அதை கவனித்த அருணாசலம் அர்ஜுன் அருகே வந்து, “அந்த பொண்ணு தன் கல்யாணம் நல்லபடி நடக்கணும்னு வேண்டிகிட்டிருந்தாங்க. அது நடந்து முடியவும் புருஷனோட வந்துடுச்சு.” என்றார்.

“இப்படி தினசரி நூறு பேராவது வருவாங்க. எங்க சாமி மரத்துக்கு அவ்வளவு சக்தி...” என்றார் இன்னொருவர்.

“தம்பி நாமளும் நாம் ஆரம்பிக்கப்போற தொழிற்சாலை நல்லவிதமா அமையணும்னு வேண்டிகிட்டு மரத்தை சுத்துவோம்.” என்றார் அருணாசலம். அப்படியே அவன் எதிரில் ஒரு ஓரமாக போய் செருப்பை விட்டுவிட்டு அவனையும்விடச் சொன்னார். அவனும் அவ்வாறே செய்தான். இப்போதெல்லாம் அவர் சொல்வதற்கு அவனிடம் மறுபேச்சு இல்லை. கதிரேசனும் அதை கவனித்துக்கொண்டுதான் இருந்தான்.

அருணாசலம் கை கூப்பியபடி மரத்தை வலம் வந்தார். அப்படிச் செய்ய அர்ஜுனுக்கு கூச்சமாக இருந்தது. எனவே மிகவேகமாக கைகளைக் கூப்பி ஒரு எக்ஸ்பிரஸ் வணக்கம் போட்டுவிட்டு கைகளையும் விலக்கிக்கொண்டான்.

அருணாசலம் பாம்புப்புற்று அருகில் நின்று உருக்கமாக கண்களை மூடினார். சில வினாடிகள் கழித்து கண்களைத் திறந்தவர், "தம்பி இந்த புற்றும் காலகாலமாக இருக்கு... இதுக்குள்ள நாக சித்தர்ங்கறவர் இருக்கறதா சொல்வாங்க..." என்றார்.

"அப்ப இப்ப இல்லையா?"

"அவர் எப்பவும் இருக்கறவர்... ஆனா நம்ம கண்ணுல பட நாம் கொடுத்து வெச்சுருக்கணும்."

"இப்படி ஒரு விஷயமா?"

"ஆமாம் தம்பி... தினமும் கோவிலுக்கு வந்து நாம் பாத்த சாமியை அர்ச்சனை செய்து கும்பிட்றதா இப்பவும் குருக்கள் சொல்வார்..."

"பாம்பு வந்து அர்ச்சனை எல்லாம் செய்யுதா?"

"என்ன அப்படி கேட்டுட்டீங்க... தேப்பெருமாநல்லூர் சிவன் கோவில்ல போன கிரகணத்தின்போது கோவில்ல இருக்கற நாகம் மரத்துல ஏறி·வில்வ இலையை பறிச்சு வாயாலேயே கவ்விகிட்டு போய் சிவலிங்கம் மேல தூவி பூஜை செய்ததை போட்டோ எடுத்து பத்திரிக்கைல எல்லாம் போட்டிருந்தாங்களே?"

"அப்படியா?" நம்ப முடியாமல் கேட்டுக்கொண்டே அங்கிருந்து விலகி வந்து செருப்பையும் அணிந்துகொள்ளத் தொடங்கினான். கூடவே வந்த கதிரேசன் காதில் ரகசியக் குரலில், "அந்த பாம்புக்கு சினிமாக்காரங்க ட்ரெயினிங் கொடுத்திருப்பாங்களோ?" என்று கேலியாகவும் கேட்டான்.

கபாலீஸ்வரன் மட்டும் ஒதுங்கியே இருந்தார். காரைவிட்டு அவர் இறங்கவேயில்லை. உள்ளேயே ஒரு சிகரெட்டை பற்ற வைத்துக்கொண்டு ஊதிக்கொண்டிருந்தார். அர்ஜுன் வெகுவேகமாக மாறிவிட்டதுபோல அவருக்குள் ஒரு பயம் கலந்த எண்ணம்.

அர்ஜுனும் கதிரேசனும் கார் நோக்கி வருவது தெரியவும் சிகரெட்டை தூக்கி எறிந்துவிட்டு வாட்டர் பாட்டிலில் இருந்த தண்ணீரால் வாயையும் கொப்பளித்துத் துப்பினார்.

அவர்கள் இருவரை ஒட்டியும் அருணாசலம் முதல் ஊர்க்காரர்கள் அவ்வளவு பேரும் வந்தபடி இருந்தனர்.

“தம்பி மரத்தை கத்தும்போது நல்லா வேண்டிகிட்டீங்களா?”

“ஆஹா... நல்லாவே வேண்டிகிட்டேன். ஆனா நடக்கும்போதுதான் இந்த மரத்தை நான் நம்புவேன்.”

“பாத்தீங்களா... அப்பப்ப சந்தேகப்பட்டுகிட்டே இருக்கீங்களே...?” என்று அருணாசலம் செல்லமாகக் கோபித்துக்கொண்டார். கதிரேசன் மட்டும், அர்ஜுனுக்கு மட்டும் கேட்கும்படியாக, “சார்... என்ன வேண்டிகிட்டீங்கன்னு நான் தெரிஞ்சுக்கலாமா?” என்று கேட்டான்.

“நடந்து முடியட்டும் சொல்றேன். ஆனா அது நடக்கும்னு நான் நம்பல...”

“அப்ப நடக்க முடியாத ஒரு விஷயமா சார்?”

“அது எனக்குத் தெரியாது... ஒரு குறிப்பிட்ட நேரத்துக்குள்ள நான் நினைச்சது நடந்தாகணும். அதுவும் இன்னும் அஞ்சு நிமிஷத்துக்குள்ள...”

“அஞ்சு நிமிஷத்துக்குள்ள நடந்து முடியற மாதிரின்னா... புரியலியே சார்.”

“அஞ்சு நிமிஷம் முடிஞ்சுடட்டும். இது வெறும் மரம் தான்னு நீயும் தெரிஞ்சுக்குவே...”

அர்ஜுன் குரலில் இளக்காரம் தொனித்தது. அப்போது சற்று தொலைவில் ரஞ்சனி வந்து கொண்டிருந்தாள். அவள் கையில் அர்ஜுன் மறந்து வைத்துவிட்டு வந்திருந்த அவனது கூலிங்கிளாஸ்!

அவளைப் பார்த்த நொடி அர்ஜுனிடம் ஒரு பிரமிப்பு.

அப்படியே விக்கித்துப்போய் நின்றுவிட்டான்.

“என்ன சார் ஸ்டன்னாயிட்டீங்க?” அர்ஜுனிடம் பதிலில்லை. ரஞ்சனியும் அருகில் வந்துவிட்டாள்.

“என்னம்மா... எங்க வந்தே?”

“சார் தன்னோட கூலிங்கிளாசை நம்ம வீட்லயே விட்டுட்டு வந்துட்டாருப்பா. இதைக் கொடுக்கத்தான் வந்தேன்.”

“அப்படியா... நீயே உன் கையால கொடு...”

அருணாசலம் கூறவும் ரஞ்சனியே கூலிங்கிளாசை நீட்டவும் சரியாக இருந்தது; காரில் இருந்த கபாலீஸ்வரனுக்கு அந்த காட்சியே கண்களைக் கரித்தது.

அர்ஜுன் ஸ்தம்பிப்பில் இருந்து விடுபடவே இல்லை.

“தம்பி வாங்கிக்குங்க...” என்று அருணாசலம் தோளைத் தொடவும்தான் கலைந்தான். இதமாக ‘தேங்க்ஸ்’ என்றான். ரஞ்சனியும் கொடுத்த வேகத்தில் ஒரு சிரிப்போடு அங்கிருந்து புறப்பட்டுவிட்டாள்.

சிறிது தூரம் சென்றவள், ஓட்டமாக திரும்பி வந்து மரத்தையும் ஒரு சுற்றுசுற்றி வந்து கீழே குனிந்து புற்று மண்ணை எடுத்து நெற்றியில் இட்டுக்கொண்டு திரும்பவும் அர்ஜுனைப் பார்த்து சிரித்துவிட்டுச் சென்றாள்.

அர்ஜுன் அவளைப் பார்த்தபடியே கதிரேசனிடம் சொன்னான்.

“கதிர்... இந்த மரத்துக்கு சக்தி இருக்கு... இது சாதாரண மரமில்லை. நான்கூட என்னவோன்னு நினைச்சு சந்தேகப்பட்டுட்டேன்.”

“அப்ப அந்த அஞ்சு நிமிஷத்துக்குள்ள நீங்க நினைச்சது நடந்துடிச்சா?”

“ஆமாம்... இந்த ரஞ்சனியை நான் நினைச்சேன். அஞ்சு நிமிஷத்துல இவள் என் கண்ணுல படணும்கறதுதான் என் விருப்பமா இருந்தது...”

“ஓ... அதான் சின்ன விஷயம்னு சொன்னீங்களா?” கண்களை சிமிட்டினான் அர்ஜுன்.

“எனக்கென்னவோ இந்த பெண்ணை நீங்க பார்க்க மட்டும் ஆசைப்பட்ட மாதிரி தெரியலை...” கதிரேசன் குறும்பாக சொன்னதற்கும் ஒரு சிரிப்பு சிரித்தான்.

“சரிங்க தம்பி... இனி நாம் இந்த இடத்தை சுத்திப்பாக்க வேண்டியதுதான்.” என்றார் அருணாசலம் பதிலுக்கு.

“மிஸ்டர் அருணாசலம்...” என்று அவரை அழைத்தவன் சட்டென்று மாற்றிக்கொண்டு, “உங்கள பேர் சொல்லி கூப்பிட எனக்கு என்னவோபோல இருக்கு. நான் உங்கள் அங்கிள்னு கூப்பிடலாம்தானே?” என்று கேட்க அருணாசலத்துக்கு அப்படியே கிறுகிறுவென்று வந்தது.

“தாராளமாக தம்பி...”

“உங்களைப் பார்த்தாலும் என் மாமா மாதிரிதான் இருக்கீங்க.”

“ரொம்ப சந்தோஷம்...”

“நான் ஒரு முடிவு பண்ணிட்டேன். இங்க நான் சர்க்கரை தொழிற்சாலை கட்றது உறுதி. அது உங்க இடத்துலையா, இல்ல மத்தவங்க இடத்துலயாங்கறதெல்லாம் உங்க பாடு, அந்தப் பொறுப்பு உங்களச் சேர்ந்தது. நான் ஊருக்கு போய் அப்பாகிட்ட எல்லா விஷயத்தையும் சொல்றேன். அவர் உங்ககூட பேசும்போது, உங்களுக்கு இன்னும் பல விஷயங்கள் புரியும். இந்த சர்க்கரை தொழிற்சாலைக்கு முதலாளி நானா இருக்கலாம். ஆனா இந்த ஊர்ல அதோட எல்லா விஷயங்களுக்கும் பொறுப்பு நீங்கதான்.

பை த பை இந்த மரமும் உண்மைல ரொம்ப விசேஷமான மரம்தான். இன்றைய நாளையும் என்னால மறக்க முடியாது. இந்த ஊர்ல எனக்கு இனிமேதான் நிறைய வேலையும் இருக்கு...” என்று ஒரு மழைபோல கொட்டி முடித்தவன் உற்சாகமாக நடந்து சென்று காரில் ஏறினான். காருக்குள் கபாலீஸ்வரனோ அனல் பார்வை பார்த்தபடி இருந்தார்.

சேஷாத்ரி சுவாமிகள், ரமணர் போன்றோரெல்லாரும் சித்த புருஷர்களா?

சீதா, கோவை.

இவர்களைச் சித்த புருஷர்களாக எண்ணுவதில் பிழை இருப்பதாக எனக்குத் தெரியவில்லை. இருவருமே தங்களை சுயமாக வழி நடத்திக் கொண்டவர்கள். ஒரு குருகுலத்தில் சேர்ந்து ஒரு குருநாதரிடம் சீடனாக இருந்து ஆன்மீகக் கல்வியை முறைப்படி மாணவனாக இருந்து கற்றுத் தெளிந்து பின் ஞானியாக உயர்வடைவது ஒரு விதம்.

பூர்வஜென்ம கர்மம் காரணமாக மிகுந்த இளைய வயதிலேயே சிறுபிள்ளைகளுக்குரிய ஆசாபாசங்கள் எதுவுமின்றி வீட்டைவிட்டு வெளியேறி கால் போனபோக்கில் போய், தங்களைக் கேலியாகப் பார்த்திடும் உலகைத் துளியும் பொருட்படுத்தாமல் ஒரு பைத்தியம்போல அலைவது என்பதும் சித்தத்தின் ஒரு பகுதி.

சேஷாத்ரி சுவாமிகளிடமும், ரமணரிடமும் இந்த சித்த குணங்கள் மிகுதியாகக் காணப்படுகிறது. எனவே இவர்களைச் சித்த புருஷர் என்று தாராளமாகச் சொல்லலாம்தான்!

——————

14

பிராந்தர் என்னும் சித்தர் பெருமகனார் பிட்சை எடுக்கும் அரிசியைகொண்டு சோறு சமைத்து சாப்பிட்டுவிட்டு மீதம் உள்ளதைக் காக்கை, குருவிகளுக்குப் போட்டுவிட்டு, சட்டியைக் கவிழ்த்து வைத்துவிட்டுத் தன் வசம் ஏதும் இல்லாத நிலையில்தான் உறங்கப்போவார்.

இதுதான் அப்பழுக்கற்ற சித்தயோகிகளுக்கான லட்சணமாகும். சித்தர்களுக்கு நிகழ்காலம் மட்டுமே கணக்கு. மறுநாள் என்பதுகூட அவர்கள் வரையில் எதிர்காலம்தான்.

மறுநாள் என்று ஒன்று இருந்து அன்று உயிருடன் இருக்க நேர்ந்தால் அந்தப் பொழுதின் தொடர்ச்சி மாலையானால் இருளில் சென்று முடியுமல்லவா? எனவே இந்த நீளம்தான் அவர்களுக்குக் கணக்கு...

இதை நிதர்சனத்தை மட்டுமே நம்புவது என்று கூறுவார்கள். நாளை என்பது நம்பிக்கை சார்ந்த ஒன்று. இந்த உலகில் பிறந்துவிட்ட அவ்வளவு உயிர்களுக்கும் நம்பிக்கை என்பது மிகவும் அவசியமான ஒரு உணர்ச்சியாகும்.

ஆனால் சித்தர் பெருமக்கள் இந்த நம்பிக்கையை ஒரு மாயை ஆகப்பார்த்தார்கள். அதனால் மாயத்திலிருந்து விடுதலை அடைவதே வாழ்வின் நோக்கம் என்பதால், இந்த நாளை என்பதின் மேல் அவர்கள் நம்பிக்கை வைக்கவில்லை.

அது எப்படி இருந்தாலும் வரத்தான் போகிறது அப்படி அது வரும்போது பார்த்துக் கொள்வோம் என்று இருந்துவிட்டனர்.

வருங்காலத்தைப் பற்றியும் நாளைய பொழுதைப் பற்றியும் திட்டமிடாமல் வாழ்வதும் ஒரு வாழ்வா...? அது சரியா...? என்றெல்லாம் இல்லறவாசிகளான நமக்குள் கேள்விகள் எழலாம். எழவும் செய்யும். நம் வரையில் வாழ்க்கை என்பது நம் கைகளில்...

இதையே 'உன் வாழ்க்கை உன் கைகளில்' என்று கவிதை நயத்தோடு சொல்வதும் உண்டு. 'உன் கைகளில் உள்ள உனது வாழ்வை நீ தான் திட்டமிட்டு வடிவமைத்துக்கொள்ள வேண்டும்' என்று சான்றோர்கள் கூறுவதும் உண்டு. ஆனால் சித்த புருஷர்கள் இதை மறுக்கின்றனர்.

வாழ்க்கை என்பது ஏற்கனவே தீர்மானிக்கப்பட்ட ஒன்று. அதன்படி வாழ்ந்திடவே பூமிக்கு வருகிறோம். எனவே, எது நடந்தாலும் அது ஏற்கனவே தீர்மானிக்கப்பட்ட ஒன்று என்பது அவர்கள் கருத்து.

தங்கள் வரையில் ஒரு யோகியைப்போல தாங்கள் திரியக் காரணம்கூட தங்கள் ஜாதகம்தான் என்கின்ற கருத்தும் அவர்களுக்கு உண்டு.

அதனாலேயே ஜோதிட ஞானமும் சித்த புருஷர்களிடம் மிகுதியாக இருந்தது.

குறிப்பாக ஜோதிடக் கலையில் அகத்தியர் முதல் சாகபுஜண்டர், புலிப்பாணி என்று பல சித்த புருஷர்கள் தலை சிறந்து விளங்கினர்.

இவர்களது பாடல்கள்தான் இன்றும் ஜோதிடம் கற்பவர்களுக்கும் வழிகாட்டியாக உள்ளது!

அர்ஜுன் ஏறிக்கொள்ளவும் கார் புறப்பட்டது!

கபாலீஸ்வரனிடம் ஒரு அழுத்தமான மௌனம்... அது யாருக்குப் புரிந்ததோ புரியவில்லையோ அர்ஜுனின் உதவியாளன் கதிரேசனுக்குப் புரிந்தது. அர்ஜுனுக்கு மாமாவின் கிறக்கத்தை ஜாடையாலே காட்டினான்.

அர்ஜூனும் பார்த்தான். சமாளிக்கத் தொடங்கினான்.

"அங்கிள்"

கபாலீஸ்வரன் வெளியே பார்த்தபடியே வந்தார்.

"என்ன அங்கிள்... எதுவும் பேசாம வர்றீங்க...?"

"என்னத்த பேச அர்ஜூன்... இந்த ஊருக்கு வந்து முழுசா அஞ்சாறு மணி நேரம்கூட ஆகல... ஆனா உன்கிட்ட நான் ஏராளமான மாற்றங்களைப் பார்க்கறேன்..."

"உண்மைதான் அங்கிள்... இந்த ஊர்ல சில விசேஷங்கள் இருக்கற மாதிரிதான் எனக்கும் தோணுது..."

"போதும் அர்ஜுன்... அமெரிக்காவுல இருந்து நீ வந்து முழுசா நாலு நாள்கூட ஆகலை. இப்படி எல்லாம் பேசாதே..."

"ஓகே அங்கிள்... என் பர்சனல் ஃபீலிங்ஸை நானும் உங்ககிட்ட இனி ஷேர் பண்ணிக்கமாட்டேன். உங்க வழி உங்களுக்கு. என் வழி எனக்கு..."

கபாலீஸ்வரனை ஷணத்தில் அறுத்து விட்டுவிட்டான் அர்ஜுன். அவரும் திக்குமுக்காடி விட்டார்.

அர்ஜுனின் சுபாவம் தெரிந்திருந்தும் தான் அவனை கண்டிப்பதுபோல பேசியதை தவறு என்று உடனேயே உணர்ந்து கொண்டவர் சமாளிக்கத் தொடங்கினார்.

"என்ன அர்ஜுன்... நான் சொன்னதைத் தப்பா புரிஞ்சிகிட்டபோல இருக்கே?"

"பின்ன என்ன அங்கிள்... நீங்களும் கூடவேதானே இருக்கீங்க... ஒரு அன்யூஷவல் சிச்சுவேஷன்தானே இங்க நாம் பார்த்தது...?"

"அது தாம்ப்பா இந்தியா... உனக்கு தெரியாததா. மேல்நாட்டுல இந்தியாவை பத்தி எப்படி யோசிக்கிறாங்க தெரியுமா?"

கபாலீஸ்வரன் தடம்புரண்டு எங்கோ போகத் தொடங்கினார். அர்ஜுன் பதில் ஏதும் கூறவில்லை.

"இது பாம்பாட்டிகளோட நாடு... குடிக்கற தண்ணிகூட இங்க சுத்தம் கிடையாது. பாதிப்பேருக்கு சாப்பாடு கிடைக்கறதே இல்லை.

ரொம்பவே மூடநம்பிக்கைகள்...! ஜாதகம் ஜோசியம்னு தங்களைத் தாங்களே ஏமாத்திக்கறவங்கதான் இங்க அதிகம்... இப்படித்தான் மேல்நாட்டுல நம்ப நாட்டைப் பத்தி ஒரு இமேஜ் இருக்கு..."

கபாலீஸ்வரன் பதில் அர்ஜுனுக்கு ஒரு ஆவேசத்தையே ஏற்படுத்திவிட்டது.

"அங்கிள் உளறாதீங்க... யார் சொன்னா உங்களுக்கு இப்படின்னு...

அமெரிக்காவுல இப்ப நம்ப நாட்டு சமாச்சாரங்களுக்குதான் அதிக மதிப்பே... குறிப்பாக... யோகாசனம் தெரிஞ்சவங்க அங்க கோடிக்கணக்குல சம்பாதிக்கறாங்க... உங்க கலாசாரம் ரொம்ப கலர் ஃபுல்னு பலர் என்கிட்ட கருத்தை ஷேர் பண்ணிகிட்டிருக்காங்க... அது தெரியுமா உங்களுக்கு...?"

அர்ஜுனா அப்படி பேசுகிறான் என்று கபாலீஸ்வரனுக்கு ஆச்சரியமாகக்கூட இருந்தது. அந்த நொடி அந்த காரும் ஊர் எல்லையில் சூரிய லிங்கம் உள்ள மரத்தடி அருகில் வந்திருந்தது. அங்கே வரும்போது சந்தித்த அதே திரிசூல சித்தர் சாலை நடுவில் திரிசூலமும் கையுமாக நின்று கொண்டிருந்தார்!

காரும் கிரீச்சிட்டு நின்றது.

அவர் அசையக்கூட இல்லை... இமைக்காதபடி ஒரு பெரும் வெறிப்பை காட்டியபடி ஒரு கற்சிலைபோல அவர் நிற்பதை பார்த்து டிரைவர் அர்ஜுனையும், கதிரேசனையும் பார்த்தான்.

"கதிரேசா இறங்கி அந்த சாமியாரைக் கொஞ்சம் வழிவிடச் சொல்..." என்றான். கதிரேசனும் இறங்கினான், அவரை நோக்கிச் சென்றான்.

"சாமி கொஞ்சம் வழிவிடுங்க..." என்றான். குரலில் பயமும் பணிவும் இருந்தது.

"இதை நீ சொல்லாதே, உள்ள உட்கார்ந்திருக்கற உன் முதலாளியை வந்து சொல்லச் சொல்..." என்றார். கதிரேசன் வேகமாக திரும்பி வந்து அதை அர்ஜுனிடம் கூறவும் கபாலீஸ்வரனுக்குத்தான் கோபம் பீறிட்டுக்கொண்டு வந்தது.

"ஏய்... காரை எடுத்து அந்த ஆள் மேல ஏத்துய்யா என்ன ஆகுதுன்னு நானும் பார்க்கறேன்... திரிசூலம் கையுமா வந்துட்டா அந்த பரமசிவம்ன்னு நினைச்சு பயந்துடுவோம்னு நினைச்சிட்டானா அந்தப் பரதேசி..."

பலமான குரலில் கத்தினார். ஆனால் அர்ஜுன் காரைவிட்டு வேகமாக இறங்கி அவரை நோக்கி சென்றான்.

"உங்களுக்கு என்ன வேணும் இப்ப...?"

"உனக்கு உத்தரவு வரலை. அதனால திரும்பி வராதே. அதை சொல்லத்தான் கூப்பிட்டேன்..."

"யார் எனக்கு உத்தரவு தரணும்...? இது இந்திய நாடு. நான் இந்த நாட்டோட குடிமகன். இது என் அப்பா பிறந்து வளர்ந்த ஊர்..."

அர்ஜுன் நரம்பு புடைக்க அலறினான்.

"நான் சொன்னது உன்னோட நன்மைக்குத்தான். மறுத்தா உன் நன்மைதான் கெடும்..."

"அது எப்படி கெடும். யாரால கெடும்... என்ன பயமுறுத்தறீங்களா?"

"பைத்தியக்காரா... பரிதாபப்பட்டுப் பேசினா பயமுறுத்தறதா சொல்றியே. விதி வலியதுன்னு சும்மாவா சொன்னாங்க, இனி எல்லாத்தையும் அனுபவப்பட்டே தெரிஞ்சுக்கோ... போ..."

ஒரு விரக்தியான பதிலைச் சொல்லிவிட்டு விலகி சூரிய லிங்கம் உள்ள மரத்தின் பின்புறமாக சென்றவர் மறைந்தும் போனார்.

அர்ஜுனுக்குதான் என்னவோபோல் ஆகிவிட்டது.

தான் அவசரப்பட்டு உணர்ச்சிவசப்பட்டு பேசிவிட்டோமோ என்றுகூடத் தோன்றியது.

அமைதியாக வந்து காரில் ஏறிக்கொள்ள காரும் புறப்பட்டது. மாமா கபாலீஸ்வரன் அர்ஜூனின் சலனத்தை தனக்கு சாதகமாக பயன்படுத்திக்கொள்ள விரும்பியவர்போல,

"அர்ஜுன்... நடந்ததை நினைச்சு வருத்தப்படாதே. எனக்கும் இந்த ஊர்ல நம்மால நல்லபடியா சர்க்கரை தொழிற்சாலை போடமுடியும்னு தோணலை. எடுத்ததுக்கெல்லாம் சாமி பூதம்னே திரியறாங்க.. போதாக்குறைக்கு மரத்துல இருந்து பாம்பு வரை எல்லாத்தையும் கும்புடுறாங்க.

நாளைக்கு வேலைக்கு யாராவது ஒழுங்கா வரலைன்னு மெமோ கொடுத்தா உடனே எங்க இருந்தாவது ஒரு பரதேசி வந்து நம்மளை மிரட்ட ஆரம்பிச்சிடுவான். எதுக்கு வம்பு, விட்ருவோம் அதான் பெஸ்ட்" என்றார்.

அர்ஜூன் டிரைவரைப் பார்த்து காரை ஓரமாக நிறுத்தச் சொல்லிவிட்டு கபாலீஸ்வரனை அழுத்தமாக பார்த்தான். பின் நிதானமான குரலில் சொன்னான்.

"அங்கிள்... இந்த ஊர்லதான் நான் சர்க்கரை தொழிற்சாலை போடப்போறேன். அதை சக்ஸஸ்ஃபுல்லாவும் நடத்திக் காட்டறேன். உங்களுக்கு இஷ்டம் இல்லேன்னு நல்லா தெரியும்! ஸோ... யூ டோன்ட் கம் வித் மீ... அதுதான் உங்களுக்கும் நல்லது. எனக்கும் நல்லது..." என்றான் வெகு தீர்மானமான குரலில்...

கபாலீஸ்வரனுக்கு கன்னத்தில் அறைந்ததுபோல் இருந்தது!

◈◈◈

சிறைச்சாலை!

நாளை மறுநாள் ராமண்ணாவுக்கு தூக்கு... அதிகாலை ஐந்து மணிக்கு தொடங்கி, ஐந்து மணி ஐந்து நிமிடங்களுக்குள்

நிறைவேற்றிவிட வேண்டும். அப்படித்தான் தூக்கு தண்டனை விஷயத்தில் எப்போதுமே சட்டம் சொல்கிறது. அதை நினைத்த பெருமாள்துரைக்குக்கூட மனதை என்னவோ செய்தது.

சிறைச்சாலையின் சானிடரி இன்ஸ்பெக்டரும், டாக்டரும் பெருமாள் துரையைப் பார்க்க அவர் அறைக்கு வந்த சமயத்தில் பெருமாள்துரை ராமண்ணாவின் கேஸ் ஃபைலைத்தான் பார்த்துக் கொண்டிருந்தார்.

இருவரும் வந்து அமரவும் அவர்களிடம் பேச ஆரம்பித்தார்.

“நாளானிக்கு ஒரு தூக்குதண்டனையை நிறைவேத்தணும்போல இருக்கே...”

“ஆமாம் டாக்டர்... கிட்டதட்ட ஒன்பது மாசம் கழிச்சு திரும்பவும் ஒரு தூக்குதண்டனை. பாவம் கைதி ராமண்ணா...”

“இப்பகூட பரிசோதனை பண்ணிட்டுதான் வரேன். கண்ணை மூடிகிட்டு யோகத்துல இருக்காரு... நான் எவ்வளவு கூப்பிட்டும் கண் திறக்கல.

உதடோ ஓம் நமசிவாயன்னு முனிவர் மாதிரி சொன்னதையே சொல்லிகிட்டு இருக்கு... இது ஒரு விதமான மென்டல் ஸ்ட்ரெஸ்...”

“விடுங்க... சாமி பேரை சொல்லிகிட்டு தியானம் தானே பண்றாரு. இதுக்காக நாம் என்ன செய்ய முடியும்?”

பெருமாள்துரை கேட்ட நொடி ஒரு சென்ட்ரி போலீஸ்காரர் ஓடி வந்து மூச்சிரைக்க நின்றார்.

“என்னய்யா... என்ன விஷயம்?”

“தூக்குதண்டனை கைதி ராமண்ணா சுவத்துல முட்டிகிட்டு தற்கொலைக்கு முயற்சி பண்ணி மயங்கி விழுந்துட்டார் சார்.”

அந்த செய்தியைக் கேட்ட நொடி, பெருமாள்துரையும் டாக்டரும் சானிடரி இன்ஸ்பெக்டரும் ராமண்ணாவின் செல் நோக்கி ஓடத் தொடங்கினர்.

இன்றைய விஞ்ஞான உலகில் சித்த சாகசங்கள் செல்லுபடியாகுமா?

ரமேஷ், சேலம்.

எந்த அர்த்தத்தில் இந்த கேள்வியைக் கேட்கிறீர்கள் என்று தெரியவில்லை. இருந்தாலும் சித்தர்களின் சாகசங்களை நீங்கள் ஒப்புக் கொண்டிருப்பது மட்டும் புரிகிறது. நீங்கள் எதை எல்லாம் சித்த சாகசம் என்கிறீர்கள் என்பதும் தெரியவில்லை. நான் ஒரு விஷயத்தை உணர்த்த விரும்புகிறேன். சித்த சாகசத்துக்கு விஞ்ஞானமோ, இல்லை பிற ஞானமோ பெரிதுமில்லை, சிறிதுமில்லை! ஒன்று விளங்கிவிட்டால் அது விஞ்ஞானமாகிறது. விளங்காமல் புதிராகவே நீடிப்பது சாகசமாக உள்ளது.

பகவான் சத்யசாய் பாபா ஒரே சமயத்தில் புட்டபர்த்தியிலும், அமெரிக்காவில் பக்தர் ஒருவருக்கு ஆபரேஷன் நடக்கும்போது அங்கேயும் இருந்து அருள் செய்திருக்கிறார்.

நான் என் இரு கண்களால் பார்க்க கடையில் இருந்து நான் வாங்கிச் சென்று பக்தியோடு அளித்த ஆரஞ்சுப்பழத்துக்குள் இருந்து பல நூறு பேர் முன்னிலையில் ஒரு நிலைக்கல் பிள்ளையார் உருவத்தை எடுத்துத் தந்து என்னைப் பிரமிக்க வைத்தவர் காயத்ரி ஸ்வாமிகள். இதெல்லாமே விஞ்ஞான உலகில் நடந்தவைகள்தான்.

எப்படி என்று நமக்கு புரியாததால் 'கண்கட்டு வித்தை, குட்டிச்சாத்தான் சமாச்சாரம்' என்று நாம் பலவாறு கூறிக் கொண்டிருக்கிறோம்.

* ——— *

15

‘ஜோதிடக்கலையில் சித்தர்கள் தலை சிறந்தவர்களாகத் திகழ்ந்திட அவர்களது கால ஞானம்தான் காரணம்! ஒருவருக்குக் கால ஞானம் ஏற்பட்டுவிட்டால் அவர்களால் எல்லாவற்றையும் புரிந்து கொள்ளவும் முடியும், புரிய வைக்கவும் முடியும். குறிப்பாக நான் யார்? இந்தப் பூமியும் இதில் பல்லாயிரக்கணக்கான உயிரினங்களும் எப்படி உருவாகின? எதனால் உருவாகின? எல்லைகளற்று எதுவுமின்றி இல்லாமல் இருப்பதுதான் ஆகாயமா?

இதில் ஆயிரக்கணக்கான நட்சத்திரங்கள் எப்படி வந்தன? எதற்காக வந்தன? பூமி ஏன் உருண்டையாக இருக்கிறது? அது சுழல்வதற்கான சக்தி அதற்கு எங்கிருந்து கிடைக்கிறது? ஒரே சீரான வேகத்தோடு துளியும் மாறாமல் பல லட்சம் ஆண்டுகளாக அது சுழல்வது பெரிய ஆச்சரியமல்லவா?

உயிரினங்களில் மனிதனுக்கு மட்டுமே சிந்திக்கும் ஆற்றல் இருப்பது எதனால்? மனிதனோ மிருகமோ, இல்லை புல்லோ பூண்டோ, அதனுள் ஒரு மிகப்பெரிய திட்டமிட்ட தன்மை இருப்பது யாரால்? குறிப்பாக மனிதனை எடுத்துக்கொண்டால் அவனது உடலே ஒரு பெரிய பொறியியற் கூடமாகவும், பாடமாகவும் உள்ளது. எவ்வளவு நடந்தாலும் கால்கள் தேய்வதில்லை.

விரல் நுனிகளில் மட்டும் பாதுகாப்பாய் நகங்கள்...! விரல்கள்கூட ஏற்ற இறக்கமுடன் இயங்கத் தோதாக உள்ளன. கேட்பதற்குக்

காது, பார்ப்பதற்குக் கண்கள், சாப்பிட வாய், நீரை வெளியேற்ற ஒரு வழி, திடத்தை வெளியேற்ற ஒரு வழி, வாயில்கூட மேல் கீழாய் 32 பற்கள்! கை கால்களை மடக்கி நீட்ட ஏற்றவிதமாய் எலும்புகளின் இணைப்பு. உடம்பில் குறிப்பிட்ட இடங்களில் மட்டும் நீண்டு வளரும் தலைமுடி இப்படி மனிதனைப் பற்றி யோசித்தாலே வியப்பு மேலிடுகிறது.

எல்லாவற்றிலும் ஒரு திட்டமிட்ட தன்மை. குறிப்பாக ஒரு மனிதன் ஐந்திலிருந்து ஆறடி உயரம் இருந்தால்போதும் என்று திட்டமிட்டது யார்? ஒரு தென்னை மரம் கிளைகளே இன்றி உயர வளர்கிறது. பிற மரங்களோ கிளைகளோடு பக்கவாட்டில் வளர்கின்றன. இவைகளுக்குள் இப்படிப்பட்ட தன்மைகளைப் புகுத்தியது யார்? எது?

இதுபோன்ற நூற்றுக்கணக்கான கேள்விகளுக்கு விஞ்ஞானம் காரணத்தை கண்டுபிடிக்கிறது. ஆனால் அந்த காரணத்துக்கே காரணமான மூலசக்தி ஒன்று இருந்தாலல்லவா இவைகளெல்லாம் சாத்தியம்?

எது அந்த மூல சக்தி? இதுதான் ஞானமுள்ளவர்களின் கேள்வியாக இருக்கிறது. அடுத்து இப்படிக் கேட்பது, கேட்பதன் பொருட்டு சிந்திப்பது... சிந்திப்பதை விளக்கும்போது மொழியறிவும் எண்ணறிவும் தேவைப்படுகிறது.

இதில்கூட மொழியறிவு எல்லோருக்கும் பொதுவாக இல்லை. நாட்டுக்கு நாடு வேறு வேறு பாஷையல்லவா பேசுகிறோம்! ஆனால் எண்ணறிவு பொதுவாக உள்ளது. ஒன்றிலிருந்து ஒன்பது வரையிலான எண்களை எந்த மதத்தாலும் மொழியாலும் மறுக்க முடியவில்லை. ஏற்றுக்கொண்டால்தான் இயங்கவே முடியும். அவ்வகையில் எண் என்பதை வைத்தே இத்தனை கேள்விகளுக்கான விடையை உணர முடிகிறது, உணர்த்தவும் முடிகிறது.

உதாரணமாக இந்தச் சிந்தனைகளை எழுதும் பேனா, அதனுள் உள்ள மை, இதை உள்வாங்கிக் கொள்ளும் காகிதம்

என்று எல்லாமே குறிப்பிட்ட நீள் அகலத்தில், குறிப்பிட்ட அளவுகளில்தான் உள்ளது. அந்த அளவுகளில் இருந்தாலே எழுதுதல், படித்தல், சிந்தித்தல் சாத்தியம். ஒரு பேனா ஒரு சாண் நீளம்தான் இருக்க வேண்டும். அதனுள் உள்ள மசியும் ஒரு குறிப்பிட்ட அளவோடுதான் இருக்கலாம். அதைக்கொண்டு எழுத முற்படும் தாளானதுகூட ஒரு A4 size எனப்படும் அளவில் இருந்தாலே, மேஜை மேல் வைத்து எழுதுவதில் இருந்து மடக்கி உறைக்குள் போடுவது வரை வசதியாக உள்ளது.

இப்படி ஒவ்வொன்றின் பின்னாலும் பயன்பாடு வசதி மற்றும் காலப்பரிணாமத்துக்கேற்ப ஒரு எண்ணளவு இருந்தே தீருகிறது.

இந்த எண்ணளவுதான் மனிதனிடமும் இருக்கிறது. இதைத்தான் ஆயுள் என்கிறோம். ஆனால் இது ஆளுக்கு ஆள் மாறுகிறது. அந்த எண்ணளவு எவ்வளவு? அடுத்து அது ஏன் ஆளுக்கு ஆள் மாறுகிறது?

இந்தக் கேள்விகளோடு மனிதர்களை சித்தர்கள் அணுகினர். கருவியாக எண்களைப் பயன்படுத்தினர். ‘கூட்டிப் பெருக்கி வகுத்து கழித்தல்’ என்றும் நான்கு விதங்களில் அதற்கான உண்மைகளைக் கண்டறிந்தனர்.

அதுதான் ஜோதிடம்! இதன் இன்னொரு பெயர் எண் கணிதம்...’

ஓ

செல்லின் இரும்புக் கதவருகே சென்று நின்றபோது உள்ளே ராமண்ணா மயங்கிக் கிடப்பதும் அவர் தலை பாகம் உடைந்து ரத்தமானது ஒரு சிவப்புப் பாம்பானது ஊர்ந்து வருவதுபோல் வருவதும் தெரிந்தது. கதவைத் திறந்துகொண்டு உள்ளே சென்று ராமண்ணா உடம்பில் உயிர் இருக்கிறதா என்றுதான் பார்த்தனர்.

நல்ல வேளையாக நாடித் துடிப்பிருந்தது.

டாக்டர் வேகமாகச் செயல்படத் தொடங்கினார்.

அந்த சிறைச்சாலையின் ஹெல்த் சென்டரில் இருந்து ஸ்ட்ரெச்சர்கொண்டு வரப்பட்டு எமர்ஜென்சி வேனிலும் ராமண்ணாவை ஏற்றினார்கள். வேனும் ஜி.எச் நோக்கி ஓடத் தொடங்கியது!

◈◈◈

ராமண்ணா வீடு!

ஹாலில் மட்டும் விளக்கெரிந்தபடி இருக்க வீடே இருளடைந்து கிடந்தது. ஒரு மூலையாக பார்த்து சிலைபோல உட்கார்ந்திருந்தாள் ராமண்ணாவின் மனைவி ஜானகி. அவர்கள் வரையில் ராமண்ணா உயிரோடு இருக்கப்போகும் கடைசி இரவு அந்த இரவுதான். மறுநாளைய இரவின் முடிவில் அவரைத் தூக்கில்போட இருப்பதை உறுதி செய்துவிட்டிருந்ததால் நொறுங்கிப்போய் உட்கார்ந்திருந்தனர்.

தாகத்துக்கு எழுந்து போய் தண்ணீர் குடிக்ககூட பிடிக்கவில்லை. இப்படியே கிடந்து ராமண்ணா உயிர் பிரிக்கப்படும்போது தாங்களும் உயிரை விட்டுவிடலாமா என்றெல்லாம் வருத்தத்திலும் குழப்பத்திலும் இருந்தனர்.

பக்கத்து வீட்டுக்காரர் மட்டும் அவ்வப்போது வந்து பார்த்து ஆறுதல் கூற முயன்று தோற்றுப்போய்க் கொண்டேயிருந்தார். அவர் பேச்சு அவர்கள் காதில் விழுந்தால்தானே?

ஜானகி வரையில் வீட்டுச்சுவற்றில் தொங்கும் கடவுள் படங்கள் எல்லாம் மனிதர்களின் அழகான கற்பனையாகத்தான் அந்த வேளையில் தோன்றியது. அந்தப் படங்களை எல்லாம் மிகவே எரிச்சலோடு பார்த்தாள். ஒரு சமயம் அவைகளை எல்லாம் எடுத்துப்போட்டு எரிக்கக்கூட முயன்றாள். அவளது மகள்கள்தான் தடுத்து நிறுத்தினர்.

"போங்கடி... சாமியாவது பூதமாவது? எல்லாம் பொய்யடி... எப்பவும் வலுத்தவங்களுக்குதான் காலம். ஒண்ணு கைல காசு இருக்கணும். இல்ல மனசுல கொலைக்கும் அஞ்சாத தைரியம்

இருக்கணும். இது இல்லாட்டி மனுஷ ஜென்மமும் ஒரு புழு பூச்சிதாண்டி... சாமியாம் சாமி... அடேங்கப்பா... நமக்குத்தான் எத்தனை சாமிங்க பாம்பு மேலேயே படுத்துகிட்டு ஒரு சாமி. இவருக்கு காப்பாத்தற கடவுள்னு ஒரு பேர்! இன்னொரு சாமிக்கு தலையிலை கங்கை... இவரு அழிச்சவராம்...! மூணு தலையோட ஒரு சாமி... இவரு படைக்கறவராம்! பத்தாததுக்கு வேலும் கையுமா ஒரு சாமி, தும்பிக்கையோட ஒரு சாமி, குரங்கு மூஞ்சியோட ஒரு சாமி, சிங்க மூஞ்சியோட ஒரு சாமி...

அடேங்கப்பா... எவ்வளவு சாமிங்க. எவ்வளவு ஆயுதங்க... ஆனா என்ன பிரயோஜனம்? ஒரு சாமிகூட வரலியே... ஒரு பாவமும் பண்ணாம ஒரு தப்பும் பண்ணாம் என் தெய்வம் எங்களைவிட்டு போகப்போகுதே...

ஐய்யோ...!"

கதறிவிட்டாள் கதறி. மகள்களான அகிலாவும், பிருந்தாவும்தான் ஆறுதல் கூறினர்.

"அம்மா... காக்கா சித்தர் இருக்காரும்மா... நிச்சயமா நல்லது நடக்கும்மா..." என்றனர். பரவாயில்லை அவர்களிடம் நம்பிக்கை இருந்தது. ஆனால் அது ஒரு போலி நம்பிக்கை என்றுதான் சொல்ல வேண்டும். அப்போதைக்கு அதை இதைச் சொல்லித்தான் ஜானகியையும் தேற்ற வேண்டியிருந்தது.

இல்லாவிட்டால் ராமண்ணாவுக்கு முன்பாகவே ஜானகி போய்விடுவாள்போல் அவள் நெஞ்சத்தில் அத்தனை துக்கம். இறுதியாக ஒரு வழியைக் கண்டுபிடித்தனர். தூக்க மாத்திரையைப் பாலில் கலந்து எடுத்து வந்து ஜானகிக்கும் கொடுத்துவிட்டு தாங்களும் குடித்துவிட்டு தங்களுக்குள் தங்களை மீறிவிடலாம் என்கிற முடிவுக்கும் வந்தனர்.

அதன் பொருட்டு அகிலா எழுந்துபோய் பால் காய்ச்சினாள். பிருந்தா தூக்கமாத்திரையை கஷ்டப்பட்டு வாங்கி வந்து அதைத் தூள் ஆக்கினாள். பாலிலும் கலந்தாகிவிட்டது. அப்போதுதான்

சமையலறை ஜன்னல் கதவுக்கு வெளியே உள்ள நெல்லி மரத்தில் இருந்து காக்கை ஒன்று கரையும் சப்தம் கேட்டது.

"கா...கா...

கா...கா...

கா...கா..."

இருவரையும் ஆச்சரியம் அப்பி எடுத்தது. காகங்கள் பெரும்பாலும் இரவில் கரைவதில்லை. எங்காவது மரங்களில் அப்படியே ஒடுங்கிவிடும். ஆனால் இங்கே காகம் கத்துகிறதே?

ஆச்சரியத்தோடு பாலில் தூக்கமாத்திரையை கலக்காமல் பின் கதவைத் திறந்துகொண்டு வெளியே போய்ப் பார்த்தாள். இருளில் யாரோ ஒருவர் நிற்கிற மாதிரி தெரிந்தது.

"யாரது?" பிருந்தா சற்று பயந்த குரலில் கேட்கவும் அந்த உருவமும் மெல்ல வெளிச்சத்துக்கு வந்து நின்றது.

பிருந்தா சிலிர்த்துவிட்டாள். புகைப்படத்தில் மட்டுமே அவள் பார்த்திருந்த காக்கைச் சித்தர். கரிய தேகம். மூக்கும் சற்று கூர்மையாக... இடுப்பில்கூட கருப்புத் துணியில்தான் துண்டு!

"சாமி ஈ ஈ...!"

"நல்லா இருக்கீங்களா...?" அவரும் விசாரித்தார்.

"என்ன சாமி கேள்வி இது... நாங்க எங்க சாமி நல்லா இருக்கறது... அப்பா நிலை உங்களுக்குத் தெரியாதா?"

குரல் உடைந்து போய்விட படபடப்போடு பேசினாள் பிருந்தா.

"பதட்டப்படாதே... இப்ப என்ன ஆய்டுச்சு...?"

"என்ன ஆய்டுச்சா... அப்பாக்கு நாளைக்கு தூக்கு சாமி..."

"அப்படியா?"

அவர் எதுவும் தெரியாத மாதிரி திருப்பிக் கேட்டார். அதற்குள் உள்ளிருந்து ஜானகியும் அகிலாவும் வந்துவிட்டனர்.

அவர்களுக்கும் காக்கைச் சித்தரை பார்க்கவும் சிலிர்ப்பு... கூடவே ஒரு படபடப்பு.

"சாமி நீங்கதான் அப்பாக்கு ஆயுசு 88 வருஷம் 7 மாசம் 3 நாள்னு சொல்லியிருக்கீங்க. ஆனா இப்ப அப்பாக்கு 55 வயசாகுது. அவர் ஆயுள் முடியப்போகுது. எங்களால என்ன செஞ்சும் அப்பாவைக் காப்பாத்த முடியாதுபோல இருக்கு சாமி..."

கரகரவெனக் கண்ணீர் பெருக்கினாள் அகிலா.

"அழாதீங்க... பொறக்கும்போதே போற நேரமும் தீர்மானமாயிடுது. அதை மாத்த இதுவரை யாரும் பிறந்து வரலை. இனியும் வரப்போறதில்லை."

"இந்த மாதிரி சித்தாந்தத்துல எல்லாம் இப்ப எங்களுக்கு நம்பிக்கை இல்லை சாமி. ஜனாதிபதி மனுகூட ரத்தாயிடிச்சு, அப்பாக்கு நாளைக்குத் தூக்கு. சரியா ஒன்பது மணிக்கு அரசாங்க ஆஸ்பத்திரிக்கு வந்தா உடம்பை ஒப்படைச்சுடுவோம்னு ஜெயில்ல இருந்து அதிகாரிங்க தகவல் சொல்லிவிட்ருக்காங்க. ஒரு கடிதமும் அனுப்பியிருக்காங்க சாமி..."

பிருந்தா ஓடிப்போய் அந்த அரசாங்க முத்திரைகொண்ட கடிதத்தையும் எடுத்து வந்தாள். காக்கைச் சித்தரோ அதைப் பார்க்காமல் சிரித்தார்.

"பொணத்தை எப்படிம்மா தூக்குலபோட முடியும்... அதெல்லாம் முடியாது" என்றார்.

"என்ன சாமி சொல்றீங்க." வாரிச்சுருட்டிக்கொண்டு முன் வந்தாள் ஜானகி.

"பதட்டப்படாதே ஜானகி... எனக்கு எதுவும் ஆகலை. ஆகவும் ஆகாது..." என்றார் காக்காய் சித்தர். ஆனால் அவர் குரல் மாறி ராமண்ணாவின் குரல் அங்கே ஒலித்ததுதான் ஆச்சரியம்.

ஜானகி விக்கித்துப் போனாள். "இது அவர் குரலாச்சே?"

"ஆமாம்மா... என் குரல்தான்... நான் வேற இல்ல சாமி வேற இல்ல..."

"என்னங்க இது... இங்க என்ன நடக்குது?" ஜானகியிடம் ஒரு பயம் வந்து தொற்றிக்கொண்டது. காக்கை சித்தர்தான் குரல் மாற்றிப் பேசி சித்து வேலை செய்கிறாரோ என்றும் தோன்றியது.

"நீங்க...?"

"நான் ராமண்ணாம்மா... உன் புருஷன்..."

"பு... புருஷனா..."

"பதட்டமோ பயமோபடாதே. நான் இப்ப சாமி உடம்புக்குள்ள கூடு மாறி வந்துருக்கேன்..."

"கூ... கூடு மாறியா... ஐயோ என்ன இதெல்லாம்?"

"முதல்ல அமைதியாகு. பதட்டத்தை விடு. உன் கழுத்துல தாலி கட்டின ராமண்ணாதான் வந்துருக்கேன். சாமிதான் தன் உடம்புல என்னை ஏத்திகிட்டிருக்கார்..."

"அப்ப... அப்ப உங்க உடம்பு."

"ஆஸ்பத்திரில இருக்கு... இப்ப உனக்கு போன்ல தகவல் வரும் பார்..."

அவர் சொன்னதுபோலவே வீட்டு தொலைபேசியில் அழைப்பு. ஓடிப்போய் காதைக் கொடுத்தாள் பிருந்தா.

"ராமண்ணா மனைவிங்களா?" மறுபக்கம் ஜெயில் வார்டன் பெருமாள்துரை.

"இல்ல மக..."

"உங்கம்மா இல்லையாம்மா?"

"என்ன விஷயம்?"

"அம்மாகிட்ட ஒரு முக்கியமான விஷயம் சொல்லணும்."

"எ...எ... என்ன?"

"சட்டப்படி அம்மாகிட்ட தான் சொல்லணும். இருந்தாலும் அவங்க தாங்கமாட்டாங்கறதால உன்கிட்டச் சொல்றேன். உங்கப்பா தற்கொலை பண்ணிகிட்டு இறந்துட்டாரும்மா..."

அந்தப் பதில் பிருந்தாவை அப்படியே திரும்பிப் பார்க்க வைத்தது!

சித்தர்கள் ஏன் மடங்களை நிறுவிக்கொண்டு, தங்கள் கருத்துக்களைக்கொண்ட சிஷ்யர்களை உருவாக்கவில்லை?
ராமநாதன், திருச்சி.

அவர்கள் சமுதாயத்தைப் பெரிதாக நேசிக்கவில்லை. காரணம் சமுதாயம் என்பதையே அவர்கள் ஆசைகளின் கூடாரமாகக் கண்டதுதான். அடுத்து தங்களைப் பிறர் பெரிதாக கருதவேண்டும் என்கிற எண்ணம் துளியும் சித்தர்களுக்கு கிடையாது. தங்களைப் பூஜிக்க வேண்டும். தங்கள் காலில் எல்லோரும் விழ வேண்டும் என்று எதையுமே அவர்கள் எதிர்பார்க்கவில்லை. மனிதர்களின் அறியாமை, ஆசை, மோகம் மற்றும் பொறாமை, பொய், களவு இவைகளைக் கண்டு வெறுத்துத்தான் அவர்கள் சமுதாயத்தை விட்டுவிலகி காட்டுப்பக்கம் போனார்கள்.

மனிதர்களின் இந்த தீய தன்மைகளைத்தான் வெறுத்தார்களே தவிர மனித சமுதாயத்தை அவர்கள் வெறுக்கவில்லை. தாங்கள் அறிந்த உண்மைகளைக்கூட நேராகக் கூறாமல் மறைமுகமாகத்தான் கூறினார்கள்.

பிராந்தர் எனும் சித்தர் ஒரு பெரிய கல்லை ஊரே பார்க்க கஷ்டப்பட்டு உருட்டிக்கொண்டு ஒரு உயரமான இடத்துக்கு செல்வார். பின் அங்கிருந்து கீழே உருட்டிவிட்டு கை கொட்டி சிரிப்பார். எதிலும் 'ஆக்குவது கடினம் அழிப்பது சுலபம்' என்பதைத்தான் அவர் அப்படி செய்துகாட்டி நிரூபித்தார். இதுதான் அவர்களின் வழிமுறை என்றுகூடக் கூறலாம். அவர்களுக்குத் தன்னையறிதலே பெரும்பாடாகவும், அதற்கே நேரம் சரியாகவும் இருந்தது ஆகையால் யாராவது வந்து குருவே என்றால் அதைக் கேட்ட மாத்திரத்தில் ஓடிப்போன சித்தர்கள் பலர் உண்டு.

மடங்களை அமைத்து கொள்கைகளை வகுத்து அதைப் போதித்து நடப்பது சைவ, வைணவ சாக்த கௌமார, காணாபத்ய, சௌரம் எனும் மதப்பிரிவுகளின் கீழ் வரும் வழிமுறைகளை உடையவர்களின் செயலாகும்.

சித்தர்கள் இந்த வழிமுறைகளைப் பெரிதாகக் கருதாதவர்கள். ஒரு சிலர் கருதியிருக்கலாம். அவர்களுக்குச் சீடர்களும் இருக்கலாம். ஆனால் பெரும்பாலான சித்தர்கள் வழி தனி வழிதான்!

———

16

எண் கணிதம்தான் உலகையே இன்று ஒருங்கிணைத்துள்ளது. உலகில் எவ்வளவோ நாடுகள்.

ஆனால் அவைகள் எந்த திசையில் எத்தனை மைல் தொலைவில் உள்ளன? அந்த நாட்டின் பரப்பளவு எவ்வளவு? அந்த நாட்டின் சிறப்புகள் என்னென்ன? போன்ற பல கேள்விகளுக்கான விடைகள் எண்ணுக்குள்தான் உள்ளன. இந்த விடைகள் மாறாதவைகளும்கூட...

இந்தியாவில் இன்று 120 கோடிப் பேர் இருக்கிறோம். இந்திய மக்கள் நிறையப்பேர் உள்ளனர் என்பதற்கும் 120 கோடிப்பேர் என்று கூறுவதற்கும் நிறைய வித்தியாசம் இருக்கிறதல்லவா? நிறைய என்பதில் ஒரு தெளிவில்லை. அது லட்சம் பேரையும் குறிக்கும். கோடிப் பேரையும் குறிக்கும். ஆனால் 120 கோடி பேர் எனும்போது ஒரு துல்லியம் வந்து விடுகிறதல்லவா?

இந்தத் துல்லியம்தான் எண் கணிதம். எண் கணிதத்துக்கு இன்னொரு தன்மையும் உண்டு.

அதுதான் மாறாத்தன்மை! ஒரு சூத்திரத்தைப் பயன்படுத்தி கணக்குப் போடும்போது, அதைச் சரியாகப் போடுபவன் இந்தியனோ, அமெரிக்கனோ இல்லை அரேபியனோ... அவ்வளவு ஏன் ஆடோ, மாடோ, குதிரையோ யார் சரியாகப்போட்டாலும் விடை ஒன்றுதான்...

இந்த உலகில் மாற்றம் என்பதுதான் மாறாதது' என்று ஒரு பழமொழி உண்டு. எல்லாமே மாறும், மாறியே தீரும்.

நாம்கூட குழந்தையாக, பின் சிறுபிள்ளையாக, இளைஞனாக, பின் நடுவயதினராக, பின் முதியவர்களாக என்று மாறிக்கொண்டே தானே இருக்கிறோம்?

ஆனால் எண் கணிதம் மட்டும் மாறவேயில்லை... எந்த காலத்திலும் எவ்வேளையிலும் ஐந்தையும், மூன்றையும் யார் கூட்டினாலும் எட்டுதான் வரும். வரவும் வேண்டும்.

இந்த மாறாத்தன்மை கடவுளுக்கும் பொருந்தும்.

அவரும் அழியாதவராக, மாற்றங்களை எல்லாம் கடந்தவராக நிலையானவராகத்தானே இருக்கிறார்?

அப்படி இருந்தால்தானே அவரை நாமும் கடவுள் என்போம்?

எனவே எண்ணும் இறைவனும் ஒன்றாகவே உள்ளனர். எண் வேறு இறைவன் வேறு இல்லை! இதனால்தான் சித்தர் பெருமக்களை ஒரு வரையறைக்குள் அடக்க முற்பட்டபோது பதினெட்டு சித்தர்கள் என்று ஒரு வரையறை உருவானது.

இந்த பதினெட்டு என்கிற எண், ஒரு ஆச்சரியமான எண்.

எப்படி?

ௐ

திரும்பிப் பார்த்த பிருந்தா தொடர்ந்து பெருமாள்துரைக்கு காதைக் கொடுத்தாள்.

"உங்கப்பா பித்துப் பிடிச்ச மாதிரி மாறி சுவத்துல தலைய மோதி ரத்தக் காயங்களோடு செல்லுக்குள்ள கிடந்தாரு. அவரை ஆஸ்பத்திரில சேர்த்து காப்பாத்த ரொம்பவே முயற்சி செய்தோம். ஆனா பிரயோஜனமில்லாமப் போயிடிச்சு."

பெருமாள்துரையின் குரலில் சத்தே இல்லை. "சரிங்க அம்மாகிட்ட சொல்றேன். இப்ப அப்பா உடம்பு எங்க இருக்குது?"

"ஆஸ்பத்திரிலதான் இருக்கு. கொஞ்சம் ஃபார்மா லிடீஸ்லாம் பாக்கி இருக்கு. நீ அம்மாவை எப்படியாவது சமாதானப்படுத்தி என்னோட ஜெயில் ஆபீசுக்குக் கூட்டிட்டு வாம்மா... அவங்ககிட்ட நிறையக் கையெழுத்தெல்லாம் வாங்க வேண்டியிருக்கு..."

"சரிங்க சார்." பிருந்தா பேசிமுடித்தாள்.

போனை வைத்துவிட்டு திரும்பியும் வந்தாள்... அவள் வயதுக்கு அவள் கண் எதிரில் பார்க்கின்ற அனுபவங்கள் அவ்வளவும் புதிது மட்டுமல்ல, கற்பனை செய்துகூட பார்க்க முடியாத ஒன்று.

ஆகையால் காக்கைச் சித்தரை ஒரு மாதிரி பார்த்தாள்.

"என்ன பிருந்தா... யார் போன்ல பேசினது?" ராமண்ணாவின் குரலில் காக்கை சித்தர் பேசவும் அவளிடம் திரும்பவும் ஒருவித ஆச்சரியம் கலந்த அதிர்வு.

"சொல்லும்மா..." சித்தருக்குள் இருந்த ராமண்ணா தூண்டினார்.

"ஜெயிலர் பெருமாள்துரை"

"என்னன்னு சொன்னார்..."

"நீங்க... நீங்க..."

"உம் சும்மா சொல்லு..."

"செத்து, போய்ட்டதா..." அவளால் முழுவதுமாக சொல்ல முடியவில்லை. கண்களில் இருந்து கண்ணீர் பெருகி வழிந்தது. அவ்வளவுமே ஜானகியையும் உலுக்கிக் கொண்டிருந்தது. அகிலா அம்மாவை நெருக்கமாக கட்டிக்கொண்டிருந்தாள்.

"அழாதே... ஒரு வகைல நான் செத்துட்டேன்கறதுதான் உண்மை. உடம்பை ஒப்படைச்ச பிறகு நான் அதுக்குள்ள திரும்ப புகுந்து எழுந்து வந்துடுவேன்..."

ராமண்ணா ஏதோ ஊருக்கு போய்விட்டு திரும்புவதுபோலச் சொன்னது ஜானகியை என்னவெல்லாமோ செய்தது.

“ஜானகி. அதைரியப்படாதே! என்னைச் சந்தேகமும் படாதே. சாமி ஒண்ணும் குரல் மாத்திப் பேசலை. என்னோட பக்திக்காக, மார்க்கண்டேயனுக்காக, வந்த சிவபெருமான்போல, என்னை வந்து காப்பாத்தியிருக்கார்... சட்டத்துக்கு முன்னாலதான் நான் ஒரு குற்றவாளி... அதுவும் சந்தர்ப்ப சாட்சிகளால... உண்மைல நான் எந்தக் கொலையும் செய்யல.

இது உங்களுக்கும் தெரியும். ஆகையால எப்படிப் பார்த்தாலும் என் மேல எந்தத் தப்பும் இல்லை. ஆனா அதை நிரூபிக்கக் கால அவகாசமோ சந்தர்ப்ப சூழ்நிலையோ எனக்கு இல்லை.

சாமி எனக்கு அந்த சந்தர்ப்ப சூழ்நிலையை வேற விதத்துல உருவாக்கித் தரப்போறாரு. அதுல ஒரு விதம்தான் இப்ப நான் சாமி உடம்புக்குள்ள அடங்கியிருந்து பேசறது.

அஷ்டமாசித்தியில பரகாய ப்ரவேசம்னு ஒரு சித்தி இருக்கு. கூடுவிட்டு கூடு பாயறதுன்னு சொல்வாங்க.

அப்படிக் கூடுவிட்டுக் கூடு பாய்ஞ்சதுக்கு பல உதாரணங்களும் இருக்கு.

ராஜா விக்ரமாதித்தன்ல இருந்து, திருமூலசித்தர் வரை பலர் அதற்கு உதாரணம்.

நம்ப சித்தர் சாமி பரகாய ப்ரவேசத்துல ரொம்பவே அனுபவம் உள்ளவர். அவர் நுழைய உடம்பு கிடைச்சா போதும் நுழைஞ்சிடுவார். அப்படி அவர் ஆசையா நுழையற உடம்பு காகங்களோடது. அதனாலதான் சாமிக்கு காக்கா சித்தர்னு பேரும் வந்தது... காக்காங்கற பேரே ‘காப்பாத்தறேன் காப்பாத்தறேன்கற’ பொருளுக்குள்ள இருந்துதான் வந்தது.

காக்கா வடிவத்துலதான் நம்ப முன்னோர்களும் வந்து நாம் போட்ற அன்னத்தை சாப்பிட்டு ஒரு புண்ணியக் கணக்குக்கு வழி செய்துட்டு போயிட்றாங்க. காக்கா ஏன் கருப்பா இருக்கு. எப்பவும்

அது ஏன் கூட்டத்தோட இருக்கு, சைவமும் அசைவமும்னு இரண்டையும் அதால எப்படிச் சாப்பிட முடியுதுன்னு காக்காய்க்கு பின்னால சிந்திக்கிறதுக்கு நிறைய விஷயங்கள் இருக்கு.

இவ்வளவு தூரம் நான் சொல்லக் காரணம் நீங்க தைரியமாகவும், இனி எடுத்து வைக்கிற ஒவ்வொரு அடியையும் தெளிவாகவும் எடுத்து வைக்கணும்கறதுக்காகத்தான்.

என் உடம்பை இப்ப நீ ஆஸ்பத்திரியில போஸ்ட் மார்ட்டம்கற பேர்ல பெருசா கூறு போடாதபடி வாங்கறதுக்கு முயற்சி செய். என்னை அறுத்து கூறுபோட டாக்டர் முயற்சி செய்யும்போது சாமியோட சக்தி அந்த டாக்டரையும் வேற மாதிரி செயல்பட வைக்கும்... மொத்தத்துல என் உடம்பு எந்தத் தையலும் இல்லாம உன்கிட்ட ஒப்படைக்கப்படும்.

எங்க குடும்ப வழக்கம் புதைக்கறதுதான்னு சொல்லிடு... அப்படி என் உடம்பை வாங்கி புதைக்கப் போகும்போது, சாமி என் ஆத்மாவை தன் உடம்புல இருந்து விடுவிச்சு திரும்ப என் உடம்புக்குள்ள அடங்கற மாதிரி செய்வார்.

தன்னோட முழு ப்ராண ஆற்றலை எனக்கு தந்து என் உயிரை நானே பிரிச்சு அவருக்குள்ளே நுழையும்படி செய்தார்... அதே மாதிரி நானும் வெளியேறி என் உடம்புக்குள்ளே நுழைஞ்சிடுவேன். வெளிய வந்த பிறகு நான் குற்றவாளியில்லைன்னு நிரூபிக்கறதுதான் என் திட்டம்.

சாமிகூட இருக்கார்... நிச்சயம் நான் நிரூபிப்பேன். அதன் பிறகு சட்டத்தோட பிடிகள்ல சரண்டர் ஆகி நீதிமன்றத்தாலயே நான் விடுதலையாகி வருவேன். இடைக்காலத்துல நான் கொஞ்சம் ஒளிஞ்சுதான் வாழ்ந்தாகணும். வேற வழியில்லை.

உங்களை எல்லாம் பிரிஞ்சு அதர்மத்தால் நான் செத்து மண்ணோட மண்ணா போறதுக்கு இது எவ்வளவோ தேவலைதானே?"

ராமண்ணா காக்கை சித்தர் உருவில் நின்று நீண்ட விளக்கமளித்து கேட்ட மறுநொடி ஒரு பெரும் குமுறலுடன் ஜானகி அவர் கால்களில் விழுந்துவிட்டாள். பிருந்தாவும்,

அகிலாவும்கூட காலில் விழுந்தனர். அவர்கள் எழுந்து பார்த்தபோது காக்கைச் சித்தர் அங்கே இல்லை!

◈◈◈

ஜெயில்!

வார்டர் பெருமாள்துரையின் அறை...

கண்ணீருடன் ஜானகியும், அகிலா, பிருந்தா மூவரும் அவர் எதிரில்...

"உங்களுக்கு எப்படி ஆறுதல் சொல்றதுன்னே தெரியல..." என்றுதான் பெருமாள்துரை ஆரம்பித்தார்.

"உங்க கணவரோட கொலைக் குற்றத்தை ஜனாதிபதி மன்னிச்சு தூக்குத்தண்டனை ஆயுள் தண்டனையா மாறும்னு நாங்க ரொம்பவே எதிர்பார்த்தோம். ஆனா இந்த கொலைக் குற்றத்தோட தீவிரவாதிகள் தொடர்பும் இருக்கறது கோர்ட்ல நிரூபிக்கப்பட்டு இருக்கறதால இந்தக் கேஸை ஜனாதிபதி கன்சிடர் பண்ணலை.

உங்க கணவர் சுட்டுக் கொல்ல பயன்படுத்தின துப்பாக்கி ஒரு தீவிரவாதியோட துப்பாக்கி. கொலை நடந்த இடத்துல அந்தத் தீவிரவாதியும் இருந்துருக்கான். இதனால் நாட்டோட எதிர்கால நன்மைகளை மனசுல வெச்சு, இந்தக் கேஸை ஜனாதிபதி ரிஜக்ட் பண்ணிட்டார்.

அதே சமயம் உங்க கணவர்தான் எப்படியும் விடுதலை ஆயிடுவோம்னு நம்பிக்கையோட இருந்தாரு. ஆனா இனி விடுதலையும் இல்ல, தூக்குத் தண்டனையை வேற அனுபவிக்கணும்னு ஆன உடனே தண்டனைல சாகறதவிட தற்கொலைல சாகறது மேல்னு முடிவு பண்ணி சுவத்துல மோதி உயிரை விட்டுட்டார்.

இந்த மாதிரி செய்துக்க ரொம்பவே மனத்துணிவு வேணும்... கூட்டிக் கழிச்சு பார்த்தா கோழைகள் தற்கொலை

செய்துக்கறாங்கன்னு சொல்றதே பொய். உண்மைல தற்கொலை செய்துக்கத்தான் தைரியமே தேவைப்படுது..."

பெருமாள்துரையின் விளக்கத்தில் தத்துவ விசாரமும் கலந்திருந்தது.

தலை குனிந்தபடி கேட்டுக் கொண்டிருந்த ஜானகியும், "சார்... உடம்பையாவது தயவுசெய்து அறுத்து சிதைக்காம கொடுத்து எனக்கு ஒரு சின்ன திருப்தியையாவது தாங்க சார்..." என்றாள்.

"அதெப்படிம்மா முடியும்... மார்ச்சுவரிக்கு பாடி போய்ட்டாலே அங்க சில ஃபார்மாலிடீஸ் இருக்கு. முக்கிய பாகங்களை வெட்டி எடுத்து கொஞ்ச காலம்வரை பாதுகாத்தாகணும்.

நாளைக்கே இந்த விஷயத்துல மரணத்துல சந்தேகம் இருக்கு, உங்க கணவர் தற்கொலை செய்துக்கல அவர் விஷம் வெச்சு கொல்லப்பட்டார்ன்னு ஒரு புகார் வருதுன்னு வெச்சுப்போம். அப்ப கோர்ட்ல முதல்ல போஸ்ட்மார்ட்டம் ரிப்போர்ட்டத்தான் கேப்பாங்க."

"நான் இப்பவே இந்த மரணத்துல எனக்கு எந்த சந்தேகமும் இல்லைன்னு எழுதித் தரவா சார்..."

ஜானகியின் பளிச்சென்ற பதில் பெருமாள்துரையை சற்று ஆச்சரியப்பட வைத்தது.

"உயிர் போய் எரிக்கப்போற உடம்புதானே... அதுல கொஞ்சம் வெட்டலோ, தையலோ இருந்தா என்ன இப்போ... இருந்துட்டு போகட்டுமே?"

"இல்ல சார்... நான் அவரை புதைச்சு சமாதி எழுப்பப் போறேன். ஊனப்பட்ட உடம்பை எரிக்கக் கூடாதுன்னு எங்க குடும்பத்துல்ல சொல்வாங்க."

"சரி... நான் டாக்டர்கிட்ட பேசிப் பார்க்கறேன்."

என்ற பெருமாள்துரைக்கு ஜானகியும், பிருந்தாவும், அகிலாவும் பெரிதாக அழாதபடி இயல்பாக இருந்ததே ஆச்சரியமாகத்தான் இருந்தது.

“பரவாயில்ல... நீங்க மனசளவுல சமாதானமாயிட்டீங்கன்னு பார்த்தாலே தெரியுது” என்றார். அதன்பின் அங்கிருந்து ஜி.எச்சுக்குப் புறப்பட்டுப் போனார்கள்.

வழியில் அன்றைய தினசரி பேப்பரின் தலைப்புத்தாளில் ‘தூக்கு தண்டனை கைதி தற்கொலை’ என்கிற செய்தி ராமண்ணாவின் போட்டோவோடு கண்ணில் பட்டது.

டி.வி.யிலும் ராமண்ணா தற்கொலை செய்துகொண்ட செய்தியை செல்லுக்குள் தோய்ந்து கிடந்த ரத்தக்கரையில் இருந்து சுவற்றில் அவர் வரைந்திருந்த சிவலிங்கப் படம் வரை காட்டியபடி இருந்தனர்.

◈◈◈

அந்த ஏ.சி. அறையின் குளிருக்குள் சூடான டீயை சூப்பியபடியே அமர்ந்திருந்தான் அமரேஷ்! அப்போது அவன் செல்லின் அழைப்பொலி..

“அமரேஷ் ஸ்பீக்கிங்...”

“அமர் முதல்ல டிவியை பார்... ஜெயில்ல இருந்து திரும்பி வந்து உன்னை பழி வாங்காம விடமாட்டேன்னு, கோர்ட்ல உன்கிட்ட சவால்விட்ட அந்த ராமண்ணாங்கற நபர் தற்கொலை செய்துகிட்டதை நல்லா டிடெய்ல்டா காட்டிகிட்டிருக்காங்க பார்.”

மறுமுனையில் இருந்து வந்த தகவல், ஒரு எக்ஸ்போர்ட் நிறுவனத்தின் ஜே.எம்.டியான அந்த இளைஞனை துரிதப்படுத்தியது. அவனது அறையில் சுவரோடு சுவராக ஒரு LCD TV இருந்து அதில் காட்சிகள் ஓடத் தொடங்கின.

குறிப்பாக சிறைச் சுவற்றின் சிவலிங்கம் மேல் காமிரா குளோஸ்அப்புக்குப் போனபோது பக்கத்திலேயே அமரேஷ் என்றும் எழுதப்பட்டு அதன் மேல் பெருக்கல் குறியும் போடப்பட்டிருந்தது!

அதைப் பார்க்கவும் அமரேஷ் என்னும் அந்த கார்ப்பரேட் புலிக்கு வியர்க்கத் தொடங்கிவிட்டது!

இலக்கியம், மருத்துவம் இரண்டிலும் சித்தர்கள்தான் முன்னோடிகளோ?

சரவணன், சென்னை.

தாராளமாக முன்னோடிகள் என்று கூறலாம். சித்தர்களின் பாடல்களே அவர்களது இலக்கிய ஆழத்தை நமக்கு உணர்த்திவிடும். அரிய சொற்களையும், புதிய சொற்களையும் நிறையவே பயன்படுத்தியுள்ளனர்.

'கல்லைக் கண்டால் நாயைக் காணோம். நாயைக் கண்டால் கல்லைக் காணோம்' என்பதுகூட சித்தர்களின் தத்துவ வரிகள்தான். இதனுள் பல பொருள் உள்ளது. 'காயமே இது பொய்யடா வெறும் காற்றடைத்த பையடா' என்பதிலும் உருவகம் உவமை என்று பல சிறப்புகள் உள்ளன.

இவை எல்லாம் எளிதில் புரிந்துகொள்ள முடிந்தவர்கள். ஆனால் பலவிதமாய் அர்த்தம் தரும் வரிகளையும் எழுதியுள்ளனர். குறிப்பாக, பாம்பாட்டி சித்தரின் ஆடு பாம்பே என்று முடியும் பாடல்களைச் சொல்லலாம்.

பல அரிய ரகசியங்களை உள்ளடக்கிய வரிகளும் உண்டு.

மேம்போக்காக ஒரு பொருளும், சொற்களை உடைத்துப் பார்த்தால் ஒரு பொருளும் தரும் வரிகளும் நிறைய உண்டு.

மருத்துவத்திலும் முன்னோடிகள் இவர்களே... தங்கள் உடம்பையே ஆராய்ச்சிகளுக்குப் பயன்படுத்தி இவர்கள் கண்டறிந்த மூலிகை ஞானம் மிகப்பெரியது.

ராமதேவர் என்னும் யாக்கோடி சித்தர் மருத்துவத்தை இந்திய மண்ணில் மட்டுமின்றி மெக்கா மதீனா வரை பறந்து சென்று கற்று வந்தவர். இவர்களால் சிபாரிசு செய்யப்பட்ட ஒரு சாமானிய மருந்து சுக்கும் மிளகும் ஆகும்.

சுக்குக்கு மிஞ்சிய மருந்தில்லை. சுப்ரமணியனுக்கு மிஞ்சிய தெய்வமில்லை என்பார்கள்.

——————

17

இந்த உலகில் எவ்வளவோ சாதிகள்... மொழிகள்... மதங்கள்! எல்லாமே மனிதக் கூட்டம் கடைந்தேறுவதற்குதான் வழிகாட்டுகின்றன. இந்த வழிகளிலும் பல வேற்றுமைகள். ஆனால் இவை அவ்வளவுக்குள்ளும் பொதுவான ஒன்றாக இருப்பது எண்களே என்பதுதான் ஆச்சரியம்.

இந்த எண்களுக்கான ஒரு மாற்றை தங்கள் விருப்பத்துக்கும் பிரத்யேகமாகவும் ஏற்படுத்திக்கொள்ள எந்த ஒரு மதத்தாலும் இனத்தாலும் முடியவில்லை என்பதுதான் பேருண்மை!

இதை வைத்துப் பார்க்கும்போது எண்ணே பெரிதினும் பெரிது என்பது புலனாகிறது. இந்த எண்ணிடம் பல ஆச்சர்ய அதிசயங்களும் பொதிந்து கிடக்கின்றன!

லட்சம், கோடி என்று நாம் சொல்வதெல்லாமே எண்ணின் பெருக்கம்தான். இதில் முதல் ஆச்சரியம் என்னவென்றால் இந்த லட்சம், கோடி என்கிற பெரிய வடிவை அடையத் தேவையான பூஜ்ஜியத்தை கண்டறிந்தவர்களே நாம்தான் என்பதுதான்.

பூஜ்ஜியம் என்கிற ஒன்று மட்டும் இல்லாவிட்டால் ஒன்றிலிருந்து ஒன்பது வரையிலான எண்கள் அப்படியே ஆணியடித்ததுபோல நின்றுவிடும். கூட்டல், கழித்தல், வகுத்தல், பெருக்கல் என்கிற நான்குவிதமான செயல்பாட்டுக்கும் இடமேயில்லாமல் போய் எதிலும் துல்லியமான தெளிவான ஒரு அளவு என்பதும் இருக்காது.

யோசித்து பாருங்கள்.

பூஜ்ஜியம் கண்டறியப்படாத நிலையில் ஐந்தையும், ஐந்தையும் கூட்டி வருவதை பத்து என்று குறிப்பிட முடியுமா? பத்தை சுட்டிக்காட்ட ஒன்றுக்கு பக்கத்தில் எதைப் போடுவது? இப்படியே ஒவ்வொரு கூட்டல், கழித்தல், வகுத்தல், பெருக்கலிலும் ஒரு இயங்க முடியாத நிலை ஏற்பட்டு ஸ்தம்பித்து அல்லவா போவோம்?

அதன்பின் எல்லாவற்றையும் தோராயமாகவும் குத்து மதிப்பாகவும் அல்லவா செய்ய முடியும்? காலை ஒரு அலுவலகம் பத்து மணிக்கு தொடங்குகிறது என்று வைத்து கொள்வோம். பூஜ்ஜியம் கண்டறியப்பட்டிராத நிலையில் பத்து என்ற ஒரு எண்ணே இருக்க முடியாதே...? இந்த இல்லாத பத்தை ஒரு காலவெளியில் எப்படி சுட்டிக்காட்டுவது...?

இப்போது கடிகாரம் இருக்கிறது. பத்து மணிக்குப் பணிக்கு வரவேண்டும் என்றால் பத்து மணிக்கு வந்து வேலையைத் தொடங்கி விடுகிறோம். பூஜ்ஜியம் இல்லாத நிலையில் பத்து என்பதும் இல்லாமல் போய் காலை வேளையில் ஒவ்வொருவரும் அவரவர் அனுமானத்திற்கல்லவா வேலைக்கு வருவார்கள்?

சரி வந்தவர்களுக்கு சம்பளத்தை எவ்வளவு என்று கொடுப்பது? அவர்களை எவ்வளவு நேரம் இருக்கச் சொல்லி வேலை வாங்குவது?

எல்லாவற்றிலும் தோராயமாக, குத்து மதிப்பாகச் செயல்பட்டால் அந்தச் செயல்பாடுதான் செம்மையாக இருக்குமா? ஆனால் இன்று இந்த உலகமே ஒவ்வொரு நொடியும் கணிக்க முடிந்த நிலையில் இயங்கிக் கொண்டிருக்கிறது. அந்த இயக்கத்தில் ஒரு சிறு தேக்கமோ ஸ்தம்பிப்போ கிடையாது.

யார் இருந்தாலும் இல்லாவிட்டாலும் நாட்காட்டிகளும், கடிகாரமும், இயங்கியபடியே இருந்து கால கதியை அடையாளம்

கண்டுகொள்ள உதவியபடியே இருக்கின்றன. பூஜ்ஜியத்தைக் கண்டறிந்துவிட்டதால் பல லட்சம் கோடிகளைக்கூட அடைவதும் உணர்வதும் மிகச்சுலபமாகி விட்டது.

எல்லாமே பூஜ்ஜியத்தால்... சித்தர்களின் மேதா விலாசத்தில் சில எண்களுக்கு பிரத்யேகச் சிறப்பு உண்டு. அதில் முதலானது பூஜ்ஜியம்! அடுத்தது பதினெட்டு என்கிற எண்...! இதற்கும் அடுத்தது ஒரு மண்டல காலத்தைக் குறிக்கும் 48 என்கிற எண். பின் நூறாகிய சதம்... அதன் பின் 108 என்கிற ஒரு எண்.

அதாவது 0, 18, 48, 108 என்கிற இந்த எண்கள் சித்தர்கள் வரையில் பலவித சிறப்புகளுக்கு உரியவையாகும்!

தொலைக்காட்சி வழியாக சிறைச்சாலைச் சுவருக்குள் தன் பெயரைப் பார்த்த அமரேஷுக்குள் மிக மெலிதாய் ஒரு பீதி உருவாகியது. அந்த காட்சியைப் பார்த்த கண்களிரண்டிலும் ஒருவித உறைவு!

தொடர்ந்து ராமண்ணாவின் வெள்ளைத்துணி போர்த்திய உடல், ஸ்ட்ரெச்சரில் கடந்துபோகும் காட்சிகளும் பின்புலத்தில் செய்திகளும் ஓடியபடியே இருந்தன.

பிரபல தொழிலதிபர் அமர்நாத்தின் 'அமர் கார்மெண்ட்ஸ்' நிறுவனத்தில் நடைபெற்ற கொலை வழக்கில் குற்றம் சாட்டப்பட்ட ராமண்ணா என்பவருக்கு தூக்கு தண்டனை விதித்துத் தீர்ப்பு வழங்கியிருந்தது நீதிமன்றம்.

ஆனால் தூக்கு தண்டனை நிறைவேற்றப்படுவதற்கு முன்பாகவே ராமண்ணா சிறைச்சாலை சுவற்றில் முட்டி மோதிக்கொண்டு உயிரைவிட்ட செயல் ஆச்சரியமாகவும் அதிர்ச்சி அளிப்பதாகவும் உள்ளது என்று சாட்சியோடு காதில் விழுந்த குரலால் அமரேஷ் என்கிற அந்த இளைஞனின் நெற்றியில் ஒரு பெரிய சுருக்கமே விழுந்தது.

தொலைக்காட்சியை அணைத்துவிட்டு நகம் கடிக்க தொடங்கிவிட்டவனைத் திரும்ப அழைத்தது தொலைபேசி.

அவனும் பேசத் தயாரானான். மறுபக்கம் அவன் நண்பன் கோபால்.

“அமரேஷ் ஸ்பீக்கிங்...”

“தெரியுது... டி.வி. பார்த்தியா?”

“உம்.”

“எப்படியோ... உன் மனசை உறுத்திட்டிருந்த ஒருத்தன் கதை முடிஞ்சது. இப்ப சந்தோஷம்தானே?”

“உம்...”

“எல்லாத்துக்கும் உம் தானா... உற்சாகமா வாயைத் திறந்து சொல்லேன்...”

“என்னத்த சொல்றது... எல்லாத்தையும் மறக்க நினைக்கும்போது தான் அது சம்மந்தமான விஷயங்கள் சுத்தி நடந்த அந்த எண்ணங்களும் அதிகமாகுது...”

“அதனாலதான் எப்பவும் எந்த நிலையிலும் தப்பு பண்ணாம யோக்யமாவே இருந்துட்டா ஒரு பிரச்சனையும் இல்லைன்னு நம்ம பெரியவங்க சொல்லிட்டு போயிருக்காங்க.”

“என்ன கோபால் இதுதான் டைம்னு குத்திக் காட்றியா?”

“நான் அதை மறுக்க விரும்பல அமரேஷ்... குத்திக் காட்றதாவே வெச்சுக்கோ. இனியாவது நீ ஒழுங்கா இருக்கணும்னுதான் இப்படி சொல்றேன். சட்டத்தால் உன்னை தண்டிக்க முடியலை. பாவம் அந்த ராமண்ணா பொண்ணோட மானத்தை காப்பாத்தறதுக்காக உன்னையும் காப்பாத்திட்டு உயிரை விட்டுட்டாரு. உன்னை மாதிரி கார்ப்பரேட் மனிதர்களுக்கு வேணும்னா கற்பு ஒழுக்கமெல்லாம் ஒரு கடைச்சரக்கு மாதிரி காசுக்கு வாங்க முடிஞ்சதாத் தெரியலாம்.

ராமண்ணா மாதிரி மானஸ்தர்களுக்கெல்லாம் அது உயிர் மாதிரி. அதனாலதான் சட்டப்படி தண்டிக்கப்பட்டு ஒரு

குற்றவாளியா சாகப்பிடிக்காம இப்படி தனக்குதானே தண்டனை கொடுத்துகிட்டு இறந்து போயிருக்காரு...”

“கோபால்... தயவுசெய்து இந்த பேச்சை இதோட நிறுத்திக்கிறியா?”

“என்னை அதட்டாதே... உனக்குள்ளே உனக்கு நீயே யோசிச்சுப் பார். ஒரு குடும்பத்தையே நடுத்தெருவுல கொண்டுவந்து நிறுத்திட்டே. உன்னால் பாதிக்கப்பட்ட அந்த பிருந்தாவை நினைச்சா எனக்கு இன்னும் பரிதாபமா இருக்கு...”

“போதும் பேச்சை நிறுத்து...” அமரேஷ் போனை வேகமாக கட் செய்துவிட்டு திரும்பவும் நகம் கடிக்கத் தொடங்கினான். விட்டால் விரலையே கடித்து தின்றுவிடுவான் என்பதுபோல் அவன் முகத்தில் ஒரு அவஸ்தையான ஆக்ரோஷம்!

◈◈◈

மார்ச்சுவரி!

உள்ளே ஐந்தடி ஆறடி நீளங்களில் வெள்ளைத்துணி மூட்டைகளாய் பிணங்கள். ஏ.சி. ரேக்குகளில் இடமில்லாததால் பல உடம்புகள் தரையில் கிடத்தப்பட்டிருந்தன. மார்பு பாகத்தில் அவைகளுக்குரிய பெயரும் எண்ணும் கோணல் மாணலாக எழுதப்பட்டிருந்தன. ராமண்ணாவின் உடல் மட்டும் ஸ்ட்ரெச்சர் ட்ராலி மேல் மார்ச்சுவரியின் டிசெக்ஷனுக்காக தியேட்டர் டேபிளுக்கு செல்லத் தயாராக இருந்தது.

காக்கி உடுப்பணிந்த ஸ்வீப்பர்கள் இருவர் குறுக்கும் நெடுக்கும் நடந்தபடி இருந்தனர். கீழே கிடந்த பிணங்களை குப்பைபோல கருதித் தாண்டுவதும் இழுத்து ஒரு ஓரமாகத், தள்ளுவதும் அவர்களுக்கு ஒரு சாதாரண விஷயமாக இருந்தது. அவர்களின் பெரிய சட்டை பாக்கெட்டில் பாதி குடித்து முடித்த குவார்ட்டர் பாட்டிலும் இருந்தது.

வெளியே மரத்தடியில் ஜானகி, பிருந்தா அகிலாவோடு காத்துக் கொண்டிருந்தாள். அவர்களோடு அவளது பக்கத்து

வீட்டுக்காரரும் இன்னும் சில தெரிந்தவர்களும் வந்திருந்தனர். ஜானகி மயங்கி விடுவாள். அகிலாவும், பிருந்தாவும் அழுது கூப்பாடு போடுவார்கள் என்றெல்லாம் எண்ணிக் கொண்டிருந்தவர்களுக்கு அவர்களின் அழுத்தமான அமைதி ஆச்சரியமளித்துக் கொண்டிருந்தது.

பெருமாள்துரையும் சிறையில் இருந்து தனக்கான காரில் வந்திருந்தார். காக்கி மேல் சட்டையைக் கழற்றிவிட்டு வெள்ளை டிஷர்ட் அணிந்து வந்திருந்தார். டாக்டர் வந்து உடம்பை அறுத்துப் பரிசோதித்து ஒரு ரிப்போர்ட்டைத் தயார் செய்த பிறகு உடம்பை ஒப்படைக்க வேண்டும்.

அதற்கான காத்திருப்பின்போது மார்ச்சுவரி அறை ஜன்னல் கம்பி மேல் காகம் ஒன்று வந்து அமர்ந்தது! டேபிள் மேல் ஆபரேஷன் இன்ஸ்ட்ருமெண்டுகளை ஒரு எவர்சில்வர் ட்ரேயில் போட்டு தயார்ப்படுத்த வந்த ஸ்வீப்பர் காக்கையை பார்க்கவும் 'ஸ்சூ...' என்று துரத்தி கதவையும் மூடப்போனான். அந்த அறையின் ரத்த வாடைக்கு காக்கைகள் மட்டுமல்ல சமயத்தில் கழுகுகளில் இருந்து நாய்களும் பூனைகளும்கூட வருவதுண்டு.

அதிலும் காக்கைகள் அதிகமாகவே வரும். எவ்வளவு துரத்தினாலும் திரும்பத்திரும்ப வந்து எதையாவது விழுங்கப் பார்க்கும்.

இதனால் ஸ்வீப்பர்களிடம் உண்டிவில்லும் இருக்கும். உண்டிவில்லை அவர்கள் கையில் எடுத்த நொடி எகிறிப் பறந்துவிடும். உள் விஷயம் இப்படி....

ஆனால் அன்று ஸ்வீப்பர் கதவை அடைத்த பிறகும், அந்த காக்கை விலகாமல், முன் வழியாக மனிதர்கள் பிரவேசிப்பதுபோல, விருட்டென்று பறந்து டாக்டரின் அறைக்குள் சென்று அங்குள்ள டாக்டர் சீட்டுக்கு எதிரில் உள்ள நாற்காலியில் அமர்ந்துகொண்டது. இதை அங்குள்ள யாரும் கவனிக்கவில்லை.

டாக்டருக்காக காத்திருத்தல் தொடர்ந்து கொண்டிருந்த அந்த வேளையில் வெளியே மரத்தடிக்கு ஜோதிடர் ரங்கசாமியும் வந்ததுதான் ஆச்சரியம்.

தோளில் துணிப்பை தொங்க, வேட்டி ஜிப்பா என்கிற தொழில் ரீதியான தோற்றமுடன் வந்த அவரைப் பார்க்கவும் சூழலை மீறி ஒரு சிறு சிரிப்பு வந்தது. வார்டர் பெருமாள்துரைக்கு...

"வணக்கம் சார்..."

"என்ன ஜோசியரே... எப்படிய்யா தைரியமா உங்களால இங்க வர முடிஞ்சது... என்னையும் நீங்க எதிர்பார்க்கல இல்லை?" பெருமாள்துரை கிண்டலாக ஆரம்பித்தார்.

"ஆமாம் சார்... நான் அந்த ராமண்ணா செத்ததை நம்ப முடியாமதான் பாக்க வந்துருக்கேன்..."

"இப்ப என்ன சொல்லப் போறீங்க... சில நேரங்கள்ல என்னையும் மீறி தப்பு நடந்துடுதுன்னா...?"

"இல்ல சார்... நூறு தடவை பரிசோதனை பண்ணிட்டேன். ராமண்ணா செத்துருக்க வாய்ப்பே இல்ல சார்."

"உள்ளதான்யா உடம்பு கிடக்குது..."

"தெரியும் சார்... நான் சில விஷயங்கள் கேள்விபட்டிருக்கேன். பத்திரிகைலயும் படிச்சிருக்கேன். சுடுகாட்டுல பிணத்தைப்போட்டுத் தீ வைக்கப் போகும்போது பலர் கண் விழிச்சு பிண மேடையைவிட்டு எழுந்துட்டதா..."

"ஓ... அப்படி இங்க ராமண்ணாவும் எழுந்திரிச்சு வருவார்னு ஒரு நம்பிக்கையா உங்களுக்கு...?"

"அவர் சாக முடியாதுன்னும் போது அப்படிதானே சார் நடந்தாகணும்?"

"போதும் மிஸ்டர் ரங்கசாமி... தொடர்ந்து குப்புற விழுந்தாலும் மீசைல மண் ஒட்டலைங்கற மாதிரியே பேசாதீங்க. இனியாவது இந்த ஜாதகம் ஜோசியம்லாம் ஒரு ஹம்பக்கான விஷயம்னு புரிஞ்சுகிட்டு உங்க தொழிலையும் மாத்திக்கப் பாருங்க.

ரியல் எஸ்டேட் தொழில் உங்களப்போல நல்லா வாயடிக்க தெரிஞ்சவங்களுக்கு ரொம்பவே தோது. அதுக்கு நீங்க முயற்சி செய்யலாம்..."

பெருமாள்துரை கடுமையாகவே ரங்கசாமியிடம் பேசிடும்போது டாக்டர் வந்துவிட்டதற்கான அறிகுறிகள்.

விறுவிறுவென்று வந்த டாக்டர் முதலில் தனக்கான அறைக்குள்தான் நுழைந்தார். உள்ளே அவருக்கு எதிரான நாற்காலியில் காகம்! அதைப் பார்க்கவும் டாக்டரிடம் ஒரு திடுக் உணர்ச்சி.

சித்தர் பெருமக்களில் ஏன் பெண் இனத்தைச் சேர்ந்த ஒருவர்கூட இல்லை?

ராஜராஜன், தர்மபுரி.

சித்தம் என்பதே ‘உடம்பு - மனது’ என்கிற இரண்டையும் வென்று காட்டுவதில்தான் உள்ளது. இம்மட்டில் உடம்பால் இயற்கையான உபாதைகளுக்கு ஆளாகும் வாய்ப்பு ஆண்களுக்கு அறவே இல்லை. ஆனால் பெண்களுக்கு அப்படிக் கிடையாது. மாதவிடாய் முதல் அச்சம், மடம், நாணம் எனும் உடல் சார்ந்த கட்டுப்பாடுகள் அவர்களுக்கு இயற்கையாகவே உள்ளது. எனவே ஒரு முழத்துணி கொண்டு கோவணத்தை கட்டிக்கொண்டு எங்கு வேண்டுமானாலும் திரியலாம் என்னும் சுதந்திரம் அவர்கள் வரையில் இல்லை.

இந்த உடல் சார்ந்த கட்டுப்பாடுதான் இதற்கு பெரும் தடை. ஆனபோதிலும் ஜைன மதத்தில் பல பெண் துறவியர்கள் இருக்கவே செய்கின்றனர். ஆயினும் இவர்கள் உடல் சார்ந்த கட்டுப்பாடுகளை துறந்து விடவில்லை. அது தேவையும் இல்லை.

அடுத்து ஒரு பெண்ணால் தன்னந்தனியாக காடு, மேடுகளில் ஏகாந்தமாயெல்லாம் திரிய முடியாது. சித்தம் என்பது திரியச் சொல்லும். இதனாலேயே சித்தத்தை ஒரு ஒழுங்கில்லாதது என்று கருதி இதை பொருட்படுத்தாவர்களும் நம்மில் உண்டு!

* ——— *

18

“எண்களில் பூஜ்ஜியம் பல விசேஷ சிறப்புகளை உடையது. இப்படிக் கூறுவதால் மற்ற எண்கள் தாழ்ந்தவை என்றோ, எண்களுக்குள்ளேயும் பெரிது சிறிது வேறுபாடுகள் இருக்கின்றன என்றோ யாரும் கருதிவிடக் கூடாது.

இந்த உலகில் இந்த எண்கள் என்று இல்லாமல், எந்த ஜீவராசியாக இருந்தாலும் சரி, எந்தத் தாவரமாக இருந்தாலும் சரி, அவைகளை உயர்வு, தாழ்வுபடுத்தி பார்க்கக்கூடாது. வாழ்வில் நாமும் அப்படி நடந்து கொள்வதில்லை.

ஒரு பூ பூக்கும் செடியை பார்த்து விழுந்து கும்பிடுவதோ, இல்லை ஒரு முட்செடியை பார்த்து எரிந்து விழுவதோ முட்டாள்தனம் என்பது நம் பட்டறிவுக்கும் தெரியும்...

அப்படித்தான் இந்த எண்கள் மற்றும் எழுத்துக்கள் விஷயமும்... ஒவ்வொன்றுக்கும் ஒரு தன்மை உள்ளது. அதில் பூஜ்ஜியத்தின் தன்மை மிக ஆச்சரியமானது. பூஜ்ஜியம் என்பது ஆரம்பமும் முடிவும் அற்றது.

ஒரு உருண்டையான வட்டப்பொருள் பந்தாக இருந்தாலும் சரி, சக்கரமாக இருந்தாலும் சரி ஒரே ஒரு புள்ளியில்தான் நிற்கும். மற்ற பாகங்கள் சம எடையோடு இருக்கும். அதாவது பூஜ்ஜியம் என்பதை கவிழ்க்கவோ மாற்றவோ முடியாது.

உதாரணமாக ஒன்றாம் எண்ணை படுக்கை வாக்கில் கிடத்தினால் அது ஒரு கோடாகிவிடும்.

மற்ற எண்களும் அப்படித்தான். உரிய கோணத்தில் இருந்து துளி மாறினாலும் அதன் தன்மை மாறிவிடும்.

ஆனால் பூஜ்ஜியம் மட்டும் மாறவே மாறாது. இதனால்தான் மிகுந்த பக்குவமும் நன்மை, தீமை இரண்டையும் சமமாக கருதும் மனப்பாங்கும், எந்த நிலைப்பாட்டின் போதும் தன்னிலையில் துளியும் மாறாமல் உறுதியாயிருப்பவர்களை பூஜ்ய ஸ்ரீ என்று கூறுவார்கள்!

அடுத்து இந்த பூஜ்யம் தனித்து இருக்கும்போது ஏதுமில்லாமலும் இதன் அருகில் இடப்பக்கம், எந்த எண் விழுந்தாலும் அதைப் பத்து மடங்கு இது பெருக்கிவிடும்.

உதாரணமாக பூஜ்ஜியத்துக்கு இடப்பக்கத்தில் ஒன்று விழுந்தால் அது பத்தாகிறது, இரண்டு விழுந்தால் அது இருபதாகிறது.

அதே எண்கள் வலப்பக்கம் விழும்போது அதே அளவு குறைந்தும் போகிறது.

இதை வேறுவிதமாகவும் கூறலாம். தேர்ந்த ஞானிகளை பணிந்து குருவாக ஏற்பவர்கள் பன்மடங்கு உயர்வையும், இதே ஞானிகளைப் புரியாமல் இகழ்பவர்கள் பன்மடங்கு தாழ்வையும் அடைவார்கள் என்று கூறலாம்.

அதாவது ஏற்பவர்கள் இடப்பக்கம் விழுபவர்கள், மறுப்பவர்கள் வலப்பக்கம் விழுபவர்கள் என்று புரிந்து பொருள்கொண்டு பூஜ்ஜியத்தை நோக்க வேண்டும்.

அப்போது தெரியும் பூஜ்ஜியத்தின் சிறப்பு. அடுத்து, எண்களில் பெரிதும் சிந்தனையை தூண்டுவதுதான் பதினெட்டு என்கிற எண்...!

காக்கையை பார்த்த அந்த டாக்டருக்கு ஒரு வினாடி பகீர் என்றது. அது என்னதான் சாதுவான பறவையாக இருந்தாலும், சற்றும் எதிர்பார்க்காத ஒரு இடத்தில் அதை பார்க்க நேரும்போது மனது அதிர்வது இயற்கைதானே?

சுதாரித்துக்கொண்டு விரட்டப் பார்த்தார்.

குனிந்து மேஜையை ஒட்டிக் கிடந்த பேப்பர் வெயிட்டை எடுத்து எரிவதற்கு முயன்றவர் அதன் நிமித்தம் நிமிர்ந்தபோது விக்கித்துப் போனார்.

எதிரில் காக்கைச் சித்தர்!

கரிய முகமும் கூரிய நாசியுமாய்... ஆனால் பார்வையில் நல்ல தீட்சண்யம். வலது கை ஒரு கோலைப் பிடித்தபடி இருந்தது. மேனியில் ஒரு கறுப்பு வேட்டி. அவ்வளவுதான்!

"நீ... நீ... நீங்க யார்?" டாக்டரால் அவரை ஒருமையில் அழைக்க முடியவில்லை. அது மரியாதையில் முடிந்துபோனது.

"நான் யாருங்கறது இப்ப முக்கியமல்ல... இப்ப நீ என்ன பண்ணப் போறேங்கறதுதான் முக்கியம்..."

இதமான அவர் பேச்சில் மெஸ்மரிசத் தன்மை. பார்வையிலும் அதே வீச்சு...!

"நான் இப்ப என்ன செய்யணும்னு எதிர்பார்க்கறீங்க?"

"பரவாயில்லையே... பத்து பதினைஞ்சு நொடிக்குள்ளயே வழிக்கு வந்துட்டியே...!"

"நான் என்ன செய்யணும்... சொல்லுங்க!"

"உள்ள உனக்காக காத்திருக்கற உடம்பை அறுத்து சேதப்படுத்தாம அதை நீ அப்படியே உரியவங்ககிட்ட ஒப்படைக்கணும்."

"அவ்வளவுதானே சாமி... அப்படியே செஞ்சுடறேன்"

"கடமை தவறப்போறதா நினைச்சிடாதே... தருமப்படி நடக்க முயலும்போது நியாயங்களை மீறக்கூடிய நிலை வரலாம். ஆனா தர்ம பலனே நியாயத் தப்புக்கு பரிகாரமாகி ஒண்ணுக்கு ஒண்ணு சரியாயிடும்."

"நீங்க சொல்றதை கேட்கப் போறேன் நான்... எதுக்கு சாமி விளக்கம். குருநாதர் உத்தரவுக்குக் கீழ்படியறது தானே நல்ல சிஷ்யனோட கடமை...?"

“என் தீட்சை உனக்கு கிடைச்சிடுச்சு... அதான் இப்படி பேசத் தொடங்கிட்டே... இது பொல்லாத மாய உலகம். தப்பெல்லாமும் சரியாவும் சரியெல்லாம் தப்பாவும் தெரியும். தெளிஞ்சு நடந்துக்கத் தெரியணும். பண்ண பாவமும் நிழலாய்த் தொடர்ந்து வரும்.

அதை அனுபவிச்சுத்தான் தீர்க்கணும். பாவம் ராமண்ணா... இப்படி எல்லாம் படணும்கறது அவன் கர்மம். அதுக்கு நான் வந்து உதவணும்கறது என் கர்மம்... இதனால் ஒரு புதுப்பாடத்தை இந்த உலகம் படிக்கப்போகுது. இந்த பாடத்துல உனக்கும் ஒரு பங்கு இருக்கு. அதனால்தான் பிண்டம் இப்ப உன் முன்னால கிடக்குது...”

“அந்த பிண்டத்த நான் எச்சப்படுத்தமாட்டேன் சாமி... போதுங்களா?”

“நல்லா இரு... நல்லாவும் இருப்பே... உன்னோட ஒரு பாவக்கணக்கு இதுக்கு பிறகு நேராயிடும். வரட்டுமா?”

கேட்ட நொடி காக்கைச்சித்தர் அமர்ந்திருந்த இடத்தில் காக்கை ஒன்று இருந்து அதுவும் பின்னோக்கிப் பறந்தும் போனது.

டாக்டரும் எழுந்தார். நேராக மார்ச்சுவரி அறை நோக்கி நடந்தார். ஸ்வீப்பர்கள் காத்திருந்தனர். ரத்தம் தோய்ந்த டேபிள் மேல் தலையில் கட்டுப்போடப்பட்ட நிலையில் ராமண்ணாவின் சடலம்.

ஸ்வீப்பர்கள் ஒரு எவர்சில்வர் ட்ரேயில் கத்திரிக்கோலில் இருந்து, சூயிங் இன்ஸ்ட்ருமெண்ட்ஸ் வரை சகலத்தோடும் கைக்கு கிளவுஸ் மாட்டிய நிலையில் காத்திருந்தனர். அவர்களைப் பார்த்தவர், “நீங்க வெளிய போங்க” என்றார். அவர்களிடம் மெல்லிய திகைப்பு.

“உங்களத்தான்யா... போங்க வெளிய...”

குரலில் அதட்டல் கலக்கவும் அவர்கள் மெல்ல வெளியேறினர். மார்ச்சுவரி அறைக் கதவை தாழிட்டவர் ஐந்து நிமிடம்

கழித்துத்தான் திறந்தார். அவர்கள் வெளியே காத்திருந்தனர். கதவு திறக்கப்படவும் டாக்டரை ஏறிட்டனர்.

"என் ட்யூட்டி முடிஞ்சிடுச்சு... ஃபார்மாலிட்டீஸை முடிச்சிட்டு பாடியை ஒப்படைச்சிடுங்க." என்றபடியே வெளியேறினார். அவர்கள் உள்ளே சென்று பார்த்தனர். ராமண்ணாவின் உடல் வெள்ளைத்துணியால் மூடப்பட்டு பிணக்கட்டு போடப்பட்டுத் தயாராக இருந்தது.

அவர்கள் ஒருவரை ஒருவர் பார்த்துக்கொண்டனர். "நமக்கு தெரியாம பார்ட்டிகிட்ட காசை வாங்கிட்டு உடம்பை கண்டம் பண்ணாம மூடிக் கட்டிட்டார்போல..." என்றான் ஒருவன்.

"இதையே நாம் செஞ்சா ஆ ஊன்னு சட்டம் பேசுவாங்க. சரி சரி... நமக்கெதுக்கு பொல்லாப்பு பாடிய தூக்கி உடு..."

என்றபடியே ஸ்ட்ரெச்சரில் கிடத்தி வெளியே எடுத்து வந்தனர்.

ராமண்ணா மனைவி ஜானகி மரத்தடியைவிட்டு தன் மகள்களோடு கணவரின் உடல் அருகே வந்தாள். அவளையும் மீறி கண்ணீர் பிரண்டு வந்தது.

சில காட்சிகளை கண்கள் காணவே கூடாது. அதில் பிரியத்துக்குரியவர்கள் பிணமாய்க் கிடப்பதும் அடக்கம்! பெருமாள்துரையும் அருகில் வந்தார். கூடவே அந்த ஜோதிடரும்! சில போலீஸ்காரர்களும் நின்று கொண்டிருந்தனர்.

பெருமாள்துரை ஜோதிடரைப் பார்த்தார்.

ராமண்ணா இறப்புக்கு இதற்குமேல் ஒரு சாட்சியம் தேவையா என்பதுபோல் இருந்தது அவர் பார்வை. மெல்லிய குரலில், "இனி நீங்க ஜோசியமே பார்க்கக்கூடாது. அதுதான் உங்களுக்கு மரியாதை" என்றார். ரங்கசாமியாலும் எதுவும் பேச முடியவில்லை.

ராமண்ணாவின் உடம்பு மார்ச்சுவரி வேன் ஒன்றில் ஏறி அடங்கியது. ஜானகியும், மகள்களும் கண்ணீரைத் துடைத்தபடியே அதே வேனில் ஏறிக்கொண்டனர்.

வேன் புறப்பட்டது.

ஜோதிடர் ரங்கசாமி மட்டும் நம்ப முடியாதபடி பார்த்தபடியே இருந்தார்!

◈◈◈

சென்னை...

அர்ஜுன் பங்களா!

விசேஷமான அமெரிக்க பிராண்ட் சென்ட் ஸ்ப்ரேயை தன் சட்டை மேல் அடித்தபடி கண்ணாடி முன் நின்று கொண்டிருந்தான் அர்ஜுன். அறை கதவு பாதி திறந்திருந்தது.

அதை முழுவதுமாய் திறந்துகொண்டு உள் நுழைந்தாள் கண்மணி. மாமா கபாலீஸ்வரனின் ஒரே மகள்! அவள் கண்களில் ஒருவித சோகம், எப்போதும் வந்தால் வந்த வேகத்தில் அவன் கண்களை மூடுவதும், கட்டிப்பிடிப்பதுமாய் இருப்பவளிடம் துளிகூட கலகலப்பேயில்லை. காரணத்தை கபாலீஸ்வரனே அவளிடம் கூறிவிட்டிருந்தார்.

"கண்மணி... அர்ஜூன் சரியில்லை!

அமெரிக்கா போயே புத்தி மாறாதவன் அந்த கிராமத்துக்கு போனதும் மாறிட்டான்மா! ரஞ்சனிங்கறவ அந்த ஊர்ல ஒரு அழகான ராட்சஸி... அவளைப் பார்த்ததும் அவனுக்கு நானே இரண்டாம் பட்சமாயிட்டேன்.

இந்த லட்சணத்துல அந்த ஊர்ல ஐய்யா சர்க்கரை தொழிற்சாலை போடறதுங்கற முடிவுக்கும் வந்துட்டாரு. இனி என்னாகுமோ?" என்று அவர் சொல்லியிருந்தது அவளுக்குள் ஓடிக் கொண்டிருந்தது. அர்ஜுனும் அவளை ஊன்றினான்.

"என்ன கண்மணி டல்லா இருக்கே?"

"நான் டல்லா மட்டுமில்ல அர்ஜூன், டோட்டலா நல்லாவும் இல்ல..."

“ஏன் உடம்பு சரியில்லையா?”

“உடம்பு சரியில்லேன்னாதான் மாத்திரை மருந்து இருக்கே? ஆனா இங்க என் மனசேல்ல பாதிக்கப்பட்டிருக்கு...!”

“உன் மனசு பாதிக்கப்பட்டிருக்கா... யாரால”

“காரணமான நீயே இப்படி கேட்கலாமா?”

“நானா?”

“அப்ப இல்லையா?”

“உளறாதே...”

“கோவிச்சுக்காம என் கேள்விக்குப் பதில் சொல். நான்தானே உன்னோட உட் பீ?”

அவள் வலை வீசிப்பிடித்த மாதிரி அந்த ஒரு கேள்வியால் அவனை இழுத்து நிறுத்தினாள். அவனிடமும் ஒரு மெல்லிய திணறல்.

சட்டென்று அவன் மனதுக்குள் ரஞ்சனி நிமிர்ந்து எழுந்தாள். அவன் மனமும் அவள் பக்கம்தான் சாயப் பார்த்தது.

“என்ன அர்ஜூன்... என் கேள்விக்கு பதில் சொல்ல இவ்வளவு தயங்கறே? அப்ப நான் உன் உட் பீ இல்லையா?”

“இப்ப எதுக்கு கண்மணி இந்தக் கேள்வி?”

“சரி... அப்ப நாளைக்கு கேட்கவா...?”

“இல்ல... நீ இந்த மாதிரி பச்சையா கேப்பேன்னு நான் எதிர்பார்க்கல...”

“பச்சையாவா...? அர்ஜூன் என்ன பேசறே? நான் வேற எப்படி கேட்கணும்னு நீ எதிர்பார்க்கறே?”

“இந்த மாதிரி பேச்சே வேண்டாம் கண்மணி... ப்ளீஸ்...”

“இதுக்கு நீ என்னை நேருக்கு நேர் பார்த்து சாரி கண்மணி என் மனசுக்குள்ள வேற ஒரு பொண்ணு இருக்கான்னு சொல்லிடலாம்.”

கண்மணியிடம் சற்றே ஆவேசம் வெளிப்பட்டது. அர்ஜூனும் அதையே பிடித்துக்கொண்டான்.

“ஆமாம் கண்மணி... இப்ப என் மனசுக்குள்ள வேற ஒரு பொண்ணுதான் இருக்கா... ஐ ஆம் சாரி...”

அவன் பதில் அவள் கன்னத்தில் விழுந்த அறையாக அமைந்து அவளை அதிரச் செய்தது. நெடுநேரம் அங்கே நிசப்தம். அர்ஜூன் அதை கலைத்துக்கொண்டு,

“சாரி கண்மணி... உன்னையும் நான் விரும்பறேன். ஆனா என் மனைவியா இல்ல... என் மாமன் மகளா... ஒரு நல்ல ஃப்ரெண்டா...! ஏன்னா ஒரு பொண்ணு என்னை ரொம்பவே இம்ப்ரஸ் பண்ணிட்டா! ஐ திங்க்... இப்பதான் உண்மையான காதல்னா என்னன்னு தெரிய வந்துருக்கு” என்றான்.

“என்னைத் தப்பா எடுத்துக்காதே... இன்ஃபாக்ட் உனக்கும் எனக்கும் கல்யாணமாகி அதுக்குப் பிறகு நான் அந்த பெண்ணை பார்க்க நேர்ந்திருந்தாலும் அப்பவும் என் மனசை அவ வரைல பறி கொடுத்திருப்பேன். அவ அப்படி ஒரு கரண்ட்... நல்ல வேளை நமக்கு கல்யாணம் நடக்கல. தேங்க்ஸ் காட்...”

என்று பேசிவிட்டு அங்கிருந்து விலகவும் செய்தான். கண்மணியின் ரப்பைகள் கண்ணீரில் நனைந்துவிட்டிருந்தன. கபாலீஸ்வரனும் கவனித்தபடியே வந்தார். மகளை கண்ணீரோடு பார்க்கவும் யானை ஒன்று அவரை மிதித்ததுபோல் இருந்தது.

“அவன் பேசியதை கேட்டுகிட்டுதாம்மா இருந்தேன். யார்கிட்ட தன் மனசை பறிகொடுத்தேன்னு சொன்னானோ அவளோட அவன் எப்படி சேர்ந்து வாழறான்னு நான் பார்க்கறேன்.

உன்கிட்ட வந்து உன் காலடில விழுந்து தப்பு பண்ணிட்டேன் கண்மணின்னு கதற வைக்கறேன் பார்...” என்று சொடக்கு போட்டவரை மேலும் அதிர்ச்சியோடு பார்த்தாள் கண்மணி!

தமிழகத்தில் மட்டும்தான் சித்தர்கள் என்று இருக்கிறார்களா? பிறமொழி, மதங்களில் இப்படிப்பட்டவர்கள் இல்லையா?

கௌசல்யா, மும்பை

ஆதிவாசிகளில்கூட சித்தர்கள் இருக்க வாய்ப்புகள் உண்டு. முன் கேள்விக்கு நான் சொன்ன பதிலை மனதில்கொண்டு பாருங்கள். அதுபோல் வாழ்பவர்கள் எந்த நாட்டில் எந்த மதத்தில் இருந்தாலும் சித்த புருஷர்களே!

இஸ்லாமிய தர்காக்களில் அடங்கிக் கிடக்கும் மகான்கள்கூட சித்தர்களே என்போரும் உண்டு. அதில் ஓரளவு உண்மையும் இருப்பதை அவர்களது செயல்பாடுகளின் வழியாக நாம் உணரலாம்.

* ———— *

19

எண் வரிசையில் '18' என்கிற எண் ஒரு சூட்சுமமான எண்! இந்த எண்தான் 1 முதல் 9 வரையிலுள்ள எண்ணின் முதல் பெருகிய வடிவமாகும் (9X2=18) அடுத்து இந்த 18க்குள் 9 ஒளிந்துள்ளது. (1+8=9) அடுத்து இந்த 18க்குள் எல்லா எண்களும் உள்ளடங்கி இருப்பதோடு அவை பெருக்கப்பட்ட, கூட்டப்பட்ட தன்மையும் கொண்டுள்ளன.

மேலாக ஒன்று என்பது சூரியனையும், எட்டு என்பது சனியையும் குறிக்கும். ஒரு உயிருக்குள் சூரியனே ஆத்மகாரகனாக விளங்குகிறான். சனியே ஆயுட்காரகனாக விளங்குகிறான். பிறப்பெடுத்துவிட்ட நாம் நம் வாழ்நாளுக்குள் முக்தியை அடைவதற்கு முயன்று அதில் வெற்றியும் பெற்றுவிட வேண்டும்.

9 என்பது கோள்களில் செவ்வாயைக் குறித்தாலும், ஐந்து பூதங்களால் ஆன நாம் ஆறாம் அறிவுகொண்டு சிந்தித்து அதை ஏழாகிய சப்தத்தால் வெளிப்படுத்திப் பேசுகிறோம்.

இந்தப் பேச்சால் நாம் எட்ட வேண்டியதை எட்டிவிட்டால் அடுத்து ஒன்பதாகிய இறை நிலை நமக்குக் கிட்டிவிடும் என்பதே இதன் நுட்பமான உட்பொருள். அந்த இறை நிலையை அடைவதற்கு 18 பெருந்துணை செய்கிறது. பதினெட்டிற்கும் அருள் விலாசத்துக்கும் பெருந்தொடர்பும் உள்ளது.

பாரத யுத்தம் 18 நாட்கள் நடந்தது. அது மனித வாழ்வு எப்படிப்பட்டது என்பதை மட்டுமல்ல அதுவே கீதையை நமக்கு தந்தது சித்தர்கள் வரிசையை 18க்குள் அடக்குவார்கள்.

இந்த 18 சித்தர்களை புரிந்து நடந்தாலே போதும். நமக்குள் ஒளி ஏற்பட்டு நாம் அருளை பெறுவது சுலபமாகிவிடும். சபரிமலையில் 18 படிகள் உள்ளது. அது 18 தத்துவங்களைக் கூறுகிறது. அதன் வழியாகத்தான் நாம் சாஸ்தாவின் அருளைப் பெறுகிறோம். இப்படி பதினெட்டின் பின்னால் நாம் சிந்திக்க ஏராளமான விஷயங்கள் உள்ளன.

அடுத்து நாற்பத்தி எட்டு என்கிற எண்ணின் பிரத்யேக சிறப்பினைப் பார்ப்போம்!

ஃ

கண்மணியின் பார்வை கபாலீஸ்வரனைத் துளையிட்டது.

"வேண்டாம்ப்பா... விட்றுங்க" என்கிற மாதிரியும் அதில் ஒரு செய்தி இருந்தது.

"என்னம்மா... பயமா இருக்கா உனக்கு?"

"பயப்படறதுக்கு இதுல என்னப்பா இருக்கு... என் பார்வைக்கு அர்த்தம் அது இல்லை..."

"வேற என்னம்மா அர்த்தம்?"

"என்னைப் பெத்து வளர்த்து ஆளாக்கின உங்களுக்கே என் மனசு தெரியலேன்னா நான் யார்கிட்டப் போய்ச் சொல்வேன்?"

"இதோ பார்... நீ சுத்தி வளைச்சு பேசாம நேரா விஷயத்துக்கு வா."

"அத்தான் அந்தப் பெண்ணை விரும்பினா கல்யாணம் பண்ணிக்கிட்டு போகட்டும். விட்றுங்கப்பா..."

"அப்ப உன்னோட நிலை?"

"என்ன என்னோட நிலை? நான் ஒண்ணும் தற்கொலை பண்ணிகிட்டு செத்துடமாட்டேன். போதுமா?"

"நானும் அப்படி எல்லாம் நினைச்சு கேட்கல கண்மணி. உனக்கும் ஒரு எதிர்காலம் இருக்குல்ல...?"

“என் எதிர்காலத்தை எப்படி வடிவமைச்சிக்கறதுன்னு எனக்குத் தெரியும். ஒரு ஆண் துணையில்லாம வாழவும் என்னால முடியும்.”

“அப்ப நீ கல்யாணம் பண்ணிக்காம இப்படியே இருந்துடப் போறியா?”

“நான் அத்தானை விரும்பினேன். அவர் இல்லேன்னு ஆன உடனேயே மனசை மாத்திகிட்டு இன்னொருத்தரை நேசிக்கிறதுங்கறது என்வரைல கொஞ்சம் கஷ்டமான காரியம். காலப்போக்குல அதுல மாற்றம் வரலாம் வராமலும் போகலாம். இப்ப எதையும் என்னால் சொல்ல முடியாது. நீங்க மனசைபோட்டு குழப்பிக்காம போய் உங்க வேலையைப் பாருங்க.”

“கண்மணி... நீ இப்படி பேசறதுலயே உன் வேதனையை என்னால் புரிஞ்சுக்க முடியுது. அதே சமயம் நான் இப்ப சில விஷயங்களைச் சொன்னா உனக்கு ஆச்சரியமா இருக்கும்.”

“அப்படி என்னப்பா விஷயம்?”

“அந்த பூமிகாத்தான்பட்டியே ஒரு பெக்யூலியரான ஊரா இருக்கும்மா. எல்லா ஊர்லயும் ஊருக்குள்ளதான் கோவில் இருக்கும். ஆனா இங்க கோவிலுக்கு நடுவுல ஊர் இருக்கு...

இது எனக்கு ஒண்ணும் ஆச்சரியம் இல்லை. திருப்பதி, பழனி, ஸ்ரீரங்கம், திருச்செந்தூர்னு இதுக்கு நிறைய உதாரணம் இங்க இருக்கு...”

“இதோ பார்... இந்த பூமிகாத்தான்பட்டியை நீ எதோடையும் சேர்க்க முடியாது. இந்த ஊர் மக்கள் எடுத்ததுக்கெல்லாம் சாமிங்கறாங்க. ஊரை சுத்தி சித்தர் சாமிங்க வேற... பத்தாததுக்கு ஊர்ல ஒரு மரம். அந்த மரத்தடில நின்னு நாம மனசுல நினைக்கறது எல்லாம் நடந்துடுதுன்னு ஒரு நம்பிக்கை வேற...”

“அப்பா இதுவும் ஒண்ணும் புது விஷயம் கிடையாது. உலகம் பூரா இப்படி நம்பிக்கைகள் இருக்கு. ஆப்பிரிக்காவுல இருக்கு. ஹஜ் யாத்திரைலயே இருக்கு. அங்க சாத்தானை கல்லால்

அடிக்கறதும், புனித நீரை எடுத்துக்கிட்டு வந்து குடிக்கறதும் காலகாலமா நடந்துகிட்டு இருக்கு...”

கபாலீஸ்வரனுக்கு சளைக்காமல் பதில் சொன்னாள் கண்மணி. “சரிம்மா இந்த பேப்பரை பார்... அப்புறம் சொல்லு.” என்று அவர் அன்றைய தினசரி தமிழ் பேப்பர் ஒன்றினை நீட்டினார்.

அதில் டாக்டர் வில்சன் சித்தபிரமைக்கு ஆளாகி ஆஸ்பத்திரியில் சிகிச்சை பெறும் தகவல்! அருகில் அவருக்குத் துணையாக காண்டீபனும் அவரது மகளும் நிற்கும் புகைப்படமும் இடம் பெற்றிருந்தது. காண்டீபன் பூமிகாத்தான்பட்டி பற்றி கூறியது தனி பெட்டிச் செய்தியாக வந்திருந்தது. அதைக் கண்மணி கவனமாக வாசித்தாள்.

‘டாக்டர் வில்சன் ஒரு சுற்றுச்சூழல் ஆராய்ச்சியாளர், இன்றைய உலகம் பெட்ரோலிய பழக்கவழக்கங்களால் மிகவே சூடாகிக் கிடக்கிறது. இதனால் அன்டார்டிகாவில் உள்ள ராட்சஸ பனிப்பாறைகள் உருகி கடல் நீர் மட்டம் வெகுவாக உயரும் அபாயம் உள்ளது. அப்படி மட்டும் நடந்தால் கடலோரமாக உள்ள அவ்வளவு நகரங்களும் மூழ்கும் ஆபத்து உள்ளது.

அந்த வகையில் தமிழகத்தின் கடலோர மாவட்டங்கள் அவ்வளவும் மூழ்கிவிடும் என்பது டாக்டர் வில்சனின் ஆய்வுக் கருத்தாகும். குறிப்பாக சென்னை நகரம் இன்றுள்ள நிலப்பரப்பில் தாம்பரம் வரையிலுள்ள நிலப்பரப்பு கடலுக்கடியில் மூழ்கிப்போய் பெருங்களத்தூர் இன்று திருவல்லிக்கேணி இருப்பதுபோல் இருக்கும் அதேபோல் கடலூர், ராமேஸ்வரம், தூத்துக்குடி, கன்னியாகுமரி என்று எல்லா மாவட்டங்களுமே மூழ்கிப்போகும்.

இதைத் தடுத்து நிறுத்த ஒரே வழி மனிதன் சுற்றுச்சுழலை தன் உயிரைப்போல கருதி பேண வேண்டும். பெட்ரோலிய பழக்கவழக்கத்தில் இருந்து விடுபட்டு சூரிய சக்தியைப் பயன்படுத்த நாம் தயாராக வேண்டும்.

நகரங்களையும் பசுமையான காடாக மாற்றிக் காட்ட வேண்டும். உயிருள்ள ஒவ்வொரு மனிதனுக்கும் சொந்தமாய்

ஒரு மரம் இருக்க வேண்டும். ஒரு உயிர் பிறக்கும்போதே ஒரு மரம் நடப்பட்டுவிட வேண்டும் என்பதெல்லாம் டாக்டர் வில்சனின் அழுத்தமான கருத்துக்கள்.

உலகம் வெப்பமயமாதலைத் தடுக்க என்ன வழி என்று பெரும் ஆராய்ச்சியில் ஈடுபட்டிருந்த டாக்டர் வில்சனுக்கு நம் தமிழ்நாட்டில் நெல்லை மாவட்டத்தில் தாமிரபரணி ஆற்றை ஒட்டிய ஒரு கிராமமான பூமிகாத்தான்பட்டி வெகுவான ஆச்சரியத்தினை அளித்தது. அங்கே சராசரி மழை அளவு குறைந்ததே இல்லை.

வருடத்திற்கு மூன்று போகம் விளையும் நிலங்கள் இங்கே மட்டுமே உள்ளது. இது எப்படி சாத்யமாயிற்று என்று அறிய பூமிகாத்தான்பட்டிக்கு டாக்டர் வில்சன் விரைந்தார். இங்குள்ள ரசமணீஸ்வரர் கோவிலும், அந்த கோவிலுக்குள் அமைந்திருக்கும் பாதரசலிங்கமும் அந்த லிங்கத்துக்கு சித்தர்களால் நடக்கும் சில விசேஷ பூஜைகளுமே பூமிகாத்தான்பட்டியின் மழை வளம் மற்றும் இயற்கை வளத்துக்கு காரணமாகும்.

பூமிகாத்தான்பட்டியில் மழை பெய்யாது போனால் உலகம் சீக்கிரமாய் அழிவைச் சந்திக்கும்.

சுருக்கமாக சொல்லப்போனால் இந்த ஊரின் கோவிலில் சித்தர்கள் புரியும் யாகமும் பூஜையும்தான் வான் மண்டலத்தை சுத்திகரித்து அற்புதம் நிகழ்த்துகிறது என்பது டாக்டர் வில்சனின் தீர்மானம்.

அது எப்படி என்று தெரிந்துகொள்ள முயன்றதில் டாக்டர் வில்சனுக்கு மனநிலை பாதிப்பு ஏற்பட்டுள்ளது.

பூமிகாத்தான்பட்டியின் புதிரும் நீடிக்கின்றது. முன்னதாக டாக்டர் வில்சனை இந்த ஆய்வில் இறங்க வேண்டாம் என்று வேறு ஒரு சித்தர் ஓலை வடிவில் எச்சரிக்கை செய்தும் டாக்டர் வில்சன் அதைப் பொருட்படுத்தவில்லை.

இன்று சிகிச்சைக்கு ஆளாகியிருக்கும் டாக்டர் வில்சன் குணமானால்தான் பூமிகாத்தான்பட்டி ஆலயத்தில் நள்ளிரவில் சித்தர்கள் புரியும் பூஜை குறித்த மர்மம் விலகும்.'

என்று விரிவாக இருந்த அந்த பெட்டிச் செய்தி கண்மணியை நன்றாகவே பாதித்துவிட்டது.

"அப்பா... இந்த நியூசுக்கும் அர்ஜுன் அத்தானுக்கும் என்னப்பா சம்பந்தம்?" என்று கேட்டாள்.

"புரியாத பொண்ணா இருக்கியேம்மா. அர்ஜுனுக்கு பெருசா கடவுள் பக்தி இல்லேன்னு உனக்குத் தெரியும்தானே?"

"அதனால...?"

"என்ன அதனால... அவனை அந்த ஊர்ல சர்க்கரை தொழிற்சாலை ஆரம்பிக்காதேன்னு ஒரு சித்தர் நேர்லயே வந்து மிரட்டிட்டு போனார். அப்ப நானும்கூட இருந்தேன்."

"அவர் ஏன் அப்படி சொன்னார்?"

"அவர் சொல்லலேன்னாதான் ஆச்சரியப்படணும். சர்க்கரை தொழிற்சாலை தொடங்கின சுற்றுச்சூழல் கெட்டுப்போகும். எப்பப்பார் சுகர் பிளாண்ட் ஸ்மோக்கிங் டவர்ல இருந்து புகை போய்க்கிட்டே இருக்கும்.

கெமிக்கலை உபயோகப்படுத்தித்தான் சுகர் பிராசஸ் பண்றோம். அந்த கழிவு ஊருக்குள்ளதான் இறங்கும். அடுத்து ஆயிரக்கணக்குல சம்பளம் வாங்கறவங்க அதுக்கு தகுந்த செலவுல இறங்குவாங்க, பேங்க், ஹோட்டல், ட்ரான்ஸ்போர்ட்டுன்னு எல்லாமே அதிகரிக்கும். சுருக்கமா சொல்லப்போனா இப்ப பூமிகாத்தான்பட்டி தூய்மையா நல்லபடியா இருக்கறது கெட்டுப்போகும்..."

"இப்படி நினைச்சா கிராமங்கள் எப்படிப்பா வளரும்?"

"வறட்சியில இருக்கற கிராமங்கள்தான் முதல்ல வளரணும். நல்ல மழை, நல்ல விளைச்சல் உள்ள கிராமத்துக்கு எதுக்கு தனியா வளர்ச்சி?"

"இது அர்ஜுன் அத்தானுக்கு தெரியாதா?"

"உனக்கு ஒரு உண்மை தெரியல... கேபிடலிஸ்டிக் மைண்டுக்கு தன் வசதிதான் எப்பவும் பெருசு, வருஷம் பூரா கரும்பு இங்க கிடைக்கும். அப்பப்ப வெட்டியே எடுத்துக்கலாம்.

தனியா குடோன் போட்டு ஸ்டாக்கு வெச்சு பாதுகாக்கத் தேவையில்லை. அடுத்து நீர்வளம். தேவையான அளவு தண்ணி கிடைக்கறதால தொழில் பண்றது ஈஸி எல்லாத்தையும்விட பெரிய விஷயம். ரொம்ப சீப்பான லேபர்."

"சரி... நீங்க என்ன சொல்ல வர்றீங்க... அதை முதல்ல சொல்லுங்க..."

"அர்ஜுன் அங்க தொழிற்சாலை தொடங்கினா ஆபத்துல சிக்குவான். சித்தர்கள் அவனை இதோ இந்த டாக்டரைப் பைத்தியக்காரனாக்கின மாதிரி ஆக்கிடுவாங்க..."

கபாலீஸ்வரன் உள்ளதைச் சொல்கிறாரா இல்லை கண்மணியிடம் தன் கோபத்தை ஆசையாக்கி அதை ஒரு உண்மைபோல சொல்லிக் கொண்டிருக்கிறாரா என்று குழப்பமாக இருந்தது. "அர்ஜுன்கிட்ட, நான் பேசிப் பார்க்கறேன்" என்று அதற்கு ஒரு வரியில் பதில் சொல்லிவிட்டு நகர்ந்தாள் கண்மணி

கபாலீஸ்வரனோ 'அவன் யார் சொன்னாலும் கேக்கமாட்டான்... என் மகளை வேண்டாம்னு சொன்னவன் எந்த நிலையிலேயும் சந்தோஷமாக வாழக்கூடாது, வாழவும் விடமாட்டேன்' என்று தனக்குள் கூறிக்கொண்டார்!

◈◈◈

மயானம்!

ராமண்ணாவின் உடல் குழிக்குள் வைக்கப்பட்டு மூடப்படத் தொடங்கியது. மயானத்திற்கும் சிறை அதிகாரி பெருமாள்துரை வந்திருந்தார். எச்சரிக்கையாக ஜானகி உறவினர்கள் கூட்டத்தை அவ்வளவாகச் சேர்க்கவில்லை. சொற்ப நபர்கள்தான் வந்திருந்தனர்.

அவ்வளவு பேரும் மெல்ல மயானத்தைவிட்டுத் திரும்பத் தொடங்கினர். புலையனும் சமாதித்திட்டை உருவாக்கிவிட்டு ஓய்வெடுக்க தன் குடிசை நோக்கிச் சென்றான். அதே சமயம்

அந்த மயானத்தின் பின் வழியாக காக்கைச் சித்தர் நுழைந்து கொண்டிருந்தார். அவர் தோளின் மேல் ஒரு மண்வெட்டி கிடந்தது!

பன்றிமலை சுவாமிகள், காயத்ரி சுவாமிகள், சத்ய சாய்பாபா, அகோபில மடம் ஜீயர், ஜெயேந்திர சரஸ்வதி சங்கராச்சாரியார் போன்றவர்களுக்கும் சித்தர்களுக்கும் என்ன வேறுபாடு?

பிரகாஷ், மதுரை

மேலே நீங்கள் குறிப்பிட்ட அவ்வளவு பேரும், பெரிதும் இறை நம்பிக்கை உடையவர்கள். அடுத்து இவர்கள் வேதங்களை ஒப்புக்கொண்டு, அது வகுத்துத் தந்திருக்கும் விதிமுறைகளின்படி வாழ வேண்டும் என்றும் வற்புறுத்துபவர்கள். தினசரி பூஜை புனஸ்காரங்களில் ஈடுபட்டு ஆகம விதிகள், சடங்குகளைப் பெரிதும் பின்பற்றுபவர்கள்.

தங்களுக்கென சில பிரத்யேக வழிமுறைகளை பின்பற்றுபவர்கள். குறிப்பாக இந்த சமுதாயம் அமைதியுடனும் ஆரோக்கியத்துடனும் வாழ்ந்திட வழிகாட்டுபவர்கள். அதையே தங்கள் கடமையாகக் கொண்டவர்கள். இவர்களுக்கெல்லாம் ஆயிரக்கணக்கான சீடர்கள் உண்டு.

ஆனால் ஒரு சித்தர் என்பவர் சுயம்புவாக தன்னை வடிவமைத்துக் கொள்பவர். விதிவிலக்காக சில சித்தர்கள் பிரிதொரு சித்தர்களை தங்கள் குருநாதராக கொண்டிருந்தாலும் ஒரு சித்த புருஷர் என்பவர் தன்னையறிதல், தனக்குள் ஒடுங்குதல், தன் விடுதலை என்று மட்டும் இருப்பவர். சமுதாயம் குறித்தும் பெரிதாகக் கவலைப்படாதவர். பிரத்யேக வழிமுறைகளையும் கொள்ளாதவர்.

அவ்வளவு சுலபத்தில் சீடர்களை இவர்கள் ஏற்றுக்கொள்வதில்லை. சுருக்கமாகச் சொல்லப்போனால் எனக்கு என்னையறியவே நேரமில்லாதபோது, ‘உனக்கு

நான் கூறவும், உன்னை வழி நடத்தவும் நான் யார்?' என்கிற கேள்வியை உடையவர். சடங்கு சம்பிரதாயங்களில் ஈடுபாடு காட்டாதவர்களும்கூட...

* ———— *

20

நாற்பத்தி எட்டு என்கிற எண் பெரும்பாலும் நமது சமயத்தில் விரத காலத்தைக் குறிப்பதாகும். விரதம் என்றால் ஐம்புலன்களையும் அடக்குவது அல்லது ஒடுக்குவது அதுவுமல்லாது சுருக்குவது என்னும் ஒரு செயல்பாட்டைக் குறிப்பதாகும்.

மனம் போனபோக்கில் போவதும், கிடைப்பதை எல்லாம் உண்பதும், காணக்கூடாத காட்சிகளை காண்பதும், பேசக்கூடாத பேச்சுக்களைப் பேசுவதும், கேட்கக் கூடாததைக் கேட்பதும் நாம் ஒரு கட்டுப்பாட்டுக்குள் இல்லை என்பதை உணர்த்துவதாகும். இப்படி ஒருவர் இருக்கிறார் என்றாலே அவர் தவறாக வழி நடத்தப்படுகிறார் என்பதே அதன் அடிக்கருத்தாகும்.

தவறான வழியில் நடக்கும்போது நாம் நிறைய பாவ காரியங்களையும் செய்யும்படி ஆகிவிடும். இதனால் நம் எதிர்கால வாழ்க்கையும் துன்பம் நிரம்பியதாகி விடும். இவ்வாறு நிகழ்வதைத் தடுக்கத்தான் விரதங்களை நம் சான்றோர்கள் கண்டறிந்தனர்.

விரத காலங்களில் நாம் பாவம் புரிவது தடுக்கப்படுவதோடு புண்ணியச் செயலாக அது கருதப்படுவதால் நம் கணக்கில் புண்ணியம் சேர்கிறது. எவர் ஒருவர் வசம் மிகுந்த புண்ணியம் உள்ளதோ அவர் பசியில்லாத பதினாறு பேறுகள் பெற்ற வாழ்க்கையினை வாழ்வர். இவ்வுலகில் நமக்கு ஏற்படும் இன்ப துன்பங்களுக்கு நாமே காரணம்.

நம் செயலாலேயே இவைகள் உருவாகி நம் வாழ்விலும் தங்களின் கணக்கை தீர்த்துக் கொள்கின்றன. அந்த வகையில் புண்ணியம் மட்டுமே செய்தபடி வாழ்வது என்பதும் அத்தனை சுலபமல்ல. காரணம் உலக மாயை! அது நம் கண்களையும் கருத்தையும் காட்டி நம்மை தவறு செய்ய வைக்க முயலும். திடமான கொள்கையும், தெளிவான மனதும் இருந்தாலே நாம் தவறு செய்யாமல் இருக்க முடியும்.

அரிச்சந்திரன் வாய்மையோடு வாழ முயன்றபோது அவனுக்கு ஏற்பட்ட சோதனைகளை நாம் அறிவோம், ஆனாலும் அவன் அவைகளை அனுபவித்த போதிலும் திடமான மனத்தோடு வாய்மை தவறாமல் இருந்தான். அதனால்தான் அவன் புகழ் உலகில் நிலைத்தது. அவனும் இறப்பிற்குப்பின் சொர்க்கத்தை அடைந்தான்.

எல்லோரும் அரிச்சந்திரனாக வாழ முடியாது. அதனால் சில பாவங்களை நாம் செய்யும்படி ஆகிவிடுகிறது. இந்த பாவங்களுக்குப் பரிகாரமாக திகழ்பவையே விரதங்கள்.

இந்த விரதங்களை எதற்கு ஒரு மண்டலம் எனப்படும் 48 நாட்கள் அனுஷ்டிக்க வேண்டும்? ஏன் அது வேறு எண்ணிக்கையில் இருக்கக் கூடாது? என்று கேட்கலாம். இதற்கு ஜோதிட ரீதியான காரணங்களே பதிலாக உள்ளன.

ஒரு மனிதன் ஒரு குறிப்பிட்ட நாளில் குறிப்பிட்ட நட்சத்திரத்தில் குறிப்பிட்ட லக்னத்தில் இந்த பூமியில் பிறக்கிறான். அதன்பின் அவனுக்கான கால நதியின் ஓட்டம் நட்சத்திரம், திசை, திசைக்குள் புக்தி, புக்திக்குள் அந்தரம், அந்தரத்துக்குள் சூட்சுமம் என்கிற வரிசையில் இயங்க ஆரம்பித்துவிடுகிறது.

இதனுள் ஒன்பது கோள்களும் ஏதோ ஒரு விதத்தில் இருந்து பங்காற்றும். ஒவ்வொரு நொடியும் நம் வாழ்நாளில் ஒன்பது கோள்களின் ஆதிக்கத்தில்தான் செயலாற்றுகிறோம். அப்படி செயலாற்றும்போது தான் பாவங்களையும் செய்கிறோம்.

புண்ணியங்களையும் செய்கிறோம். அந்த பாவச்செயல்களின் பின்னே ஒரு குறிப்பிட்ட கோள் இருக்கும்.

உதாரணமாக கேட்டை நட்சத்திரம் நடக்கும் நாளில் ராகு திசை நடக்கும் ஜாதகரின் போக்கில் குரு புக்தியில் கேது அந்தரத்தில் சூட்சுமத்தில் சந்திரன் ஒரு நொடி இருக்கும்போது, நாம் ஒரு பாம்பையோ தேளையோ கல்லால் அடித்துக் கொன்றுவிடுகிறோம். அதேபோல ஒரு நொடி வரும்போது அதற்காக வருந்தி விரதம் இருப்பது ஒரு பரிகாரம் ஆகும்.

அதேபோல ஒரு நொடி ஒரு நட்சத்திர சுற்றில் அதாவது 27 நட்சத்திரங்களுக்கான 27 நாட்களில் வராமல் போக வாய்ப்புள்ளது. ஆனால் 48 தினம் என்னும் ஒரு மண்டலம் அது ஒருமுறை திரும்ப வர வாய்ப்பு மிகுதி.

அது எப்போது என்று கணக்குபோட்டு கண்டுபிடித்து விரதம் இருப்பது எல்லோருக்கும் சாத்யமில்லை. 48 நாட்கள் தொடர்ச்சியாக விரதம் இருக்கும்போது நாம் எவ்வளவு பாவம் செய்திருந்தாலும் அந்தப் பாவம் பதிலான அதே கோள்களின் வரிசை 90% திரும்ப வரும். இதனாலேயே 48 நாட்கள் என்னும் ஒரு மண்டல காலத்தை விரத காலமாக நம் சான்றோர்கள் குறிப்பிட்டார்கள்.

அதுமட்டுமல்ல, இந்த 48 நாட்களில் உபவாசம் இருக்கும் கிழமைகள் திரும்பத்திரும்ப என்று 7 முறை வரும். இதன் பின்னாலும் நாம் புரிந்துகொள்ள நிறைய செய்திகள் உள்ளன!

காக்கைச் சித்தரும் ஏகாந்தமாக நடந்து வந்தார். அவர் நடந்து வரும் விதமே அலாதியாக இருந்தது. இந்த உலகில் பிறந்தவர் எவராக இருந்தாலும் ஒரு நாள் வந்து சேரவேண்டிய இடம்தான் மயானம்.

இந்த உலகில் பிறந்த ஒருவர்கூட மரணத்தை வென்று வாழ்ந்ததில்லை. இதை நாம் அறிந்திருந்தாலும் நம் வாழ்க்கை மிக நெடியது என்பதுபோல நாம் கருதிக்கொண்டு சொத்து சேர்ப்பதும் அதை பாதுகாப்பதுமாக இருக்கிறோம்.

ஒருநாள் திடீரென்று மரணம் வந்து உயிர் பிரியும்போது எதையும் உடன் எடுத்துச் செல்ல முடிவதில்லை. மயானத்தை பார்க்கும்போது எவருக்குமே அதிர்ந்து ஆட்டம்போடப் பிடிக்காது. அது ஒரு ஞானபூமி. அந்த ஞானபூமியில் காக்கைச் சித்தர்போல ஒரு ஞானி. நேராக ராமண்ணாவை புதைத்த சமாதி அருகே தான் போய் நின்றார்.

மயான அமைதி என்பதற்கு இலக்கணம் வகுப்பதுபோல அப்படி ஒரு அமைதி. அவரது மண்வெட்டி புதைக்கப்பட்ட அந்த மேட்டை வெட்டி கலைத்து குழி தோண்டி ராமண்ணாவின் உடம்பை வெளியே எடுக்கத் தயாரானது.

அதிகபட்சமாக பத்தாவது நிமிடத்தில் ராமண்ணாவின் உடல் மண் திப்பிகளுக்கு நடுவில் தெரியவும், அதைத் தொட்டுத் தூக்கி மேலே கிடத்தியவர் திரும்பவும் மண்ணைப்போட்டு சமாதியை மூடினார். பழைய மாதிரியே மேட்டை அமைத்து தூரக்கிடந்த மாலையையும் எடுத்து வந்தது போட்டார்.

பக்கமாய் ராமண்ணா உடல்!

காக்கை சித்தர் அந்த உடம்புக்கு அருகில் படுத்துக்கொண்டு தனது தசநாடிகளையும் தன் மனத்தால் உணர்ந்து அதை சம்சயம் செய்வது என்னும் யோகச் செயலில் ஈடுபட்டு தன்னுள் ஏற்றிக் கொண்டிருக்கும் ராமண்ணாவின் ஆத்மாவை மெல்ல விடுவிக்கத் தொடங்கினார்.

மிகச்சரியாக ஒண்ணரை நிமிட நேரத்தில் பிணமாகக் கிடந்த ராமண்ணாவின் கால் கட்டை விரலில் முதலில் ஒரு அசைவு ஏற்பட்டது. பின் உடம்பிலும் ஒரு சிலிர்ப்பு மூக்குத் துவாரங்கள்

வழியாக வெளிக்காற்று புகத் தொடங்கி வயிற்றுப் பாகமும் மேலும் கீழும் எழும்பத் தொடங்கியது.

இதை எல்லாம் இந்த உலகத்தவர்கள் பார்த்தால் நம்பக்கூட மாட்டார்கள். ராமண்ணா உடம்பில் நாடி துடித்தபடியே இருந்திருந்து பின் சுவாசம் ஏற்பட்டு அவர் உயிர்த்திருக்கலாம் என்று தங்களுக்குப் புரிந்த விதத்தில் எதையாவது கூறுவார்கள். இந்த மண்ணில் இதைப்போன்ற சித்த ஜாலங்கள் எவ்வளவோ நடந்துள்ளன. பல சித்த புருஷர்கள் ஜீவ சமாதியாகி உயிரை உடம்பில் இருந்து பிரித்துக்கொண்டு இந்த உலகின் எல்லா பாகங்களுக்கும் சென்றும் வந்துள்ளனர். அதை நம்புவதும் நம்பாததும் அவரவர் சிந்திக்கும் விதத்தை பொறுத்தது. இங்கோ ஒரு அதிசயம் நடந்து முடிய ராமண்ணாவும் எழுந்து அமர்ந்தார். எதிரில் காக்கைச் சித்தர்.

சிரித்தார்.

ராமண்ணா கை கூப்பித் தொழுதார். கண்ணோரம் ஆனந்தக் கண்ணீரின் துளி.

“ராமண்ணா...”

“சுவாமி”

“நீ இந்த நொடி ஒரு உலக அதிசயம்”

“உண்மைதான் சுவாமி. எல்லாம் உங்க கருணை.”

“அதற்கு காரணம் உன் கர்மம்.”

“அதுவும் உண்மைதான் சுவாமி.”

“அதுதான் உண்மை. நல்ல குரு அமைவதில் இருந்து திருவருள் பெறுவது வரை எல்லாமே கர்மா அனுமதித்தாலே கிடைக்கும்.”

“ஆனாலும் என் கர்மா பொல்லாதது சுவாமி. என் மனைவி மக்களை நான் ரொம்பவே தவிக்கவிட்டுட்டேனே...”

“அது அவர்கள் கர்மம்... போகட்டும். இந்த நொடியில் இருந்து நீ ஒரு சித்தன். என் சிஷ்யன். சித்த ஞானத்தோட நீ வாழணும். உலக மாயைல வழுக்கி விழுந்துடக் கூடாது.”

"அதுக்கு நான் என்ன செய்யணும் சுவாமி."

"சிவன்மலைக்கு போ. அங்க இருக்கற ஆகாசலிங்கத்துக்கு 1008 தினங்கள் தவறாம வில்வத்தால் பூஜை செய். அங்கு உன் கண்ணில் படும் சித்த புருஷர்களுக்கும் தொண்டு செய்..."

காக்கைச் சித்தர் சொல்லச் சொல்ல ராமண்ணாவிற்கு மனது பாரமாகிறது. மௌனம் வந்து மனதைக் கட்டியது.

"என்ன ராமண்ணா யோசிக்கிறே?"

"என் குடும்பத்த நினைச்சுப் பார்த்தேன் சுவாமி. அதுலயும் என் மகளோட திருமணம்..." ராமண்ணா பாசத்தோடு பேசுவதை கேட்டு மர்மமாக சிரித்தார்!

சித்தர்களின் கண்டுபிடிப்புகளில் உங்களை வெகுவாகக் கவர்ந்தது எது?

தேவகி, மயிலாப்பூர்.

நிறைய விஷயங்கள் உள்ளன. அதில் விஞ்ஞான உலகமே ஆச்சரியப்படும் ஒரு விஷயமும் உண்டு. அதுதான் நம் சுவாசம். ஒரு மனிதன் ஒரு நாளைக்கு அதாவது 24 மணி நேரத்துக்கு 21,600 முறை மூச்சு விடுகிறான் என்கிற கணிப்பை இன்றைக்கு விஞ்ஞானம் ஒப்புக்கொண்டுள்ளது. ஆனால் இதை சித்தர்கள் என்றோ கூறிவிட்டனர்.

அதிலும் எவ்வப்பொழுது எவ்வளவு மூச்சுகள் என்பதையும் அப்பொழுதுகளில் உடம்பில் எழும் ஆதாரங்களுக்கும் ஜீவசக்தி கிடைப்பதாக கணித்து ஒரு அட்டவணையையே போட்டுக் கொடுத்துவிட்டனர்.

அதாவது காலை 6.00 மணி முதல் 6.40 வரை மூலாதாரத்தில் மனிதன் 600 முறை மூச்சு விடுகிறான். பின் சுவாதிஷ்டானத்தில், 6.40 முதல் மதியம் 1.20 வரை 6000 மூச்சுகள், அதற்கும் பின் 1.20 முதல் இரவு 8 மணிவரை.

மணிபூரகத்தில் 6000 மூச்சுகளையும் பின் இரவு 8 மணியில் இருந்து நள்ளிரவுக்கு மேல் 2.40 வரை அநாகத்தில் 6000 மூச்சுகளையும் விடுகிறான். இதற்கு பின்னர் 2.40 லிருந்து 3.46 வரை 1000 மூச்சுகளை விசுக்தியிலும், 4.54 முதல் காலை 6.00 வரை 1000 மூச்சுகளை சஹஸ்ராரத்திலும் மனிதன் விடுகிறான்.

எவ்வளவு ஞானமிருந்தால் இப்படியெல்லாம் கண்டறிந்து கூற முடியும் என்று எண்ணிப் பாருங்கள்.

* ——— *

21

எண்களில் ஏழு என்கிற எண் மனிதர்களோடு சற்று விசித்திரத் தொடர்பை உடைய ஒரு எண்ணாகும். நம் பேச்சில்கூட ஏழேழு ஜென்மத்துக்கும் என்ற வார்த்தைகள் சில சமயங்களில் இடம் பெறுவதை நாம் எண்ணிப் பார்க்கலாம்.

'ஏழு பிறப்பு, ஏழு உலகங்கள், ஏழு ராகங்கள்' என்று ஏழுக்கு பின்னாலே உள்ள விஷயங்கள் ஏன் ஏழோடு நின்றுவிட்டன? அது ஏன் எட்டு பிறப்பு (அ) அதற்கு மேலான பிறப்புகள் என்றோ எட்டு உலகங்கள் (அ) அதற்கு மேலான உலகங்கள் என்றோ குறிப்பிடப்படுவதில்லை என்கிற கேள்வியும் எழுகிறது. இதேபோல் ஒரே உருவ அமைப்பில் இந்த உலகில் ஏழு பேர் இருப்பார்கள் என்றும் ஒரு பேச்சு உள்ளது.

மொத்தத்தில் உலகம் என்றால் ஏழு, உருவம் என்றாலும் ஏழு, பிறப்பென்றாலும் ஏழு என்று ஏழு பிரதானப்படுத்தப்படுவதன் பின்னாலே சில சித்த சூட்சுமங்கள் உள்ளன.

நம் உடம்பு ஐந்து பூதங்களால் ஆனது. நீர், நிலம், வெளி, நெருப்பு என்கிற ஐந்துமே நம் உடம்புக்குள்ளேயும் உள்ளது.

நம் உடம்பில் மட்டுமல்ல... மிருகங்கள், தாவரங்களிடம்கூட இந்த ஐந்து விதக்கூறுகள் உண்டு. இந்த ஐந்தும் ஒன்று சேர்ந்து உருவாகின்ற ஒரு விஷயமே நம் உடலாகும்.

மனிதர்களிடம் மட்டும் இந்த ஐந்து சற்று விரிந்து ஆறு என்று ஒரு அறிவைப் பெற்று நிமிர்கிறது. ஆறாகிய அறிவுதான்

எண்ணங்களாகிய மனமாக வடிவம் கொள்கிறது. எண்ணங்கள் என்றாலே அது சப்தம்தானே? அதாவது ஆறாகிய அறிவு ஏழாகிய சப்தமாகிறது.

இந்தச் சப்தம்தான் பேச்சு, பாட்டு, மௌனம் என்று பல வடிவங்களை எடுக்கிறது. மொத்தத்தில் மனிதன் அறியப்படுவது, வளருவது, வாழ்வது என்கிற எல்லாமே அவன் பேசுவதை வைத்துத்தான்...

இதை வைத்தே அவன் பல அரிய உண்மைகளை எட்டுகிறான்... ஏழு முதிர்ந்தால் அடுத்து எட்டு... எட்டிவிட்டால் அடுத்து ஒன்பது! இந்த ஒன்பதுக்கு ஒரு விசித்திரமான தன்மை. இதை எதால் பெருக்கினாலும் இதன் மடங்குகளில் இது மாறவே மாறாது. அவை எல்லாமும் கூட்டுத்தொகை ஒன்பதாகவே வரும்.

மாறாத்தன்மை உடையதை நாம் கடவுளாக நினைக்கிறோம். கடவுளே அழியாத, அழிக்க முடியாத சக்தி. ஒன்பதிடமும் அந்தத் தன்மை பொருந்துகிறது. அதனால்தான் ஒன்பது சார்ந்தவைகளை 'நவசக்தி, நவகிரகங்கள், நவநாயக சித்தர்கள்' என்கிறோம்.

ஏழில் ஆரம்பித்து ஒன்பதுக்கு வந்துவிட்டதாகக் கருத வேண்டாம். ஏழாக இருந்தாலே எட்ட முடியும். ஆக ஏழுதான் அடிப்படை. ஆறறிவோடு பிறந்தாலும் அதை முழுவதாக பயன்படுத்தினால்தான் அவரை சப்தமாந்தர் என்போம்.

எனவே ஏழு ஒரு வகையில் அடிப்படையாகிறது. இந்த ஏழுதான் காலப்பொழுதுகளில் திங்கள், செவ்வாய், புதன், வியாழன், வெள்ளி, சனி, ஞாயிறு என்றும் தினப்பெயர்களாக விளங்குகிறது.

நம்முள் திங்கள்தான் மனமாகத் திகழ்கிறது. செவ்வாய்தான் வீரம், கோபம் எனும் உணர்வு, புதன்தான் புத்தி, வியாழன்தான் அதன் ஞானம், வெள்ளிதான் உடம்பின் மொத்த உணர்வு, சனிதான் உடம்பின் ஆயுள், சூரியன்தான் உடம்பின் ஆன்மா...

48 நாள் விரத காலத்தில் இந்த கிழமைகள் அவ்வளவும் ஏழு முறை வந்துவிடும். திங்கள் கிழமை என்றால் ஏழு திங்கள் கிழமை வரும், செவ்வாய் என்றாலும் ஏழு செவ்வாய் நமக்குள்ளான ஏழில் எது வலிமையோடு உள்ளது.

எது பலவீனமாக உள்ளது, எது சமநிலையோடு உள்ளது என்பதெல்லாம் நாம் பிறந்த நேரத்தை வைத்து அமையும் ஒன்றாகும். ஆனால் 48 நாள் விரதம் இருந்து, 49ம் நாள் அதை முடிக்கும்போது நாம் நம்முள் உள்ள ஏழு சக்தி ஆதாரங்களையும் ஏழு முறை வணங்கியிருப்போம். இப்படி 48 நாள் விரத காலத்துக்குள் ஒரு கணக்கு இருக்கிறது. ஒரு கணக்கு மட்டுமல்ல... ஏராளமான கணக்குகள் உள்ளன!

காக்கைச் சித்தரின் சிரிப்பில் ஆயிரம் அர்த்தங்கள். அது ராமண்ணாவுக்கும் புரியவில்லை.

"ஏ, ராமண்ணா... ஒரு அரசாங்கக் குற்றவாளியான உனக்கு மரணத்துல இருந்தே ஒரு விடுதலையை வாங்கித் தந்து உன் உடம்பையும் பின்னமில்லாம மீட்டுத்தர தெரிஞ்ச எனக்கு உன் குடும்பப் பாசம் புரியாதா? அவங்கள என்ன பண்ணனும்கறதும் தெரியாதா?"

காக்கை சித்தர் அப்படி ஒரு கேள்வி கேட்பார் என்று ராமண்ணா எதிர்பார்க்கவில்லை.

"சாமி ஈ... மன்னிச்சிடுங்க... எனக்கு இன்னும் இந்த உலகத்து புத்தியும், மயக்கமும் போகல. அதான் என்னால நீங்க சொன்ன விஷயத்தை யோசிக்க முடியல... மன்னிச்சிடுங்க சாமி..." என்று பதறிவிட்டார்.

"போதும்... ரொம்ப பதைக்காதே. இது ஒண்ணும் பெரிய தப்புல்ல. பாசம் புடிச்ச இடத்துல வழுக்கி விழறது ரொம்ப சகஜம். அதனாலதான் எதன் மேலயும் பற்று வைக்காம எல்லாத்தையும்

துறந்து துறவி ஆயிட்றோம். ஒருத்தன் கைல, தோள்ல, பாரமில்லாம ஓட்றதுக்கும், பாரத்தோட ஓட்றதுக்கும் நிறைய வித்யாசமிருக்கு, நீயேகூட குடும்பம் குட்டின்னு ஆனதாலதான் உனக்கு இவ்வளவு சங்கடங்கள். நீ தனிமனிதனா இருந்திருந்தா உனக்கு இந்தக் கஷ்டமெல்லாமே வந்துருக்காதே...?”

காக்கைச்சித்தரின் பதில் கேள்வியில் இந்த உலகின் மாயை எப்படிப்பட்டது என்பதற்கான விளக்கம் இருந்தது.

“உண்மைதான் சாமி... ஆனா எல்லாரும் துறவியா உங்களப்போல இருந்துட்டா மனுஷக் கூட்டமே இல்லாம போய் ஒரு நாள் இந்த உலகத்துல வெறும் செடி கொடிங்க மட்டும் தானே சாமி இருக்கும்?”

“அப்படி எல்லாம் ஆயிடாது... துறவியாகறதுக்கும் ஒரு ஜாதகம் இருக்கு. போகட்டும்... உன்னை நான் சிவன்மலைக்கு போகச் சொன்னதன் பின்னால பல காரணகாரியங்கள் இருக்கு. அது உனக்கு போகப்போக புரியும்.

இப்போதைக்கு உன் குடும்பம் உன்னை பாக்க பிரியப்பட்டா அவங்க சிவன்மலைக்கு வரட்டும். அங்க வெச்சு பார்த்துக்கோ, கவலப்படாதே. உன் மகளுக்கு கல்யாணம் நல்ல படியா முடியும். அந்தக் கல்யாணத்தை நீயும் உன் இரண்டு கண்ணால் பார்ப்பே. அவங்கள நான் பாத்துக்கறேன். இப்ப நீ புறப்படு...”

அவரின் வார்த்தைகள் ஒரு திசையைக் காட்டின. அவர் காட்டிய திசையில் ராமண்ணாவும் நடக்கத் தொடங்கினார். ‘ஒரு நிமிஷம்’ என்று கூப்பிட்ட காக்கைச் சித்தர், தன் இடுப்பு மடிப்பில் இருந்து ஒரு மை டப்பியை எடுத்து அதில் இருந்து ஒரு கடுகளவு மையை தன் ஆட்காட்டி விரல் நுனியில் தொட்டு பின் ராமண்ணாவின் புருவத்தில் பூசிவிட்டார்.

“எதுக்கு சாமி இது?”

“நீ சிவன்மலைக்கு போய்ச் சேர்ற வரை உன்னை யாரும் ராமண்ணாவா பாக்கக்கூடாது பாரு, அதுக்குத்தான்...”

"அது எப்படி சாமி?"

"அது அப்படித்தான். இது அரூபமை. உருவம் கண்ணுல பட்டாலும் கருத்துல விழாது. தெருவுல போகும்போது எவ்வளவோ பேரைப் பார்க்கறோம். ஆனா அவ்வளவு பேரையும் நாம் ஞாபகம் வெச்சுக்க நினைக்கறதும் இல்லை. அது முடியவும் முடியாது. இல்லையா?"

"இந்த மை எப்படி சாமி என்னை தெரிஞ்சவங்ககிட்ட இருந்தும் என்னை மறைக்கும்?"

"ஒரு புளியங்கொட்டை அளவு இருக்கற அணுகுண்டு வெடிச்சுதான் ஒரு கிணறு அளவு பள்ளம் விழுவுது. அது எப்படியோ அப்படித்தான் இதுவும்..."

"அதுக்குப் பின்னால ப்ரோட்டான், நியூட்ரான்னு படிச்சு தெரிஞ்சுக்க விஷயங்கள் இருக்கு சாமி."

"இதுக்கு பின்னாலயும் வேப்பமரத்து மேல விதை விழுந்து முளைச்ச புல்லுருவி வேம்போட குணமும், இடி விழுந்த இடத்துல உருவான ஊற்றோட நீரும் இருக்கு.

அது ரெண்டும் சேர்ந்தா என்னாகும்னு என்னைப்போல இருக்குற சித்தனுக்கு மட்டும் தான் தெரியும்."

"உங்களுக்கு மட்டும் தெரிஞ்சா போதுமா சாமி... விஞ்ஞானம் மாதிரி வெளிப்படையா இருக்க வேண்டாமா சாமி..."

"விஞ்ஞானம் வெளிப்படையானதா... அப்படின்னு உனக்கு யார் சொன்னது?"

"அது தானே சாமி உண்மை. அணுகுண்டை பத்தி தெரிஞ்சிக்க அணு விஞ்ஞானம் படிக்கலாமே... படிக்க முடியுமே?"

"எவ்வளவு பேரால் முடியும்? நம் நாட்டுல நம்ம அரசாங்கம் எவ்வளவு அணுகுண்டு வெச்சிருக்கு. அழிக்கிற மத்த விஷயங்கள் எவ்வளவு இருக்குன்னு விரல்விட்டு எண்ண முடிஞ்ச அளவுக்கான நபர்களைத் தவிர மத்த எத்தனை பேருக்குத் தெரியும்?"

"அது... அது..."

"பாத்தியா... அதுன்னு இழுக்கறே... எப்பவும் மிகப்பெரிய விஷயங்கள் ஒரு சிலர்கிட்ட மட்டும்தான் இருக்க முடியும். கோடி ஜனங்க இருக்கலாம். ஆனா ஒரு ராஜாதான் இருக்க முடியும்.

அது அதுக்கு, அந்தந்த இடத்துக்கு தகுந்த மாதிரி நியாயங்கள் உருவாயிடும். அதை எல்லாம் பேசறதுக்கான நேரமும், காலமும் இப்ப கிடையாது. நீ கிளம்பு..."

"சாமி... என்னத்தான் யார் பார்த்தாலும் உணர மாட்டாங்களே... மலைக்கு போறதுக்கு முந்தி கொஞ்சம் என் வீட்டுப் பக்கம் போய் அவங்களப் பாத்துட்டு போயிட்றேனே..."

திரும்பவும் ராமண்ணாவிடம் பாசக் கெஞ்சல்!

சிரித்த காக்கைச்சித்தர் கையை ஆட்டி, "அப்படியே செய்" என்ற கூறிவிட்டு "சரி நான் புறப்பட்றேன்." என்றவராக திரும்பி நடந்தார். ராமண்ணாவின் கண்களில் தூசு விழுந்ததுபோல் இருக்கவே கண்களைக் கசக்கிக்கொண்டு விட்டு திரும்பிப் பார்த்தார்.

சாமியை காணவில்லை. பதிலாக வானில் ஒரு காகம் பறந்து கொண்டிருந்தது!

◈◈◈

ராமண்ணா வீடு!

அக்கம் பக்கத்தில் இருப்பவர்கள் ஒவ்வொருவராக வந்து துக்கம் கேட்டுவிட்டு போய்க் கொண்டிருந்தனர். ஒவ்வொருவரையும் சமாளிப்பது ஜானகிக்குப் பெரும்பாடாக இருந்தது. அழவும் முடியவில்லை அழாமல் இருக்கவும் முடியவில்லை.

அகிலாவுக்கும், பிருந்தாவுக்கும் எப்படி நடந்து கொள்வது என்றும் தெரியவில்லை. சிலருக்கு அவர்கள் மூவரிடமும் தெரிந்த ஒருவித அமைதி ஆச்சரியமாகக்கூட இருந்தது.

சிலர், ஜானகிக்கு மிகுந்த மனதைரியம், அதுதான் இவ்வளவுக்குப் பிறகும் மனதை கல்லாக்கிக்கொண்டு அவளால் செயல்பட முடிகிறது என்றனர்.

ஒரு வழியாக எல்லோரும் சென்றுவிட வாசற்கதவை சாத்தி தாழிட்டால் தேவலை என்று தோன்றியது பிருந்தாவுக்கு.

அடுத்து யாராவது வந்து அவர்கள் ஏதாவது கேட்க அதற்கு பதில் சொல்வது ஒருபுறம், உயிருடன் உள்ள அப்பாவை இறந்துவிட்டதாக நினைப்பது எத்தனை பெரிய கொடுமை?

ஒரு முடிவோடு வந்து கதவை தாழிடப் பார்த்த பிருந்தா முன்னால் வாயிற்புறம் ஒரு மோட்டார் பைக் தேங்கி நின்றது. அதிலிருந்து ஜோதிடர் ரங்கசாமி இறங்கிக் கொண்டிருந்தார்!

வைணவம் சித்தர்களை ஒப்புக்கொள்கிறதா? ஏன் எல்லா சித்த பெருமக்களும் சிவனடியார்களாகவோ இல்லை விபூதி பூசியவர்களாகவோ உள்ளனர்...?

ஆராவமுதன், குடந்தை.

நல்ல கேள்வி!

வைணவம் அந்த நாரணன் ஒருவனைத்தான் முழு முதல் கடவுளாகக் கருதுகிறது. அவனே பரமாத்மா... நாமெல்லோரும் ஜீவாத்மாக்கள். பக்தியாலே நாம் அவனை சென்று சேருதல் வேண்டும். எந்த வகையிலும் நாம் அவனுக்கு இணையாகவோ அல்லது அவனைவிட மேலாகவோ ஆகமுடியாது. அவனே எக்காலமும் மேலானவன். இதனை திருமழிசையாழ்வாரும் தனது திருவந்தாதிப்பாடல் ஒன்றில் அழுத்தமாகக் கூறுகிறார்.

'அறியார் சமணர், அயர்த்தார் பவுத்தர் சிறியார் சிவப்பட்டார் செப்பின் - வெறியாய மாயவனை மாலவனை மாதவனை ஏத்தாதார் ஈனவரே ஆதலால் இன்று' என்கிறார்.

இந்த திருமழிசையாரும் பல சித்துக்கள் புரிந்தவர்தான். ஆனால் தன்னை நாரணனின் அடிமை என்று கூறிக்கொள்வதில்தான் இவருக்குப் பெருமை.

ஆனால் சித்தர் பெருமக்கள் பெரும்பாலும் தங்களையே கடவுளாகவும் எல்லோருக்குள்ளும் இறைவன் இருப்பதாகவும் அதை உணரத் தெரியாமல் உலக மாயையில் நாம் சிக்கிக் கிடக்கிறோம் என்னும் கருத்தை உடையவர்கள்.

வைணவம் ஒரு ஜீவாத்மாவானது தன்னை கடவுளாகக் கருதுவதை ஏற்கவில்லை. அதனால்தான் சித்தர்கள் பெருமளவில் வைணவத்தில் இருந்து தோன்றவில்லை. இருப்பினும் இடைக்காடரை வைணவ சார்பு உடையவராகக் கூறலாம். இவர் தன் பாடலில் ராமனை, கண்ணனை நரசிம்மத்தைப் போற்றியுள்ளார்.

——

22

எண்ணும் எழுத்தும் கண்ணெனத் தகும் எனும் சான்றோர் வாக்கில் எழுத்து பின்னாலும், எண் முன்னாலும் இருப்பதில் இருந்தே அதன்பின் சிந்திப்பதற்கும், வியப்பதற்கும் நிறைய உண்மைகள் இருப்பதைப் பார்த்து வருகிறோம்.

ஒரு மனிதனுக்கு பெயர்கூட இல்லாமல் இருக்க முடியும். பெயர் என்பது எழுத்து சார்ந்தது! ஆனால் அந்த மனிதருக்கு இந்த உலகில் ஒரு எண் தொடர்பு கட்டாயம் இருந்தே தீரும். அது அவர் பிறந்த நாளாக இருப்பதில் இருந்து அது தெரிந்திராத நிலையில் குத்து மதிப்பாக அவருடைய வயதை அனுமானித்து ஐம்பது வயது நிரம்பியவர் அல்லது அறுபது வயதுடையவர் என்று நாம் குறிப்பிடுவோம்.

இப்படி எண் என்பதே மனித வாழ்வில் முந்தி நிற்பதாகவும், வழி நடத்துவதாகவும் உள்ளது. அப்படிப்பட்ட எண்களில் 18, 48 என்கிற ஒரு இலட்சத்திற்கும் அது நமது சமயம் சார்ந்த விஷயங்களில் ஆழ்ந்த பொருளோடு பயன்படுத்தப்படுவதற்குமான காரணங்களை பார்த்தோம். இந்த வரிசையில் அடுத்து வருவதுதான் 100 மற்றும் 108 என்கிற எண்கள்.

நூறை சதம் என்போம். நூறை ஒரு பரிபூரணமாகப் பார்ப்பதுதான் உலக வழக்கம். எந்த ஒரு விஷயத்தையும்

மதிப்பிட வேண்டி வரும்போது நூறுதான் எல்லையாக திகழ்கிறது.

பள்ளி கல்லூரிகளில் நூறு மதிப்பெண்தான் உச்சபட்ச இலக்கு. ஒரு மனிதன் வாழ்நாளும் நூறாக இருக்க வேண்டும் என்று கருதியே வாழ்த்துகிறோம். ஒரு பெரிய வெற்றி அல்லது பரிபூரண வெற்றிக்கு இலக்காக நூறு திகழ்கிறது.

நூறுக்கு மேல் கோடிக்கணக்கில் எண்கள் இருப்பினும் நூறு என்பதற்குள் மனித வாழ்வின் எல்லாவிதமான வெற்றிகளும் அடங்கிவிடுகிறது.

ஒன்றுக்கு பக்கத்தில் விழும் இரண்டு பூஜ்ஜியங்கள்தான் நூறு என்று உணரப்படுகிறது. பொதுவாகவே பூஜ்ஜியம்தான் நூறு என்று உணரப்படுகிறது. பொதுவாகவே பூஜ்ஜியம் என்பது தன்னுள் மதிப்பில்லாதது. அதே சமயம் தன் அருகில் வந்து சேரும் எண்ணைப் பொருத்து பெரும் மதிப்பினை அடைவதாகும்.

அவ்வகையில் ஒன்றுக்குப் பக்கத்தில் அது விழுந்திடப் பத்தாகி, பின் இன்னொரு பூஜ்ஜியம் விழவும் நூறாகிறது.

நூறு வயது ஒருவர் வாழ்ந்து முடிக்கிறார் என்று வைத்துக் கொள்வோம். அவர்தான் எடுத்த பிறப்பை வெற்றிகரமாக கடந்துவிட்டார் என்பது பொருள்.

ஒரு மனிதனின் நூற்றாண்டு வாழ்க்கைக்குள் முதல் பூஜ்ஜியம் அவனைப் பெருகச் செய்கிறது.

இரண்டாவது பூஜ்ஜியம் சேரும்போது ஒரு முடிவுக்கு வருகிறது என்றால் நூறு வயதோடு எல்லோர் வாழ்வும் முடிந்து விடவேண்டும் என்று பொருளில்லை.

120 வயது வரை வாழ்ந்தவர்களும் உண்டு. நூறில் உள்ள இரண்டு பூஜ்ஜியங்கள் உடம்பு, மனது இரண்டிற்கும் பூரண தன்மை ஏற்பட்டு விட்டதை உணர்த்துகின்றன.

அடுத்தது 108!

ராமண்ணாவின் வீட்டு வாசலில் ஜோதிடர் ரங்கசாமி! கதவு துவாரம் வழியாக பார்த்துவிட்டு வந்த அகிலா ராமண்ணாவிடம், "அப்பா ஒரு ஜோசியர் வந்துருக்காரு... இவர் ஆரம்பத்துல இருந்தே உங்களை பாக்க வந்துகிட்டிருக்காரு. உங்க உடம்பு மார்ச்சுவரியில் இருந்தப்பக்கூட இவர் வந்திருந்தார்" என்கிறாள்.

"இப்ப எதுக்கு இந்த ஆள் இங்க வந்துருக்கான்...?"

ராமண்ணா தாடையைச் சொறிந்தார். அதற்குள் வெளியே கதவு தட்டப்படும் சத்தம் கேட்டது.

"இன்னிக்குப் பூரா வரிசையாக துக்கம் கேட்க வந்துகிட்டே இருக்காங்க... இவரும் அதுக்காக வந்துருக்கலாம்..." என்றாள் ஜானகி.

"சரி ஜானகி... நான் அப்படி அந்த அறைக்குள்ளே இருக்கேன். என்னன்னு கேட்டு பேசி அனுப்பிடு."

"இது கொடுமைங்க... நீங்க நல்லா இருக்கும்போதே உங்களுக்காக நான் துக்கப்படறது பெரிய கொடுமைங்க!"

"பேச நேரமில்ல... முதல்ல அந்த ஆளைச் சமாளி..."

ராமண்ணா வேகமானார். பக்கத்து அறைக்குள் சென்று கதவை தாழிட்டுக் கொள்ளவும் பிருந்தா போய் கதவை திறந்தாள். ரங்கசாமியும் கும்பிட்ட கையுடன் ஒரு மாதிரி பார்த்தார்.

"நீங்க ஜோசியர்தானே?"

"ஆமாம்மா... அம்மா இருக்காங்களா?"

"இருக்காங்க... என்ன விஷயம்?"

"அத நான் அம்மாகிட்ட பேசறேம்மா... பாவம் நீங்கல்லாம் அப்பாவை இழந்துட்டு வருத்தத்துல இருப்பீங்க..."

"துக்கம் கேட்க வந்தீங்களா?"

"உள்ள வந்து விபரமா சொல்றேனே..."

பதிலோடு உள்ளேயும் வந்தார். புடவை தலைப்பை இழுத்து மூடிக்கொண்டு தலையை தாழ்த்தி தரையை பார்த்தபடியே

திரும்பி நின்றிருந்தாள் ஜானகி, அருகில் அகிலா. அகிலாவின் பார்வை ரங்கசாமியை ஊடுருவியது.

"அம்மா வணக்கம்மா..."

"அதெல்லாம் இருக்கட்டும்... என்ன விஷயமா வந்துருக்கீங்க? அதை முதல்ல சொல்லுங்க." அகிலா படபடத்தாள்.

"நான் ஒரு ஜோதிடன்மா... ஜோதிடன்னா லாட்ஜில் ரூம்போட்டு நடிகர் நடிகைகளோட போட்டோ எடுத்து வெச்சுகிட்டு ஜோசியம் சொல்ற ரகம் இல்ல... ஜோதிடம்கறது என்வரைல என் ஆன்மா மாதிரி..."

"சரி அதுக்கென்னங்க இப்போ...?"

"நான் ஒரு ஜோதிட ஆராய்ச்சியாளனாகவும் இருக்கறதால எனக்குள்ள இப்ப சில குழப்பங்களும் ஏற்பட்டிருக்கு..."

"நீங்க கொஞ்சம் புரியற மாதிரி பேசறீங்களா... துக்கம் கேட்க வந்திருக்கீங்களோன்னு நினைச்சா ஜோசியம், ஆத்மா அது இதுன்னு பேசறீங்களே..."

"நான் சுத்தி வளைக்காம நேராவே விஷயத்துக்கு வந்துட்றேன். ராமண்ணா சாரோட ஜாதகத்தை நான் கணிச்சதுல அவருக்கு 88 வருஷம் ஏழுமாசம் மூணு நாள்ங்கறதுதான் அவரோட ஆயுள். ஆனா அவரோ தற்கொலை பண்ணிகிட்டு இறந்துட்டதா கேள்விப்பட்டப்போ என்னால நம்ப முடியல. மார்ச்சுவரிக்கும் வந்து அவர் உடம்பை பார்த்தேன். சரி என்னோட கணக்குலதான் ஏதோ தப்புன்னு நினைச்சு எங்க தப்பு பண்ணேன்னு திரும்ப பார்த்தேன். அப்பதான் எனக்கு ஒரு அதிசயமான விடை கிடைச்சது..." என்ற ரங்கசாமி சற்று இடைவெளி விடவும் பிருந்தா, அகிலா இருவரிடமும் ஒரு திகைப்பு பரவத் தொடங்கியது.

"உங்கப்பா ஜாதகத்துல மரணத்துக்கு நிகரான கண்டம் ஒண்ணு ஒளிஞ்சிருந்தது. அந்த கண்டம் மிகச்சரியா 32 மணிநேரம் அவர் கட்டத்துல வேலை செய்யுது. அதன் பிறகு அவர் பழையபடியே செயல்படற சாத்யங்கள் எனக்குத் தெரிஞ்சது.

அதாவது அவர் தன் மகளுக்குக் கல்யாணம் பண்ணி வைக்கிறார். அது மட்டுமில்லை ஒரு குற்றவாளி பிடிபட காரணமா இருக்கார். இதை எல்லாம் அவர் எப்படிச் செய்வார், எந்த வகைல வந்து செய்வார்னு மட்டும் என்னால கண்டுபிடிக்க முடியல. அதோட அவர் ஜாதகப்படி அவர் ஒரு ஆன்மீக குருவாகவோ, இல்லை சித்த புருஷராவோ நடமாடவும் வாய்ப்பு இருக்கறது தெரிய வந்தது.

மொத்தத்துல கூட்டிக் கழிச்சு பார்த்தாக்கா ஒரு விஷயம் மட்டும் எனக்கு சித்தர்கள் வாழ்க்கைல இருந்து விடையா கிடைச்சது. அதுல அல்லமர்னு ஒரு சித்தர். இவர் அஷ்டமா சித்துக்களை எல்லாம் கற்றுத் தெளிஞ்ச பெரிய ஞானி.

இவரை இரண்டு துண்டா வெட்டினாலும் இவர் உடம்பு ஒண்ணா சேர்ந்துடுமாம்! அந்த அளவு உடம்பு மேல இவர் ஆதிக்கம் உள்ளவராம். இறுதியில் இவரா சமாதி அடைஞ்சாராம். சமாதி அடைஞ்ச பிறகு இவர் உடம்பு மேல சஞ்சீவி தைலத்தை பூசச் சொன்னாராம்.

அதே உடம்புக்குள்ள சரியா 18 வருஷம் கழிச்சு நான் உயிர்தெழுவேன்னும் சொன்னாராம். சஞ்சீவி தைலம் பூசப்பட்ட உடம்பும் 18 வருடங்கள் கெடாம இருந்து, பிறகு அந்த உடம்புக்குள்ள அவர் புகுந்து திரும்ப நடமாடினார்னு ஒரு விஷயத்தை நான் கேள்விப்பட்டிருக்கேன். இதை எல்லாம் நான் சொல்லும்போது உங்களுக்கு மாயாஜாலக் கதை கேக்கற மாதிரி இருக்கும்.

ஆனா இந்த மாதிரி விஷயங்கள் எப்பவும் ஒரு தனி அனுபவம். அதை ஒரு கூட்டத்துக்கு புரிய வைக்கறதும், நம்ப வைக்கறதும் முடியாத காரியம்.

எப்பவும் பௌதிகமான விஷயங்கள்தான் சமுதாயத்துக்கு மொத்தமா பொருந்தும். அதுக்கு எதிரான விஷயங்கள் ஒரு பொய்யாவோ இல்லை புதிராகவோ தொடர்ந்துகிட்டிருக்கும்.

அந்த வகைல பார்த்தா உங்கப்பா விஷயம்கூட ஒரு புதிர்தான். நீங்க யாரும் அவர் உங்களோட இல்லைன்னு நினைச்சு கவலைப்பட வேண்டாம். அவர் உங்களை எல்லாம் பிரியவே இல்லை.

நிச்சயம் உங்களைப் பார்க்க எந்த வடிவத்துலயாவது வருவார். அப்படி அவர் வந்தா ஒரு வார்த்தை எனக்கு சொல்லுங்க. ஏன்னா என்வரைல அவர் ஒரு தெய்வப்பிறவி எனக்கும் என் ஜோசியம் பொய்யாகலைங்கற ஒரு நிறைவு ஏற்படும்...

இதை எல்லாம் சொல்லிட்டு போகத்தான் வந்தேன்..."

ஜோதிடர் ரங்கசாமி நின்று நிதானமாக அதே சமயம் அழுத்தமாக பேசினதெல்லாம் உள்ளே ராமண்ணா காதுகளில் விழுந்து அவருக்குள்ளேயும் ஒருவித பிரமிப்பு.

ரங்கசாமிக்கு அதற்குமேல் அவர்களிடம் என்ன பேசுவது என்பதில் ஒரு தயக்கம் ஏற்பட்டது. ஜானகியோ அவன் மகள்களோ பதிலுக்கு ஒரு கேள்விகூட கேட்டிராததால் உருவான தயக்கம் அது. அவருக்கும் புரிந்துவிட்டது.

"நான் சொன்னதை எல்லாம் உங்களால் நம்ப முடியல இல்ல?"

என்று சற்று மனத்தாழ்வோடு கேட்டார். அதற்கும் அவர்களிடம் பதிலில்லை. அவர்கள் வரையில் இந்த உலகில் தற்போது வாழ்ந்து வரும் அறுநூறு கோடி பேர்களில் எவருக்குமே கிடைத்திராத அனுபவங்களோடு அவர்கள் இருக்கிறார்கள்.

அதை பேசுவதால் நன்மையா தீமையா என்று யோசிக்கக்கூட அவர்களுக்கு அவகாசமில்லை. அடுத்தடுத்து அனுமாஷ்யமாகவே நல்லதொன்றும் நடந்திடும்போது அவர்களால் என்னதான் செய்ய முடியும்?

மௌனமாகவே நின்றனர்.

ரங்கசாமியும் இனி நிற்பதில் பயனில்லை என்று உணர்ந்து கையெடுத்து கும்பிட்டுவிட்டு திரும்பி நடந்தார்.

அவர் வெளியேறவும் ஓடிப்போய் கதவை தாழிட்ட அகிலா ஒரு பூட்டை எடுத்துக்கொண்டு கொல்லை வழியாக சென்று பின் திரும்பி வாசல் பக்கம் வந்து கதவுக்கு பூட்டுப்போட்டு பூட்டிவிட்டு திரும்பவும் வந்த வழியிலேயே திரும்பி வந்து கொல்லை கதவு வழியாக உள்ளே நுழைந்து கொல்லை கதவையும் தாழிட்டாள்.

ராமண்ணாவும் அறையைவிட்டு வெளியில் வந்தார்.

அவரிடமும் ஒரு அசாத்ய மௌனம்.

"என்னஙங்க யோசிக்கறீங்க?"

"இல்ல... அந்த ஜோசியர் பேசினதை எல்லாம் யோசிச்சு பார்த்தேன். பிரமிப்பா இருந்தது."

"உங்களுக்கே பிரமிப்பா இருந்தா எங்களுக்கு எப்படி இருக்கும்? யோசிச்சுப் பாருங்க."

"உண்மைதான் ஜானகி. நான் இப்ப இந்த உலகத்தோட எட்டாவது அதிசயம்னுகூடச் சொல்லலாம். என்னைவிட பெரிய அதிசயமா என் ஜாதகம் இருக்கறதுதான் எனக்கு இப்ப ஆச்சரியமா இருக்கு..."

"எப்படிங்க இது சாத்யம்... ஒரு மனுஷன் பொறந்த நேரத்தே வெச்சு இப்படி எல்லாம் கூடவா கணக்கு போட முடியும்?"

"போட்டுருக்காரே இந்த ஜோசியர்..."

"விட்டா உங்க ஒவ்வொரு நாளும்கூட எப்படி இருக்கும்னு சொல்லிடுவார்போல இருக்கே..."

"தாராளமாச் சொல்ல முடியும் ஜானகி. கணக்குதானே? கூட்டவும் பெருக்கவும், வகுக்கவும், கழிக்கவும் தெரிஞ்சா போதுமே..."

"ஆனாலும் முக்காலே மூணு வீசம் ஜோசியர்கள் சொல்றது எதுவுமே நடக்க மாட்டேங்குதே..."

"எல்லாருமா கணக்குல நூறு மார்க்கு வாங்கறாங்க. அப்படி வாங்க முடிஞ்ச ஒருத்தனுக்குத்தான் இந்த ஜாதகக் கணக்கு வசப்படும். இந்த ஜோசியனும் அந்த ரகம்தான்போல..."

“சரிங்க இனி உங்க திட்டம் என்ன?”

“சாமி என்னை சிவன்மலைக்கு போகச் சொல்லிட்டார். அங்க ஆகாசலிங்க சன்னதி இருக்கு. ஒரு குன்றோட உச்சில ஆகாசமே கூரையா இருக்கற சன்னதி அது. அங்க எனக்கு பெரிய கடமை இருக்கு.”

“காக்கா சித்தர் சொன்னா அதுல சரியான காரணம் இருக்குமுங்க. நீங்க புறப்படுங்க...”

“ஜானகி... கொஞ்சம்கூட பதட்டமோ துக்கமோ இல்லாம் உன்னால எப்படி என்னை வழியனுப்ப முடியுது?”

“என்னங்க அப்படி சொல்லிட்டீங்க... நான் எவ்வளவு கொடுத்து வெச்சிருந்தா எமன்கிட்ட போன பின்பும் நீங்க திரும்பி வந்துருப்பீங்க. நம்மை காப்பாத்தவும் நமக்கு துணையாகவும்தான் காக்காச்சித்தர் இருக்காருங்களே...”

“நீ இப்படி தைரியமா பேசறது எனக்கு ரொம்ப சந்தோஷமா இருக்கு ஜானகி. நீ சொன்னதுதான் உண்மை. நமக்கு சாமி துணையா இருக்கார்.

அதே சமயம் நீங்க இனி இங்க இருக்க வேண்டாம். இந்த வீட்டை காலி பண்ணிகிட்டு சிவன்மலை அடிவாரத்துல இருக்கற கூடல்பட்டிக்கு வந்துடுங்க. நான் உங்களையும் நீங்க என்னையும் பார்க்க வர்றது ரொம்ப சுலபமாயிடும்...”

அவர்களுக்குள் ஒரு இணக்கமான சூழ்நிலை உருவாகி முடிந்தது. பிருந்தாவும் அகிலாவும் சந்தோஷமாக அப்பாவை பார்த்தனர்.

“அப்பா இன்னிக்கு எங்க கையால சாப்பிட்டுட்டு நீங்க ராத்திரிதான் புறப்படணும்” என்றாள் அகிலா.

“நான் எப்ப வேணா போகலாம்மா... சித்தர் சாமி ஒரு மை கொடுத்துருக்கார் அதை பூசிகிட்டா நான் யார் கண்ணுலயும் பெருசா பட மாட்டேன்னார்...”

ராமண்ணா சொன்னது அவர்கள் வரையில் அடுத்த அதிசயம். “சரி... நான் போய் முன்பக்க பூட்டை திறந்துட்டு வந்துட்றேன்.” என்றவளாக அகிலா சாவியுடன் புறப்பட்டாள். கொல்லை வழியாக வாசல்பக்கம் வந்தபோது அவளுக்கு அடுத்த அதிர்ச்சி காத்திருந்தது எதிரில்...?

சித்தர்களின் சித்த வைத்திய நூல்களை வைத்து பாரம்பரிய முறைப்படி இன்னும் வைத்தியம் செய்கின்றவர்கள் இருக்கின்றார்களா?

ராதா ஜெகன், நெய்வேலி

ஏன் இல்லாமல்...? ஏராளமானோர் உள்ளனர். நன்றாகவே வைத்தியமும் செய்கிறார்கள். அதே சமயம் சித்த வைத்தியத்தில் மூலிகைகள் மட்டுமே பிரதானமில்லை. கால நேரம், கைராசி போன்றவையும் முக்கியமானதாகும். பெரும்பாலும் சித்த வைத்தியம் பார்ப்பவர்கள் புதன் கிழமையையும், சனிக்கிழமையையும் வைத்தியம் பார்க்க மிக உகந்த நாளாகக் கருதுவார்கள். புதன் கிரகமும் சனி கிரகமும் எப்படி இருக்கிறது என்பதை வைத்தே மருந்து ஒருவருக்குள் எவ்வளவு தூரம் வேலை செய்யும் என்பதைக் கூறமுடியும் என்பது இவர்கள் கருத்தாகும்.

அடுத்து கையைப் பிடித்து நாடி பார்க்கும் வைத்தியரின் கை ராசிக்கும் பெரும் பங்கு உண்டு. நம் ஒவ்வொருவர் உடலைச் சுற்றிலும் ஒரு ஒளி வட்டம் உண்டு, அதற்கு ஆராவட்டம் என்று பெயர். இது ஆளுக்கு ஆள் மாறுபடும். இந்த ஆராவட்டம் மகிழ்ச்சியாக இருக்கும்போது ஒருவிதமாயும், துக்கத்தோடு இருக்கும்போது ஒருவிதமாயும் மாறக்கூடியதும்கூட... நல்ல நிகழ்வுகளில் பங்கு கொள்ளும் போதும், கோவில்களுக்கு செல்லும் போதும். திருவிழாக்களில் கலந்து கொள்ளும் போதும் இந்த ஒளி வட்டத்தில் நிறையவே பாசிட்டிவான மாற்றங்கள் ஏற்படுகின்றன.

எனவே தான் தமது மதத்தில் நிறைய பண்டிகைகள், திருவிழாக்கள் எல்லாம் இடம் பெறுகின்றன. நம்மை அவ்வப்போது புதுப்பித்துக் கொள்ளவும், சுத்திகரித்துக் கொள்ளவும், தூய்மைப்படுத்திக் கொள்ளவும் இவை துணை செய்கின்றன. இந்த ஆரா கதிர்களின் பாசிட்டிவ் ரேஸ் உள்ளங்கை வழியாகவும் வெளிப்படுகிறது.

ஒருவருக்கொருவர் கை குலுக்கிக் கொள்ளும்போது இந்தக் கதிர்கள் பலமானவரிடம் இருந்து பலமற்றவரிடம் பாயும் நாடி பிடிக்கும் போதும் இதெல்லாம் நடக்கிறது. அதனால் அந்த நாளில் சித்த வைத்தியர்கள் தூய்மையானவர்களாய் முனிவர்களைப்போல தவசீலர்களாய் பெரும் யோகிகளாய் திகழ்ந்தனர்.

இதனால் இவர்கள் பார்வைபடும்போதே நம் உடலில் மாற்றம் ஏற்பட்டு விடும். பின் மருந்தையும் தரும்போது கேட்க வேண்டுமா?

நம் சித்த வைத்தியம் கருவிகளின் துணையின்றி உணர்வு ரீதியாக செய்யப்படும் ஒரு அற்புதம்.

——————

23

நூற்றி எட்டு என்கிற எண்ணுக்கு பதினெட்டாம் எண்ணைப் பற்றி கூறிய அவ்வளவும் பொருந்தும். ஆனால் இதில் நுட்பமான உண்மையும் ஒளிந்துள்ளது. ஒரு எண்ணுக்கு எந்த பக்கமாய் பூஜ்ஜியம் விழுந்தால் அதன் மதிப்பு கூடும் மற்றும் அதன் மதிப்பு குறையும் என்பதை நாமறிவோம்.

எண்ணுக்கு வலப்பக்கம் விழும்போது அதன் மடங்கு பத்து மடங்கு பெருகுகிறது. இடப்பக்கம் விழும்போது அதே அளவு குறைகிறது. நூற்றி எட்டில் ஒன்றுக்கு வலப்பக்கம் விழுந்து அது ஒன்றின் மதிப்பை கூட்டுகிறது. ஒன்றுதான் ஆன்மா அதாவது சூரியன். அதனால் ஆன்மா பலம் பெறுவதை இது உணர்த்துகிறது. எட்டாம் எண் ஆயுளைக் குறிக்கிற சனியின் எண். அந்த எண் சக்தியை இழக்கிறது.

இதை வேறு மாதிரியும் கூறலாம்.

108க்குள் ஒன்றாகிய சூரியன் பலமடைகிறான். எட்டாகிய சனி பலமிழக்கிறான். மையத்தில் பூஜ்ஜியம் நின்று இதை ஒரே சமயத்தில் செய்து காட்டுகிறது. பூஜ்ஜியத்தை இங்கே பரிபூரணமாக இறை சக்தியாகக்கொள்ள வேண்டும்.

இந்த இறை சக்தி ஆன்ம சக்தியை அதிகரித்து ஞானத்தைத் தருகிறது. இதே இறை சக்தி திரும்பத்திரும்ப பிறந்து அவதிப்படுவதை தடுக்கவே சனியின் ஜீவன காரத்துவத்தை குறைக்கிறது. மொத்தத்தில் 108 என்கிற எண் ஞான விருத்தி

தந்து பிறவி தொடர்வதை தடுக்கப் பயன்படுகிறது. அதனாலேயே இதன் அளவில் ஸ்தோத்திரங்கள் வடிவமைப்பு பெற்றன.

இதன் மிகுந்த பலம் பெற்ற எண்ணிக்கைதான் 1008! இது லட்சத்தி எட்டு, கோடி எட்டு என்று விரிய விரிய நாம் பிறவிப் பெருங்கடலை வேகமாக கடப்பவர்களாகவும் மோட்ச கதி அடைபவர்களாகவும் ஆவோம்!

ഔ

வெளியே வந்த அகிலா எதிரில் ஜீப்பில் இருந்து இறங்கிக் கொண்டிருந்தார் ஜெயில் வார்டரான பெருமாள்துரை!

அகிலாவுக்கு அவரைப் பார்க்கவும் தூக்கிவாரிப் போட்டது. அவரும் வீட்டுக் கதவில் தொங்கும் பூட்டைப் பார்த்து ஆச்சரியப்பட்டார்.

“என்னம்மா வீட்ல யாரும் இல்லையா?” என்றும் கேட்டார்.

“அ... ஆமாம் சார்.”

“நீ மட்டும் இங்க என்ன பண்றே?”

“வெ... வெளியே போயிருந்தேன். இப்பதான் வரேன்...”

“அம்மா இப்ப எங்க இருக்காங்க...?”

“அம்மா... அம்மா... அம்மா இப்ப வீட்ல இல்லை.”

அவள் குரல் தந்தி அடித்தது. மாட்டிக்கொள்ளாமல் பேசுவதற்கு மிகவும் சிரமப்பட்டாள்.

“நீ ஏம்மா என்னவோ மாதிரி பேசறே? என்னை பார்த்து பயப்படற மாதிரி தெரியுதே?”

“அ... அதெல்லாம் ஒண்ணுமில்லை. அம்மா எங்க மாமா வீட்டுல இருக்காங்க. இங்க இருந்தா வரிசையா துக்கம் விசாரிக்க எல்லாரும் வந்துகிட்டிருக்காங்க... அதான்!”

"மாமா வீடு எங்கம்மா இருக்கு?" பெருமாள்துரை விடாமல் கேட்பது அகிலாவைத் தடுமாறச் செய்தது. அது உள்ளே ஜானகி காதிலும் ராமண்ணா காதிலும்கூட விழுந்தது! ராமண்ணாவுக்கு பெருமாள்துரை வீடு வரை வந்துவிட்டது ஆச்சரியமாக மட்டுமன்றி அதிர்ச்சியாகவும் இருந்தது.

நல்ல வேளையாக பெருமாள்துரையை அகிலாவே சமாளித்து அனுப்பிவிட்டது ஜீப் புறப்படும் சப்தத்தில் ஊர்ஜிதமாகியது. அகிலாவும் வியர்த்து விறுவிறுத்தவளாகக் கதவைத் திறந்துகொண்டு உள்ளே வந்து, வந்த வேகத்தில் கதவையும் தாழிட்டாள்.

எதிரில் தெரிந்த அப்பாவை பார்த்து கரகரவென்று அழவும் செய்தாள்.

"ஏம்மா அழறே... அதான் அவரைச் சமாளிச்சு அனுப்பிட்டியே?"

"இப்ப அனுப்பிட்டேன். ஆனா இப்படியே ஒவ்வொரு நாளும் நடந்துக்க முடியுமாப்பா? உங்ககூட சுதந்திரமா நாங்க இனி வாழவே முடியாது போலில்ல இருக்கு?"

அகிலா சரியாகத்தான் கேட்டாள்.

"அம்மாடி... இப்ப உனக்கு இப்படித்தான் கேக்கத் தோணும். போகப்போக சரியாப் போயிடும்மா. அதுக்கு தகுந்த மாதிரி எல்லாம் நடக்கும். நீங்க கூடல்பட்டிக்கு குடி வந்துடுங்க. அங்க நான் வந்து உங்கள பாக்கறேன். இப்ப புறப்படறேன்..." என்றவராக புறப்பட்டார்.

புறப்பட்டுவிட்ட நிலையில் மனைவி மக்கள் மேல் தீர்க்கமாய் ஒரு பார்வை.

அது அவர்களை பரிதாபமாக பார்க்க வைத்தது.

◈◈◈

அர்ஜூன் பங்களா!

அர்ஜூன் எஞ்ஜினியர்களை அழைத்துப் பேசிக் கொண்டிருந்தான். ஒருபுறம் சிவில் எஞ்ஜினியர்கள்...

இன்னொருபுறம்... எரெக்ஷன் எஞ்ஜினியர்கள். அவர்களுடன் அர்ஜுனின் பி.ஏவான கதிரேசன் அர்ஜுனுக்கு உதவியாக செயல்பட்டுக் கொண்டிருந்தான். எட்டிப் பார்த்த கண்மணி தூர இருந்தபடியே நடப்பதைக் கவனிக்கத் தொடங்கினாள். அவள் அப்பாவான கபாலீஸ்வரனும் வந்து சேர்ந்து கொண்டார்.

"சார்... சுகர் ஃபேக்டரிக்கு லைசென்ஸ் வாங்கறதுல இருந்து நிறைய ஃபார்மாலிட்டீஸ் இருக்கு. குறிப்பா பொலூஷன் கண்ட்ரோல் போர்டுல VOC வாங்கணும்..." என்று அடிப்படையான விஷயங்களைப் பேச ஆரம்பித்திருந்தார் ஒரு எஞ்ஜினியர்.

"அதுக்கான வேலைகள் ஒரு பக்கம் நடந்துகிட்டிருக்கு. அதுக்கு முந்தி லேண்ட் சர்வே பண்ணி வேலிபோட்டு பிளான்படி கன்ஸ்ட்ரக்ஷனை ஸ்டார்ட் பண்ணனும். அப்புறமா நம்ம புரொடக்ஷன் எவ்வளவுன்னு டிசைட் பண்ணனும்.

அதுக்கு நீங்க அங்க வந்து ஸ்டெடி பண்ணனும். குறிப்பா அங்க உள்ள கரும்பு விவசாயிகள்கிட்ட பேசி ஒவ்வொரு வருஷமும் எவ்வளவு கரும்பு விளையுது, அது இப்ப எங்க போய்க்கிட்டு இருக்கு? இனி அவங்க நமக்குத் தருவாங்களா? தரமாட்டாங்களா, ஏன் எதனாலன்னு கேட்டு அவங்களைத் தர வைக்க என்ன வழின்னு திட்டம் போட்டு எனக்கு நீங்க ஒரு ரிப்போர்ட்ட முதல்ல சப்மிட் பண்ணுங்க."

அர்ஜுன் உறுதியான குரலில் சொல்லச்சொல்ல அவர்களும் தலையாட்டினர். எரெக்ஷன் எஞ்ஜினியர்கள் சர்க்கரை ஆலைக்கு அடிப்படையான இயந்திரங்களுக்கான மேனுவல்களை கையில் வைத்திருந்தனர். அவ்வளவுமே வெளிநாட்டு இயந்திரங்கள். அதையும் பார்த்து முடித்த அர்ஜுனிடம் ஒரு எஞ்ஜினியர், "சார் இடத்தை வாங்கினதுக்கு பிறகுதான் மத்த எல்லா வேலைகளையும் பார்க்க முடியும். ஏன்னா இந்த மெஷின்களுக்கு இப்ப நாம் ஆர்டர் கொடுத்தா டெலிவரி பண்ண மூணு மாசத்துல இருந்து ஆறு மாசம் வரை டயம் கேட்பாங்க. அப்படியே எங்க

அனுப்பறதுன்னு கேட்கும்போது நாம் நம்ம ஃபேக்டரி அட்ரஸை கொடுக்கணுமில்லியா?" என்று கேட்டார்.

"அப்ப முதல்ல இடத்தை வாங்கி முடிக்க சொல்றீங்க?"

"ஆமாம் சார். கவர்மென்ட்டை எதுக்கு அப்ரோச் பண்றதா இருந்தாலும் எங்க நாம தொழில் தொடங்கறோம்கறதுதானே சார் முதல் கேள்வியே..."

"ஓகே கதிரேசன் நாம் இன்னிக்கு மதியமே பூமிகாத்தான்பட்டிக்குக் கிளம்பறோம்..." என்று மிக வேகமானான் அர்ஜுன்.

◈◈◈

அது கண்மணி மற்றும் கபாலீஸ்வரன் காதிலும் விழுந்தது.

"என்னம்மா... பய ரொம்ப வேகமா இருக்கான். இன்னும் இவன்கிட்ட நீ பேசலையா?"

"இல்லப்பா... நான் எப்ப போனாலும் யாராவதுகூட இருக்காங்க பேசவே முடியல..."

"நீ பேசித்தான் தீரணும். இல்லன்னா இங்க இவ்வளவு ஆசையாவும், தெம்பாவும் பேசற இவனை உயிரோட பாக்கறதே கஷ்டம்..."

"எதுக்குப்பா இப்படி என்னை மிரட்றீங்க?"

"பைத்தியம்... நான் அந்த ஊருக்கு போய்ட்டு வந்து பேசறவன். புரிஞ்சுக்கோ..."

"உங்ககூட வந்த அர்ஜுனுக்கு அது தெரியாதா?"

"தெரிஞ்சா இப்படி பேசிகிட்டிருப்பானா? கல்யாணமே ஆகாத ஒருத்தன் தனக்கு கல்யாணமாகி குழந்தையும் பிறந்தா அதுக்கு என்ன பேர் வைக்கறதுன்னு யோசிக்க ஆரம்பிச்சுட்டானாம் அப்படித்தான் இருக்கு இப்ப இங்க இவனோட அப்ரோச்..."

"அர்ஜுன் அத்தான் உங்களை வெட்டிவிட்டதால நீங்க கோபப்பட்டுப் பேசறதாதான் எனக்கு படுது. வேண்டாம்பா

விட்றுங்க... அத்தான் அந்த பெண்ணை கல்யாணம் பண்ணிக்க ஆசைப்பட்டா பண்ணிட்டு போகட்டும். என்னை மனசுல வெச்சுக்கிட்டு நீங்க அவரை ஒரு எதிரியை பாக்கற மாதிரி பாக்காதீங்கப்பா..."

"கண்மணி சத்யமா நான் நீ நினைக்கற மாதிரி பேசலை. அங்க நிஜமாலுமே மர்மமா பல புரியாத விஷயங்கள் இருக்கு..."

"அப்ப நான் அத்தான்கூடப் போறேன். அது எவ்வளவு உண்மைன்னும் பாக்கறேன். நீங்க சொல்ற மாதிரி இருந்தா அர்ஜுன் அத்தானை காப்பாத்த வேண்டியது என் பொறுப்பு..." என்று கபாலீஸ்வரன் சற்றும் எதிர்பாராத பதிலைச் சொன்னாள் கண்மணி.

அப்போது அர்ஜூனும் அவர்களை நோக்கி வந்தபடி இருந்தான்.

"என்ன கண்மணி... மாமா என்ன சொல்றார்?" என்றும் கேட்டான்.

"அந்த பூமிகாத்தான்பட்டி சரியான மர்ம தேசமாம்ல?"

"இருந்துட்டு போகட்டும் அதனால நமக்கென்ன நஷ்டம்?"

"இல்ல... நாளைக்கு அங்க தொழில் தொடங்கும்போது பிரச்னை வந்துடக்கூடாது இல்ல..."

"ஏன் வருது? உள்ளூர் பசங்களுக்கு வேலை கொடுத்துட்டா அவங்க தங்களோட ஃபேக்டரியா நினைச்சுட்டு போறாங்க."

"அப்ப உங்ககூட நானும் வரேன் அர்ஜுன்."

"நீயா... நோ... நோ..."

"அர்ஜுன் பயப்படாதே, நீ ஆசைப்படற பெண்ணை நான் பார்க்க வேண்டாமா?"

"பாத்து...?"

"என்னப்பா பாத்துங்கறே... நீ என்னை நினைச்சு பயப்படாதே. நான் உன் காதலுக்கு துணையாத்தான் இருப்பேன். நிச்சயம் எதிராக இருக்கமாட்டேன். என்னை நம்பு..."

கண்மணி கேட்கவும் சில வினாடிகள் வெறித்த அர்ஜுன் "ஓகே புறப்படு..." என்றான்!

இந்தியாவில் சித்தர்கள் என்பவர்கள் தமிழ்நாட்டில் மட்டும் தான் உள்ளனரா? வட இந்தியாவில் எல்லாம் இல்லையா?

கலாதேவி, திருச்சி.

உலகம் முழுக்க சித்தர்கள் உள்ளனர். பிற மதங்களிலும் அவர்கள் உண்டு. சராசரி மனித வாழ்வில் இருந்து விலகிச் சென்று தன்னையும் உலகையும் விளங்கிக்கொள்ள முயல்பவர்களே சித்தர்கள் ஆவர்.

அப்படி விளங்கிக் கொள்ளும் முயற்சிகள் அந்தந்த நாட்டிற்கும் சூழலுக்கும் ஏற்ப சில மாறுபாடுகள் கொண்டிருக்கலாம். ஆனால் உள்நோக்கம் தன்னையறிதல், பிறப்பை வெல்லுதல் என்பதே...

ஆனாலும் இவர்கள் யார் யார் என்று ஒரு பட்டியலைப் போட முடியாததற்குக் காரணம் இவர்கள் தங்களை வெளிக்காட்டிக் கொள்வதுமில்லை, தங்களை மற்றவர்கள் கவனிக்க வேண்டும் என்று எதிர்பார்ப்பதும் இல்லை.

நம் தமிழ்ச் சித்தர்களேகூட அவர்களைக் காலத்தால் அறிந்த சிலரால் தான் வெளியுலகிற்கு தெரிய வந்தனர்.

* ——— *

24

எண்களில் 108ஐ அடுத்து ஆன்மீக உலகில் பெரிதாக கருதப்படுவது சஹஸ்ரம் எனப்படும் ஆயிரம் ஆகும். இந்த ஆயிரத்தின் அளவுக்குள்தான் இறை நாமங்களைச் சொல்லி அதை சஹஸ்ரநாமம் என்றனர்.

இறைவனை ஆயிரம் நாமங்களால் நாம் அழைத்திடும்போது நம் உள்ளத்திலும் பக்தி உணர்வு ஒரு பரவச நிலையை உறுதியாய் தொட்டு நிற்கும்.

ஒருவர் பிறந்த நிலையில் அவர் பிறந்த தினத்தில் இருந்து வரும் மூன்றாம் பிறைதான் முதல் பிறை...! அது ஆயிரத்தை அடையும்போது அவருக்கு எண்பத்தி நான்கு வயது நடந்தபடி இருக்கும்.

இந்த வயதில் ஆயிரமாவது பிறையை அவர் பார்ப்பது என்பது ஒரு பரிபூரண வாழ்க்கையை அவர் வாழ்ந்துவிட்டதை குறிக்கும்.

இப்படி ஆயிரமாவது பிறையை பார்க்க கொடுத்து வைத்த ஒருவர், ஆயிரம் முறை ஆலயம் சென்று வந்தவராகவும், ஆயிரம் முறை ஓடும் நதியில் அல்லது திருக்குளத்தில் நீராடியவராகவும் இருக்கும் பட்சத்தில் ஜாதக ரீதியாக இவர் பெரிய தோஷங்கள் இல்லாமலும், வீடு வாசல் மனைவி பிள்ளைகள் பேரன்கள் என்று எல்லா பேற்றினையும் பெற்றவராகவும் இருக்கும் பட்சத்தில், இப்படிப்பட்டவர்களை இவர்கள் ஆயிரமாவது பிறை காணும் நாளில் வணங்கி உளமாற இவர்களிடம் ஆசிகளை ஒருவர் பெற்றுக்கொள்வது என்பது மிகச்சிறப்பான வளர்ச்சிக்கும், மகிழ்ச்சிக்கும் உரிய செயலாக அமையும்.

ஆயிரம் ஒரு மனித வாழ்வில் இப்படி தன்னகத்தே பல சிறப்புகளைக் கொண்டுள்ளது!

அது ஒரு மனநல மருத்துவமனை!

சென்னையில் உள்ள அதிநவீன மருத்துவமனைகளில் ஒன்றான அதன் முன் பத்திரிகையாளரான காண்டீபனின் கார் தேங்கி நின்றது. உள்ளேயிருந்து காண்டீபனும், அவரது ஒரே மகளுமான பரிமளாவும் இறங்கி உள்ளே சென்றனர். மருத்துவமனை என்றாலே வெள்ளை உடையில் நர்சுகள், ஸ்ட்ரெச்சர்களின் குறுக்கீடுகள், இதுபோக அளவான மருந்து நெடி என்கிற இலக்கணங்களில் இருந்து அந்த மருத்துவமனை மிகவே மாறுபட்டிருந்தது.

காண்டீபன் ஒரு பிரபலமான பத்திரிகையாளர் என்பதால் ரிசப்ஷனில் ஒருவர் காத்திருந்து அவரை சீஃப் டாக்டர் வித்யாசங்கரிடம் அழைத்துச் சென்றார். வித்யாசங்கரும்

காண்டீபன் வரவும் கை குலுக்கிவிட்டு ஒரு ஸ்பெஷல் வார்டு நோக்கித்தான் அவரை அழைத்துச் சென்றார்.

உள்ளே டாக்டர் வில்சன்!

'உலகம் வெப்பமயமாய் மாறிவருவதை முதன்முதலில் கண்டறிந்து அதை உரத்த குரலில் உலகுக்குச் சொன்னவர்.

இப்படியே போனால் அதிகபட்சம் ஐம்பது ஆண்டுகளில் இப்போதுள்ள பூமியின் நிலப்பரப்பில் நாற்பது சதவிகிதத்தை இழந்துவிடுவோம். மீதமுள்ள அறுபது சதவிகித நிலப்பரப்பும் பாழ்பட்டு மனிதன் உயிர்வாழவே தகுதியில்லாத நிலப்பரப்பாகத்தான் இருக்கும்.

அப்போது ஆக்ஸிஜன் உள்ள காற்றுக்கும் மாசில்லாத குடிநீருக்கும்தான் தங்கம் வைரம்போல் மதிப்பிருக்கும். மற்ற எல்லாமே பின்னோக்கிச் சென்றுவிடும். மனித இனத்தின் சராசரி ஆயுள் காலம் ஐம்பது ஆகிவிடும்.

முப்பது வயதிலேயே மூன்றில் ஒரு பங்கினர் மரணமடைவர். நூற்றுக்கு முப்பது பேரால் மட்டுமே பிள்ளைகளை பெற முடியும். ஆண்மையும் குறைந்து போய்விடும். பெண்களிடமும் கருப்பை நோய்கள் மிகுதியாகிவிடும். மொத்தத்தில் மனித சமுதாயமே ஒவ்வொரு நாளையுமே பெரும் போராட்டத்துடன்தான் கழிக்க வேண்டியிருக்கும்' என்று கூறி உலகத்தை அதிர வைத்தவர்.

அப்படிப்பட்டவர் கம்ப்யூட்டர் வலைதளத்தின் மூலம் இந்தியாவிலுள்ள பூமிக்காத்தான்பட்டியில் இதுவரை ஒருமுறைகூட மழை பொய்க்கவில்லை என்பதை அறிந்துகொண்டு அதற்கு காரணத்தை கண்டறிவதற்காக பூமிக்காத்தான்பட்டிக்கும் வந்து அங்குள்ள ரசமணீஸ்வரர் ஆலயத்தில் ஒளிந்ததெல்லாம் பழைய கதை.

பின் சித்தம் கலங்கிப்போய் தன்னையே யாரென்று தெரியாதபடி ஆகி 'நான் யார்?' என்று கேட்டுக்கொண்டதும் நடந்து முடிந்த கதை!

அந்த அறைக்குள் டாக்டர் வில்சனின் மனைவியும் மகனும் இருந்தனர். வில்சனும் அவர்களுடன் பேசியபடி இருந்தார். ஆனால் அவரிடம் ஏராளமான மாற்றம். உள்ளே நுழைந்த காண்டீபனையே அவர் ஒரு புதிய மனிதரைப் போலத்தான் பார்த்தார். கூடவே இருந்த டாக்டர் வித்யாசங்கரின் முகத்தில் மட்டும் ஒரு மெல்லிய புன்னகை.

“ஹலோ டாக்டர் வில்சன்... ஹவ் யூ ஃபீல் நௌ?”

“ஐ ஆம் ஓகே... ஆனா எனக்கு பல விஷயங்கள் சுத்தமா ஞாபகத்துக்கே வரமாட்டேங்குது டாக்டர்...”

“இப்ப அப்படிதான் இருக்கும்... போகப்போக கொஞ்சம் கொஞ்சமா ஞாபகம் வந்துடும். டோன்ட் ஒர்ரி... பை த பை உங்களை இங்க அட்மிட் பண்ண மிஸ்டர் காண்டீபனும் இவரோட டாட்டரும் வந்துருக்காங்க. இவங்கள உங்களுக்கு ஞாபகமிருக்கும்னு நம்பறேன்...”

“சாரி... இவங்களகூட என்னால பளிச்சின்னு ஞாபகத்துக்கு கொண்டு வர முடியல... என் மனைவி மகனையே என்னால முதல் சந்திப்பில ஞாபகப்படுத்திக்க முடியலயே?”

“பை த பை நீங்க யார்? உங்க பேர்? உங்க சப்ஜெக்ட்... இதெல்லாம் நினைவு இருக்கா?”

“எல்லாமே ஒரு மேகமூட்டம்போல கொஞ்சம் கொஞ்சம் நினைவுக்கு வருது... ரொம்ப ஹார்டா நான் திங்க் பண்ணப் பார்த்தா மயக்கம் வந்துடுது...”

டாக்டர் வித்யாசங்கரும் வில்சனும் பேசிக்கொள்வதை கேட்ட காண்டீபனுக்கு டாக்டர் வில்சன் அந்த அளவுக்கு பேசுவதே ஒரு ஆச்சரியமான ஒன்றாக இருந்தது. காரணம் அவரை சித்தம் கலங்கிய நிலையில் பார்த்தபோது அவர் இருந்த கோலம் அப்படி...!

வில்சனின் மனைவி காண்டீபனின் கைகளைக் குலுக்கி நன்றி கூறினாள். மகனும் நன்றி கூறினான்.

"அப்பாவுக்கு இப்படி ஆக காரணமான அந்த கோயிலை நான் பார்க்க முடியுமா?" என்று காண்டீபனிடம் கேட்டான்.

"நோ... தயவுசெய்து இனி உங்களுக்கு அந்த கோவில் பற்றின எண்ணமே வேண்டாம். அப்பாவை கூட்டிகிட்டு நீங்க ஆஸ்திரேலியா போறதுதான் சரி. அங்க போய் உங்க அப்பாவை ஜாக்கிரதையா பார்த்துக்குங்க.

டாக்டர் இந்த உலகத்தோட ஒரு பெரிய அசெட்! அவரை இனியும் கஷ்டப்படுத்த வேண்டாம்."

"உங்க எச்சரிக்கை எனக்கு புரியுது. ஆனா எது எங்க அப்பாவையே இப்படி ஆக்கிடுச்சுன்னு தெரிஞ்சுக்கிறதுல தப்பில்லையே?"

"இல்ல... அது ஒரு தப்புதான்... உங்க பர்சனல் விஷயத்துல நான் மூக்கை நுழைச்சா நீங்க அதை அனுமதிப்பீங்களா?"

"அது எப்படி?"

"இதுவும் அப்படித்தான்... எங்க ஊர் சித்தர்கள் விஷயத்துல டாக்டர் செய்தது அதிகப்பிரசங்கித்தனம்."

"ஆனா அதுதான் ரிஸர்ச் பண்றவங்களோட கேரக்டர்."

"இப்படி எவ்வளவு பேசினாலும் பாதிப்பு நமக்குதான். அதை புரிஞ்சுக்குங்க..."

காண்டீபன் வில்சன் மகனை கஷ்டப்பட்டு சமாதானப்படுத்திவிட்டு டாக்டர் வித்யாசங்கருடன் வெளியில் வந்தார்.

"மிஸ்டர் காண்டீபன்... அந்த பையன் கேட்டதுல எந்த தப்பும் இருக்கறதா எனக்கு தெரியலை. மென்ட்டலா மூளை நரம்புகளை பாதிக்கற ஏதோ ஒண்ணு டாக்டரை அட்டாக் பண்ணியிருக்கு. ஆக்சிஜன் அளவை உடம்புல குறையாம பாத்துகிட்டு ஸிவியர் ட்ரீட்மென்ட் கொடுத்து மீட்டுருக்கோம். டாக்டருக்குதான் ஒரு சைன்டிஸ்ட்டுங்கற எண்ணம் மட்டும்தான் இப்ப இருக்கு. ஆனா அதுக்கான நாலட்ஜ் அவருக்கு இப்ப கொஞ்சம்கூட கிடையாது.

சுருக்கமா சொல்லப்போனா அவர் மனசு இப்ப ஒரு பிறந்த குழந்தையோட மனசு மாதிரிதான்...”

டாக்டர் வித்யாசங்கரின் விளக்கம் காண்டீபனையும் அவர் மகனையும் பெருமூச்சுவிட வைத்தது.

“என்ன எதுவும் சொல்லமாட்டேங்கறீங்க?”

“இதுல சொல்ல எதுவும் இல்லை டாக்டர். நெருப்பைத் தொட்டா சுடும்னு தெரிஞ்சு தொடறவங்கள என்னன்னு சொல்றது?”

“வாட் டு யூ மீன்?”

“டாக்டரை நான் போக வேண்டாம்னு தடுத்தேன்...”

“உண்மைகளை கண்டறியற துடிப்புள்ள ஒரு பத்திரிகையாளர் ஆன நீங்களா தடுத்தீங்க?”

“ஆமாம் டாக்டர்... இந்த ஆராய்ச்சியை செய்ய வேண்டாம்னு எனக்கு நான் ரொம்ப மதிக்கற என் குருநாதரான சித்தர்கிட்ட இருந்து உத்தரவு வந்தது அதனாலதான் நான்கூட போகலை...”

“யார் அந்த சித்தர். நான் தெரிஞ்சுக்கலாமா?”

“வேண்டாம் டாக்டர். இந்த விஷயத்தை விஸ்தாரமா பேசறது நல்லது இல்ல. சில விஷயங்கள் ரகசியமா இருக்குன்னா அதுக்கு பின்னால் மிகச்சரியான காரணங்கள் இருக்கு. அதுலயும் சித்த ரகசியங்களை தூர இருந்து பார்த்து கும்பிடு போட்டுட்டு ஒதுங்கிடணும்.”

“இது உங்களுக்கு மூடநம்பிக்கையா தெரியலியா?”

“நானும் ஒரு காலத்துல உங்களபோல யோசிச்சவன்தான் டாக்டர். ஆனா எனக்கு ஏற்பட்ட ஒரு சித்தர் அனுபவம் என்னை அப்படியே மாத்திடுச்சு...”

“அப்படி என்ன அனுபவம் அது?”

“அதையும் நான் இப்ப உங்ககிட்ட பகிர்ந்துக்கற மனநிலைல இல்லை. ஒரு விஷயத்தை மட்டும் சொல்லிக்கறேன்

பூமிக்காத்தான்பட்டி இப்ப எப்படி இருக்கோ அப்படியே அது தொடரும் வரைதான் இந்த பூமியும் காப்பாற்றப்படும்! அங்க என்ன இருக்குன்னு நான் தெரிஞ்சுக்க விரும்பறேன்னும் புரிஞ்சுக்க விரும்பறேன்னும் நாம் அங்க போய் அதோட அமைதியை கெடுத்துடக்கூடாது.

பெட்ரோல் புகை இல்லாத செல்போன் டவர்கள் சூழப்படாத, சினிமா, டிவின்னு மீடியா பிடிக்கு ஆட்படாம, சுருக்கமா சொல்லப்போனா அது கொஞ்சம்கூட சுற்றுச்சூழல் கெடாம இருக்கறவரைதான் நமக்கெல்லாருக்கும் பாதுகாப்பு. அதுவும் மற்ற ஊர்கள்போல மாற ஆரம்பிச்சா இந்த பாரத நாட்டை மட்டுமில்ல உலகத்தோட அழிவையும் அப்புறம் யாராலயும் தடுத்து நிறுத்த முடியாது...”

காண்டீபனின் தீர்க்கமான பேச்சைக் கேட்டு சிரித்த டாக்டர் வித்யாசங்கர்.

“அப்ப உலகம் அழியப்போறது நிஜம்.” என்றார்.

“என்ன சொல்றீங்க டாக்டர்.”

“உங்களுக்கு தொழிலதிபர் ராமரத்னத்தை தெரியுமா?”

“உம். அவருக்கு என்ன?”

“அவர் பூமிக்காத்தான்பட்டியோட மழை வளம், கரும்பு வளம் இதை எல்லாம் பாத்துட்டு அங்க ஒரு சுகர் ஃபேக்டரி போடப் போறாரு...!

“உங்களுக்கு யார் சொன்னா?”

“அவரே தான்... அவருக்கு நான்தானே மெடிகல் அட்வைசர்.”

“அதுக்கு கவர்மென்ட்கிட்ட பர்மிஷன், லைசென்ஸ்னு நிறைய விஷயங்கள் இருக்கு...?”

“அதெல்லாம் அவருக்கு ஜஸ்ட் லைக் தட் மாதிரின்னு உங்களுக்கு தெரியாதா?”

“அப்படியே இருந்தாலும் அந்த ஊர் கட்டுப்பாடுள்ள ஊர் ஆச்சே?”

"அதுக்காக எல்லா ஊர் இளைஞர்களும் ஆதிவாசி மாதிரியே இருக்க விரும்புவாங்களா... அவங்களுக்கும் எல்லா ஊரையும்போல நம்ம ஊரும் முன்னுக்கு வரணும்கற ஆசை இருக்காதா?"

"அப்ப அங்க ஃபேக்டரி வரப்போறது உறுதியா?"

"ஹண்ட்ரட் பர்சன்ட்..."

டாக்டர் வித்யாசங்கரின் பதில் காண்டீபனை தீவிரமாய் யோசிக்க வைத்தது.

"என்ன யோசனை?"

"ஒண்ணுமில்ல டாக்டர். எனிவே டாக்டர் வில்சனை எப்படியோ நல்லபடியா பேச வெச்சிட்டீங்க. இதே வேகத்துல அவரை ஆஸ்திரேலியாவுக்கு அனுப்பிடுங்க.

அப்புறமா உங்களுக்கு ஒரு விஷயம் இந்த சர்க்கரை தொழிற்சாலை நிச்சயமா வராது."

"இது உங்க ஆசையா... இல்லை நம்பிக்கையா?"

"இரண்டும் இல்லை. அதுதான் கடவுளோட விருப்பம்..."

காண்டீபன் அழுத்தமான, பதிலோடு மகள் பரிமளத்தையும் அழைத்துக்கொண்டு புறப்பட்டார். டாக்டர் வித்யாசங்கரின் புருவத்தில் ஆச்சரிய வரிகள்!

காண்டீபனின் கார் புறப்பட்டது!

அருகில் மகள் பரிமளம்.

"அப்பா..."

"என்ன கேக்கப்போறேன்னு தெரியும்மா."

"உங்க பேச்சு இன்னிக்கு ரொம்ப வித்யாசமா இருந்ததுப்பா. ஒரு சீரியஸான பத்திரிகையாளர் பேசினது போலவே இல்லை."

"நான் சீரியஸான பத்திரிகையாளர் மட்டுமில்லை பரிமளம். ஒரு மனுஷனா சமுதாயப் பார்வை உள்ள ஒருவனும்கூட..."

"அங்க தான் எனக்கும் கேள்விகள்... டாக்டர் வில்சன் பூமிக்காத்தான்பட்டியின் சித்த ரகசியங்கள் தெரிஞ்சுக்கறது என்ன அவ்வளவு பெரிய குற்றமா?

அவர் இந்த உலகத்தையே அழிவுல இருந்து காப்பாத்த ஆசைப்பட்டுதானே ஆராய்ச்சி செய்யறார்?"

"நோக்கம் உயர்ந்ததா இருக்கலாம். வழிமுறை தப்பா இருக்க கூடாது இல்லையா?"

"அது எப்படி நமக்கு தெரியும்பா?"

"பரிமளம். நாம் நம்ம சித்தர் சமாதிக்கு போனபோது உத்தரவு வந்தது உனக்கு மறந்திடிச்சா?"

"பறந்து வந்து விழுந்த இலைல இருந்த செய்தியதானே சொல்றீங்க?"

"ஆமாம்... நான் ஒரு விபத்துல மரணத்தோட வாசலுக்கே போனபோது என்னை திரும்ப இழுத்துட்டு வந்தவர் சித்தர் சாமிதான். இதையும் நீ மறந்துருக்கமாட்டே!"

"மறக்கலப்பா... அதுக்காக..."

"வேண்டாம். எப்பவும் புத்திங்கறது இப்படித்தான் சிந்திக்கும். கேள்விகளும் கேட்கும்."

"சரிப்பா எதை வெச்சு அங்க சக்கரை தொழிற்சாலை வராதுன்னு சொன்னீங்க?"

"இந்த உலகம் அழியறத சித்தர்கள் விரும்பமாட்டாங்க... அதை வெச்சு..."

"அப்பா... நான் வேணா போய் அது சம்மந்தமா என்ன நடக்குதுன்னு பாத்து ஒரு கட்டுரை ரெடி பண்ணட்டுமா?"

"நீ வேண்டாம் பரிமளம்... நான் போறேன்... ஆனா நான் போறது ஆராயறதுக்கு இல்ல... பல தவறுகளை தடுக்க!"

காண்டீபன் குரலில் அப்படி ஒரு உறுதி.

◈◈◈

நாகப்பட்டினத்தில் வாழ்ந்ததாக கூறப்படும் ராமதேவர் என்னும் சித்தர்தான் பின்னாளில் இஸ்லாமிய புனிதத்தலமான மெக்கா மெதீனாவுக்கெல்லாம் சென்று வந்து யாக்கோபு சித்தர் என்று மாறினார் என்கிறார்களே... இது எந்த அளவு உண்மை?

ராமரத்னம், கோவை.

சித்தர்களின் வரலாற்றைப் பொருத்தவரையில் உண்மையா பொய்யா போன்ற கேள்விகளுக்கெல்லாம் இடமே கிடையாது.

நதிமூலம், ரிஷிமூலம் பார்க்கக் கூடாது என்று நம் சொல் வழக்கில் கூறுவார்கள். அப்படிப் பார்க்க முற்பட்டால் பளிச்சென்று ஒரு தெளிவு ஏற்படாது. குழப்பங்கள் ஏற்பட்டு சந்தேகம்தான் மிஞ்சும். மூலத்தை பார்ப்பதை விட்டுவிட்டு எதிரில் உள்ளதை மட்டும் பார்க்க வேண்டும்.

இந்த ராமதேவர் விஷயமும் அப்படித்தான்! இன்று ராமாயணம், மகாபாரதம், பெரியபுராணம் என்று நம் வசம் உள்ள புராண இதிகாசங்களுக்கெல்லாம் ஒரு மூல ஆதார நூல் இருந்திருக்கிறது. அதிலிருந்து தான் காலப்போக்கில் இவைகள் படிகள் எடுக்கப்பட்டன. அப்படி எடுக்கப்பட்டபோது நிறைய இடைச்செருகல்களும் நடந்துள்ளன. இடை நீக்கங்களும் நடந்துள்ளன.

ஆனாலும் ஒரு மூலம் இங்கெல்லாம் இருந்திருக்கிறது. ஆனால் சித்தர்கள் வரையில் இப்படி உறுதியான ஒரு மூல ஆதார நூல்கள் இல்லை. போகர் என்னும் சித்தர் எழுதிய வைத்திய நூல்களுக்கு மட்டும் ஆதாரங்கள் இருந்துள்ளன.

நீங்கள் கேட்ட ராமதேவர் விஷயமும் அப்படித்தான் இவர் வரையில் பல விசித்திரங்களையும் நாம் பார்க்கலாம். நாகையில் சிவலிங்க பூசனையில் ஆழ்ந்த இவர் சித்த வைத்தியத்தில் தலை சிறந்து விளங்கினார். மூலிகைகள் தேடி வான் மார்க்கமாக பயணிப்பதில் இவர் தேர்ந்தவராக இருந்தார் என்கிறது இவர் பற்றிய வரலாறு. “மேகமணிக்குளிகை”

என்கிற ஒன்றை வாயில் போட்டுக்கொண்ட மாத்திரத்தில் உடலில் உள்ள எடைப்பாடு குறைந்து மேகம்போல வானில் மிதக்க முடிவதால் இப்பெயர் வந்ததாக கூறுவர். அப்படி மிதந்து பறந்தபடியே இவர் மெக்கா மெதினா போன்ற பாலை நிலப்பகுதிகளுக்கெல்லாம் சென்று அங்குள்ள வைத்திய முறைகளை கற்று வந்தார் என்பார்கள்.

அப்பகுதிகளில் இன்னும் அபூர்வமான மூலிகைகள் இருப்பதாக கருதப்படுகிறது. அதேபோல் அங்குள்ள ஜம்ஜம் நீருற்று நீர்கூட மருந்தாக பயன்படுகிறது. கரும்பு எனப்படும் மண் துகளை கண்களில் போட்டு மூடிக்கொண்டு தூங்கி எழவேண்டும். அப்படி எழும்போது கண்களில் உள்ள கெட்ட நீர் முதல் புரை முதல் எல்லாம் நீங்கிவிடுவதாகவும் ஒரு கருத்து உள்ளது.

ராமதேவர் அங்கு மருத்துவப் பயிற்சி பெற்ற சமயம் அம்மண்ணுக்கேற்ப யாக்கோபுவாக மாறியிருக்கலாம். எல்லாமே செவிவழிச் செய்திகள்தான். ஆனால் இவர் எழுதிய மருத்துவ குறிப்புகள் சித்த மருத்துவ உலகில் பயன்படுவதாக கூறுவார்கள்.

——————

25

எண்களுக்கு பின்னால் உள்ள சிறப்புகளை எல்லாம் சிந்தித்தோம். இனி சில எழுத்துக்களுக்கு பின் உள்ள சிறப்புகளை சிந்திக்கலாம்.

மொழி என்ற ஒன்று ஒரு ஒழுங்கான பொருள்கொண்ட சப்தம் ஆகும். ஒரு பொருள் கீழே விழுந்து உடையும்போதும் சப்தம் எழுகிறது, அதேபோல ஒன்றோடொன்று மோதும் போதும் சப்தம் எழுகிறது.

உரசும் போதும் சப்தம் எழுகிறது. அவ்வளவு ஏன்... பூப்பூக்கும் போதுகூட ஓசை எழுகிறதாம். இப்படிப்பட்ட ஓசைகளை, சப்தங்களை எல்லாம் நாம் கேட்க மட்டுமே இயலும். அவைகளை வார்த்தைப்படுத்த முடியாது.

ஒரு பெண் பயத்தில் அலறுவதை வீல் என்று அலறினாள் என்கிறோம். அல்லது பயங்கரமாக அலறினாள் என்கிறோம். அதை அப்படியே வார்த்தைகளில் கொண்டு வர முடிவதில்லை.

ஒருவர் கீழே விழுந்தால் 'தொபுகடீர்' என்று விழுந்தார் என்கிறோம். இவை எல்லாம் உதாரணங்கள். இதிலிருந்து ஒரு உண்மை தெரிகிறது. எழுத்துக்கு வசப்படும் சப்தம், எழுத்துக்கு வசப்படாத சப்தம் என்று இரண்டு இருக்கிறது.

மொத்தத்தில் இந்த சப்தங்களைத்தான் ஓசை என்றும் ஒலி என்றும் கூறுகிறோம்.

ஒலி எனும்போதே ஒளி என்னும் ஒரு சொல்லும் நினைவுக்கு வருகிறது. ஒளி அதாவது வெளிச்சம்!

ஒலியாகிய சப்தமும், ஒளியாகிய வெளிச்சமும்தான் உயிர் இயக்கத்தையே இயக்க கதியோடு வைத்துள்ளது.

வெளிச்சம் இருந்தாலே ஒன்றை பார்க்க முடியும்.

சப்தம் இருந்தாலே ஒன்றை கேட்க முடியும்.

சப்தம் அகத்தில் வேலை செய்கிறது.

இந்த சப்தத்தில் இருந்து வந்ததே உலகில் உள்ள அத்தனை மொழிகளும், பின் அதனில் இருந்து தோன்றிய எழுத்துக்களும் ஆகும்.

ஒரு சப்தத்தை தன் வசம் உறைய வைத்துக்கொண்டு இருப்பதுதான் எழுத்து. ஒரு எழுத்தை எங்கே பார்க்க நேரிட்டாலும் மனது அதை உடனே தன்னுள் சப்தமாய் எதிரொலித்துவிட்ட பிறகே அடங்குகிறது.

இப்படிப்பட்ட சப்தத்தை தன் வசம் கொண்டிருக்கும் எழுத்துக்கள் ஒவ்வொரு மொழியிலும் நூற்றுக்கணக்கில் ஆயிரக்கணக்கில் உள்ளன.

ஆங்கில மொழி 26 எழுத்துக்களை மட்டுமே வைத்துக்கொண்டு உலகையே வலம் வந்து கொண்டிருக்கிறது.

இந்த எழுத்துக்களுக்கெல்லாம் மூலம் என்று ஒன்று இருக்க வேண்டுமல்லவா? அதாவது மொழிக்கே தொடக்கமான முதல் சப்தம், ஆதி சப்தம் என்றும் இதை கூறலாம்.

> **அதுதான் 'ஓம்' என்னும் பிரணவ எழுத்தாகும். இன்றைய உலகில் உள்ள ஆயிரக்கணக்கான மொழிகளுக்கும், லட்சக்கணக்கான எழுத்துக்களுக்கும் கோடிக்கணக்கான வார்த்தைகளுக்கும் மூலாதாரமான முதல் எழுத்தும் சொல்லும்தான் 'ஓம்' ஆகும்!**

ஃ

பூமிக்காத்தான்பட்டி!

அருணாசலத்தின் வீட்டுக்குள் உள்ள அவரது லேண்ட்லைன் தொலைபேசியிடம் அமட்டல்.

ரஞ்சனிதான் போய் காதைக் கொடுத்தாள்.

மறுபக்கத்தில் அர்ஜுனின் உதவியாளன் கதிரேசன் பேசத் தொடங்கினான்.

"அருணாசலம் சார் இருக்காங்களா?"

"நீங்க?"

"நான் அர்ஜூன் சார் பி.ஏ. கதிரேசன் பேசறேன்."

"ஓ... அப்பா பஞ்சாயத்து போர்டு ஆபீஸ்வரை போயிருக்காரு..."

"வந்துடுவாருல்ல...?"

"பின்ன... அப்படியேவா போயிடுவாரு..." ரஞ்சனிகூட நகைச்சுவையாக கேட்டாள். கதிரேசனுக்கு என்னவோபோல் ஆகிவிட்டது.

"மேடம் நான் கேட்டது இப்ப வந்துடுவாரா இல்லை இன்னும் லேட்டாகுமாங்கற அர்த்தத்துல..."

"ஏன் அவர்கிட்ட தான் பேசணுமா... என்கிட்ட சொல்லக்கூடாதா?"

"சரி உங்ககிட்டயே சொல்லிட்றேன் உங்கப்பா வந்தா சொல்லிடுங்க. சாரும் நானும் எங்க என்ஜினியர்ஸ் குரூப்போட உங்க ஊருக்கு புறப்பட்டுட்டோம்.

அங்க எப்படியும் இரண்டு நாள் தங்கும்படி இருக்கும். நாங்க மொத்தம் ஆறுபேர். நாங்க அங்க தங்க வசதியா ஒரு வீடோ இல்லை ஏதாவது கெஸ்ட் ஹவுசோ இருந்தா ஏற்பாடு பண்ணிடுங்க.

அப்படியே எங்களுக்கு சமைச்சுப்போட ஒரு நல்ல சமையல்காரரும் முக்கியம். தயவுசெய்து இந்த ஏற்பாட்டை செய்துட்டு எனக்கு தகவல் தந்துடுங்க..." என்றான் கதிரேசன்.

ரஞ்சனிக்கு அர்ஜுன் வரப்போகிறான் என்ற உடனேயே மனது ஜிவ்வென்று எகிறத் தொடங்கியது. அதே சமயம் அவர்கள் தங்க வசதியாக ஊரில் கெஸ்ட் ஹவுஸ் என்று ஒன்று இல்லாததும் நெருடியது.

அந்த வேளை பார்த்து அருணாசலம் உள் நுழையவும் கதிரேசனின் போன் விஷயத்தை கூறினாள். அருணாசலத்தையும் பரபரப்பு தொற்றிக்கொள்ள ஆரம்பித்தது. "அம்மாடி இரண்டு நாள் தங்கப்போறதாவா சொன்னாரு?"

"ஆமாம்ப்பா... என்ஜினியர்களும்கூட வராங்களாம்..."

"அப்ப இடத்தை பார்த்து முடிக்கப் போறாங்கன்னு தெரியுது. நல்ல விஷயமாச்சே. ஆனா எங்க அவங்கள தங்க வைக்கறது?"

"அப்பா... அவரை வேணா நம்ப வீட்லயே தங்க வெச்சுடலாம்பா மத்தவங்களுக்கு நம்ப பஞ்சாயத்து போர்டு ஆஃபீஸ்ல இருக்கற ஏ.சி. ரூமை கொடுத்துடுங்கப்பா..."

"அந்த அறைல உக்காந்து பேசலாம்மா... அதுக்கு மேல அங்க எதுவும் செய்ய முடியாது. என்ஜினியருங்கள்ளாம் பெரிய படிப்பு படிச்சவங்க. அவங்கள அப்படி எல்லாம் ஒரு ரூம்ல அடைக்கறதும் தப்பு..."

"அப்ப என்னப்பா பண்ணப் போறீங்க?"

பேசாம நம்ம கந்தசாமியோட தென்னந்தோப்பு வீட்ல தங்க வெச்சிடுவோம். குளுகுளுன்னு காத்தோட்டமா நல்லா இருக்கும்.

அங்க கட்டில் தலகாணின்னு கொண்டுபோய் போட்டுடலாம். அப்படியே நம்ம பிரம்மதேசம் சுந்தரேச அய்யரை சமையலுக்கும் கூப்புட்டு ஜமாய்ச்சுடுவோம்...”

“ஐயோ அப்பா... அய்யர் இட்லி தோசைன்னுதான் சமைப்பார். ஆனா அவருக்கு மட்டன் மீனுன்னா ரொம்ப பிரியம்னு கேள்விப்பட்டேன்.”

நீ அவ்வளவு தூரம் போயிட்டியாக்கும். சரி உடு நான் பாத்துக்கறேன். அர்ஜுன் தம்பி போன் நம்பர் என் கைல இருக்கு. நான் விசாரிச்சுக்கறேன்...” என்றவராக அருணாச்சலாம் தெருவில் இறங்கினார்.

ரஞ்சனி உற்சாகத்தில் மிதக்கத் தொடங்கினாள். அதே சமயம் வெளியேபோன அருணாசலம் திரும்பி வந்தார். அவர் சட்டையில் காக்கை எச்சம்!

◈◈◈

சிவன்மலை அடிவாரச் சருக்கத்தில் இருந்த அந்த சிறிய கிராமத்தின் முகப்பில் கூடல்பட்டி என்கிற எழுத்துக்கள் எப்போதோ எழுதப்பட்டு எழுத்துக்களும் உதிர்ந்து போய்விட்டிருந்தன. ஊர் பார்ப்பதற்கு புஷ்டியாக, பச்சைப்பசேல் என்று காட்சியளித்துக் கொண்டிருந்தது.

ஊர் முகப்பிலேயே ஒரு பெரிய தாமரைக்குளம் கூம்பு கூம்பாக நூற்றுக்கணக்கில் தாமரைகள். குளத்து நீரும் பன்னீர் கணக்காய் படித்துறையோடு காட்சி தந்தது. குளத்தங்கரையை ஒட்டி தார்ச்சாலை. அதன் மேல் ஒரு மினி பஸ் வந்து கொண்டிருந்தது. நின்ற அதில் இருந்து ஏராளமான கிராமவாசிகள் இறங்கினார்கள்.

அவர்கள் அவ்வளவு பேரும் பக்கத்து டவுனுக்கு தங்கள் கிராமத்தில் விளைந்த அன்னாசிப்பழம், மாதுளம் பழத்திலே இருந்து, தோட்டத்தில் விளைந்த வெண்டைக்காய், கத்திரிக்காய் வரை சகலத்தையும் கொண்டு சென்று விற்றுவிட்டு வெறும் கூடையுடன் இறங்கினர்.

அவர்களில் ஜானகியும் பிருந்தாவும்கூட இருந்தனர். இறங்கிய ஜோரில் இருவர் முகத்திலும் சிலீர் என்று சிவன்மலை காற்று மோதியது.

பிருந்தாவுக்கு அது மிகப்பிடித்துவிட்டது.

புதிய ஊரை மலங்க மலங்க பார்த்தாள்.

“அம்மா பச்சைப்பசேல்னு ரொம்ப நல்லா இருக்கும்மா...”

“ஆமாம்மா... குளத்தைப் பார் எவ்வளவு தாமரைப்பூ!”

“சரிம்மா... இங்க எங்கன்னு போய் நாம் நமக்கு வீடு தேட்றது?” பிருந்தா சற்று மலைப்போடு கேட்கவும், “கா... கா...” என்று காகம் ஒன்றின் கரையும் குரல். அதுவே காக்கைச்சித்தர் வந்துவிட்டதை அவர்களுக்கு உணர்த்திவிட்டது.

“அம்மா சாமி வந்துட்டார்போல இருக்கு...”

“ஆமாம்மா...” ஜானகி ஆமோதிக்க, காக்கை அவர்கள் எதிரில் பறந்து சென்றபடியே வழிகாட்டத் தொடங்கியது. பிருந்தாவுக்கு மிகவே பரவசமாக இருந்தது.

கூடல்பட்டியின் சாலைகள் ஒன்றும் அவ்வளவு பெரிதாகவோ வளைவு நெளிவுகளுடனோ இல்லை. பெரிதாக காரைக் கட்டிடங்களும் இல்லை.

மலை கிராமங்களுக்கே உரிய குளிர் தாங்கக்கூடிய ஆஸ்பெஸ்டாஸ் கூரை வீடுகளும், ஓட்டு வீடுகளும்தான் அதிகம் இருந்தன.

ஊருக்குள் சிறியதாக ஒரு அறுபதடி உயர ராஜகோபுரத்துடன் முருகன் கோயில் ஒன்று. அந்த கோவில் கோபுரத்தின் மேல் அமர்ந்தது காக்கை.

பின் தொடர்ந்து வந்த ஜானகிக்கும், பிருந்தாவுக்கும் புரிந்துவிட்டது. தங்கள் தேடலுக்கு விடை கோவிலுக்குள் இருக்கிறது என்பதை புரிந்து கொண்டவர்கள் வேகமாய் உள்ளே நுழையவும் எதிர்ப்பட்டார் குருக்கள்.

மிக வயதாகி தடுமாற்றத்தோடு காணப்பட்டார்.

கோவிலிலும் கூட்டமே இல்லை.

கோபுரவாசல் கடந்து ஜானகியும் பிருந்தாவும் வரவும் ஆச்சரியமாக பார்த்தார். ஜானகி அவருக்கு வணக்கம் சொன்னாள்.

“நீங்க ஊருக்கு புதுசா?”

“ஆமாம் சாமி... இப்பதான் வரோம். கோபுரத்த பார்க்கவும் முதல்ல சாமி தரிசனம் பண்ணலாம்னு வந்தோம்...”

“அப்படியா... உள்ள வாங்க தரிசனம் பண்ணலாம்...”

அவர் முன்னால் நடந்தார். அவர்கள் பின் தொடர்ந்தனர். நடக்கும் வழியெல்லாம் ஒரே குப்பை... தூசு! உள்ளே இருந்து வவ்வாலின் கழிவுகள் ஒன்று கலந்த துர்வாடை வேறு... ஜானகியை அந்த அசுத்தம் சங்கடப்படுத்தியது.

“ஏன் கோவில் இப்படி இருக்கு?”

“என்னம்மா பண்ண... இருக்கறது நான் மட்டும் தான். கோவிலுக்குன்னு ஒரு காவலாளியும், எனக்கு உதவியா ராஜாமணின்னு ஒருத்தனும் இருந்தாங்க.

இப்ப அவங்களும் இந்த ஊர் பிடிக்காம போயிட்டாங்க. என்னால குனிஞ்சு நிமிர்ந்து பெருக்க முடியலம்மா. ஏதோ சாமிக்கு மட்டும் விடாம மூணு கால பூசையை பண்ணிடறேன்.” என்றார்.

அப்போது கோபுரச் சருக்கத்தில் இருந்து காகத்திடம் கா...கா... என்கிற கரைசல். திரும்பிப் பார்த்த ஜானகி, ‘சாமி புரிஞ்சிடிச்சு...” இந்த கோவில் இனி எங்க கோவில். நாங்கதான் காவல்காரங்க. நாங்கதான் இதை சுத்தமா பராமரிக்கவும் போறோம்’ என்று மனதுக்குள் கூறிக்கொண்டாள்!

பெண் சித்தர்களே கிடையாதா... இருந்திருந்தால் கூறுங்கள்...
ஜி. சியாமளா, ஸ்ரீரங்கம்.

பெண் சித்தர்களும் இருந்திருக்கிறார்கள். அவ்வையார், காரைக்கால் அம்மையார், பக்தமீரா, சக்குபாய், ஸ்ரீராமாபாய், என்று பக்தியில் உருகி இறைவனை தங்கள் எதிரில் வரவழைத்த மாதரசிகள் பலர் இந்த மண்ணில் உண்டு. இவர்களை தாராளமாய் பெண் சித்தர்கள் என்று கூறலாம்.

கடந்த நூற்றாண்டில் வாழ்ந்து மறைந்த ராமகிருஷ்ணரின் மனைவியாக திகழ்ந்த அன்னை சாரதாதேவியும் ஒரு பெண் சித்தராக வாழ்ந்தவர்தான்.

இசைஞானி இளையராஜா பெரிதும் போற்றி வணங்கும் மறைந்த சேலம் மாயம்மாவும் ஒரு பெண் சித்தர்தான்.

ஆண் சித்தர்களுக்கும் இவர்களுக்கும் நிறைய வித்யாசங்கள் உண்டு. அவர்கள் உடம்பை கல்ப மூலிகைகளால் பேணியதைப்போல இவர்கள் பேணியதில்லை.

காடு, மேடு, மலை, குகை என்று அலைந்தோ, திரிந்தோ பக்தி செய்ததும் இல்லை. ஒரு இடத்தை தேர்ந்தெடுத்து அங்கேயே மௌனமாக அமர்ந்துவிட்டவர்கள் இவர்கள். இதற்கு உடற்கூறு சார்ந்த விஷயங்கள் ஒரு காரணம்.

இருந்தபோதிலும் பல சித்தர் பெருமக்களை சில கற்புக்கரசிகள் அசர வைத்துள்ளனர்.

கொங்கணர் என்று ஒரு சித்தர். பெரும் கோபகுணம் உடையவர். அதேபோல அவ்வளவு மந்திர சித்திகளையும் அடைந்துவிட வேண்டும் என்கிற ஆவலும் உடையவர். சுருக்கமாய் கூறுவதானால் உலகையே தனது சித்திகளால் ஆட்டிவைக்க எண்ணியவர்.

ஒரு நாள் வள்ளுவரது வீடு நோக்கி நடந்தபடி இருக்கையில் அவர்மேல் வானில் பறந்தபடி இருந்த ஒரு கொக்கு எச்சமிட்டு விடுகிறது.

கோபத்துடன் நிமிர்ந்து பார்க்கிறார்!

அந்தக் கொக்கு அப்படியே கருகிப் போகிறது.

அதாவது அவரது கோபப்பார்வைக்கே அப்படி ஒரு சக்தி. அதே கோபத்துடன் வள்ளுவர் வீட்டு வாயிலுக்கு வந்து, 'யாரது உள்ளே?' என்று குரல் கொடுக்கிறார்.

அதைக் கேட்டு வள்ளுவரும் கொல்லைப்புறம் கிணற்றில் தண்ணீர் இறைத்தபடி இருக்கும் வாசுகி அம்மையாரை அழைக்கிறார். கணவன் குரல் கேட்ட நொடி இழுத்தபடி இருந்த கயிற்றை அப்படியே விட்டுவிட்டு வாசுகி அம்மையார் ஓடி வருகிறார்.

விசைப்பாட்டை மீறி கிணற்று கயிறு தண்ணீருடன் அப்படியே அந்தரத்தில் நின்றதாம். அதை கொங்கணரும் பார்க்க நேருகிறது. அப்படியே விக்கித்துப் போகிறார்.

அப்போது அவர் எதிரில் வாசுகி அம்மையாரும் வந்து, 'உங்களுக்கு என்ன வேண்டும்?' என்று கேட்கிறார். 'நான் யார் என்று தெரியாமல் உபசரணையாக உள்ளேயும் அழைக்காமல் உங்களுக்கு என்ன வேண்டும் என்று பிச்சைக்காரனை பார்த்து கேட்பதுபோல் கேட்கிறாயே நான் யார் தெரியுமா...?' என்று கோபத்தில் கண்கள் சிவக்கிறார் கொங்கணர்.

ஆனால் அதற்கு வாசுகி அம்மையார் அசரவில்லை.

'எதற்கு இந்த கோபம்...? கொக்கென்று என்னையும் எண்ணிவிடாதீர் கொங்கணரே. என் பதி கூறியதையே நானும் செய்தேன். அவர்தான் உங்கள் குரல் கேட்டு யாரென்று விசாரிக்க சொன்னார். விசாரித்தேன். நீங்கள் கொங்கணர் என்பது தெரிகிறது. அதனால் என்ன இப்போது?' என்று வாசுகி விளக்கவும் கொங்கணார் அதிர்கிறார்.

அந்தரத்திலேயே கிணற்றுக்கயிறு நின்றது ஒரு அதிசயம் என்றால், வழியில் தான் கொக்கினை பார்வையால் எரித்ததை வெகுசாதாரணமாக வாசுகி சொன்னது இன்னொரு காரணம். அடுத்து துளியும் பதட்டம் பயம் இன்றி கணவர் பேச்சே வேதம் என்பதுபோல அவர் நடந்து கொண்டது.

அந்த சம்பவத்தில் இருந்துதான் பத்தினிப் பெண்களின் கற்பு என்பது தவசக்திக்கும், பல சித்துக்களுக்கும் மேலானது என்பது அவருக்கு தெரியவருகிறது.

அதனாலேயே அனுசுயா, நளாயினி போன்றோர் மும்மூர்த்திகளையே குழந்தைகளாக்கியதும், சூரியனையே உதிக்கவிடாமல் தடுத்ததும் தெரிய வந்து தன் சித்த சக்தி எல்லாம் ஒரு கற்புடைய பெண்ணின் கால் தூசுக்கு பெறாது என்பதை புரிந்து கொள்கிறார்.

பின் கோபத்தை விடுத்து பணிவுக்கு ஆளாகி சக்திகளை தேடி அலைவதை விடுத்து ஞானமடைகிறார் பெண்சித்தர்கள் என்ற உடன் சிந்திப்பதற்கு எவ்வளவு விஷயங்கள் இருக்கின்றன பார்த்தீர்களா?

* ——— *

26

‘எண்களைத் தொடர்ந்து எழுத்து தொடர்பான சிந்தனையில் உலகில் உள்ள அவ்வளவு மொழிகளாகிய சப்தத்துக்கும் மூலம் ‘ஓம்’ எனும் பிரணவ மந்திரமே... இந்த ஓம் எனும் பிரணவத்தில் இருந்தே மனித சமுதாயம் முழுமையும் இன்று பயன்படுத்தும் அவ்வளவு எழுத்துக்களும் அந்த எழுத்தைக்கொண்ட மொழிகளும் தோன்றின.

ஒலி ஆய்வு செய்யும் நிபுணர் ஒருவர் மிக மெல்லிய வெண்ணிற திரைச்சீலை ஒன்றை பயன்படுத்தி அதில் ஓம் எனும் பிரணவத்தின் சப்தத்தை அதிர்வாய் பரவவிட்டபோது அந்த திரைச்சீலையில் அதிர்ந்த பாகத்தை சந்தித்த பகுதிகள் அழுத்தம் ஏற்பட்டு துடித்தது.

அந்த துடிப்பு ஏற்பட்ட பகுதியை பார்த்தபோது மிகுந்த ஆச்சரியம் ஏற்பட்டது. அது ஓம் என்று எழுதப்பட்டதுபோல்

இருந்தது. அதிலிருந்தே சப்தத்தின் அதிர்வு வடிவம்தான் எழுத்தாக உருமாறியது என்பதும் புரிந்தது.

இன்று ஆய்வு செய்ய விதவிதமான கருவிகள் வந்துவிட்டன. ஆனால் இவை ஏதுமில்லா காலத்திலேயே எழுத்தின் வரிவடிவங்கள் ஆங்காங்கே தோன்றிவிட்டன. ஸ்டிவ்வின் சுயசரிதம் என்றால் கருவிகளின் துணை இல்லாமல் இயங்கும் ஆற்றல்கொண்ட சான்றோர்கள் பல நூறு ஆண்டுகளுக்கு முன்பே வாழ்ந்திருக்க வேண்டும் என்பது புலனாகிறதல்லவா?

இன்று இந்த உலகில் எவ்வளவோ கண்டுபிடிப்புகள்.

சுண்டுவிரல் நகத்தின் அளவுக்கு ஒரு சிம்கார்டு. அதனுள் முப்பதாயிரம் பாடல்களை அடைத்து திரும்ப திரும்ப கேட்க முடிகிறது என்பதெல்லாம் பிரமிப்பூட்டும் விஞ்ஞான உண்மை. ஆனாலும் இத்தனை பெரிய விஞ்ஞான சமூகத்தில் புதிதாக ஒரு எண்ணே, ஒரு எழுத்தோ கண்டறியப்படவில்லை.

சில குறியீடுகளை (ளுல அடிடள) மற்றும் சில வரிவடிவங்களை விண்வெளி ஆய்வகங்களில் பயன்படுத்தலாம். மக்கள் கூட்டம் அவ்வளவுக்கும் பொதுமையாக ஒரு எண்ணோ எழுத்தோ தோன்றவில்லை என்பதும், அது தோன்றவும் முடியாது என்பதும் எவ்வளவு பெரிய ஆச்சரியம்?'

ஃ

குருக்கள் ஜானகியையும் பிருந்தாவையும் சற்று ஆச்சரியமாகவும், சற்று பரிதாபமாகவும் கலந்து பார்த்தார். பின்,

"நீங்க இங்க சாமி கும்பிட வந்துருக்கறது எனக்கு பெரிய ஆச்சரியம்..." என்றார்.

"நாங்க அதை பெரிய பாக்யமா நினைக்கறோம் சாமி..." என்றாள் ஜானகி.

"இது ஒண்ணும் பாடல்பெற்ற ஸ்தலமோ, இல்லை பரிகாரஸ்தலமோ இல்லையேம்மா..."

"ஒரு குருக்களான நீங்களே இப்படி கேட்கலாமா? கோவில்லகூட பாடல் பெற்றது உயர்ந்தது. பெறாதது தாழ்ந்ததுன்னு இருக்கா சாமி..."

"எனக்கு கிடையாதும்மா. ஆனா ஜனங்க அப்படி சிந்திக்கிறாங்களே..."

அவர் கேட்டபடியே கருவறைக்குள் சென்று விளக்கை தூண்டிவிட்டார்.

மூன்றடி உயரத்தில் முருகன் சிலை மங்கலாக தெரிந்தது. கற்பூரத் தட்டை எடுத்து கற்பூர ஆரத்தியும் காட்டினார்.

ஜானகியும் பிருந்தாவும் கண்களில் ஒற்றிக்கொண்டனர்.

ஜானகி தட்டில் நூறு ரூபாய் போட்டாள்.

"என்கிட்ட சில்லரை இல்லியேம்மா?"

"நான் சில்லரை கேட்கலியே சாமி..."

"அப்ப நூறு ரூபாயும் எனக்கா...?"

"ஆமாம் சாமி..."

"இவ்வளவு பெரிய மனசா உங்களுக்கு...?"

"அப்ப நூறு ரூபாய் உங்களுக்கு யாருமே போட்டதில்லையா சாமி..."

"பத்து ரூபாயே இந்த தட்டுக்கு அதிகம்மா..."

"ரூபாய் நோட்டுக்களால் மதிப்பிட முடியாத தட்டு சாமி இது. ஆனா இன்னிக்கு இருக்கற பொருளாதாரம் இப்படியெல்லாம் உங்களையும் சிந்திக்க வெச்சிடுச்சே... கொடுமை சாமி."

"அதுக்கு பேர்தாம்மா கலிகாலம். கடவுள் காலடிலயே கிடக்கறவனும் பசி, தாகம் வறுமைன்னு பல விஷயங்களால கஷ்டப்படணும்கறதுதான் விதி... இதை நான் அனுபவிச்சுத்தான் தீர்க்கணும்."

"சாமி உங்கள ஒண்ணு கேட்கலாமா?"

“தாராளமா கேளும்மா... வாங்க அப்படி வெளிய வெளிச்சத்துல மண்டபத்துல உக்காந்து பேசுவோம்...”

நடந்தபடியே பேசினார் குருக்கள்.

“உங்க பேரை தெரிஞ்சுக்கலாமா?”

“வெங்கடேஸ்வர குருக்கள்னு கூப்பிடுவாங்க...”

“குடும்பம்...?”

“நான் தனிக்கட்டை...”

“மனைவி குழந்தைகள்னு...”

“எல்லாரும் இருந்தாங்க. ஆனா இப்ப இல்லை.”

“இல்லைன்னா...?”

“என்கூட இல்லை. ஆனா இந்த உலகத்துலதான் இருக்காங்க. இந்த ஊர்ல இருக்க அவங்களுக்கு பிடிக்கல. அதனால் என் பெண்ணோட சென்னைல இருக்காங்க...”

“தொடர்பு உண்டுதானே?”

“ஏதோ அப்பப்ப...”

“சாப்பாட்டுக்கு?”

“எனக்கு தெரிஞ்சவிதத்துல சமைச்சு சாப்பிட்டுப்பேன். மத்த நேரம் பட்டினிதான்...”

“நான் ஒரு வழி சொன்னா கேப்பீங்களா?”

“என்ன வழி?”

“நாங்க இந்த ஊர்லதான் வாழ விரும்பறோம்.”

“இந்த ஊர்லையா?”

“ஆமாம்... எங்க விருப்பமும் அதுதான். அதுக்கா வீடு பார்க்கத்தான் வந்தோம். வந்த இடத்துல இந்த கோவில் நிலையும் உங்க நிலையும் எங்களுக்கு ரொம்ப பரிதாபமா இருக்கு...”

“அடடே...”

“அதனால உங்ககூட இந்த கோவில்லயே தங்கி உங்களுக்கும் சமைச்சுபோட்டு கோவிலையும் சுத்தமா பாத்துக்க விரும்பறோம்...”

“அப்படியா?”

“ஆமாம்... உங்களுக்கு ஆட்சேபணை இல்லையே...?”

“கொஞ்சம் ஆட்சேபணை இருக்கு...”

அவர் பதில் அவர்களுக்கு அதிர்ச்சியளித்தது.

“என்ன சாமி... எங்களை உங்களுக்கு பிடிக்கலையா?”

“சேச்சே... என்னையேகூட தான் எனக்கு பிடிக்கல. இருந்தாலும் நான் வாழலையா என்ன...?”

“அப்ப வேற என்ன காரணம் சாமி...”

“நீங்க இந்த ஊரை திடீர்னு வந்து விரும்ப என்ன காரணம்? அதுக்கு பதிலை முதல்ல சொல்லுங்க...”

ஜானகி அந்த கேள்வியில் சிக்கிக் கொண்டதுபோல பார்த்தாள். மௌனம் சாதித்தாள்.

“ஏன் உங்களால் எதையும் பேச முடியல?”

“பேசற நிலைல நான் இல்லை. உங்களுக்கு என்ன பதில் சொல்றதுன்னும் தெரியல...” அப்போது விறகு வெட்டிபோல் ஒருவரும் ஒரு கோமணம் மட்டுமே அணிந்த சித்தர் போன்றவரும் கோவிலுக்குள் நுழைந்தபடி இருந்தனர்.

கோவணாண்டி சித்தருக்கு தலை சடைபிடித்து தரையை தொடுமளவு தலைமுடி... அவர் உடம்பின் எடையைவிட முடியின் எடை அதிகம் இருக்கும்போல் தோன்றியது. பார்க்கவே ரசமான காட்சி. அவரை பார்க்கவும் வெங்கடேஸ்வர குருக்களிடம் ஒரு பரபரப்பு.

“அடடே நம்ப ஜடாமுடிச் சித்தர்சாமி...” என்றபடியே ஓடிச்சென்று அவர் காலில் விழுந்தார். அப்போது இன்னொரு அதிசயம்போல் அவர் தோள் மேல் காகம் ஒன்று வந்து அமர்ந்தது.

தோளில் புறா மற்றும் கிளியோடு மனிதர்களை பார்த்திருக்கிறாள் ஜானகி. காக்கையோடு பார்ப்பது அப்போதுதான்... அவரோ குருக்களை பார்த்து சிரித்தார்.

“சிவன்மலை சித்தர்சாமி கோவிலுக்கு வந்தது நான் செஞ்ச பாக்யம்...” என்றார் குருக்கள்.

“முருகன் கூப்பிட்டான் வந்துட்டேன்...”

“ஆஹா... என் சாமி உங்ககிட்ட பேசிட்டானா?”

“பின்ன... இல்லைன்னா நான் எதுக்கு மலையைவிட்டு வரேன். நாராசம் பிடிச்ச மனுஷர்கள் வாழற இடத்துல எனக்கென்ன வேலை?”

அவர் கேள்வியில் ஒரு கோபம் தொனித்தது. பார்வை அப்படியே ஜானகி பிருந்தா மேல் சென்றது.

“நீங்க ராமண்ணாவோட மனைவியா?” என்று கேட்கவும் ஜானகி ஆடிப்போனாள். வேகமாய் தலையை ஆட்டினாள்.

“ராமண்ணா வந்து சேர்ந்துட்டார்... கவலை வேண்டாம்.”

“சந்தோஷம் சாமி...”

“என்ன வெங்கடேஸ்வரா இவங்ககூட உனக்கென்ன தர்க்கம்?”

“சாமி இவங்கள உங்களுக்கு தெரியுமா?”

“ஏன் தெரியாது? இவங்க என் சிஷ்யர்கள்”

“சாமி... இது எனக்கு தெரியாது.”

“இவங்களுக்கு தேவைப்பட்றத செய்து கொடு...”

“உத்தரவு... உத்தரவு...”

“உள்ற வந்து கற்பூரம் காட்டு...”

அவர் குரலில் ஒரே அதட்டல். அவரும் உள் ஓடினார். ஜானகிக்கு அப்பாடா என்று இருந்தது. தன் கணவர் பற்றி அவர் பேசியதில் வேறு ஒரு இனம்புரியாத மகிழ்ச்சி.

குருக்கள் பெரிய அளவில் கற்பூர தீபம் காட்டியதில் முருகன் சிலை பளிச்சென்று தெரிந்தது. சிலையில் ஒருவித பச்சை மினுமினுப்பு. திரும்பி வந்தார். கை நிறைய விபூதியை சித்தரே கையால் அள்ளி நெற்றியில் பூசிக்கொண்டார்.

திரும்பி ஜானகியை பார்த்தார். சிரித்தார். அது ஒருவித மர்மமான சிரிப்பு.

“சாமி உங்களுக்கு என் வீட்டுக்காரரை தெரியுமா?”

“தெரியப் போய்தானே கேட்டேன்...”

“நீங்க இப்ப இங்க வரவும் எங்க பிரச்னை தீர்ந்தது சாமி.”

“எல்லாம் உன் எண்ணம்மா... எதுவும் எப்போதும் தீருவதுமில்லை. மாறுவதுமில்லை. போகட்டும் முருகனை பாத்தியா?”

“தரிசனம் பண்ணேன் சாமி...”

“சாதாரண முருகன் இல்லை இவன், நவபாஷாண முருகன்...”

“சாமி நிஜமாவா?”

“ஆமாம்... இங்க இரு. தினம் பாலாபிஷேகம் செய். நீயும் குடி. உன் பிள்ளைகளுக்கும் கொடு. அப்புறம் பார்...”

“சந்தோஷம் சாமி...”

“இந்த விஷயத்தை யார்கிட்டயும் பேசாதே. இந்த ஸ்தலத்துக்கு கூட்டம் ஆகாது.”

“அதனாலதான் இங்க கூட்டம் இல்லையா?”

“ஆமாம். கூட்டம் இங்க வந்து கோரிக்கைங்கற பேர்ல பெருமூச்சுவிட்டு சான்னித்யத்த குறைச்சிடும். இங்க நிலவற காத்துல எவ்வளவு ஈரம் இருக்கணும்னு ஒரு கணக்கு இருக்கு.

அது உஷ்ணமா மாறினா அதனால் நவபாஷாண மேனில் வியர்வை ஏற்படும். அது அபிஷேக பாலோட கலக்கும். அதனால சிலையோட அமிர்தகுணம் விஷமாயிடும்...”

“இப்படி எல்லாம் ஒரு பின்புலம் இருக்கா?”

“ஆமாம். இதை பத்தி வெளிய பேசாதே. இங்க கூட்டம் குறைவாகவும் முருகன் தனியாகவும் இருந்தாலே போதும் இவன் நல்லா இருக்கறவரை பூமியும் நல்லா இருக்கும்னு ஒரு பழமொழியே உண்டு.”

“அப்படி ஒரு விஷயமும் இருக்கா?”

“ஆமாம்... இந்த நவபாஷாண முருகனையும், பூமிகாத்தான்பட்டி ரசமணி லிங்கத்தையும் ஒண்ணா சேர்த்தா என்ன நடக்கும் தெரியுமா?”

“அது எங்க இருக்கு சாமி?”

“எல்லாத்தையும் போகப்போக தெரிஞ்சிப்பே. இப்ப போய் ஓய்வெடுத்துக்கோ...”

ஜடாமுடி சித்தர் பேசிய பேச்சில் அங்கும் இங்குமாய் ஏகப்பட்ட ரகசியங்கள்!

அல்லமர் என்று ஒரு சித்தர். இவரை எவ்வளவு தான் கத்தியால் குத்தினாலும், வாள்கொண்டு வெட்டினாலும் இவரது உடல் ஒன்று சேர்ந்துவிடும் என்று படித்தேன். என்னால் இதை நம்ப முடியவில்லை. சித்தர்களை வைத்துக்கொண்டு இப்படி இத்தனை பெரிய பொய்களையும் கூறுவது சரிதானா?

ஆர். சங்கரன், திருவாரூர்.

உங்கள் கேள்வியின் நோக்கமும் அதனுள் இருக்கும் மெல்லிய கோவமும் எனக்கு புரிகிறது சங்கரன். நாம் இப்பொழுது அறிவியல் யுகத்தில் வாழுபவர்கள்.

தொலைக்காட்சியில் சர்வசாதாரணமாக அபூர்வ காட்சிகளையும் பார்க்கக் கூடியவர்களாக உள்ளோம். நம் கையில் உள்ள செல்போன் மூலமாக உலகில் உள்ள எவரோடும் நினைத்த மாத்திரத்தில் தொடர்புகொள்ள நம்மால் முடிகிறது.

இதனால் எந்த ஒரு விஷயத்துக்கும் விஞ்ஞான சார்பும் அதற்கு பொருந்தினால் மட்டுமே அது உண்மையானது என்கிற ஒரு எண்ணமும் நமக்கு ஏற்பட்டுவிட்டது. ஒரு வகையில் அது உண்மையும்கூட...

ஏன் என்றால் இந்த உலகில் எல்லா அற்புதங்களையும், அதிசயங்களையும் விஞ்ஞானத்தால் விளக்க முடியும் என்கிறார் உளவியல் அறிஞர் சிக்மண்ட் ஃப்ராய்ட்...

விளங்கிக்கொள்ள அவசரப்படும் போதோ இல்லை முடியாமலே போகும்போதோ தான் நாம் அதை பொய் என்றோ முட்டாள்தனமானது என்றோ முடிவு கட்டி விடுகிறோம்.

இப்படி நான் சொல்வது சப்பைக் கட்டோ இல்லை வேறு காரணங்கள் கருதியோ கிடையாது. சித்தர்கள் சமாச்சாரமே ஐந்தையும், மூன்றையும் கூட்டினால் வருவது எட்டு என்பது போன்ற சுலபமான விடையல்ல. ஏன் அப்படி இருக்க வேண்டும்.

எளிதாக புரியும்படி ஏன் இருக்கக் கூடாது என்றெல்லாம் நாம் கேட்கலாம். ஆனால் அதற்கும் ஒரு சரியான காரணம் இருக்கிறது அதை தெரிந்துகொள்ள வேண்டும் என்றால் சித்தர்களின் வரலாறு அவ்வளவையும் படிக்க வேண்டும். படித்தால் மட்டும் போதாது. அதை நம் விருப்பத்துக்கு புரிந்துகொள்ளாமல் சரியாக புரிந்துகொள்ள வேண்டும். அப்படி ஒரு நிலைக்கு நாம் சென்றுவிட்ட நிலையில் இப்படி ஒரு கேள்வி கேட்கவே தோன்றாது.

எந்தவிதமான சக்தியால் உடம்பின் மேல் ஆதிக்கம் செலுத்தி சித்தர்கள் இதைச் செய்தார்கள் என்று அப்படி யோசிக்க ஆரம்பித்து விடுவோம்.

இந்த உடம்பு மிக புதிரானது. தினசரி இந்த உடம்பில் பழைய செல்கள் அழிந்து புதியன பிறக்கின்றன. இதில் ஒருவர் குட்டையாக, ஒருவர் மிக உயரமாக, ஒருவர் எவ்வளவு

தூரம் நடந்தாலும் களைப்போ அடையாதவராய் என்று விதம் விதமான சக்திப்பாடுகள் உள்ளவர்களை பார்க்கிறோம்.

இதற்கு பின்னால் உடற்கூறு என்றும் மரபு வழி என்றும் காரணங்கள் இருப்பதாக அறிகிறோம். இவைகளை புரிந்துகொள்ள முயன்றால் புரிந்துகொள்ள முடியும். இதிலேயேகூட அதிசயமானவர்கள் இருக்கிறார்கள்.

220 வாட்ஸ் மின்சாரத்தை ஒருவர் உடலில் செலுத்தினால் அவர் கருகிப்போய் இறந்துவிடுவது உறுதி. ஆனால் கேரளாவில் ஒரு பெண் சாதாரணமாக மின்சாரத்தை தீண்டுகிறாள். எதுவும் ஆகவில்லை.

மேலே செல்லும் எதுவும் கீழே விழுந்தாக வேண்டும் என்பது புவியீர்ப்பு விசையை கண்டறிந்த ஐன்ஸ்டீனின் கோட்பாடு. ஆனால் சில யோகிகள் அந்தரத்தில் எழும்பி எந்த ஆதாரமும் இன்றி மிதந்தபடி தவம் செய்கிறார்கள். இதை எல்லாம் அதிசயம் என்கிறோம்.

கண்ணால் பார்க்க முடிவதால் நம்ப வேண்டி உள்ளது. ஆனால் கருத்தால் புரிந்துகொள்வதில் குழப்பங்களும், பலவித தடைகளும் ஏற்படுகின்றன. ஒரு சரியான விடை இம்மட்டில் கிடைக்கவில்லை. ஆனால் விடை உள்ளது.

இதைத்தான் சிக்மண்ட் ஃப்ராய்ட் சொன்னார். எனவே அல்லமர் வரையிலும் அப்படி ஒரு விடை இருக்கிறது. அது நமக்கு தெரியாததால், நாம் பார்க்காததால் அதை பொய்யாக இருக்குமோ என்று கருத வேண்டி உள்ளது!

——

27

'உலகம் தோன்றி அதில் மனித சமுதாயம் தோன்றி பல லட்சக்கணக்கான ஆண்டுகள் ஆன நிலையில் எவ்வளவோ மாற்றங்களை இந்த உலகம் கண்டு வருகிறது. அது மனிதனின் தோற்றம் உடை பழக்கவழக்கம் என்று சகலத்திலும் எதிரொலிக்கிறது. 'மாறிக் கொண்டேயிருப்பதுதான் மாறாத ஒன்று' என்பார்கள். அது இந்த உலகத்திற்கும், உலகம் சார்ந்த அனைத்துக்கும் பொருந்தும்.

ஒரு மனிதன்கூட 'குழந்தை, பின் சிறுவன், பின் இளைஞன், பின் முதியவன்' என்று பல கட்டங்களை தன் வாழ்நாளில் கண்டு விடுகிறான். உடம்பில் உள்ள செல்கள் அழிந்து அழிந்து புதியவை தோன்றிய வண்ணம் இருக்கின்றன. பின்

ஒரு நாளில் மரணம் வந்து முடிந்து போகிறான். இது உயிர் சார்ந்த அவ்வளவிற்கும் விதிக்கப்பட்ட ஒன்றாகும்.

இப்படி மாறிக்கொண்டே இருக்கும் ஒரு உலகில், மாறாத ஒன்றாக வரலாற்றை தாங்கிப்பிடித்துக் கொண்டிருக்கும் ஒன்றாய் இருப்பவைதான் எழுத்துக்கள்.

இவை சாகாவரம் பெற்றவை.

இந்த எழுத்துக்களில் சில சொற்களுக்கு அபரிமிதமான சக்தி உண்டு. அதில் ஒன்று ராமநாமம் ஆகும். 'ராமா' என்னும் இந்த வார்த்தைக்கு பின்னாலே மனித சமுதாயம் உணர்வதற்கு அனேக செய்திகள் உள்ளன. அவைகளை அறியும்போது ஆச்சரியமாக இருப்பது மட்டுமல்ல, நமது ஞானக்கண்களும் அப்போது திறந்து கொள்ளும்...'

ௐ

ஜடாமுடி சித்தர் ஜானகியிடம் பேசிய பேச்சுக்கள் குருக்களிடம் அவரது அடிப்படையான பல எண்ணங்களை மாற்றிவிட்டிருந்தன. மாற்றுவதற்காகத்தானே அவரும் வந்தார்!

வந்தவர் முருகதரிசனத்தை முடித்துக்கொண்டு திரும்பிச் செல்லவும் செய்தார்.

அவர் விலகவும் குருக்கள் ஜானகியையும், பிருந்தாவையும் தன்னுடைய இருப்பிடம் நோக்கி அழைத்துச் செல்லத் தொடங்கினார்.

கோவிலுக்குள்ளேயே ஒரு மூலையில் இருந்தது அவரது ஓட்டு வீடு. முகப்பில் முல்லைக் கொடி. கொடி முழுக்க கலீர் என்று பூக்கள்! வீட்டைச் சுற்றிலும் நிறைய பூச்செடிகள், பூசணி, பாகற்காய் என்று கொடிகள். அவைகள் காய்த்து தொங்கிக் கொண்டிருந்தன.

சென்னை சந்தடியில், தெருக்கடையில் எலக்ட்ரானிக் தராசில் எடையிட்டுக் காய்கறி வாங்கும் கண்களுக்கு அந்த இயற்கை

காட்சி அரியது. பிருந்தா உற்றுப்பார்த்து ரசித்தாள். முகத்தில் களிப்பு தெரிந்தது. ஜானகிக்கும் அந்த சூழல் மிக பிடித்துவிட்டது.

"அம்மாடி... இதான் என் ஜாகை. நீ உன் பிள்ளைகளோட இங்கையே தங்கிக்கலாம். இனி இது என் கோயில் இல்ல... உன்னோட கோயில்" என்று மார்பைத் தடவியபடியே பேசினார்.

ஜானகியும் அதைக் கேட்டு புன்னகைத்தாள்.

"ஆமா... ஜடாமுடி சித்தரை உங்களுக்கு எப்படி தெரியும்?" அவர் கேள்விக்கு என்ன பதில் கூறுவது என்று தெரியாதபடி பார்த்தாள்.

"சரி சரி... சித்தர் சாமி விஷயமெல்லாமே பெரிய விஷயங்கள் அதை ரொம்ப துருவி கேட்கக் கூடாது. அதுலயும், ஜடாமுடி சித்தர் கோபக்காரரர் வேற... நான் சும்மா ஒரு ஆர்வத்துல கேட்டேன்" என்றார்.

பின் யாரோ வரவும் கோவில் நோக்கி நடந்தார். 'கா..கா...' என்று சப்தமும் அப்போது கேட்டது. வெளியே முல்லைக்கொடி மேல்தான் காக்கை...! திரும்பிப் பார்த்தாள் ஜானகி பிருந்தாவும்... இருவர் கண்களிலும் நன்றிக் கண்ணீர் துளிர்க்க தொடங்கியிருந்தது!

அந்த காக்கையும் இனி தனக்கு அங்கே வேலையில்லை என்பதுபோல பறந்துபோக தொடங்கியது. ஜானகி பிருந்தாவிடம், "பிருந்தா நீ வீட்டை சுத்தப்படுத்தி தயார்படுத்து. நான் போய் சாமான் செட்டை எடுத்து போட்டுகிட்டு அகிலாவையும் கூட்டிகிட்டு வந்துடறேன்" என்றாள்.

"இப்பவே நீ போகப் போறியாம்மா?"

"ஆமாம்மா... எல்லாமே வேகமா நடக்கும்போது நாமளும் வேகமா இருக்கணும் இல்லயா?"

"அம்மா தனியா உன்னால முடியுமா? நானும் வேணா வரனே..."

"இல்லம்மா... இனி உனக்கு அந்த ஊரே வேண்டாம், உனக்கு மட்டுமில்ல. நம்ப யாருக்குமே வேண்டாம். போதும் நீ படிச்சது வேலைக்கு போனது பாழாப்போனது..."

பேச்சுவாக்கில் ஜானகி பாழாப்போனது என்று எந்த பொருளில் சொன்னாளோ தெரியாது. பிருந்தா மனதில் அது ஊசியாக தைத்தது. கண்ணில் மளுக்கென்று கண்ணீர் வந்துவிட்டது. இருந்தும் ஜானகி பார்க்காதபடி துடைத்துவிட்டுக்கொண்டே அந்த வீட்டை எப்படி சீர்படுத்தலாம் என்று பார்க்க ஆரம்பித்தாள்.

ஜானகியும் குருக்களிடம் சொல்லிக்கொண்டு புறப்படத் தயாரானாள்!

◈◈◈

பூமிக்காத்தான்பட்டி நோக்கிய அந்த தார்ச்சாலை மேல் அர்ஜுனின் நவீன கார் மிதப்போடு சீறிக் கொண்டிருந்தது. பின்னாலேயே ஒரு இன்னோவா கார் அதில் அவனது எஞ்ஜினியர்கள்!

காரின் கண்ணாடி கதவுக்கு அப்பால் உள்ள ஊரின் இயற்கையை ரசித்தபடி வந்து கொண்டிருந்தனர். சாலையோரமாக தார்ச்சாலை முடியும் இடத்திலிருந்தே பச்சைப்பசேல் என்று புல்லும் செடியும் தொடங்கி வளர்ந்து கிடந்தது.

ஒரு பக்கமாய் ஊருக்குள் பாயும் தாமிரபரணி ஆற்றின் வாய்க்கால்! அதில் இடுப்புக்கு மேல் தண்ணீர் ஓடிக்கொண்டிருக்க பல இடங்களில் அரை டவுசர்கூட போடாத சிறுவர்கள் மரக்கிளைகளின் மேல் ஏறி அங்கிருந்து எல்லாம் குதித்து சேட்டை செய்தபடி இருந்தனர்.

ஊர் எல்லையில் அருணாசலம் பெரிய அளவில் கூட்டத்தோடு காத்திருந்தார். ஒரு பெரிய சாக்குப்பையில் நிறைய சாமந்தி மாலைகள், பூசணிக்காயோடு ஒரு குங்குமப் பொட்டுக்காரர். பேண்ட் செட்காரர்களும் காத்திருந்தனர்.

அர்ஜுனின் கார் ஊர் எல்லையை தொட்டு பக்கவாட்டில் தெரிந்த சூரியலிங்கத்தைக் கடந்த நொடி படாரென்று காரின் டயர் வெடித்து நின்றது. காரைவிட்டு அனைவரும் இறங்கிக்கொண்டனர். பின் சக்கரத்தில் ஒன்றுதான் வேலையை

காட்டியிருந்தது. புத்தம் புது டயர் வெடித்தது ஆச்சர்யமாகவும் இருந்தது. பின் தொடர்ந்து வந்த இன்னோவாவும் தேங்கி நின்றது. எஞ்ஜினியர்கள் இறங்கி ஓடி வந்தனர்.

“சார் என்ன சார் ஆச்சு?”

“டயர் ப்ளாஸ்ட்!”

“எப்படி சார்?”

“அதுக்கு இங்க இருக்கற டயர்ல ஏதாவது ஒண்ணு வெடிச்சாதான் ஆச்சு. எப்படின்னு கேட்டா நான் என்னத்த சொல்றது?” சலித்துக்கொண்டான் அர்ஜுன்.

“ஏதாவது கல்லு குத்தி, இல்ல ஆணி குத்தி...?”

டிரைவர் டயரை வேகமாக கழற்றி சுற்றிச்சுற்றி பார்த்துவிட்டு, “சார் அப்படி எதுவும் இல்லை சார்” என்றான். கூடவே இருந்த கண்மணி நாலாபுறமும் பார்த்தாள்.

அவள் கண்களில் அந்த சூரியலிங்கம் பட்டது. ஸ்டெப்னியை மாட்ட எப்படியும் பத்து நிமிடம் ஆகலாம். எனவே அதுவரை நிற்பதற்கு அந்த லிங்கம் அருகில் செல்வது அவளுக்கு ஏர்ப்பாக இருந்தது.

மெல்ல அதை நோக்கி நடக்கத் தொடங்கினாள்.

“எங்க போறே?” அர்ஜுன் கேட்டான்.

“அதோ அந்த மரத்தடிக்கு அங்க ஒரு சிவலிங்கம் இருக்கு பார்”

“அஃப்கோர்ஸ்... இந்த ஊர்ல இப்படி பல இடங்கள்ல சிவலிங்கங்கள் இருக்கு. நீ இப்ப அங்க போகாதே.”

“ஏன் அர்ஜுன்?”

“அங்க யாராவது ஒரு பிச்சைக்காரன் இருப்பான். எகிறிக்குதிச்சு முன்னால் வந்து நான் ஒரு சித்தன்னு எதையாவது சொல்வான். எதுக்கு வம்பு?”

“ஓ... அப்ப இங்க உனக்கு அந்த மாதிரி அனுபவம் ஏற்பட்டிருக்கா அர்ஜுன்?”

“ஆமாம்...”

“அப்ப வா... நாம்தான் இவ்வளவு பேர் இருக்கோமே போய் பார்ப்போம்.”

“கண்மணி ப்ளீஸ், கீப் கொயட். நீ ஆசைப்பட்டியேன்னுதான் உன்னை கூட்டிகிட்டு வந்தேன். இங்க நீ ஆராய்ச்சி பண்ண வரலை...”

அர்ஜுன் குரலில் கண்டிப்பு தொனித்தது. அதை கவனித்தபடி இருந்த எஞ்ஜினியர்கள் முகங்களிலும் ஒருவித சலனமும் ஆச்சரியமும்.

கண்மணி அதற்குமேல் அர்ஜுனிடம் விவாதம் செய்ய விரும்பவில்லை. தற்காலிகமாக அவனை அனுசரித்து அமைதியாக போக முடிவு செய்தவளாக அந்த லிங்கத்தையே பார்த்தாள்.

அப்போது சைக்கிளில் வந்த ஒருவர் அந்த லிங்கத்தின் முன் இறங்கி சென்று விழுந்து கும்பிட்டுவிட்டு பயபக்தியோடு செல்வதையும் பார்த்தாள்.

சட்டென்று வானமும் அடைத்துக்கொண்டு மெல்லிய தூரலும் விழத் தொடங்கியது.

“வாவ்... எக்சலண்ட்!” என்றாள்.

“மழைல நனையாம கார்ல ஏறி உட்கார். என்னய்யா ஆச்சா?”

“ஆச்சு சார்.”

“அப்புறம் என்ன காரை எடு...”

அப்போது உடன் வந்த எஞ்ஜினியர்களில் ராமநாதன் என்பவருக்கு சிறுநீர் கழிக்கும் உபாதை ஏற்பட்டு பக்கமாய் ஒரு மறைவு நோக்கிச் சென்றார்.

அதற்குள் அர்ஜுனின் கார் தயாராகி ஓடத் தொடங்கிவிட்டது. பின் தொடர வேண்டிய எஞ்ஜினியர்கள் ஒதுங்கிச் சென்ற எஞ்ஜினியருக்காக காத்திருக்க ஆரம்பித்தனர். நேரம்தான் கரைந்தது. மழையும் வலுத்தது.

காருக்குள் ஏறி உட்கார்ந்துகொண்டு காத்திருந்தனர். அவர் வரவேயில்லை அவர்களில் ஒருவர் இறங்கி அவர் சென்ற பக்கமாக ராம்நாத், ராம்நாத் என்று குரல் கொடுத்தபடியே சென்றார்.

இன்றைக்கு தங்களை சித்தர்கள் என்று கூறிக் கொள்பவர்களை நாம் நம்பலாமா...? இல்லை இவர்களை நம்ப மறுத்த பாவமும் வருத்தமும் வந்து சேருமா?

அனுஷாகுமார், கோவை.

அது ஒரு விஷப் பொய்கை!

அதில் நீரருந்திய பஞ்சபாண்டவர்களில் தர்மர் தவிர மற்ற நால்வரும் மயங்கி விழுந்துவிட்ட நிலையில் தர்மர் வருகிறார்.

தம்பியர் நிலை பார்த்து கலங்கிப் போகையில் யட்சன் ஒருவன் தோன்றி நான் கேட்கும் கேள்விக்கு சரியான பதிலைக் கூறினால் இவர்களில் ஒருவனை பிழைக்கச் செய்கிறேன் என்று கூறிட, தர்மரும் சரியான பதிலைக் கூறிவிட்டு யாரை இவர்களில் பிழைக்க வைக்கலாம் என்று சிந்தித்து பின் ஒரு முடிவுக்கும் வந்தாராம்.

அவர் என்ன முடிவுக்கு வந்தார் அதன்பின் என்ன ஆனது என்பதெல்லாம் வேறு விஷயம். ஆனால் தர்மர் இங்கே சங்கடப்பட்டார் பாருங்கள். இதிலிருந்துதான் 'தர்மசங்கடம்' என்கிற ஒன்றே தோன்றியது என்பார்கள். உங்கள் கேள்வியால் எனக்கு நேரிட்டிருப்பதும் அதுதான்.

இன்று போலிச்சாமியார்கள் பெருகி வருவதைப் பார்க்கிறோம். சாதாரண தெருக்கோயில்களில்கூட பிரதோஷ வேளையில் நூற்றுக்கணக்கில் ஜனங்கள் கூடுகிறார்கள்.

திருப்பதியில் 300ரூ தரிசனத்துக்கே 2 மணி நேரமாவது ஆகிறது. சபரிமலை பற்றியோ கேட்கவே வேண்டாம். வடக்கில் அமர்நாத் யாத்திரையும் கொடிகட்டிப் பறக்கிறது. முன்பு வருடத்திற்கு அதிகபட்சம் 50 பேர் போய் வந்தால் அது மிகப்பெரிய விஷயம் என்று கருதப்பட்ட கைலாச யாத்திரைக்கு இன்று தினசரி ஐநூறு பேர் வரை போய் வருகின்றனர்.

மெக்கா மெதினா ஜெருசலத்திலும் அம்மதத்தவர்களின் கூட்டம் நிரம்பி வழிகிறது. மொத்தத்தில் பக்திமார்க்கம் ஓஹோவென்று இருக்கிறது. இதனால் இதன் தொடர்பான யோகாசனம், மனவளக்கலை, தியானப் பயிற்சிகளும் உள்நாடு, வெளிநாடு என்று எல்லா இடங்களிலும் வெளுத்துக் கட்டுகிறது.

இதற்கு நடுவில் போலிச்சாமியார்களுக்கும் பஞ்சமில்லை என்பதுதான் ஆச்சரியம். போலிச்சாமியார்கள் அளவு போலி சித்தர்கள் இருக்க முடியுமா என்று எனக்குள் ஒரு கேள்வி உண்டு.

ஏன் என்றால் சாமியார் வேறு, சித்தர் வேறு. சாமியாருக்கு வழிமுறைகள் கட்டுப்பாடுகள் உண்டு. சித்தருக்கு அதெல்லாம் கிடையாது.

தாடியை தடவிக்கொண்டே நாலு நாட்களுக்கு ஒரே இடத்தில் அமர்ந்திருப்பார்கள். கோமணம்கூட. பாரம் என்று நிர்வாணமாகவும் சுற்ற தயாராக இருப்பார்கள். அவர்களிடம் போய் நீங்கள் சித்தர்தானே என்று கேட்டால் கேலியாக சிரிப்பார்கள்.

'நான் சித்தனா... யாருன்னு எனக்கே தெரியலியே?' என்பார்கள். எனவே சித்த லட்சணங்கள் முற்றிலும்

வேறானவை. இது புரியாமல் சித்தர் என்று தன்னைக் கூறிக்கொண்டால் தனக்கு மதிப்பு கிடைக்கும் என்று சிலர் கூறிக் கொள்ளலாம். இது ஒருவித எதிர்ப்பார்ப்பு பிரித்துப் பார்க்க தனித்திறமை வேண்டும்.

எதற்கு கஷ்டப்பட வேண்டும்? யாராக இருந்தாலும் நம்பி ஒரு நமஸ்காரம் செய்வதால் குறை ஒன்றும் வந்துவிடாது. மற்றபடி நம்மிடம் ஏதாவது எதிர்பார்ப்பு இருந்தால்தான் ஆபத்து!

* ——— *

28

இந்து தர்மத்தில் ஆன்மீக வழிபாட்டில் இரு விதங்கள் பின்பற்றப்பட்டு வருகின்றன. அதில் ஒன்று அமைதியாக புலன்களை அடக்கி தவம் புரிவது. இன்னொன்று காம்யார்த்தமாக விரதம் இருந்து பூஜைகள் செய்வது. இந்த காம்யார்த்த தர்மத்தில் பஜனைகள் புரிவதும் அடக்கம்.

இறை நாமங்களை சொல்லி பாடுவது, இறைவன் பெருமைகளை, அவனது சாகசங்களை வியப்பது இதெல்லாம் பஜனையின் நோக்கம். பஜனை என்பது கூட்டாக கூடி அமர்ந்து எல்லோரும் ஒன்றுபட்டு பக்தி செய்வதாகும். இதை சத்சங்கம் என்பார்கள்.

இந்த சங்கத்தில் உடலும் உள்ளமும் பங்கேற்பது மிகப்பெரிய நன்மைகளை ஒருவருக்கு அளிக்கிறது. இவ்வேளையில் ஒத்த

எண்ணமுடைய பல பேருக்கு நடுவில் நாம் இருக்கிறோம் என்பது ஒரு முக்கியமான விஷயம்.

அவ்வளவு பேரும் ஒன்றுபட்டு ஒரு குரலாகி இறைவனை துதிக்கிறோம் என்பது அடுத்த முக்கியமான விஷயம். இதனால் அங்கு உள்ளவர்களின் மூச்சுக் காற்றில் ஒரு ஒருமித்த தன்மை இருக்கும். இதில்தான் சூட்சுமம் உள்ளது.

இதனால் பஜனையில் பங்கு கொள்வதில் நம் அறிவுக்கு புலனாகாத பல நல்ல விளைவுகள் ஏற்படுகின்றன. குறிப்பாக மனமானது அந்த பஜனை புரியும் காலத்தில் ஒரே எண்ணத்தில் இருக்கிறது. இது தவத்திற்கு இணையானது.

தனித்த முறையில் மனதை அடக்கி தவம் புரிவது அவ்வளவு சுலபமல்ல. மனம் என்பது ஒரு பந்தைப் போன்றது.

அதை அடக்க முற்படும்போதுதான் அது அதிகம் எழும்பி நிற்க முயற்சி செய்யும். எனவே தியானத்தில் ஈடுபட நினைப்பவர்களுக்கு பலவித எண்ணங்கள் தோன்றி தவமானது கலைந்து போக வாய்ப்பு மிகுதி. ஆனால் விடாமல் முயன்றால் ஒரு கட்டத்தில் மனம் அடங்கிவிடும். இது யானையை அடக்குவதுபோல் சிரமமானதே!

இந்த அடக்கும் முறைகளில் மனம் ஏதாவது ஒரு மந்திரத்தை ஜெபிக்க வேண்டும். அந்த மந்திர சப்தம்தான் மனதின் மற்ற எண்ணங்களின் சப்தங்களை எல்லாம் அடக்கி அமைதியை கொண்டு வரும்.

அப்படிப்பட்ட மந்திரங்களில் தலைசிறந்த ஒரு மந்திரச்சொல் ராமநாமம் ஆகும்.

'ராமா' என்று கூறிட தீவினை அகலும். 'ராமர்' என்றிட உள்ளம் தூய்மையாகும். 'ராமா' என்றிட கேட்டது கிடைக்கும்.

அப்படி என்னதான் இந்த ராமநாமத்திடம் இருக்கிறது. இந்த இரு எழுத்து சப்தம் எதனால் பெரிதாக போற்றப்படுகிறது?

cs

ராமநாதன் என்கிற அழைப்புக்கு எந்த பதிலும் இல்லாது போகவே அவரை தேடிச் சென்றவர் தேடிச் சென்ற இடத்தில் நின்றபடி நாலாபுறமும் பார்த்தார். ஒரே செடியும், கொடியும் சூழ்ந்த புதர்களாகத்தான் எல்லா இடமும் கண்ணில்பட்டன. முடிந்தவரை விலக்கிப் பார்த்தார். அதற்குள் அவரோடு வந்த மற்ற சகாக்கள் தேடிக்கொண்டு வந்துவிட்டனர்.

“என்ன மிஸ்டர் ரங்கராஜ்?”

“யூரின் பாஸ் பண்ண வந்த ராமநாதனை காணலை மிஸ்டர் விஷ்ணு...”

“காணலையா... அவர் என்ன சின்ன புள்ளையா காணாம போக... கொஞ்சம் உள்ளடங்கிப் போயிருக்காரோ என்னவோ?”

விஷ்ணு என்னும் எஞ்ஜினியர் பதிலோடு சற்று நடந்தார். புதர்கள் தடுத்தன.

“ராம்நாத் மிஸ்டர் ராம்நாத்...” என்று அவரும் குரல் கொடுத்துப் பார்த்தார். பதிலே இல்லை. புதர்களை விலக்கிக்கொண்டு சிரமப்பட்டு ஊடுருவியபோது தாமிரபரணி வாய்க்கால்தான் கண்ணில்பட்டது.

அதில் திமுதிமுவென்று தண்ணீரின் ஓட்டம். அப்படியே தேங்கி நின்றுவிட்டார்!

◈◈◈

ஊர் எல்லை!

காத்துக்கொண்டிருந்த அருணாசலத்தின் கண்களில் அர்ஜுன் வரும் கார் படவும் சுறுசுறுப்பானார். பேண்டு வாத்தியக்காரர்கள் வாசிக்க ஆரம்பித்தனர். நொடியில் சூழல் மாறிவிட்டது. வாழை இலையில் கட்டி எடுத்து வரப்பட்டிருந்த மாலைகள் மளமளவென்று கழுத்தில் குடியேற தயாராயின.

காரும் அவர்களை நெருங்கி நின்றது.

எல்லோரையும் பார்த்த கண்மணி, அகலக் கண் விழித்தாள். அர்ஜுன் அவளை அர்த்தத்தோடு பார்த்தான். உதவியாளன் கதிரேசன் இறங்கி பணிவாக கதவை திறந்துவிட்டான்.

அர்ஜுன் இறங்கவும் அருணாசலம் ஓடி வந்து மாலை போட்டார். பின் அவன் கையிலேயே ஒரு மாலையை தந்து கண்மணி கழுத்தில் போடச் சொன்னார். அவனும் சற்று தயங்கிவிட்டு போட்டான். அது கண்மணியை சற்று நெகிழ்த்தியது. அவன் தயங்கியது உறுத்தியது.

“தம்பி... நீங்க வந்ததுல எங்களுக்கெல்லாம் ரொம்ப சந்தோஷம். உங்களால் இந்த ஊரும் உலகமும் நல்லவிதமா இருக்கணும்” என்று மிகசம்பிரதாயமாக பேசினார் அருணாச்சலம். அர்ஜுன் அதை கேட்டு இணக்கமாக சிரித்தான்.

பேண்டு வாத்திய சப்தத்தை கையை உயர்த்தி காட்டி நிறுத்தினான். ஊர்க்காரர்கள் வரிசையாக மாலை போட்டார்கள். சிலர் துண்டுகளை அணிவித்தனர். கதிரேசன் அவைகளை வாங்கி காரின் பின் சீட்டில் போட்டான்.

அர்ஜுன் பார்வை அந்த கூட்டத்தில் ரஞ்சனியைத் தேடியது. ஆனால் அவள் தவிப்போடு வீட்டில் இருப்பதை அவனால் யூகிக்க முடிந்தது.

நடுநடுவே திரும்பி தான் வந்த சாலையை பார்த்தான். எஞ்ஜினியர்கள் வந்த காரை அவன் எதிர்பார்ப்பது கதிரேசனுக்கும் புரிந்தது.

“கதிரேசன்... எங்கய்யா அவங்கல்லாம்?”

“பின்னால்தான் வந்துகிட்டிருந்தாங்க சார்...”

“தம்பி யாரை எதிர்பாக்கறீங்க?”

“என்கூட எஞ்ஜினியர்ஸ் வந்திருக்காங்க. அவங்க தனியா ஒரு கார்ல வந்துகிட்டிருக்காங்க.”

“கூட தானே வந்தாங்க?”

"ஆமாமா... வழியில் அந்த சூரியலிங்கத்துக்குகிட்ட என் கார் பிரேக்டவுன் ஆயிடிச்சு. சரி பண்ணிகிட்டு வந்தோம். அவங்களும் அங்கதான் நின்னாங்க..."

சூரியலிங்கம் அருகில் பிரேக்டவுன் என்று அவன் சொன்னது அருணாசலத்தை சற்று கலவரப்படுத்தியது. அந்த வேளை பார்த்து எஞ்ஜினியர்களின் காரும் வருவது தெரிந்தது.

"சார் வந்துட்டாங்க சார்..." என்று கதிரேசனும் உற்சாகமானான். காரும் அவர்களை சமீபித்தது. காரில் இருந்து படபடப்போடு எஞ்ஜினியர்களும் இறங்கி ஓடி வந்தனர்.

"எக்ஸ்கியூஸ்மி சார்... ஒரு சின்ன குழப்பம்..." என்றார் எஞ்ஜினியர் விஷ்ணு.

"என்ன சார்?"

"எங்ககூட வந்த எரெக்ஷன் எஞ்ஜினியர் ராமநாதன் மிஸ்ஸாயிட்டார் சார்..."

"வாட்?" அர்ஜுன் விக்கித்தான்.

"காரை விட்டு இறங்கி யூரின் பாஸ் பண்ணப் போனவரை காணலை சார்..."

"என்ன மிஸ்டர் ரங்கராஜ் சொல்றீங்க... ராம்நாத்தை காணலியா... காணாம போக இது என்ன ஏதாவது திருவிழா நடக்கற இடமா, இல்லை இது என்ன அத்துவானக்காடா?"

"அஃப்கோர்ஸ்... ஆனா ரொம்ப ஆச்சரியமா இருக்கு சார். அவரை தேடி அந்த ஸ்பாட்ல அலை அலைன்னு அலைஞ்சோம். அப்ப அவரோட ஷர்ட் பாக்கெட்ல இருந்த அவர் பேனாதான் கீழ விழுந்திருந்தது. பாருங்க..."

எஞ்ஜினியர் ரங்கராஜ் பேனாவை காண்பித்தார். அர்ஜுன் அடுத்து அருணாசலத்தைதான் பார்த்தான்.

"மிஸ்டர் அருணாசலம், காணாம போற அளவுக்கு உங்க ஊர் அவ்வளவு பெருசா இல்லை, இங்க இதுக்கு முந்தி இப்படி நடந்துருக்கா?" என்றும் கேட்டான்.

“அதான் தம்பி எனக்கும் புரியலை... ஆமா எந்த இடம் சொன்னீங்க?”

“ஊருக்குள்ள நுழையற இடத்துல மரத்தடில ஒரு சிவலிங்கம்கூட இருக்குமே... அங்க தான்...”

“அங்கதான் வண்டி ரிப்பேரும் ஆச்சுங்களா?”

“ரிப்பேர்னா பெருசா ஒண்ணும் இல்லை... டயர் வெடிச்சிடிச்சு...”

வெடிச்சிடிச்சா? கூட்டத்தில் ஒருவர் பரபரப்பானார்.

“ஆமாம்... அதுக்கு எதுக்கு இவ்வளவு பெரிய ரீஆக்ஷன்?”

“சரி தம்பி நீங்க எல்லாரும் முதல்ல தோப்பு வீட்ல போய் ரெஸ்ட் எடுங்க. நான் எங்க ஆட்களை அனுப்பி தேடச் சொல்றேன். கவலைபடாதீங்க... அப்படியே நடந்து அவர் பாட்டும் ஏதாவது ஒரு பக்கம் போயிருப்பார். எல்லா பக்கமும் தேடி அலைஞ்சா நிச்சயம் சிக்கிடுவார்” என்ற அருணாசலம் குரலில் கொஞ்சம்போல பயமும் பதட்டமும் ஒளிந்திருந்தது.

அரைமனதாக அதை கேட்டபடி திரும்பவும் காரில் ஏறிக்கொண்டான் அர்ஜுன். திரும்ப எல்லோரும் ஏறிக்கொண்டனர்.

அருணாசலம் அங்கிருக்கும் சிலரிடம் ராம்நாத்தை தேடிக் கண்டுபிடிக்கச் சொல்லிவிட்டு அர்ஜுன் வந்த காரிலேயே ஏறிக்கொண்டார்.

“டிரைவர் தம்பி காரை எடுங்க... நான் சொல்ற பாதைல போங்க...” என்று வழிகாட்டத் தொடங்கினர். எஞ்ஜினியர்கள் வந்த காரும் பின் தொடர ஆரம்பித்தது!

◈◈◈

ஊர் எல்லை!

காண்டீபனின் கார் எல்லையைத் தொட்டிருந்தது. கைகெடிகாரத்தை பார்த்தார். மணி மிகச்சரியாக பன்னிரெண்டு.

சூரியலிங்கத்தின் மேல் உச்சி வெயில் சூரியக் கதிர்பட்டு அந்த இடமே அலாதியான ஒளி வெள்ளத்தில் மூழ்கியிருந்தது.

அந்த காட்சி அந்த அதீத வெளிச்சம் எல்லாம் சேர்ந்து காண்டீபனின் காரை தடுத்து நிறுத்தியது. காண்டீபனும் இறங்கினார். சூரியலிங்கம் பல ஆயிரம் டிகிரிகளில் வெப்பப்படுத்தப்பட்ட ஒரு உலோகம்போல லிங்கத்தின் தலைப்பாகத்தில் ஒரு ஒளி வெள்ளம்! கண்கள் கூசின.

காண்டீபன் இறங்கி லிங்கத்தை நோக்கி நடந்தார். நடையில் பணிவு. மனதுக்குள் பக்தி!

காற்றிடம் மெல்லிய நுகவல்... அருகில் சென்ற காண்டீபனுக்கு அது ஒரு அரிய காட்சியாகத்தான் இருந்தது. தன்னையும் அறியாமல் அவர் கைகள் கூம்பின.

கூம்பின கரத்தின் மேல் அருகாமை மரத்தின் மலர் ஒன்று ஆசீர்வதிப்பதுபோல் விழுந்தது! அது காண்டீபனுக்கு ஒரு நல்ல சகுணமாகபட்டது. மலரை கண்களில் ஒற்றிக்கொண்டபோது சூரியலிங்கத்தின் மேல்பட்ட சூரிய ஒளியும் விலகி லிங்கம் பழையபடி தெரிந்தது.

தான் தரிசிக்க வேண்டும் என்றே அப்படி ஒரு காட்சி ஏற்பட்டதுபோல அவர் மனது எண்ணிக்கொண்டபோது பக்கவாட்டில் சலனம். திரும்பிப் பார்த்தபோது கையில் திரிசூலமுடன் கோவணம் கட்டிய ஒரு சடைபிடித்த ஒருவர் வந்தபடி இருந்தார்.

அவரைப் பார்க்கவும் காண்டீபனிடம் ஒரு ஆச்சரியம் அபூர்வமான ஒரு காட்சியை காண்பதுபோல மனதுக்குள் ஒரு பரவசம். மிக பணிவாக அவரைப் பார்த்து கைக்கூப்பி வணங்கினார்.

அவரும் காண்டீபனை வெறித்துப் பார்த்தார்.

சில வினாடிகள் காண்டீபனின் புருவ மையத்தை பார்த்தவருக்கு மெல்லிய புன்னகை ஏற்பட்டது. மிக இதமான

புன்னகை. அது காண்டீபனுக்கும் அவருடன் பேசும் ஒரு தொடக்கத்தை ஏற்படுத்தியது.

“நமஸ்காரம் சாமி”

“ஆசிர்வாதங்கள்”

“இப்பதான் சிவ தரிசனம் கிடைச்சது. உடனேயே உங்க தரிசனமும் கிடைச்சது. நான் கொடுத்து வெச்சிருக்கணும்னு நினைக்கறேன்...”

“அதுல என்ன சந்தேகம். உச்சி வெயில் படும்போது இந்த லிங்கத்தை தரிசிக்க விதியிருக்கணும். ஆயிரம் பேருக்காவது அன்னதானமும், நூறு பேருக்காவது வஸ்திரதானமும், பத்து பேருக்காவது கோ தானமும் (பசு) ஒருத்தருக்காவது மாங்கல்ய தானமும் பண்ணியிருந்தா மட்டும் இந்த தரிசனம் சித்திக்கும்...”

அவரது விளக்கத்தில் பல நுட்பமான உள்ளடக்க விஷயங்கள்!

“என் பேர் காண்டீபன்... ஒரு பத்திரிகை ஆசிரியர். நான் இந்த ஊர் பத்தி கேள்விப்பட்டு தரிசனம் பண்ணவும் நல்ல அனுபவங்களுக்காகவும் வந்துருக்கேன்...” என்று காண்டீபன் தான் வந்த காரணத்தை அந்த திரிசூல சித்தர் கேட்காமலேயே கூறினார்.

“உண்மைதான். உனக்கு பல அனுபவங்கள் காத்திருக்கு. உன் மூலமாதான் அது இந்த உலகத்துல பதிவாகவும் ஆகப்போகுது. குறிப்பா மிகப்பெரிய அளவுல நீ சித்தர்களோட ஜால விளையாட்டை பார்க்கப்போறே...” என்று புதிர் போட்டார்.

அதைக்கேட்டு காண்டீபனிடம் சிலிர்ப்பு!

சித்தர்களின் பொழுதுகள் எப்படி கழிகின்றன... அவர்களின் வாழ்வில் சாப்பாடு, தூக்கம் எல்லாமே நம்போல் தானா... இல்லை எல்லா வகையிலும் அவர்கள் வேறுபட்டவர்களா?

ஜாபர் உசேன், சென்னை.

சதாசர்வ காலமும் தியானத்திலும் யோகத்திலும் இருப்பதுதான் அவர்கள் வாழும் முறை. பொழுது போகாமல் போரடிப்பது எல்லாம் நமக்குத்தான். ஏன் என்றால் நமக்கு பொழுதை பயன்படுத்த தெரியவில்லை.

சினிமா, டி.வி என்று கேளிக்கைகளில் அதை செலவழித்து விடுகிறோம். ஆனால் சித்தர் பெருமக்களுக்கு வாழ்வின் ஒவ்வொரு நொடியும் போனால் திரும்ப வராதவை என்பது தெரியும்.

அதைக்கொண்டு உடல் உள்ளம் இரண்டையும் அடக்கி ஆற்றல்மிக்கதாக செய்து கொள்வதுதான் அவர்கள் நோக்கம்.

நமது அறுசுவை உணவுகள் அவர்களுக்கு தேவையற்றது. அவர்கள் உணவே கனிகள், சில வகை கிழங்குகள், மூலிகை சாறுகள்தான்.

இதனால் அவர்களுக்கு வாயுத்தொல்லை, வியர்வை நாற்றம், மலச்சிக்கல் என்று எதுவும் கிடையாது. பெரிதாக உடல் உழைப்பு இல்லாததால் அவர்களுக்கு சக்திப்பாடும் தேவை இல்லை.

எனவே தங்கள் அசைவுக்கு போதுமான சக்திக்குரிய உணவை சாப்பிட்டு ஊளைச்சதை, பீளைக் கண்கள் என்றெல்லாம் சிரமப்படுவது சித்தர்களுக்கு பிடிக்காது!

* ——— *

29

‘ராமநாமம் ஒரு தலைசிறந்த மந்திரச்சொல் என்பதற்கு நமது சான்றோர்கள் பல உதாரணங்களையும், அறிய தகவல்களையும் கூறிச் சென்றுள்ளனர். குறிப்பாக ‘ராமா’ என்கிற சொல்லே ஒரு சிவநாராயண சேர்க்கையால் வந்ததாகும். சிவநாராயண சேர்க்கை என்பதற்குள் ‘படைத்தல், காத்தல், அழித்தல்’ என்னும் மூன்று சக்திகளும் அடக்கமாகிவிடுகிறது. அந்த நாரயணன் காக்கும் கடவுளாக உள்ளான். அவனது நாபிக் கமலத்தில் உதித்த பிரம்மனோ படைப்பவன். அந்த ஈஸ்வரனோ அழிக்க வேண்டியதை அழிப்பவன். எனவே இந்த முத்தொழிலுமே சிவநாராயண சேர்க்கைக்குள் வந்துவிடுகிறது. இது ராமாவுக்குள்ளும் வருவதுதான் உணர வேண்டிய உண்மை.

ராமாவில் உள்ள ரா, நாராயணா என்பதில் உள்ள ரா என்னும் ஆன்ம சக்தி! ராமாவில் உள்ள மா, நமச்சிவாய என்னும் பஞ்சாட்சர மந்திரத்தில் உள்ள ‘ம’வாகிய ஜீவசக்தி. ஆக மொத்தத்தில் ஓம் நமோ நாராயணாய என்னும் அஷ்டாஷரத்தில் இருந்தும், ஓம் நமச்சிவாய என்னும் பஞ்சாட்சரத்தில் இருந்தும் உள்ள இரு எழுத்துக்களின் சேர்க்கைதான் ராமா!

இந்த ராமாவுக்கு படைத்து காத்து அழிக்க முடியும். என்பதை நிரூபிக்கிறது ராமன் வாழ்வில் நிகழ்ந்த சம்பவங்கள். ராமனின் பாதம் ஒரு கல்லாய் இருந்த அகலிகைக்கு உயிர் தந்து மீண்டும் அவளைப் படைத்தது! வேள்வி புரிந்த முனிவர்களுக்கு

ராமனே காவலாக இருந்து இடையூறாக வந்த அரக்கிகளையும் கொன்றான். இறுதியாக எவராலும் அழிக்க முடியாத வரசித்தி பெற்ற ராவணனை அழித்து தர்மத்தை நிலைநாட்டினான். இதனாலேயே மந்திரங்களில் தலைசிறந்தது எது என்று பார்வதிதேவி அந்த பரமனிடம் கேட்டபோது ராம நாமமே தலைசிறந்தது என்று அந்த பரமன் கூறுகிறான். இதை விஷ்ணு சஹஸ்ரநாமத்தின் வரிகளில் உணரலாம். 'ஸ்ரீராம ராம ராமேதி ரமே ராமே மனோரமே... சஹஸ்ரநாம தத்துல்யம் ராம நாம வரானனே!' என்னும் வரிகள் இதை வழி மொழிகின்றன.

அது மட்டுமல்ல ராமா என்பதை திரும்பத்திரும்ப கூறும்போது 'மரா... மரா...' என்றும் வரும். 'மரா' எனும்போது மரித்தல் எனும் பொருள் வரும். ராமா என்னும் நாமத்தை கூறிடும் நான் மரித்துப்போய், அதாவது என்னுள் உள்ள 'நான்' என்னும் ஆணவம், மாயை, கன்மம் ஆகியவை மரித்துப்போக நான் ராமனாகணும்! இப்போது நான் உணவை தவிர்க்க முடியாத சாப்பாட்டு ராமனாக உள்ளேன். அப்படிப்பட்ட நான் ஆன்ம ராமனாக மாற வேண்டும் என்பதும் ராம நாமத்தை ஜெபிப்பதற்குள் உள்ளடங்கியிருக்கும் உண்மையாகும்.

இப்படி இந்த ராம நாமத்துக்குள்ளே இன்னமும் உணர்ந்திட அனேக விஷயங்கள் இருக்கின்றன. காஞ்சி மாமுனிவரில் இருந்து சிவசங்கர் பாபா வரையிலான சான்றோர்கள் ராம நாமம் குறித்து சொல்லியிருக்கும் செய்திகள் நம்மை சிந்திக்க வைப்பவை மட்டுமல்ல, சிலிர்க்க வைப்பவையும்கூட!

அவை...?'

சிலிர்த்த நிலையில் காண்டீபன் அவரிடமே சில சந்தேகங்களுக்கு விடை காணவும் விரும்பினார். அவர் மனதுக்குள் நினைத்த மாத்திரத்தில் அந்த திரிசூல சித்தரே கேட்டார்.

“என்னப்பா என்கிட்ட உனக்கு நிறைய கேள்விகள் இருக்குபோல தெரியுதே?”

“ஆமாம் சாமி...”

“சும்மா கேளு...”

“இந்த ஊருக்கு ஆராய்ச்சி பண்ண ஒரு டாக்டர் வந்தார். அவர் வெள்ளைக்காரர்...!”

“என்ன இப்ப சுயநினைவுக்கு திரும்பிட்டானா?”

“ஆமாம் சாமி... ஆனா அவர் சுயநினைவில்லாம போனது ஏன் எதனாலன்னுதான் தெரியலை...”

“நெருப்பை தொட்டா சுடும்னு சொல்றேன். தொட்டுப்பார்த்து தெரிஞ்சிக்கறேன்னு அதைத் தொட்டா என்னாகும்?”

“நெருப்புக்கு நீங்க சொல்றது பொருந்தலாம். எல்லா விஷயத்துக்கும் பொருந்துமா?” என்று காண்டீபன் கேட்ட கேள்விக்கு பதில் கூறாமல் கோபமாக, “எங்களை ஆராய நீ யார்... நான் உன் வழில குறுக்கிட்டேனா?” என்று சீறினார் திரிசூல சித்தர்.

“ஆராயறதுங்கறது விஞ்ஞானிகளோட கடமை. அவரும் நல்ல நோக்கத்துக்காகதான் ஆராய வந்தார். உலகத்துலேயே நல்ல மழைவளத்தோட சிறப்பா இருக்கற ஊர் இந்த பூமிக்காத்தான்பட்டி! எதனால இது இப்படி இருக்குன்னு தெரிஞ்சிக்கதான் அவர் வந்தார்.

அந்த காரணம் தெரிஞ்சா எதிர்காலத்துல உலகத்தையே அழிவில் இருந்து காப்பாத்தலாம்கறதுதான் அவர் எண்ணம். இது ஒரு நல்ல விஷயம்தானே சாமி?”

“உன் எண்ணம் நல்லதா இருக்கலாம். ஆனா வழிமுறை தவறு. சித்தர்கள் பூஜைங்கறது ஒரு ஏகாந்த வழிபாடு.

அதை ஒளிஞ்சிருந்து பார்த்து படம் எடுக்க நினைக்கறதும் அதை வித்து காசு பாக்க முயற்சி செய்யறதும் தவறுதானே?”

“அவர் காசு பாக்க ஒளியலை... உண்மையா பொய்யான்னு தெரிஞ்சுக்க ஒளிஞ்சிருக்கலாம்...”

“வேண்டாம் இதைபத்தி இனி பேசாதே. இந்த உலகத்துல சில கேடுகள் இருக்குன்னா தப்பான மனித வாழ்க்கை முறைகள்தான் காரணம். எந்திரக் கலாச்சாரமும், பெட்ரோலிய கலாச்சாரமும் ஒழுங்குபடுத்தப்படாதவரை சீர்கேடுகள் வளரத்தான் செய்யும்.

ஆனாலும் இந்த பூமிக்காத்தான்பட்டியில் சித்த பூஜை நடக்கற வரை இந்த பூமிக்கு எந்த ஆபத்தும் வந்துடாது. கவலைப்படாதே! ஒரு நல்ல ஞானமுள்ளவன் இந்த பூஜைக்கு குந்தகம் வராம இருக்க என்ன உண்டோ அதைத்தான் செய்வான்?

நான்கற ஆணவமுள்ளவன்தான் ஆராயறேன்னு தப்பு பண்ணுவான்...”

என்ற பதில் காண்டீபனை கட்டிப்போட்டது இருந்தும் மனது அடங்காமல் “சாமி...” என்று வாயை திறக்கவும் எதையும் இனி கேட்காதே. அதான் நீ காட்சியாகவே பாக்கப்போறியே. அப்ப உனக்கு யாரும் சொல்லாமலே எல்லா உண்மைகளும் புரியும். தானா புரிவதுதான் தங்கும்.

அது உனக்கும் நடக்கப்போகுது” என்ற திரிசூலம் சித்தர் அப்படியே சூரிய லிங்கத்தை வலம் வந்தவராக பின்புறம் உள்ள மரத்தின் பக்கம் சென்றார்.

காண்டீபன் அவர் சுற்றிக்கொண்டு திரும்ப வருவார் என்று தான் எண்ணினார். ஆனால் அவர் வரவில்லை. எங்கே போய்விட்டார் என்ற கேள்வியோடு பதிலுக்கு காண்டீபனும் சுற்றி வந்தார்.

ஆனால் அவர்தான் எந்த பக்கம் எப்படிப் போனார் என்றே தெரியவில்லை. அங்கேயே சித்தர் ஜாலம் தொடங்கி விட்டதாகத்தான் காண்டீபனுக்குத் தோன்றியது!

◈◈◈

தோப்பு வீடு!

தனக்கான அறைக்குள் இதமான ஏ.சி. குளிருக்குள் தவிப்போடுதான் இருந்தான் அர்ஜுன்! அவனுக்கும் மற்றவர்களுக்கும் இளநீர்கள் வெட்டித் தரப்பட்டிருந்தன! அதுவும் குடிப்பதற்கு கற்கண்டாகத்தான் இருந்தது.

ஆனாலும் மனதுக்குள் எஞ்ஜினியர் ராம்நாத் காணாமல் போன நெருடல்! கூடவே இருந்த கண்மணிக்கும் அவள் அப்பா கபாலீஸ்வரன் சொன்னதுபோல இந்த ஊரில் நிறையவே மர்மங்கள் இருப்பதுதான் உண்மையோ என்று தோன்றியது.

"அர்ஜுன்..."

"சொல் கண்மணி."

"நம்ம அடுத்த புரொக்ராம் என்ன?"

"முதல்ல அந்த தொலைஞ்சவன் கிடைக்கட்டும்... இடியட் வந்த இடத்துல டென்ஷன் பண்றாங்க பார்..."

"நீ அநாவசியமா டென்ஷன் ஆகாதே... எங்காவது வழி தவறி போயிருப்பார். சுத்தி அடிச்சிட்டு வரப்போறார்."

"அவர் வந்தாதான் நாம் அடுத்த வேலையையே பார்க்க முடியும். அவருக்குதான் சாயல் கண்டிஷன்ஸ் தெரியும்."

அப்போது கதிரேசன் 'எக்ஸ்கியூஸ் மீ சார்' என்றபடி உள்ளே வந்தான்.

"என்ன கதிர்... ராம்நாத் பத்தி எதாவது தெரிஞ்சிச்சா?"

"இல்ல சார்... ஆனா ஒரு பெரிய கூட்டமே அவரை தேடி போயிருக்கு சார்."

"புடலங்கா... ஏன் இப்படி என்னை டென்ஷன் பண்றீங்க? எவ்வளவு வேலை கெடுது பாரு இப்போ?"

"சார் நாம வேணும்னா இடங்கள பாக்க போகலாமா சார்?"

“பை த பை மிஸ்டர் கதிரேசன்... நான் அந்த கோவிலைப் பார்க்க விரும்பறேன்” என்று இடையில் நுழைந்தாள் கண்மணி. அர்ஜுன் அடுத்த நொடி அவளை குத்துவதுபோல பார்த்தான்.

“ஏன் அர்ஜுன் அப்படி பாக்கறே?”

“என்ன பக்தியா?”

“அஃஃப்கோர்ஸ்...”

“என்ன அஃஃப்கோர்ஸ்... நீ கோவில் குளம்னு போய் அப்புறம் நீயும் எங்கையாவது தொலைஞ்சுடப் போறே. பேசாம இங்கேயே இரு.”

“அர்ஜுன் நான் உன்கூட வந்துருக்கறது உனக்கு துணைக்காக மட்டுமில்ல. இந்த ஊரை புரிஞ்சுக்கவும்தான்...”

“இதைப் புரிஞ்சு என்ன பண்ணப்போறே. என் அப்பா உன்கிட்ட ஏதாவது சொல்லி குழப்பினாரா?”

“எதுக்கு இப்ப அப்பாகிட்ட போறே?”

“அவர்தான் நான் இங்க எதை செய்யறதையும் விரும்பலை. அவர் வரைல இந்த ஊர் ஒரு மர்மதேசம்.”

“அது உண்மை மாதிரிதானே இருக்கு... ஊருக்குள்ளே நுழையும்போதே டயர் வெடித்து, ஒரு எஞ்ஜினியர் காணாம போயிருக்கார்”

“இதோ பார்... இதெல்லாமே கோஇன்சிடென்ட்ஸ். உன் அப்பாகூட வராத குறையை நீ உருவாக்கிடாதே. எனக்கு இப்ப இருக்கற டென்ஷன் போதும். உன்னால அது அதிகமாக வேண்டாம்...”

என்று கண்மணியை அடக்கினான். அவன் அவ்வளவு கோபமாக பேசி கதிரேசன் பார்த்ததேயில்லை.

அப்போது அந்த சூழலையே மாற்றுவதுபோல கொலுசு சப்தம் ஒலிக்கவும் எல்லோரும் திரும்பினார்கள் ரஞ்சனி வந்து கொண்டிருந்தாள். பச்சை நிறத்தில் புடவை, தழைய வாரிய தலை, அதன் மேல் சிறு பிறைத்துண்டுபோல விபூதிக்கீறல்.

அவள் தோற்றமே எல்லோருக்குள்ளும் ஒரு இன்ப அதிர்வை ஏற்படுத்துவதாக இருந்தது. அவள் கையில் வயர் கூடை! அதில் அர்ஜுனுக்கும் மற்றவர்களுக்குமான வீட்டுச் சாப்பாடு. சாப்பிட தேவையான வாழை இலை!

அவளைப் பார்த்த நொடி அர்ஜூனும் மாறத் தொடங்கினான். அவனது டென்ஷன் மேல் ஜில்லென்று மழை பொழிந்து ஒரு குளிர்மை உருவாகத் தொடங்கிவிட்டது! கண்மணி அதை கூர்ந்து கவனித்தாள்.

அவளை விடவே ரஞ்சனி நல்ல உயரம்! நிறத்திலும் சற்று தூக்கல். காஸ்மெடிக்சின் துணை இல்லாமலே பளிச்சென்று இருந்தாள்.

தப்பித் தவறியும் பியூட்டி பார்லர் பக்கம் போகாதவள் என்பதை அவளது திருத்தப்படாத புருவமும் சற்றே எண்ணெய் பூச்சோடு கிடக்கும் நெற்றிப் பரப்பும் உணர்த்தின.

அர்ஜுன் தன்னைவிட்டு எதனால் அவள் பக்கம் தாவினான் என்பதற்கான விடை ரஞ்சனியை பார்த்த நொடிகளில் கண்மணிக்கு கிடைத்துவிட்டது.

அவளும் நெருங்கி வந்தாள். பேச்சை ஆரம்பிக்க வெட்கப்படுவதுபோல் தயங்கி நின்றாள்.

“என்னங்க சாப்பாடா?” கதிரேசன் கேட்டு பேச்சை தொடங்கிவைத்தான்.

“ஆமாம்.”

“ஹோட்டல் இருக்கற இடம் தெரிஞ்சா நாங்க வந்து சாப்பிட்டுக்குவோமே... உங்களுக்கு எதுக்கு சிரமம்?” அவன் அவளை சற்று சீண்டுவதுபோல பேசினான். அவளுக்கும் திகைப்பாய் இருந்தது.

“இது வீட்ல நான் என் கைப்பட சமைச்சதுங்க...” என்றாள் மிக வேகமாய்...

“ஐயோ உங்களுக்கு எதுக்குங்க சிரமம்?”

"அதெல்லாம் ஒண்ணுமில்லை. எல்லாரும் சாப்பிடுங்க. சூடு ஆறிடப்போகுது." பேச்சோடு பேச்சாக ரஞ்சனி அர்ஜூனைப் பார்த்தாள். அவன் அவளையே விழுங்குவதுபோல பார்த்துக் கொண்டிருப்பது தெரியவும் பார்வையை வேறு பக்கம் திருப்பிக்கொண்டாள்.

ஏகாந்தமான சூழ்நிலை!

அப்போது 'ஓடு...ஓடு...' என்கிற கூக்குரல்.

எஞ்ஜினியர் விஷ்ணுவும், ரங்கராஜூம் பரபரப்போடு அவர்களுக்கு ஒதுக்கப்பட்ட அறையைவிட்டு வெளியே வந்துவிட்டிருந்தனர். அவர்கள் முகத்தில் பீதி, அர்ஜுன் தனது அறையைவிட்டு அவர்களை நோக்கி நடந்தான்.

"என்ன சார்... என்ன பிராப்ளம்?"

"உள்ள பாம்பு சார்..."

"பாம்பா?"

"பாருங்க தெரியும்... பன்னெண்டு அடி நீளம் வேற"

அவர்களிடம் மூச்சு பீறிட்டது. அறைக்கதவு திறந்திருக்க பயத்தோடு எட்டிப்பார்த்த அர்ஜூனை கண்மணி தடுத்தாள்.

"நோ அர்ஜுன்... ஏய் கதிரேசன் நீ பாருய்யா" என்றாள். அர்ஜுன் அதை காதில் வாங்காமல் எட்டிப்பார்த்தபோது எஞ்ஜினியர் ஒருவரின் கருப்பு நிற பிரீஃப்கேஸ் மேல் ஒரு ஒண்ணரை அடி உயரத்திற்கு கம்பீரமாய் படம் விரித்தபடி நின்று கொண்டிருந்தது கருநாகம் ஒன்று!

சித்தர்களின் ஜீவசமாதிகளுக்கு ஒரு சக்தி இருப்பதாகவும் அங்கு சென்று வழிபடுவதால் நன்மை உண்டாகும் என்கின்றனர். சமாதி என்பது பிணங்களை அடக்கம் செய்யப்படும் இடம். பொதுவாக இடுகாடு என்பார்கள். அது எப்படி இங்கு மட்டும் வணக்கத்திற்கு உரியதாக ஆகிறது?

ரவி. கோயம்புத்தூர்.

எல்லோருக்குள்ளும் இருக்கும் ஒரு சந்தேகத்தை நீங்கள் கேள்வியாக கேட்டதற்கு நன்றி. நாமெல்லாம் நம்மையறியாதவர்கள். செய்த செய்கின்ற கர்மங்கள் (வினைகள்) காரணமாக பிறந்து வந்துவிட்டவர்கள். பசி தாகத்தை ஜெயித்து வாழ்ந்து கொண்டிருக்கிறோம். அதிலேயும் நமக்குள்ளே ஏகப்பட்ட ஏற்ற தாழ்வுகள் மேல் கீழ் என்கிற நிலைப்பாடுகள்.

இந்த நிலைப்பாட்டை அப்படியே புறம் தள்ளிவிட்டு தன்னையறிய முற்பட்டவர்களே சித்தர்கள் ஆகிறார்கள். ஒருவர் தன்னையறிதல் என்பது சாதாரணமானதல்ல. தன்னையறிதலும் தெய்வத்தையறிதலும் ஒன்று. அதற்கு புலனடக்கம் பெரிதும் அவசியம்.

இதைத்தான் 'ஐம்புலன் சுருக்கி உள்ளொளி பெருக்குதல்' என்பார்கள். ஐந்து புலன்களை அடக்க உதவுவதுதான் தவம். இதனால் சித்தர்களின் உடம்பும் மனமும் கோள்களின் பிடியில் இருந்து விடுதலை பெற்று அவர்களே ஒரு ஜீவ சக்தியாக மாறுகிறார்கள்.

ஒரு சித்தன் உடம்பில் வியர்வை உப்பு கரிக்காது, மலம் நாற்றமெடுக்காது, எச்சில்கூட அமிர்த குணத்தை கொண்டிருக்கும். காரணம் அவர்கள் உப்பு, புளி, காரம் என்று நம்மை அடிமைப்படுத்திய ருசிகளுக்கு இடமளிப்பதேயில்லை. காயகல்பங்களால் உடம்பையும் அவர்கள் திடமாக ஆக்கிக்கொண்டு விடுகின்றனர்.

இப்படிப்பட்ட சித்தர்களை இருகூறாக வெட்டிப் போட்டாலும் உடம்பானது திரும்பச் சேர்ந்துவிடும். இதற்கு உதாரணமாக அல்லமர் என்கிற சித்தர் திகழ்ந்தார். இவரை எத்தனை முறை கத்தியால் குத்தினாலும் சில நிமிடங்களில் அந்த காயம் குணமாகி விடுமாம்! அந்த அளவு உடம்பின் மேல் இவர்கள் மனதால் ஆதிக்கம் செலுத்தினார்கள். அதனாலேயே இவர்களால் பஞ்சுபோல் இலேசாக முடிந்து

பாறைபோல் கனக்க முடிந்தது. நீர் மேல் நடக்க முடிந்தது. கூடுவிட்டு கூடு பாயவும் முடிந்தது.

இப்படிப்பட்ட ஆற்றல்களுடன் இவர்கள் திகழ்ந்தாலும் உடம்புக்குள்ளேயே உயிரைப் பேணி ஆயிரம் ஆண்டுகள் வாழவோ இல்லை சாகாதிருக்கவோ இவர்கள் விரும்பவில்லை.

இந்த மாய உலகில் புலன்களை அடக்கி வாழ்வதும் ஒரு வெறும் செயல். இந்த உலக வாழ்க்கைக்கு வெளியே பலவித வாழ்க்கைகள் உள்ளன. அதை சொர்க்க வாழ்வு, மோட்ச கதி, முக்தி நிலை, இறைவனோடு கலந்துவிடுதல் என்று பலவாறு கூறலாம்.

அவைகளை நோக்கி செல்ல விரும்பும்போது தங்கள் உடம்பை உதிர்த்துவிட்டு அவர்கள் வானமேறிச் சென்றனர். அந்த உடம்பில் கோள்களின் ஆதிக்கத்துக்கோ பஞ்சபூதங்களின் தாக்கங்களுக்கோ இடமில்லை.

அந்த உடம்பு பஞ்சபூதங்களை ஒன்பது கோள்களை வென்று காட்டிய ஒன்று! சித்தர்களின் உயிராற்றல் பிரிந்த பிறகும் அதில் அவர்களின் ஜீவ ஆற்றல் இருக்கும். தீ மூட்டிய இடத்தில் அது அணைக்கப்பட்ட பிறகும் அங்கு நிலவும் உஷ்ணம்போல் இதை எடுத்துக்கொள்ள வேண்டும்.

எனவே அழுகிப்போகும் உடம்பை உடைய நம்மை புதைக்கும் சமாதிக்கும், சித்தர்களை புதைக்கும் சமாதிக்கும் மிகப்பெரிய வேற்றுமை உள்ளது. சித்தர்களின் சமாதிக்குள் அவர்களின் ஜீவ ஆற்றல் ஒளிர்ந்தபடி இருப்பதால் அது ஜீவசமாதி எனப்படுகிறது.

அங்கே சென்று நம்புலன்களை ஒடுக்கி நாம் தவம் புரிவதாலும் அதை வணங்கி வழிபடுவதாலும் அது அப்படியே பேணப்படுகிறது.

சுருக்கமாக சொல்லப்போனால் பூ உலகில் வணக்கத்திற்குரிய கருவறைகள், ஜீவசமாதிகள் எல்லாமே

மனிதக்கூட்டத்தின் எண்ண அலைகளால் மூழ்காமல் பேணிப் பாதுகாக்கப்படுபவை.

அங்கே கண்கள் வழியாக நாம் தரிசனம் என்று ஊடுருவி அங்குள்ள பேராற்றலை தீண்டுகிறோம். அதற்கே நமக்குள் பெரும் மாறுதல்களும் ஆறுதல்களும் ஏற்படுகின்றன. தீண்டுவதற்கே இத்தனை நன்மை என்றால் அவைகளை எடுத்துக் கொள்ளவும் நாமும் அதுபோல ஆகவும் முற்பட்டால் எவ்வளவு நம்மை ஏற்படும்?

* ——— *

30

ராமநாமத்தின் சிறப்பை சிவபெருமானே சொன்னது ஒருபுறம் இருக்க ஆதிசங்கரர் இந்த மந்திரம் குறித்து சொல்லியுள்ளதையும் ஆன்மீக உலகம் குறித்து வைத்துள்ளது.

சிவ விஷ்ணு பக்தர்களுக்கு மிக பொதுவான ஒரு மந்திரச்சொல் இது என்கிறார் ஆதிசங்கரர். அது மட்டுமல்ல. முருக பக்தர்களும் ராம நாமத்தை சொல்லலாம். கேட்டால் முருகனே மகிழ்வான் என்பதுதான் ஆச்சரியமான உள்ளடக்கம். முருகனுக்கு இன்னொரு பெயர் குமரன். 'குமரா' தான் முருகனுக்கு உகந்த பீஜாட்சர மந்திரமாகும். இதில் 'கு' என்றால் இருள் நீக்குதல் என்று பொருள். 'ரு' என்றால் ஒளி ஏற்றுதல். இருள் நீக்கி ஒளி ஏற்றுபவர் என்ற காரணத்தாலேயே குருவுக்கும் பெருமை வந்தது.

முருகபிரானும் அப்பனுக்கே பாடம் சொன்ன பிள்ளை. அந்த வகையில் குருவாக திகழ்ந்தவன். எனவே இந்த குருவானவன் பீஜாட்சரத்திலும் 'மரா' எனும் வார்த்தை சேர்ந்திட 'குமரா' என்று வந்தது.

அதாவது இருளை இவன் எப்படி நீக்குகிறான் என்றால் அது ஆச்சரியமான ஒன்றாயிருக்கும். நமக்குள் இருக்கும் 'நான்' எனும் அகந்தையை மரித்து போகச் செய்து மனதுக்குள் ஒளியேற்றுகிறான் குமரன். அதுவும் எப்படி 'மரா' எனும் நாம் தொகுப்பால்...

அடுத்து இறைவனுக்கு எவ்வளவோ நாமங்கள். அவைகளின் பெயராலே ஜெயம் என்று நாம் எழுதுவதில்லை அதாவது கிருஷ்ண ஜெயம், சிவ ஜெயம், நரசிம்ம ஜெயம் என்று... ஆனால் 'ராமஜெயம்' என்று மட்டும் எழுதுகிறோம். இங்கேதான் சூட்சுமம் உள்ளது. ராமஜெயம் எனும்போதும் மறைமுகமாக தர்மம் ஜெயிக்கட்டும் என்று நாம் கூறுவதாக உட்பொருள். அதாவது ஒவ்வொரு முறை ராமஜெயம் எனும் போதும் தர்மம் ஜெயிக்கட்டும் தர்மம் புறக்கட்டும் என்று நாம் கூறுகிறோமாம். ஏன் என்றால் ராமனால்தான் தர்மம் நிலைபெற்றது. ராமனுக்குதான் தர்மத்தின் தலைவன் என்று பெயர்.

ராமன் மறந்தும் தந்திரங்கள் புரியவில்லை. வளைந்து கொடுப்பது, எதிரியை அவனைக் கொண்டே அழிப்பது என்று செயல்படவில்லை. தர்மத்தை முழுவதுமாய் கடைபிடித்த ஒரு பாத்திரமே ராமனாகும்.

ஆனால் கிருஷ்ணனோ இல்லை மற்றைய இறை பாத்திரங்களிடம் தர்மம் தென்பட்டாலும் மனிதனாகத் தோன்றி தர்மத்தை அவர்கள் ரட்சித்ததாக சொல்ல முடியாது. இதனால்தான் பார்வதிதேவி உலகிலேயே சிறந்த மந்திரம் எது என்று கேட்டபோது சிவபிரானே ராம நாமமே தலைசிறந்தது என்றார்.

ராம நாமாவுக்கு பின்னாலே இப்படி நாம் உணர அநேக விஷயங்கள் உள்ளன!

இந்த கருநாகத்தைப் பார்த்த அர்ஜுன் கதிகலங்கிப் போனான். அவன் பின்னால் இருந்துகொண்டு பார்த்த கண்மணியும் அரண்டாள். நல்லவேளையாக அந்த தோப்புக்குள் சிலர் வேலை பார்த்துக் கொண்டிருந்தனர். அவர்கள் தங்கள் வசமிருந்த மண்வெட்டியோடு ஓடி வந்தனர். வரும்போதே, "அய்யா யாரும் அந்த பாம்பை அடிச்சிடாதீங்க" என்று கத்திக்கொண்டே வந்தனர்.

வந்த வேகத்தில் அறை வாசலில் நின்று பார்த்தனர். மூச்சிரைத்தனர். அவர்களில் ஒருவன் "டேய் ஓடிப்போய் கற்பூரத்தை எடுத்தாடா..." என்றான். கற்பூரம் எதற்கு என்று அர்ஜுனுக்கும் புரியவில்லை. எஞ்ஜினியர்களுக்கும் புரியவில்லை.

கதிரேசன் கேட்டே விட்டான்.

"அட என்னப்பா பாம்பை அடிச்சு தூக்கி எரியறத விட்டுட்டு கற்பூரம் கேட்டுகிட்டிருக்கே..."

"ஆமாங்க... கற்பூரத்தை கொளுத்தி சாமியா நினைச்சு கும்பிட்டாக்கா அப்படியே வந்த சுவடு தெரியாம திரும்பிப் போயிடுங்க. அதுவும் நல்ல பாம்புங்க! இந்த ஊர்ல யாரும் பாம்புங்களை அடிக்கமாட்டோம். அதுவும் சாமியும் ஒண்ணுங்க."

"என்னது... பாம்பு சாமியா?" அர்ஜுன் வெடித்தான்.

"ஆமாம் தம்பி... சாமி மட்டுமல்ல. சித்தருக்களும் இங்க பாம்பா நடமாடறதா ஐதீகம். அதனால பாம்பை மட்டும் எதுவும் செய்யமாட்டோம்..."

அவன் விலக்கிடும்போதே கற்பூரம் வந்து சேர்ந்தது. அதை அந்த சீறும் பாம்பின் முன் வைத்து கற்பூரத்துக்கு தீ வைத்தான் அந்த தோப்புப் பணியாளன். தீச்சுடர் வான் நோக்கி எழும்பவும் சீறியபடி இருந்த பாம்பு அப்படியே தழைந்தது.

பின்னர் திரும்பி அந்த அறையின் திறந்திருந்த ஜன்னல் வழியாக வெளியேறத் தொடங்கியது. ரஞ்சனியும் அதை பார்த்து கன்னத்தில் போட்டுக்கொண்டாள். அதை அர்ஜூனும் கவனித்தான்.

நெருப்புக்கு பயந்து பின்வாங்கியது என்பதா, இல்லை இந்த பணியாளன் சொன்னதுபோல பாம்புக்குள் சித்தர் யாரும் புகுந்திருக்கிறாரா? கண்மணி கேள்வியோடு குழைந்தாள். அர்ஜூனோ தலையை உதறிக்கொண்டான்.

'நல்லவேளை நம்பளை எல்லாம் விழுந்து கும்புடுன்னு சொல்லலை.' என்று முணங்கினான். எஞ்ஜினியர்கள் மெல்ல

உள் நுழைந்து முதல் காரியமாக அந்த ஜன்னலை மூடிவிட்டு பிறகே மறுவேலை பார்த்தனர்.

“தைரியமா இருங்க, பயபக்தியோட இருந்தா இங்க சிங்கம் புலிகூட சினேகமா இருக்கும். அதுவே தப்புதண்டா பண்ணா ஒழுங்கா ஊர் போய் சேரமுடியாது.

அதான் எங்க ஊரோட மகிமை” என்று போகிறபோக்கில் அந்த பணியாள் சொல்லிச் சென்றது கண்மணியை மேலும் அதிரவிட்டது.

“அர்ஜுன்.”

“யெஸ்”

“அப்பா சொன்னப்ப நான் நம்பலை. ஆனா இப்ப நம்பறேன்”

“எதை?”

“இந்த ஊர் ஒரு மர்மதேசம்தான்”

“ஒரு மண்ணாங்கட்டியுமில்லை. உளறாம இரு. அது போதும்”

“நான் உளர்றேனா?” கண்மணி கோபித்தாள்.

“சாப்பிட வாங்க. அந்த தோப்பாளி சொன்னது அவ்வளவும் நிஜம்...” என்று இடையிட்டாள் அதுவரை மௌனமாக இருந்த ரஞ்சனி. மெல்ல ரிலாக்சாகி அதன் பொருட்டு சிரித்தான் அர்ஜுன்.

அவள் பேசினாலோ, பார்த்தாலோ அவன் அப்படியே மாறிவிடுவதை உணர்ந்த கண்மணிக்கு அது சற்று பொறாமையைகூட அளித்தது.

ரஞ்சனி சொன்னதோடு நிற்காமல் அந்த அறையில் உள்ள டேபிள் மேல் அழகாக இலையை விரித்து தண்ணீர் வைத்து பரிமாறத் தயாரானாள்.

அப்போது அவள் கால் கொலுசு சப்தமும் கைவளை சப்தமும் அர்ஜுனை கிறங்க வைத்துவிட்டது. கதிரேசனோ இப்போதைக்கு எந்த டென்ஷனும் இல்லை என்பதுபோல் பெருமூச்சுவிட்டான்!

◈◈◈

கூடல்பட்டி முருகன் கோவில் ஓட்டுக் கூரை வீட்டு முன் அந்த வேன் தேங்கி நின்றது. வேனின் முன் பக்கத்தில் இருந்து ஜானகியும் அகிலாவும் இறங்கினர். சப்தம் கேட்டு வந்த பிருந்தா அம்மாவையும் தங்கையையும் பார்த்து முகம் மலர்ந்தாள்.

கோவிலில் இருந்து வெங்கடேஸ்வர குருக்களும் வந்தபடி இருந்தார். வேன்காரனும் மளமளவென்று சாமான்களை இறக்கத் தொடங்கினான். அதிக சாமான்களில்லை! எல்லாமே இறங்கியது. அதில் ஜானகியும், ராமண்ணாவும் சேர்ந்திருக்கும் புகைப்படம் வெங்கடேஸ்வரன் கண்ணில்பட்டு ஊன்றிப் பார்த்தார். அதை ஜானகி தன் சேலைத் தலைப்பால் துடைத்தாள்.

“இவரை நான் ரெண்டு நாள் முந்திகூட பார்த்தேன்... கோவிலுக்கு வந்திருந்தார்” என்றார்.

“அப்படியா” என்று கேட்டபடியே கண் கலங்கினாள் ஜானகி.

மலைல மனோரஞ்சித மரங்கள் உண்டு. மனோரஞ்சித மலர்களை பூச நட்சத்திரத்தன்னிக்கு முருகனுக்கு அணிவிச்சா நல்லதுன்னு சித்த ரகஸ்ய விதிகள்ல இருக்கு. குறிப்பா மனோரஞ்சிதம் பிரிஞ்சவங்களை சேர்க்கும். வெறுப்பு இருந்தா நீக்கும்னு சொல்வாங்க.

அனேகமா அவர் உங்களோட எல்லாம் சேரணும்னுதான் அந்த மாலையை முருகனுக்கு போட்டுருக்கணும் என்று குருக்கள் சொல்லவும் ஜானகி உடைந்துபோய் அழத் தொடங்கிவிட்டாள்.

இடையில் “சாமி” என்று ஒரு அழைப்பு. கோவிலில் இருந்து வந்தது.

“தரிசனத்துக்கு ஆள் வந்துருக்குபோல, நான் போய்ட்டு வந்துட்றேன்” என்றவராக குருக்கள் விலகவும் ‘ஜானகி’ என்கிற குரல் அதுவும் வீட்டுக்குள் இருந்து பார்த்தபோது ஆச்சரியமாக இருந்தது. உள்ளே ராமண்ணா!

காவி வேட்டி ஜிப்பாவில் வீட்டு கூடத்தின் மரபெஞ்சில் அமர்ந்திருந்தார். பிருந்தாவும், அகிலாவும் ஓடினார்கள்.

“அப்பா…”

“வாடா… வா ஜானகி.”

“எப்பப்பா வந்தீங்க?”

“இப்ப அதுவாம்மா முக்கியம். உங்கள பாக்கணும்னு தோணிச்சு வந்துட்டேன்.”

“நீங்க வந்ததையே நாங்க பார்க்கலைப்பா…”

“உன் அப்பா முந்தி ஒரு சிவபக்தன். ஆனா இப்ப சிவசித்தன். சித்தன்னாலே கொஞ்சம் சித்து வேலையும் செஞ்சாகணுமேம்மா.”

“அப்படின்னா மாயமா வந்தீங்களா?”

“ஊர் உலகத்துக்கு அது மாயம். எங்களுக்கோ அது ஒரு சாதாரண விஷயம். அதை விடு. ஜானகி ஒரு வழியா குடும்பத்தோட இங்க வந்து சேர்ந்துட்டேதானே?”

“ஆமாங்க உங்களையும் இப்ப பார்ப்பேன்னு நினைக்கல”

“இப்படி பாக்கணும்னுதானே இங்க நான் குடிவரச் சொன்னேன்…”

“ஏங்க… எங்க கூடவே நீங்க இருக்கக்கூடாதா?”

“இதை நீயா கேக்கறே ஜானகி?”

“நான் கேட்காம யாருங்க கேட்பா…”

“இல்ல. நான் இந்த உலகத்தை பொருத்தவரை எப்படிங்கறத நீ மறந்துட்டேன்னு நினைக்கறேன்.”

ராமண்ணா அப்படிச் சொல்லவும் சுருக்கென்று முள் தைத்ததுபோல் இருந்தது.

“அப்ப நீங்க எங்களோட பழைய மாதிரி சேர்ந்து இருக்கவே முடியாதா அப்பா” பிருந்தா பரிதாபமாக கேட்டாள்.

“கடவுள் நினைச்சா முடியும்மா… சிவன்மலைல ராமதேவர்னு ஒரு சித்தர் நான் சொல்லாமலே என் நிலையை பார்த்தே ஞான திருஷ்டியால தெரிஞ்சிகிட்டார்.

உன் பிரச்னைக்கு நான் தீர்வை சொல்றேன்னும் சொல்லியிருக்கிறார்...” என்று ஒரு ஆறுதலான பதிலைச் சொன்னார். அதைக் கேட்டு அவர்களும் மகிழ்ந்தனர்.

சரி... சாமானை எல்லாம் முதல்ல எடுத்து வைப்போம்... பிறகு பேசுவோம் என்று வேனில் இருந்து இறங்கிய சாமான்களை எடுத்து வைக்கத் தொடங்கினர். அதே சமயம் கோவிலில் அந்த ஜோதிடர் ரங்கசாமி...!

சித்தர்கள் நினைத்தால் நமது வாழ்வின் கஷ்ட நஷ்டங்களில் இருந்து நம்மை கரை சேர்க்க முடியுமா?

ராம் சேகர், ராஜபாளையம்

முடியும்!

ஆனால் இந்த ஒரு வார்த்தை பதில் உங்களுக்கு திருப்தியை தராது. ‘எப்படி முடியும். எதனால் முடியும் எப்பொழுது முடியும்?’ என்று இதனுள்ளே கிளைக் கேள்விகள் நிறையவே உள்ளன.

எனக்கு தினசரி ஒரு ஃபோனாவது வரும்.

உங்களுக்கு சித்தர்களைத் தெரியுமா? பார்த்திருக்கிறீர்களா? எங்களுக்கு யாரையாவது ஒரு சித்தரை அறிமுகம் செய்யமாட்டீர்களா? என்று...

சித்தர்களைப் பற்றி சிந்தித்தும், வாசித்தும் எழுதும் எனக்கோ நேரடியான சித்தானுபவமே துளியும் கிடையாது. என் இளம்வயதில் ஒரே ஒரு அனுபவம். சேலம் நகரில் நான் பள்ளி மாணவனாக வாழ்ந்த நாளில் சேலம் அருகே உள்ள கஞ்சமலையில் சித்தர் கோவில் ஒன்று உள்ளது.

அதற்கு அமாவாசைமலை என்றே பெயர். அமாவாசை நாளில் நானும் என் நண்பர்களும் அதிகாலை 5 மணிக்கு ஒரு வாடகை சைக்கிள் எடுத்துகொண்டு அந்த மலைக்கு சென்று வருவோம்.

கிட்டத்தட்ட 20 கி.மீ. தூரம். கஞ்சமலைக்கு செல்லும் சாலையின் இரு பக்கமும் அப்போது நிறையவே கரும்பு பயிரிடுவார்கள். எனவே நிறையவே எலிகளும், அவைகள் இருப்பதால் பாம்புகளும் நடமாடியபடி இருக்கும்.

ஒரு அமாவாசை காலை புலர்ந்தும் புலராத பொழுதில் நான் சைக்கிளில் சென்றபடி இருந்தபோது வழித்தடத்தில் மிகநீளமான பாம்பு ஒன்று இடபுறத்தில் இருந்து வலபுறம் நோக்கி சென்று கொண்டிருந்தது.

சைக்கிள் அதை நெருங்கிவிட்ட நிலையில்தான் என் கண்ணில்பட்டது. பதறிப்போய் சைக்கிளைத் திருப்பப் பார்த்து இயலாமல் அதன் மேலேயே ஏற்றிவிட்டேன். ஆனாலும் அதன் வால்பகுதி மேல்தான் சைக்கிள் டயர் ஏறி இறங்கியது.

அதுவும் நசுங்கிச் சாகாமல் தப்பித்து கரும்புக் காட்டுக்குள் புகுந்துவிட்டது. என்னிடம் குப்பென்ற வியர்வை! இந்த சம்பவம் மனதுக்குள் அப்படியே பதிந்துவிட்டது.

காலங்கள் உருண்டு ஓடிய நிலையில் நான் மதுரை வாசியாகிவிட்ட நிலையில் மர்மதேசம் தொலைக்காட்சி தொடரின் இரண்டாம் பாகமான "விடாது கருப்பு" தொடருக்காக லொகேஷன் பார்க்க மலை மலையாக ஏறி இறங்கிய சமயம், சதுரகிரி மலை அடிவாரத்தில் ஒரு பாறையை ஒட்டி ஒரு வயதானவர் அமர்ந்திருந்தார். தெரியாமல் அவர் காலை மிதித்துவிட்ட நிலையில் என்னை வெறித்த அவர் அன்னிக்கு வாலை மிதிச்சே, இன்னிக்கு காலை மிதிக்கறே என்றார். எனக்கு அப்போது இருந்த மனநிலையில் புரியவில்லை.

பின்புதான் புரிந்தது. பாம்பாக நடமாடியவர் அந்த சித்தர் என்று...! இந்த சித்தானுபவம் என் வரையில் ஒரு தற்செயல் சம்பவமாக இருந்தது நான் நினைப்பது தவறாகவும் இருக்கலாம்.

ஏன் என்றால் சித்தர்களின் ஜால விஷயங்களை விஞ்ஞானப் பார்வையில் பார்த்தால் எல்லாமே பெரும் பொய்யாக தெரியும். நம்பமுடியாத Fantasy என்று ஒரு வார்த்தையில் கூறிவிடுவோம். இதுதான் என் சித்தானுபவம்.

எனவே என்னால் என் வாசகர்கள் கேட்கும்போது பதில் கூற முடியவில்லை. எல்லோரும் உண்மையில் சித்தர்களை சந்திக்க விரும்புவது சில அதிசயங்கள் தங்கள் வாழ்விலும் நடக்க வேண்டுமே என்பதற்காகதான்.

இன்று மனித வாழ்க்கைமுறை அவ்வளவு பாரமாகவும் துரோகங்கள் நிரம்பியதாகவும் பெரும் போராட்டமாகவும் இருப்பதே காரணம். கடவுள் என்று ஒருவர் இருக்கிறாரா, இல்லையா என்பதிலேயே பெரும் குழப்பமும் அவரை நம்பி மட்டும் ஏற்க வேண்டியவர்களாக உள்ளோம்.

ஆனால் சித்தர்கள் விஷயம் அப்படி இல்லை. அவர்கள் நீர் மேல் நடந்தார்கள் கூடுவிட்டு கூடு பாய்ந்தார்கள் என்று சொல்லும்போது இதை எல்லாம் செய்பவர்களுக்கு எனது பிரச்சினையை தீர்ப்பதுதானா ஒரு விஷயம் என்று நோயுற்றவர்கள், திருமணமாகாதவர்கள் ஆகியும் பிள்ளைப்பேறில்லாதவர்கள் என்று ஒரு கூட்டமே ஏங்குகிறது.

வலியும், வேதனையும்தான் அவர்களில் யாராவது ஒருவர் வந்து காப்பாற்றி கரை சேர்க்கமாட்டாரா என்று எண்ண வைக்கிறது. பகவான் ரமணர் இருந்தவரையில் அவரை தரிசிப்பவரின் கர்மங்களை எல்லாம் பார்வையாலேயே கரைத்தார்.

மிச்சம் மீதியைதான் எடுத்துக்கொண்டு அவர்களையும் பாவச் சிறையில் இருந்து விடுவித்தார்! பின் அவரையும் புற்றுநோய் தாக்கியபோதுதான் அவர் பிறர் கர்மாக்களை எந்த அளவுக்கு வாங்கிக் கொண்டிருந்தார் என்பது வெளி உலகிற்கும் தெரிய வந்தது.

அப்படி ரமணர்போல் ஒரு மகான் இப்போது இல்லையே என்று என் மனதும் ஏங்குவதுதான் இன்றைய நிலை!

* ——— *

31

'ராம நாமத்திற்குள் இருக்கும் நுட்பங்களை பார்த்தோம். மிகமேலான நுட்பம் என்பது பாமரனும் இலகுவாக உச்சரித்து கடைத்தேற முடியும் என்பதுதான்! மனித வாழ்க்கை என்பதே ஒரு நெடிய பயணம் போன்றதுதான்! இந்த வாழ்க்கைப் பயணத்தில் உயிரைப் பேணும் ஒரு பெரும் சுமை (அ) கடமை ஒவ்வொரு மனிதனுக்கும் இருக்கிறது. அதற்காகத்தான் உணவே உள்ளது. இந்த உணவு ஒன்றும் சும்மா கிடைத்துவிடுவதில்லை. இதை அடைய உழைப்பைச் செலவு செய்ய வேண்டியுள்ளது. இதற்காக கல்வி கற்க வேண்டியுள்ளது. மொத்தத்தில் வாழ்க்கைப்பாடு என்பது நம்மை பல காரணகாரியங்களை நோக்கிச் செலுத்துகிறது. ஒரு கட்டத்தில் நாம் அந்த காரணகாரியங்களே பெரிது என்று கருதி அதனுள்ளேயே உழலத் தொடங்கி விடுகிறோம். இதில் ஒரு ஆச்சரியம் என்னவென்றால் நாம் எவ்வளவு முயன்றாலும் முயலாவிட்டாலும் ஒவ்வொரு நாளும் நாம் நமது ஆயுளை இழந்து நம் உருவத்தில் மாற்றங்களை கண்டபடியே இருக்கிறோம். நம் கண் எதிரில் இந்த மண்ணில் பிறந்தவர்களில் ஒருவர்கூட மரணமே இல்லாமல் ஆசைப்பட்டதுபோல வாழ முடியாததையும் பார்க்கிறோம்.

அது நமக்குள் பாதிப்பை ஏற்படுத்தி அப்போது மட்டும் நாமும் ஒரு நாள் மரணிப்போம் என்று நமக்குள் கூறிக்கொள்கிறோம். நாட்கள் செல்லச் செல்ல திரும்பவும் இந்த வாழ்க்கை நம்மை தன் கையில் எடுத்துக்கொண்டு நம்மை ஆட்டி வைக்கத்

தொடங்கிவிடுகிறது. அப்படி நாம் வாழும் வாழ்க்கைக்குள்ளேயும் பூரண திருப்தியோ சந்தோஷமோ இருப்பதில்லை. நிறையவே ஏற்றத்தாழ்வுகள், வலிகள்...

இவ்வேளையில்தான் இது என்ன வாழ்க்கை ஏன் இது இப்படி இருக்கிறது? இதிலிருந்து நிரந்தரமாக தப்பித்துவிட வழியே இல்லையா போன்ற கேள்விகள் எழுகின்றன. இந்த இடத்தில்தான், இந்த கட்டத்தில்தான் ஆன்மீகம் நமக்கு வழிகாட்ட முன் வருகிறது. அமைதியற்ற மனதுக்கு அமைதி எதனால் ஏற்படும் என்றும் கூறுகிறது. ஒரு இரும்பு ஆயுதத்தை செப்பனிட அதற்கு சமமான இரும்பு உபகரணங்களால்தான் முடியும். கல்லாலோ, மரத்தாலோ வேறு ஒன்றாலோ அந்த ஆயுதத்தை எதுவுமே செய்ய முடியாது. அதேபோல அலைபாயும் எண்ணமாகிய சப்தங்களை இன்னொரு வலிமையான சப்தத்தால்தான் அமைதிப்படுத்த முடியும். அப்படி ஒரு மகத்தான சப்தமாக கண்டறிந்து சொல்லப்பட்டதே ராமநாமம்!'

கோவிலுக்கு ஜோதிடர் ரங்கசாமி வந்திருந்தார்!

அடிக்கடி வந்து செல்பவர் என்பது அவர் வெங்கடேஸ்வர குருக்களிடம் பேசிக்கொண்டிருக்கும் விதத்தில் புலனாகியது.

"வழக்கம்போல இந்த கார்த்திகை நட்சத்திரத்துக்கும் முருகனை தரிசனம் பண்ண வந்துட்டீங்களே" என்றார் குருக்கள்.

"ஆமாம் குருக்களே... இந்த முருகன் என்ன லேசுப்பட்டவனா? தன்னை விஷமா வெச்சுகிட்டு நமக்கு அமிர்தமா தர்றவனாச்சே?"

"அதான் விடாம இவனை பிடிச்சுகிட்டீங்கபோல...?"

"நான் பிடிச்சிக்கறது மட்டுமில்லை சாமி என்கிட்ட ஜோசியம் கேட்டு வர்றவங்ககிட்ட எல்லாமும் நான் இந்த கோவிலுக்கு போகச் சொல்றேன். பாவமா பண்ணிட்டு தானே பறந்து

வந்திருக்கோம்? இந்த காலத்துல ஒரு கோடீஸ்வரன் மகனாவோ இல்ல மகளாவோ பிறந்திருந்தாலும் வெளிய நடமாடும்போது குண்டுவெடிப்புலயும் ஆள்கடத்தல்லயும் மாட்டிக்கற ஆபத்து இருக்கே?

அருள் மட்டும் இல்லேன்னு வையுங்க... ஒருவேளை சோறு ஒழுங்கா உள்ள இறங்காது"

"ரொம்ப சரியா சொன்னீங்க... காசும் பணமும் ஒரு அளவுக்குதான். உடம்புல ஒரு உறுப்பு பழுதாயிட்டா அதை எந்த கடைல வாங்க முடியும். வலி வேதனையோட தானே வாழ்ந்தாகணும்?"

அவர்களிடம் எப்பவுமே இப்படித்தான் பேச்சு அமையும். குருக்களும் ஜோதிடர் கொண்டு வந்திருந்த பாலை முருகனின் திருமேனி மேல் மிக நிதானமாக விட்டு அதை ஜோதிடர் கண் குளிர பார்க்கும்படி செய்துவிட்டு திரும்பி வந்தார்.

"ரொம்ப திருப்தி சாமி... தப்பு தப்பா எவ்வளவோ விஷயங்கள் இந்த கண்ணால பாக்கறேன். அதுக்கு இப்படி பாலாபிஷேகம் பண்ணிப் பாக்கறதுதான் எனக்கு பெரிய பரிகாரமா இருக்கு" என்றார்.

"அபிஷேகம் பண்றதே அதுக்குதானே ஜோசியரே... வீடா இருந்தா வருஷம் ஒரு தடவை போகிப்பண்டிகை அன்னிக்கு சுத்தம் பண்றோம். மனசை எப்படி சுத்தம் பண்ணிக்கறது இப்படி அபிஷேகம் பண்ணித்தான்."

இருவரும் பேசிக்கொண்டபோது 'சாமி' என்கிற குரல் கேட்டது. திரும்பிப் பார்த்தார் குருக்கள். பிருந்தா வந்திருந்தாள்.

"வா கொழந்த... என்ன வேணும்?"

"பால் வேணும். இங்க எங்க கிடைக்கும்?"

"உனக்கு சொன்னா தெரியாது, நான் பால்காரனை வரச்சொல்றேன். நீ போ..." என்றார். அப்போது பிருந்தாவை பார்த்த ஜோதிடரிடம் அதிர்வு. பிருந்தாவும் அதிர்ந்தாள்.

பிருந்தா கருவறை பிராகாரத்துக்கு வெளியே நின்றபடி கேட்டிருந்தாள். எனவே அவள்தானா என்பதில் ரங்கசாமியிடம் ஒரு சிறு தடுமாற்றம். அது அவர் முகம் போனபோக்கில் நன்றாகவே தெரிந்தது. ஆனால் பிருந்தா விறுவிறுவென்று அங்கிருந்து வெளியேறி வீட்டிற்கும் சென்றுவிட்டாள்.

◈◈◈

வீட்டிற்குள் படபடப்போடு நுழைந்தவளைப் பார்த்து ஜானகிக்கும், ராமண்ணாவுக்கும்கூட அதிர்ச்சியாகியது.

“என்னம்மா என்ன விஷயம்?”

“அப்பா அந்த ஜோசியர் கோவிலுக்கு வந்துருக்கார்.”

“எந்த ஜோசியர்?”

“அதான்பா நீங்க ஜெயில்ல இருந்தப்போ உங்களை தூக்குலபோட முடியாது உங்களுக்கு ஆயுசு எண்பத்தி எட்டு வருஷம் பக்கம்னு சொல்லிகிட்டு நம்ம வீட்டுக்குகூட வந்தாரே?”

“ஐயோ அவரா?” ஜானகி பதைத்தாள்.

“பதட்டப்படாதே ஜானகி... எதுவும் ஆயிடாது”

“எதுவும் ஆயிடாதா? என்னங்க இது... மழை விட்டும் தூவானம் விடாத கதையா... உங்களுக்காக தான் அந்த ஊரே வேண்டாம்னு இங்க வந்துருக்கோம். இங்கேயும் அந்த மனுஷன் தேடிகிட்டு வந்துட்டாரே?”

“அவர் தேடிகிட்டு வந்துருக்கமாட்டார்... கோவிலுக்கு வந்துருப்பார். இந்த கூடல்பட்டி முருகன் ரொம்ப விசேஷமானவன். இன்னிக்கு கார்த்திகை நட்சத்திரம் வேற. கார்த்திகை நட்சத்திரம் அன்னிக்கு முருகப்பெருமானுக்கு பாலாபிஷேகம் பண்றது பெரிய நன்மைகளை தரும்.

செவ்வாய்ங்கற கிரகத்தால் தீமை ஏற்படக்கூடிய அமைப்பு இருந்தா அந்த தீமைக்கு கவசமா இந்த விஷயம் நிற்கும்.

அவர் ஒரு ஜோதிடர்ங்கறதால இந்த உண்மை தெரிஞ்சு வந்துருப்பார்" என்று ராமண்ணா சொல்லிக் கொண்டிருக்கும்போதே வாயில்பக்கம் ஜோதிடர் உருவம் தெரியத் தொடங்கியது.

அப்பா அவர் வீட்டுக்கே வந்துட்டார் அகிலா கூக்குரல் எழுப்ப ஜோதிடர் விறுவிறுவென்று உள்ளேயும் வந்துவிட்டார்!

ராமண்ணாவைப் பார்த்தவர் கடவுளை வணங்குவதுபோல கைகளையும் கூப்பினார். கண்களில் ஒருவித கனிவு!

ராமண்ணாவும் புரிந்துகொண்டார். ஆனால் ஜானகியும் பிள்ளைகளும் அவரிடம் ராமண்ணா சிக்கிக்கொண்டு விட்டதாகத்தான் கருதினர்.

"உக்காருங்க ஜோசியரே" என்று பாயை எடுத்துப்போட்டு விரித்தார் ராமண்ணா. ஜோசியரும் அமர்ந்தார். அந்த கனிவான பார்வை தொடர்ந்தது.

ஒரு கனத்த மௌனம் இருவருக்கும் இடையில் நிலவியது. அதை உடைக்கத் தொடங்கினாள் ஜானகி. அவள் குரலிலும் ஒருவித கெஞ்சல்.

"ஜோசியரே...! என் புருஷன் உயிரோட இருக்கற விஷயம் வெளிய தெரியக்கூடாதுன்னுதான் நாங்க அந்த ஊரைவிட்டே இங்க குடிவந்தோம். ஆனா நீங்க இங்கேயும் தேடிகிட்டு வந்துட்டீங்க. உங்கள கெஞ்சி கேட்டுக்கறேன் இதை தயவுசெய்து வெளில சொல்லாதீங்க..." என்றாள்.

"அம்மா... என்ன தப்பா புரிஞ்சிகிட்டீங்க... நிஜமா நான் உங்கள் தேடி எல்லாம் வரலை! இந்த ஊர் முருகன் கோயிலுக்கு நான் கார்த்திகை தவறாம வர்றவன்.

அப்படி வந்த இடத்துலதான் தற்செயலா உங்க மகளை பார்த்தேன்... உங்கள பாக்கத்தான் நான் வந்தேன். ஆனா மார்கண்டேயனுக்கு பிறகு திரும்பவும் மீண்டிருக்கற ஐயாவை நான் பார்ப்பேன்னு நினைக்கவே இல்லை.

நீங்க நம்பினாலும் சரி நம்பலேன்னாலும் சரி... என் ஜோசியம் பொய்யாயிடிச்சேன்னு நான் மனசு உடைஞ்சுபோய் ஜோசியம் பாக்கறதையே விட்டுடறதுங்கற எண்ணத்துலதான் இன்னிக்கு கோவிலுக்கே வந்தேன்.

ஆனா இப்ப நான் என் ஜோசியம் பொய்யாகலைங்கற சந்தோஷத்துல பூரிச்சுப்போய் இருக்கேன்" என்று பெருமிதத்தையும் வெளியில் காட்டினார்.

"ஜோசியரே... நானும் உங்க ஜோசியத்த மதிக்கறேன். உண்மைல நீங்க ஒரு முழுமையான ஜோதிடர்தான். என் வாழ்க்கைல இப்படி எல்லாம் அதிசயங்கள் நடக்கும்னு நான் நினைச்சே பார்த்ததில்லை. ஆனா அந்த சிவபெருமானின் கருணை எனக்கு ரொம்பவே இருக்கு... அதான் தூக்கு தண்டனை கிடைச்சும் நான் தப்பி பிழைச்சிருக்கேன்."

"அய்யா... நீங்க இதை உலகத்தோட முதல் அதிசயம். கூடுவிட்டு கூடுபாயறதுங்கற சித்த சக்திக்கு நீங்க ஒரு மெய்யான உதாரணம்."

"கடவுளோட கருணை ஒருவருக்கு இருக்கற பட்சத்துல அவரை எந்த சட்டத்தாலயும் எதுவும் செய்ய முடியாதுங்கறதுக்கும் நீங்களே ஒரு முன்னுதாரணம். நீங்க தலைமறைவா வாழ வேண்டிய அவசியமே இல்லை. குற்றவாளியும் குற்ற உணர்ச்சி உள்ளவனும்தான் இப்படி நடந்துக்கணும்.

உங்க ஜாதகத்தை கரைச்சு குடிச்சவன்கற முறைல சொல்றேன். உங்களுக்கு பன்னிரண்டுல கேது... அடுத்த ஜென்மம்னு ஒண்ணு உங்களுக்கு கிடையாது. ஏழாமிடத்துல சுக்ரன் ஆட்சி பெற்றிருக்கான்.

பூர்வபுண்ணிய ஸ்தானத்துலயும் சில தோஷங்கள் இருக்கு. அதனால்தான் உங்களுக்கு குடும்ப வாழ்க்கை ஏற்பட்டது. இரண்டு பெண்களும் பிறந்தாங்க. இவங்களை நீங்க தானமாக கொடுக்கற கடன் பாக்கி இருக்கு.

அதாவது கன்னிகாதானமின்னு சொல்ல வந்தேன். அந்த தானம் முடியவும் உங்க மனைவியும் உங்களோட சேர்ந்து சன்யாச யோகத்துக்கு மாறிடுவாங்க. அதன்பின் நீங்க சாகறவரை ராமகிருஷ்ண பரமஹம்சரும், சாரதா அம்மாவும்போல வாழ்வீங்க.

உங்க வரைல இடர்ப்பாடான வாழ்க்கைன்னு ஒண்ணு இனி இல்லை. அதே சமயம் உங்களுக்கு நான் ஒரு விஷயத்தை சொல்லிக்க விரும்பறேன். நீங்க உண்மைல கொலை செய்யல. கொலைகாரரும் இல்ல... அது ஒரு பழி! சூரியன் தற்காலிகமாக உங்க கட்டத்துல மறைஞ்சதாலயும் அந்த காலகட்டத்துல உங்க மேல இப்படி ஒரு பழி விழுந்தது. பின்பு கிரகங்கள் இடம் மாறவும் அதுல உங்களுக்கு மாற்றம் ஏற்பட்டு நீங்க இப்ப இங்க இருக்கீங்க..."

என்று ஜோதிடர் ரங்கசாமி ஜோதிட ரீதியாகவே விளக்கமளித்தார். அதை கேட்ட ஜானகி முகத்தில் ஒரு புதிய உற்சாகம்.

"ஜோசியரே... அப்ப இவர் நிரபராதியா?" என்று வேகமாய் முன்வந்து கேட்டாள்.

"ஆமாம்... இது என் ஜோசியத்தின் மேல சத்தியம்"

"இதை இனி நிரூபிக்க முடியுமா?"

"நிச்சயமா..."

"அதுல எங்க பெண்ணோட வாழ்க்கை கெட்டுப்போயிட்டா?"

"கெடாதும்மா... அதுக்கு வாய்ப்பே இல்லை."

"என் மகள் வரைல உண்மைல என்ன நடந்ததுன்னு உங்களுக்குத் தெரியாது. தெரிஞ்சா இப்படி நீங்க பேசமாட்டீங்க..."

"வேண்டாம்மா தெரியவும் தேவையில்லை. எனக்கு என் ஜோதிடம் மட்டும் தான் கணக்கு"

"அப்ப உங்க முடிவான பதில்..."

"நீங்க இப்படி ஒளிஞ்சு வாழ தேவையில்லை. உங்க மகளுக்கு மிக நல்ல முறைல திருமணம் நடக்கும். உங்க கணவர் மேல

விழுந்த பழியும் நீங்கும். அதை நீக்கறது என் பொறுப்பு. அதுக்கு நீங்க எனக்கு அனுமதி தந்தா போதும்."

ஜோதிடர் கெஞ்சும் குரலில் கேட்டார். ராமண்ணாவிடம் பெரிதாக எந்த உணர்ச்சிப்பாடும் இல்லை.

"ஜோசியரே... நாளைக்கு இங்க உங்களால வர முடியுமா?"

"தாராளமா?"

"அப்ப நான் என் முடிவை சொல்றேன். இப்ப நான் தனிமனுஷன் இல்லை. எனக்கு முன்னால் சத்குருநாதர்கள் பலர் இருக்காங்க. அவங்ககிட்ட நான் கலந்துக்கறேன்" இதமான குரலில் ராமண்ணா கூறவும் ஜோதிடரும் கை கூப்பியவராக,

"நாளைக்கு இதே நேரம் உங்கள சந்திக்கறேன். எனக்கு நீங்க நல்ல பதிலையே சொல்வீங்கன்னு நான் நம்பறேன். அதே சமயம் இங்க நாம் சந்திச்சதும் பேசியதும் ஒரு பிரம்ம ரகசியம்போல வெளிய தெரியாமலே இருக்கும். இது என் ஜோதிடம் மேல சத்தியம்"

என்றபடியே புறப்பட்ட ஜோதிடரை பிரமிப்போடு பார்த்தாள் ஜானகி!

அவர் விலகவும் ராமண்ணாவும் ஜானகியிடம், "ஜானகி நான் சிவன்மலைக்கு போய்ட்டு நாளைக்கு வரேன்" என்றவராக புறப்பட்டார்.

"அப்பா மறக்காம வந்துடுங்க" என்றனர் அகிலாவும், பிருந்தாவும்!

அவர் சிரித்தபடியே நகர்ந்தார். அவர்களுக்கும் மனதுக்குள் ஒரு இனம் தெரியாத நிம்மதி!

◈◈◈

சர்க்கரைத் தொழிற்சாலை கட்டுவதற்கான இடம் தேர்வாகிவிட்டிருந்தது. ஒரு கிலோமீட்டர் நீள இன்ஞ் டேப்பையும் லெவல் இண்டிகேட்டர்களையும் வைத்து நீள அகலங்களையும் அளந்து கொண்டிருந்தனர்.

அந்த இடப்பரப்புக்குள் ஒரு மூலையில் இருந்தது அந்த ருத்ராட்ச மரம்!

தொழிற்சாலை அமையும் பட்சத்தில் இன்று ஊருக்கு பொதுவாக இருக்கும் அந்த மரமும் பாம்பும் புற்றும் தொழிற்சாலை அனுமதித்தால்தான் மக்களின் வழிபாட்டுக்கு உரியதாக மாற முடியும் என்கிற நிலை!

பிரசிடென்ட் அருணாசலத்திடம் சில ஊர்க்காரர்கள் என்னங்க இது... நாளைக்கு அவர் வழிவிடமாட்டேன்னா நல்லாவா இருக்கும். இப்பவே கேட்டுச் சொல்லிடுங்க என்று சொல்லிக் கொண்டிருந்தனர்.

அருணாசலம் அது பற்றி பேச சரியான நேரத்தை எதிர்பார்த்துக் கொண்டிருந்தார். அர்ஜுன் மிகவே பரபரப்பாக இருந்தான்.

காணாமல் போன எஞ்ஜினியரும் என்ன ஆனார் என்றே தெரியாத நிலையில், மீதமுள்ள மூன்று எஞ்ஜினியர்களில் ஒருவர் இன்ச்டேப்போடு ஷூ அணிந்த கால்களோடு ருத்ராட்ச மரம் அருகே வந்து, "இந்த மரத்தை எல்லாம் வெட்ட வேண்டியிருக்கும் என்று பேசிக் கொண்டிருக்கும்போதே மரத்தில் இருந்து பொடிபோல் ஒன்று சிதறி அவர் கண்களில் படவும் கண்களை கசக்கிக்கொள்ளத் தொடங்கினார்.

எரிச்சல் சற்று அடங்கவும் கண் திறந்து பார்த்தார். ஆனால் பார்வைதான் சுத்தமா தெரியவில்லை. "ஐயோ...!" அலற ஆரம்பித்தார் அவர்!

* ——— *

32

ராமநாமத்தை சொல்வது எத்தனை உயர்வையும், மேன்மையையும் ஒருவருக்கு தருகிறதோ அதற்கு சளைக்காத இறை நாமங்களும் அவைகளால் பெரும் உயர்வும் ஏற்பட்ட சம்பவங்களும் நமது ஆன்மீகத்தின் வரலாற்றுப் பாதையில் உண்டு. ராமநாமத்தை போலவே வலியது 'ஓம் நமோ நாராயணா' என்னும் நாமமாகும். இதை அஷ்டாக்ஷரம் என்று கூறுவார்கள். ஓம் நமசிவாய என்பதே பஞ்சாட்சரம் ஆகும். இந்த அஷ்டாக்ஷரத்தில் இருந்தும், பஞ்சாட்சரத்தில் இருந்தும் உருவானதே ராமநாமம்! ராமநாமத்தின் தாய் தந்தையாக விளங்குவதே ஓம் நமோ நாராயணா என்னும் நாமமும், நமசிவாய என்னும் நாமமுமாகும். இதில் நாராயணா என்னும் நாமம் எவ்வளவு உயர்ந்தது, சிறந்தது என்பதற்கு திருக்கோஷ்டியூர் என்னும் ஊரில் நடந்த சம்பவம் ஒன்றே பெரும் சாட்சியாகும்.

இந்த ஊரில்தான் பெரிய நம்பி என்னும் பெயரில் ஒரு வைணவ குரு இருந்தார். இந்த குருவிடம் மந்திர உபதேசம் பெற்ற பிறகே அந்த மந்திரத்தை தோத்திரம் செய்து கடைத்தேற முடியும். குரு மூலமாக உபதேசிக்க பெறாத மந்திரங்கள் மின் கம்பத்துடன் இணைக்கப்படாத விளக்குகள் போன்றவை. மின்கம்ப இணைப்பு இருந்தாலே மின்சாரம் பாய்ந்து விளக்காலும் ஒளியினைத் தரமுடியும்.

மின் கம்பம் போன்றவர்தான் குரு என்பவர். குரு என்கிற வார்த்தைக்கே 'இருளை நீக்கி' ஒளியைத் தருபவர் என்பதுதான் உட்பொருள். எனவே இன்று வைண உலகமே தங்களின் மேலான குருவாக போற்றி கொண்டாடும் ராமானுஜர்தான் ஒரு குருவாக பரிமளிப்பதற்கு முன் ஒரு சராசரி மனிதனாக இருந்த நாளில் குருவிடம் உபதேசம் பெறுவதற்காக பெரிய நம்பியான குருவைப் பற்றி அறிந்து அவரைத் தேடி வந்தார்.

அதுவும் எங்கிருந்து?

காஞ்சிபுரத்தில் இருந்து...

நடைபயணமாக திருக்கோஷ்டியூர் வந்து சேர பத்து நாட்களாவது ஆகும். அப்படி அவர் ஒவ்வொரு முறை வரும்போது நம்பி அவர்கள் ராமானுஜரிடம் கேட்பார்.

“யார் நீ?”

“நான் ராமானுஜன் உபதேசம் பெற வந்திருக்கிறேன்” என்பார் ராமானுஜம்... உடனேயும் நம்பியும் 'அடுத்தமுறை பார்க்கலாம், போய்வா' என்று கூறிவிடுவார். ராமானுஜரும் குருநாதராகிய நம்பி மறுவார்த்தை பேசமாட்டார்.

'நான் வெகுதூரத்தில் இருந்து வருகிறேன். என்னை அலைய விடாதீர்கள்' என்று சொல்லலாம்தான்.

ஆனால் சொல்லமாட்டார். நம்பியும் 'உன்னை நான் சிஷ்யனாக ஏற்க விரும்பவில்லை' என்று கூறிவிட்டால் ராமானுஜரும் வேறு ஒரு குருநாதரை தேடிப் போயிருக்கக்கூடும். ஆனால் அவரும் அப்படிக் கூறாமல் அடுத்தமுறை பார்க்கலாம். என்றே கூறினார். இப்படி ஒரு முறையல்ல... இருமுறையல்ல... பதினெட்டு முறைகள் நடந்தன!

பதினெட்டாவது முறை ராமானுஜன் வந்தபோது அவரை சிஷ்யனாக ஏற்றுக்கொண்டு மந்திர உபதேசம் செய்யவும் நம்பி சம்மதித்தார்.

ஏன் இதற்கு முன் சம்மதிக்கவில்லை? இப்போது மட்டும் எதனால் சம்மதித்தார்?

இதன்பின் என்ன நடந்தது?

ஃ

கண்களைக் கசக்கிக்கொண்டு கதறிய அந்த எஞ்ஜினியரை அர்ஜுன் வேகமாக தன் காரில் தூக்கிப் போட்டுக்கொண்டான். கண் விஷயம் என்பதால் மிக சீரியஸாக கருதியவன் அருகில் இருந்த அருணாசலத்திடம் இங்க 'கண் ஆஸ்பத்திரி எங்க இருக்கு?' என்று கேட்டான். அவரோ "நல்ல கண் ஆஸ்பத்திரின்னா திருநெல்வேலிக்குதான் தம்பி போகணும்" என்றார்.

"உங்களுக்கு ஆஸ்பத்திரி இருக்கற இடம் தெரியுமா?"

"தெரியும்..."

"ஏறுங்க..."

அடுத்த நொடி கார் சீறத் தொடங்கியது. கதிரேசனும் தாவி ஏறிக்கொண்டான். மற்ற இரு எஞ்ஜினியர்களும், கண்மணியும் அங்கேயே இருக்கும்படி ஆகிவிட்டது.

அந்த எஞ்ஜினியர்கள் இருவரிடமும் ஒருவித தவிப்பு. காணாமல் போன எஞ்ஜினியரைப் பற்றியும் தகவல் இல்லாத நிலையில், மீதமுள்ள மூவரில் ஒருவருக்கு கண்பார்வையே போய்விடுகின்ற ஒரு நிலை. இருவரும் மாறி மாறிப் பார்த்துக்கொண்டனர்.

"ரங்கராஜ்... இதுக்கு மேல நாம் இங்க இருக்கறது உங்களுக்கு சரியாப்படுதா?" என்று ஆரம்பித்தார் விஷ்ணு என்கிற எஞ்ஜினியர்.

"நானும் அதைப்பத்திதான் யோசிக்கிறேன்..." என்றார் ரங்கராஜ்.

"நான் ஏற்கனவே இந்த பூமிக்காத்தான்பட்டியைப் பற்றி நிறைய கேள்விபட்டிருக்கேன். ஆனா ரியலாவே எக்ஸ்பீரியன்ஸ் பண்ணுவோம்னு நினைக்கல..."

"இங்க ஏதோ ஒரு சக்தி இருக்குது. நம்பளால அதுகூட மோதமுடியும்னு எனக்கு தோணலை..."

"அஃஃப்கோர்ஸ்... மிஸ்டர் அர்ஜுன் வந்துடட்டும் நாம் கிளம்பிடுவோம்..."

அவர்கள் பேச்சு கண்மணியை உசுப்பேற்றியது. "எக்ஸ்கியூஸ்மி சார்... நீங்க படிச்சவங்கதானே?" என்று ஆரம்பித்தாள்.

"நாங்க மட்டுமா மேடம், நீங்களும்தான்." இப்படி தொட்டுத்தொட்டு மர்மமாவே ஒரு விஷயம் நடந்துகிட்டிருந்தா அதை எப்படின்னு எடுத்துக்கறது?"

"ஏன் அதை மர்மமுன்னு நினைக்கறீங்க... ஜஸ்ட் இட் ஈஸ் எ கோஇன்சிடென்ஸா ஏன் இருக்க கூடாது?"

"அப்படித்தான் இந்த சம்பவத்துக்கு முந்தின சம்பவம் வரை நினைச்சோம் மேடம்..."

"இதையும் அப்படியே நினைங்க..."

"இங்க இப்ப கண்ணுல வந்துருக்கற பிரச்னைக்குகூட ஏதாவது மகரந்தம் காரணமா இருக்கலாம். ஆனா நாம தங்கியிருந்த ரூமுக்கு பாம்பு வந்ததும் அது கும்பிடப்படவும் திரும்பிப் போனதும் ஒரு யூஷ்வலான விஷயமா எங்களுக்கு தோணலை. அதேபோல தான் எங்க சகா ஒருத்தர் காணாம போயிட்டதும்."

"அப்ப இங்க ஒரு சக்தி நம்மை எல்லாம் துரத்தறதுக்கு தயார் ஆயிடிச்சுங்கறீங்க..."

"ஏன் அப்படி இருக்க கூடாது?"

"சரி அப்படியே இருக்கட்டும். அந்த சக்தியை எதிர்த்து போராடாம ஓட நினைக்கறது சரியா?"

"அது எங்க வேலை இல்லை. எங்களுக்கு நிறைய அசைன்மெண்ட்ஸ் இருக்கு. இந்த ஊர்ல இருக்கற சக்தியை

எதிர்க்கறது எங்க நோக்கமில்லை. அதனால எங்களுக்கு தனிப்பட்ட முறைல எந்த நன்மையும் ஏற்படப் போறதாவும் எனக்கு தெரியலியே..."

"மெடீரியலாவே யோசிச்சா எப்படி? இப்படி பேசறதால எனக்கு கடவுள் நம்பிக்கை இல்லேன்னு நினைச்சுட வேண்டாம்.

நான் சொல்றத கொஞ்சம் முழுசா கேளுங்க..."

"சரி சொல்லுங்க மேடம்."

"அர்ஜுன் இங்க சுகர் ஃபேக்டரிய போட நினைக்கறதுதான் கோடி கோடியா சம்பாதிக்கிறதுக்காக மட்டுமில்ல... இந்த கிராமமும் முன்னுக்கு வரணும்கறதுக்காகத்தான்..."

"அது எங்களுக்கும் தெரியும்."

"இதை பிடிக்காத யாராவதுகூட இப்படி நடந்துக்கலாம் இல்லையா?"

கண்மணி கேட்ட விதம் அவர்களை சற்று சிந்திக்க வைத்தது. மௌனமானார்கள். அப்போது கொலுசு சப்தம். கையில் கட்டிய பூவுடன் ரஞ்சனி வந்து கொண்டிருந்தாள்.

கண்மணியை பார்த்து இணக்கமாக சிரித்தாள்.

"உன் பேர் ரஞ்சனிதானே?"

"ஆமாம். அதுக்குள்ள மறந்துட்டீங்களா?"

"மறந்துருந்தா இவ்வளவு சரியா கேட்பேனா?"

"அது சரி... என்ன நீங்க மட்டும் இருக்கீங்க... எங்க மத்தவங்கல்லாம்?"

"மத்தவங்கல்லாம்னா...? கண்மணி வேண்டுமென்றே அப்படிக் கேட்டாள்."

"இல்ல சார்... எங்க அப்பா..." ரஞ்சனி குழைந்தாள்.

"அவங்க அவசரமா, திருநெல்வேலி போயிருக்காங்க..."

"எதுக்கு?"

கண்மணி நடந்ததை கூறினாள்.

"ஐய்யய்யோ... இங்க அவர் ஏதாவது தப்பு பண்ணாரா?"

பதட்டமாக திருப்பிக் கேட்டாள் கண்மணி.

"தப்பா... இது என்ன கேள்வி?"

"இல்ல... அவர் ஏதாவது தப்பு பண்ணியிருப்பார். அதான் அவருக்கு அப்படி ஆகியிருக்கணும்."

"தப்பு பண்ண நாங்க என்ன ரவுடிகளா, இல்லை இங்க தப்பு பண்ணா எந்த மாதிரி வாய்ப்பு இருக்கு?"

எஞ்ஜினியர் விஷ்ணு திருப்பிக் கேட்டார்.

"அப்படி இல்ல... இங்க செருப்புக்காலோட வரக்கூடாது. அப்பவும் தப்பான எண்ணங்கள் கூடாது. இது சாதாரண மரம் இல்லை..."

"வாட் டு யூ மீன்...? சாதாரண மரம் இல்லேன்னா சந்தனமரம் மாதிரி இதற்கு வேல்யூ அதிகமா, இல்ல வேற மாதிரி..."

"இங்க நின்னுகிட்டு இப்படி பேசறதே தப்பு... இது கற்பகமரம் மாதிரி. இங்க நின்னு நாம் நம்பிக்கையோட எத வேண்டிகிட்டாலும் நடக்கும்?"

"அப்ப இந்த மரம் ஒரு சாமி மாதிரிங்கறே."

"நிச்சயமா... இது கோவில் மரம்... இதோ நான்கூட பூ போட்டு கும்பிட்டுவிட்டு போக தான் வந்தேன்."

"நீ நல்லாவே கும்புட்டுக்கோ... நாங்க யார் அதை தடுக்க... ஆமா நீ சொல்றத நாங்க எப்படி நம்பறது?"

"நீங்க பக்தியோடு வேண்டிக்குங்க. அது நடக்கும்போது உங்களுக்கே தெரியும்."

"நிஜமாவா?"

"சத்யமா..."

"சரி... அப்ப நான் இப்பவே இந்த மரத்துகிட்ட வேண்டிக்கறேன். அர்ஜுன் எனக்கு அத்தை பையன். நான் அவன் மாமன்

மகள். அர்ஜுனுக்கும் எனக்கும் கல்யாணமாகணும்னு நான் வேண்டிகிட்டா அது நடக்குமா?”

கண்மணி வேண்டுமென்றே ரஞ்சனியை ஆழம் பார்ப்பதுபோல பேசியது ரஞ்சனியை சற்று திடுக்கிட வைத்தது. மிரட்சியோடு கண்மணியை பார்த்தாள்.

“கமான்... ஸ்பீக்... நான் வேண்டிகிட்டா நடந்துடுமா?”

“பக்தியோட நீங்க வேண்டிகிட்டா நிச்சயம் நடக்கும்...”

ரஞ்சனியின் குரலில் உயிரே இல்லை. ஆனால் அவள் சொன்னதில் உண்மை இருந்தது.

“ரைட்... நான் இப்பவே வேண்டிக்கறேன்...”

“வேண்டிக்கற அளவுக்கு அதுல அப்ப பிரச்னை இருக்கா?”

ரஞ்சனியும் போட்டு வாங்கப் பார்த்தாள்.

“ஆமாம்... அர்ஜுன் யாரையோ லவ் பண்றான்னு தெரியுது.”

“அப்ப அந்த காதலை நீங்க கெடுக்கற மாதிரி இங்க வேண்டிக்கறது தப்பு இல்லையா?”

“நான் காதலுக்காக வேண்டிக்கறது எப்படி தப்பாகும்?”

அவர்கள் இருவரும் பேசிக்கொள்வது எஞ்ஜினியர்கள் விஷ்ணு, ரங்கராஜ் இருவருக்கும் எரிச்சலை ஏற்படுத்தியது.

“மேடம்... இது என்ன அரட்டை அடிக்கற நேரமா? நாங்க ரொம்ப டென்ஷன்ல இருக்கோம். நீங்க என்னடான்னா மர ஆராய்ச்சில இறங்கிட்டீங்களே...” என்று சற்று கோவிக்கவும் செய்தனர். அப்போது அந்த பகுதிக்குள் பத்திரிகை ஆசிரியர் காண்டீபனின் கார் நுழைந்து கொண்டிருந்தது.

போகர் வடிவமைத்ததாக கூறப்படும் பழனி தண்டாயுதபாணி முருகனுக்கு அப்படி என்ன சிறப்பு போகர் எதனால் அந்த முருகன் சிலையை கல்லிலோ இல்லை சதையிலோ உருவாக்காமல் நவபாஷாணம் எனப்படும் விஷத்தை தேர்வு செய்தார்?

ராஜசேகரன், திருவண்ணாமலை

இந்த ஒட்டுமொத்த உலகமே பதில் தெரிந்துகொள்ள விரும்பும் ஒரு கேள்வி இது. நீங்கள் சாதாரணமாக கேட்டுவிட்டீர்கள். ஆனால் எனக்குதான் எப்படி உங்களுக்கான பதிலை தெளிவாகவும் திடமாகவும் கூறுவது என்று தெரியவில்லை.

ஏன் என்றால் பழனி முருகனுக்கு பின்னாலே வானவியல் ரீதியாகவும், ஆன்மீக ரீதியாகவும், விஞ்ஞான ரீதியாகவும், மெய்ஞான ரீதியாகவும் நாம் தெரிந்து கொள்ளவும், புரிந்து கொள்ளவும் அனேக விஷயங்கள் உள்ளன.

முதலில் ஏன் நவபாஷாணத்தில் சிலை செய்தார் என்று பார்ப்போம். பாஷாணம் என்றால் விஷம் என்றும் ஒரு பொருள் உண்டு. எப்போதுமே விஷத்துக்கு அழிக்கும் குணம் உண்டு.

ஒரு மனிதன் விஷமருந்தினால் அவன் உயிர் இயக்கம் நின்றுபோய் அவன் உடலில் உள்ள அவ்வளவு உறுப்புகளும் செயல் இழந்து செல்களும் இறந்துவிடுகின்றன.

மருந்து என்பது இதற்கு நேர் எதிரானது. அது உயிர் இயக்கத்தை ஆரோக்யமாக வைத்திருக்க உதவுகிறது. கூட்டிக் கழித்து பார்த்தால் மருந்தைவிட விஷத்துக்கே சக்தி அதிகம் இருப்பதையும் அதுவே எங்கும் மேலான ஆதிக்கம் செலுத்துவதையும் உணரலாம். அதனால்தான் விஷத்தை தீண்டக்கூட அஞ்சுகிறோம்.

அதை வெகுதொலைவிலும் வைக்கிறோம். இதுதான் விஷத்தின் அடிப்படையான குணம். இப்படிப்பட்ட விஷத்தன்மை கொண்ட ஒன்பது விஷங்களை அதாவது ஒன்பது பாஷாணங்களை குறிப்பிட்ட அளவில் ஒன்றாக கலக்கும்போது அங்கே ஒன்பதுவித சக்திகள் ஒன்றாக இணைந்து ஒரு புதிய சக்தி உருவாகிறது.

சான்றோர்கள் இதை சற்று வேறுவிதமாகவும் கூறுவார்கள். ஒன்பது பாஷாணம் என்பது ஒன்பது கிரகமாகும். இதை

ஒன்பது கிரகத்தை ஒன்றுபடுத்தி ஒன்பது கிரகங்களும் இந்த ஒன்றுபட்ட சக்தி மேல் படும்போது ஒரு புத்துணர்வு பெறுவதாக கூறுவர்.

அப்படி ஒரு புத்துணர்வை தரும் ஒரு சக்தியாக போகர் முருகனை வடிவமைத்தார். அந்த வடிவத்தையும் அவர் ஆண்டிக் கோலத்தில் அமைத்தார். ஏன் ஆண்டிக்கோலம் என்பதன் பின்னே ஒரு ஞானப் பழங்கதை இருக்கிறது.

ஆனால் சித்தர்கள் பார்வையில் அங்கே முருகனே ஆண்டியாக ஒரு சித்தனாக காட்சி தருகிறான். அதனால் அவனுக்கு சித்தநாதன் என்றும் ஒரு பெயர் உண்டு. அந்தக் கோலத்தின் மூலம் அவன் உணர்த்துவது ஒன்றை தான்... முற்றும் துறந்தாலே ஞானம் வசப்படும்,

முற்றும் துறக்க ஒன்பது கோள்களின் துணை மிக அவசியம், கோள்களின் மேலான ஆதிக்கம் ஒருவர் மேல் இருக்கும்போது எவ்வளவு முயன்றாலும் அவரால் துறவியாகி ஞானமடைய முடியாது.

அப்படிப்பட்டவரை கோள்களை அடக்கும் வல்லமை உள்ள ஒரு குருவால் மட்டுமே மீட்டு எடுக்க முடியும். அப்படி ஒரு வல்லமை உள்ள குருநாதனாக முருகன் இருக்கிறான் என்று கொள்ளலாம்.

அதனால்தான் பழனி முருகனுக்கு ராஜ அலங்காரம் என்ற ஒன்று செய்து முருகன் ஞானகுரு மட்டுமல்ல. எல்லா நலன்களையும் அருளவல்லவன் என்றும் நடைமுறையை உருவாக்கினர்.

இப்படி முருகபெருமானின் உருவத்திற்கு பின்னால் பல செய்திகள் உள்ளன. மேலான ஒரு செய்தியும் உண்டு.

அதன்படி பார்க்கையில் பழனி மலை மீது செவ்வாய் கிரகத்தின் கதிர்வீச்சுபடுவதாகவும் அப்படிபடும் கதிர் வீச்சை நவபாஷாணங்களால் மட்டுமே நற்சக்தியாக மாற்ற முடியும்

என்றும் அப்படி அல்லாத பட்சத்தில் அக்கதிர் வீச்சால் சில தீய விளைவுகள் ஏற்பட்டு நாட்டில் சண்டை சச்சரவுகள் ஏற்படுமாம்.

ஏன் என்றால் செவ்வாய் கிரகம் வீரம், கோபம் ஆகியவற்றை தூண்டவும் அடக்கவும் காரணமான கிரகம். எனவே தான் தீர்க்க தரிசனத்தோடு போகர் நவபாஷாண முருகனை ஆண்டிக் கோலத்தில் வடிவமைத்து அதை பழனிமலை மேல் நிறுவினார் என்பர்.

இதனால் செவ்வாய் என்னும் கோளின் சக்தியும் நற்சக்தியாக மாறி மனித சமுதாயத்தை கடைத்தேற்ற பயன்படும் ஒன்றாக விளங்க வேண்டும் என்னும் அவர் எண்ணமும் ஈடேறியதாம்.

இதன் பொருட்டே பழனி முருகனுக்கு ஏராளமான அபிஷேக ஆராதனைகளும் நிகழ்ந்து வருகின்றன.

———

33

ராமானுஜனுக்கு பதினெட்டு முறைக்கு பிறகு பத்தொன்பதாவது முறைதான் நம்பியாகிய குருக்கள் சீடராக அவரை ஏற்றுக்கொண்டு அவருக்கு மந்திரோபதேசம் செய்ய சம்மதித்தார்.

ஏன் பதினெட்டு முறை ராமானுஜரை அவர் அலைக்கழித்தார் என்பதன் பின்னாலே சுவாரஸ்யமான ஒரு விஷயம் உண்டு. இந்த உலகம் அவசியம் அறிந்துகொள்ள வேண்டிய விஷயம் அது! ஒரு சீடனுக்கு என்று சில லட்சணங்கள் இருக்கிறது. இந்த லட்சணங்கள் தோற்றம் சார்ந்தவை மட்டுமல்ல... மனம் சார்ந்ததும்கூட! மனம் சார்ந்த லட்சணங்கள் வெகு சிறப்பாக இருந்துவிட்டால் தோற்றம் சார்ந்த லட்சணங்கள் ஒரு பொருட்டில்லை.

மனம்தான் இங்கே பிரதானம்!

மனம் என்றாலே சப்தம்தானே?

இந்த சப்தமோ மூன்று விதம்... ஒன்று மயக்கவல்ல இசை சப்தம். இன்னொன்று கர்ண கடூரமான இடி சப்தம். ஒன்றால் மனது அமைதி அடையும். இன்னொன்றால் அமைதியை இழக்கும். நம் பேச்சாகிய மொழியும் சப்தமே...! இந்த மொழிச் சப்தம் இசையோடும் சேர்த்தியில்லை இடியோடும் சேர்த்தியில்லை இது பொருள் சார்ந்தது. ஆக சப்தம் எனப்படுவது 'இசை பொருள் ரௌத்ரம்' என்னும் மூவகையை சேர்ந்தது. இதில் பொருளாகிய

மொழிக்குள் நம் மனம் இருக்கின்ற போதிலும் அந்த பொருள் மனத்தில் அகந்தை, திமிர், கோபம், காமம் போன்ற குணங்கள் இருந்தால் அது ரௌத்ரம் சார்ந்ததாகும். மாறாக அடக்கம், அமைதி, பணிவு கொண்டிருந்தால் அது இசை சார்ந்ததாகும்.

ராமானுஜர் மனது இதில் எதை சார்ந்திருந்தது என்பதை உணரவே நம்பியாகிய குருக்கள் அவரை பலமுறை இழுத்தடித்தார். தொடக்கத்தில் ராமானுஜரிடம் சற்று அறியாமையும் இருந்தது.

அதை விலக்கிக்கொள்ள வேண்டிய அவர் அனைத்தும் அறிந்த குருவாகிய நம்பியை தேடி வந்தார். இந்த அறியாமை ஒவ்வொரு முறை அவர் நம்பியை சந்திக்க வரும்போதும் நம்பி அவரைப் பார்த்து கேட்பார்.

'யார் வந்திருப்பது?' என்று...

'நான் ராமானுஜன் வந்திருக்கிறேன்' என்பார் ராமானுஜர். உடனேயே 'அடுத்தமுறை பார்க்கலாம் போய்வா' என்று கூறிவிடுவார் நம்பி. ராமானுஜர் மனது இதனால் கோபப்பட்டு ரௌத்ர குணத்தை தொட்டிருந்தால் அடுத்தடுத்து முயற்சியே செய்திருக்கமாட்டார்.

'ஏன் இப்படி இழுத்தடிக்கிறீர்கள்?' என்று சண்டைதான் போட்டிருப்பார். ஆனால் ராமானுஜர் கோபப்படாமல் மனதை அடக்கி சிந்திக்கிறார். அதன் விளைவாக தன்னடக்கத்தோடு 'என்னிடம்தான் ஏதோ தவறு இருக்கிறது.'

அதனால்தான் குருநாதர் என்னை ஒவ்வொரு முறையும் அடுத்த தடவை பார்க்கலாம் என்று கூறியிருக்கிறார் என்று சிந்தித்த அவர் பத்தொன்பதாவது முறை செல்லும்போது தான் தன்னிடம் உள்ள குறையையும் உணர்கிறார்.

ஒவ்வொரு தடவையும் 'யார் வந்திருப்பது?' என்கிற குருவின் கேள்விக்கு 'நான் ராமானுஜன் வந்திருக்கிறேன்' என்று பதிலளித்து வந்த ராமானுஜர் இம்முறை, 'அடியேன் ராமானுஜன்

வந்திருக்கிறேன் என்று சொன்ன மாத்திரத்தில் உள்ளே வா. இன்று முதல் நீ என் சிஷ்யன்' என்கிறார் நம்பியாகிய குருநாதர்.

'நான்' என்று ஒருவர் உரைக்கும்போது அங்கே அறியாமையோடு அகம்பாவமும் ஒளிந்துள்ளது. அதுவே 'அடியேன்' என்று மாறும்போது பணிவும், தெளிவும் அதில் புலனாகிறது.

ஒரு சீடனுக்கு தேவையும் அதுதானே? இங்கே ராமானுஜரும் நீண்ட நெடிய முயற்சிக்கு பிறகே சீடனாகிறார். இந்த சீடன் பின்னாளில் இந்த உலகத்துக்கே குருவானது எப்படி?

அதனுள்தான் சப்த ரகசியம் என்னும் மாபெரும் பேருண்மை ஒளிந்துள்ளது! அது?

காண்டீபன் காருக்குள் இருந்தபடியே எதிரில் தெரிந்த ருத்ராட்ச விருட்சமரத்தையும், அங்கே எஞ்ஜினியர்களில் இருந்து எல்லோரும் கூடி நிற்பதையும் கவனித்தார்.

மரத்தடியில் தென்பட்ட புற்றும், அதன் மேல் சிந்திக்கிடக்கும் மஞ்சள், குங்குமமும் அது வணக்கத்திற்குரிய இடம் என்பதை அவருக்கு நொடியில் உணர்த்தவும் காருக்குள்ளேயே தன் செருப்புகளை கழற்றிவிட்டுத்தான் காரைவிட்டு இறங்கினார்.

அவரை கண்மணியும் ரஞ்சனியும்கூட பார்த்தனர். அவர் செருப்பை கழற்றிவிட்டு விட்டு வருவதை கண்மணி நுட்பமாக கவனித்தாள். காண்டீபனும் அவர்களை ஊன்றிப் பார்த்தார். அவர்களில் ஒரு எஞ்ஜினியருக்கு காண்டீபனை தெரிந்திருந்தது. "வாங்க மிஸ்டர் காண்டீபன்..." என்று எஞ்ஜினியர் முகம் மலர்ந்தார்.

"அட... நம்ம விஷ்ணு சாரா... நீங்க எங்க இங்க?"

"நாங்க லேண்ட் சர்வே பண்ணவும் அப்படியே மெஷர் பண்ணவும் வந்தோம்..."

“ஓ... அந்த ஷுகர்... ஃபேக்டரி சம்மந்தமாவா?”

“எக்ஸாக்ட்லி... பரவாயில்லியே உங்களுக்கும் தெரிஞ்சிருக்கே.”

“ஊருக்குள்ளேயே எல்லாரும் பேசிக்கும்போது ஒரு பத்திரிகை ஆசிரியரான எனக்கு தெரியாம போகுமா சார்?”

“ஐ சீ... அப்ப ஷுகர்ஃபேக்டரி வரப்போகுதுன்னு ஊர்ல நம்ப ஆரம்பிச்சிட்டாங்களா?” விஷ்ணு கேட்ட விதத்தில் ஒரு சந்தேகம் இழையோடியது.

“என்ன மிஸ்டர் விஷ்ணு நீங்க கேக்கற தொனியை பார்த்தா அது வந்தாதான் வரும்கற மாதிரி தெரியுதே?”

“கிட்டதட்ட அப்படித்தான் காண்டீபன் சார்... நாங்க இந்த ஊருக்கு வந்ததுல இருந்தே வரிசையா பிரச்சினைகள். தொட்ட இடமெல்லாம் ஒரே மர்மம். எங்களுக்கே ஒண்ணும் புரியல...” என்று விஷ்ணு என்கிற அந்த எஞ்ஜினியர் ஒரு நீண்ட பெருமூச்சினை விட்டார். கண்மணி அவரை நெருங்கி வந்தாள்.

“யார் சார் இவர்?”

“ஓ... ஐ ஆம் வெரி சாரி மேடம்... இவரை உங்களுக்கு இன்ட்ரட்யூஸ் பண்ணாமலே பேசிகிட்டிருக்கேன். இவர் பிரபலமான பத்திரிகை ஆசிரியர், பேர் காண்டீபன்...”

“நானும் கேள்விபட்டிருக்கேன் கிளாட் டு மீட் யூ சார்...”

“நான் இங்க ஷுகர் ஃபேக்டரிய ஆரம்பிக்கப்போற மிஸ்டர் அர்ஜுனோட உட்பி...”

“உட்...பீ...?” காண்டீபன் ஆச்சரியமாக கேட்டார்.

கண்மணி வேண்டுமென்றே அப்படி சொன்னதுபோல்தான் இருந்தது. அப்படியே அவள் பார்வை ரஞ்சனி மேலும் சென்றது.

ரஞ்சனிக்கு ‘உட்பீ’ என்பதற்கு அர்த்தம் தெரிந்திருக்கவில்லை ஆகையால் சாதாணமாக பார்த்தாள். அதை அரை சிரிப்போடு ரசித்த கண்மணி, “நீங்க எங்க சார் இந்த ஊர் பக்கம் வந்தீங்க?” என்று கேட்டாள்.

“விசேஷமான ஊர் இல்லையா... அதான் வந்தேன்...”

“யூ மீன் சாமி கும்பிடவா?”

“உம்... அப்படியும் வெச்சுக்கலாம்...”

“அப்படியும் வெச்சுக்கலாம்னா வேற காரணங்களும் இருக்கற மாதிரி தெரியுதே?”

“நிறையவே இருக்கு. ஒரு பத்திரிகை ஆசிரியரா இந்த ஊரோட விசேஷ தன்மைகளை உணர்ந்து என் பத்திரிகைல எழுதணும்கறது என் விருப்பம். அப்படியே நீங்க ஷுகர் ஃபேக்டரி கட்டப் போறீங்களா அது வெற்றிகரமா செயல்படுமான்னு பாக்கறதும் என் எண்ணம்...”

காண்டீபன் சொன்னவிதமே அவர் நோட்டம் போட வந்துவிட்டதை எஞ்ஜினியர்களுக்கு உணர்த்திவிட்டது.

“மிஸ்டர் காண்டீபன்... இங்க கஷ்டப்படப்போறது நாங்க. ஆனா நீங்க அதை பரபரப்பா எழுதி உங்க பத்திரிகை வளர்ச்சிக்கு பயன்படுத்திக்குவீங்களா?” என்ற கேட்டார் என்ஜினியர் ரங்கராஜ்.

“ஒரு ஆங்கிள்ல இருந்து பார்த்தா அப்படிதான். ஆனா என்னோட ஆங்கிள் வேற எஞ்ஜினியர் சார்...”

“உங்க ஆங்கிள் என்னன்னு நாங்க தெரிஞ்சுக்கலாமா?”

“எனக்கு ஒரே ஆங்கிள்தான். இந்த ஊர் ஒரு அற்புதம். ஒரு அதிசயமும்கூட... இந்த அதிசயத்துக்கும், அற்புதத்துக்கும் ஒரு கேடு எதனாலயும் வந்துடக் கூடாது. ஆகையால என்னால முடிஞ்சா அதை தடுப்பேன். இந்த ஊரோட பழமைக்கும் பவித்திரத்துக்கும் நான் துணை நிற்பேன்...”

காண்டீபன் சொன்னதை கேட்டு சிரித்தாள் கண்மணி.

“என்னம்மா சிரிக்கிறீங்க?”

“வந்தது சிரிச்சேன். நீங்க பத்திரிகை ஆசிரியரா இருந்துகிட்டே ஒரு சாமியார் மாதிரி சிந்திக்கிறவர்போல இருக்கு...”

“ஓ பழமை நல்லா இருக்கணும்னு சாமியார்கள் மட்டும் தான் நினைப்பாங்களோ?”

“பின்னே என்ன சார்... ஒரு பத்திரிகை ஆசிரியர்னா அவர் முற்போக்கானவரா இருக்கணும். பிற்போக்கான விஷயங்களை கண்டிக்கணும். மூடத்தனமான விஷயங்கள் நம்பக்கூடாது”

“நானும் அப்படித்தாம்மா இருக்கேன்.”

“அப்ப எப்படி இந்த ஊர் பழமை மாறக்கூடாதுன்னு நினைக்கறீங்க?”

“இது எல்லா காலத்துக்கும் புதுமையான ஒரு ஊரும்மா. பழமைன்னு ஒரு அடையாளத்துக்கு சொல்றோம்கறதுதான் என் அபிப்ராயம்.”

“இது புதுமையான ஊரா?”

“அதுல என்ன சந்தேகம்...? இந்த ஊர்ல இத்தனை வருஷத்துல மழை பெய்யாம போனதேயில்லை. வறட்சியை இந்த ஊர் பார்த்ததே இல்லை. இந்த மண்ணுல விளையாத தாவரங்கள் இல்லை.”

“இந்த ஊர் காத்துல மட்டும் தான் மிகக்குறைந்த அளவுல மாசு இருக்கு. இந்த ஊர்ல மக்களும் சந்தோஷமா இருக்காங்க. போலியோ இல்லை, அம்மை இல்லை, மலேரியா, டெங்குங்கற காய்ச்சல்கள் வந்ததில்லை அவ்வளவு ஏன் இந்த மண்ணுல பிறந்த யாரும் பசின்னு வருத்தப்பட்டதேயில்லை. சராசரியாக இந்த ஊர் மக்கள் 90 வயசு வரை வாழறாங்க.

இவங்களுக்குள்ளயே பெண் கொடுத்து எடுத்து உறவுகளை வளர்த்துக்கறாங்க. சூதாடறது கிடையாது குடிக்கறது கிடையாது, சண்டை போட்டுக்கறது கிடையாது. இப்படி ஒரு ஊரை இந்த உலகத்துல வேற எங்க உங்களால காட்ட முடியும்? இது புதுமையான ஊர்தானே?”

காண்டீபன் அடுக்கிய கேள்விகள் முன்னால் அயர்ந்துவிட்டார்கள் அந்த எஞ்ஜினியர்கள். ரஞ்சனிக்கு அதை கேட்க மிக பெருமிதமாகவும் இருந்தது. ஆனால் கண்மணிக்கு மனது அடங்கவில்லை.

“எடிட்டர் சார்... இந்த ஊரை பத்தி சொல்ல இவ்வளவுதான் இருக்கா இல்லை இன்னும் இருக்கா?”

“ஏம்மா?”

“இல்ல... இதோ இந்த பொண்ணு இந்த ஊர் தான். ஆனா இவ கூட இப்படி பேசலை. ஆனா சென்னைல இருந்து வந்துருக்கற நீங்க பேசறதுதான் ஆச்சரியம்.”

“அவங்களுக்கு பேசத் தெரியாம இருக்கலாம். ஆனா நான் சொன்னதை யாரும் மறுக்க முடியாது. தமிழ்நாட்டோட குட்புக்குல முதல்ல இருக்கற ஊர் இந்த ஊர். இந்த ஊரை பார்த்து ஆச்சரியப்படாத மந்திரிகளோ, தொழிலதிபர்களோ கிடையாது.

அதே சமயம் இந்த ஊருக்கான கட்டுப்பாடுதான் அவர்களை இந்த ஊருக்குள்ள வரவிடலை. இல்லேன்னா இதோட வளத்துக்கு இந்த ஊருக்குள்ள நூறு பணக்காரன் உள்ள நுழைஞ்சு அவனோட பங்களாவும் பண்ணையுமா இந்த ஊர் எவ்வளவோ மாறி இருக்கும்.

அவன் பங்களா வந்துட்டாலே அதுல ஏ.சி. மெஷின் ஃப்ரிட்ஜின்னு எல்லாம் வந்துடும். அப்புறம் அவங்க கார்கள். அப்புறம் அவங்க பயன்பாட்டுக்குன்னு செல் ஃபோன் டி.வியும் வந்துடும்.

அவங்கள பார்க்கவும் பேசவும் அவங்க சார்பான நகரத் தொடர்பு கொண்டவர்கள் வந்து போவாங்க. அப்புறம் இந்த ஊரும் மாசுபட்டு எல்லா ஊரையும்போல மாறி, மழையும் குறைஞ்சு ஒரு சராசரி கிராமமா ஆயிடும்.”

காண்டீபன் மூச்சுவிடாதபடி சொன்ன பதிலை கேட்டு எஞ்ஜினியர்கள் திரும்பவும் அதிர்ந்தனர்.

“அப்ப இந்த ஊர்ல விஞ்ஞான சாதனங்களே நுழைஞ்சிடக்கூடாது அப்படி தானே?” கண்மணிதான் கேட்டாள்.

“ஆமாம்... இது மெய்ஞான பூமி. இங்க விஞ்ஞானம் அடக்க ஒடுக்கமாதான் இருக்கலாம். ஆர்ப்பாட்டம் பண்ண கூடாது.”

“வளர்ச்சி உங்களுக்கு ஆர்ப்பாட்டமா?”

“முதல்ல எது வளர்ச்சின்னு உங்களால் தெளிவா சொல்ல முடியுமா?”

காண்டீபன் கையை ஆட்டி கேட்கவும் கண்மணியும் மேலும் ஆவேசமானாள். ஆனால் எஞ்ஜினியர்கள் அதை ரசிக்கத் தயாராக இல்லை.

“மிஸ்டர் காண்டீபன்... நாங்க வந்ததுல இருந்தே ரொம்ப குழப்பத்துலயும், பயத்துலயும் இருக்கோம். ஆனா நீங்க ஏதோ மேடை கிடைச்சவங்க பேசற மாதிரி பேசிகிட்டிருக்கீங்க. உங்க கருத்துக்களை எல்லாம் கேட்டுக்கற ஒரு சூழ்நிலைல நாங்க இல்லை.

மிஸ் கண்மணி... நீங்களும் இந்த பதிலுக்கு பதில் ஆர்கியுமென்ட்டை தயவுசெய்து விடுங்க.

எங்ககூட வந்த ராம்நாத் என்ன ஆனார்னு இந்த நிமிஷம் வரை தெரியலை. இன்னொருத்தருக்கோ பார்வை என்னாச்சுன்னு தெரியலை.

இப்படி ஒரு நிலைல இங்க நீங்க பட்டிமன்றம் நடத்தறத எங்களால் கேட்டுகிட்டு இருக்க முடியாது. காண்டீபன் சார்... நீங்களும் இந்த ஊருக்கான விளக்கத்தை விட்டுட்டு எங்களுக்கு உதவியா ஏதாவது செய்ய முடியுமான்னு பாருங்க.” என்றார் எஞ்ஜினியர் விஷ்ணு.

“ஓகே... நான் என்ன செய்யணும்?”

“ராம்நாத்னு ஒருத்தர் காணாம போயிட்டார். இன்னொருத்தருக்கோ இந்த மரத்துல இருந்து ஏதோ ஒண்ணுபட்டு கண்ணு போயிடிச்சு”

“நோ பிராப்ளம்... நம்பிக்கையோட இந்த மரத்தடியில இந்த இரண்டு பிரச்சனைக்கும் சேர்த்து வேண்டிக்குங்க. கைல வெண்ணை வெச்சுகிட்டு எதுக்கு நெய்க்கு அலையறீங்க?”

காண்டீபனும் முன்பு ரஞ்சனி சொன்னது போலவே சொன்னதும், கண்மணி தீர்க்கமாகி அந்த ருத்ராட்ச மரத்தை பார்க்கத் தொடங்கினாள்.

இது மரமா இல்லை மாயாவியா? என்றும் ஒரு யுக்தியான கேள்வி அவளுக்குள் முளைவிட்டது.

“என்ன யோசனை ஒரு முட்டாளை நாம் திட்டும்போது மரம் மாதிரி நிக்கறியேோன்னு சொல்வோம்.

ஏன்னா மரம்னா அதுக்கு மூளை கிடையாது. அது ஜடம்கற மாதிரி ஒரு எண்ணம் நமக்கு... அப்படி ஒரு மரம் எப்படி நம்முடைய ஆசாபாசங்களை நிறைவேற்ற முடியும்னு உங்க பகுத்தறிவு இடிக்குதா.” என்று காண்டீபன் கேட்கவும் அதை கண்மணியால் மறுக்க முடியவில்லை!

எவ்வளவோ சித்தர்கள் இந்த நாட்டில் வாழ்ந்துள்ளதை, கேள்விப்படுகிறேன். சித்தர்கள் எவரும் அழிவதில்லை. அவர்கள் உடம்பு அழிந்தாலும் ஆன்மா அழியாது அருந்தொண்டாற்றி வருவதாகவும் கூறக் கேட்டிருக்கிறேன். அத்துடன் சித்தர்கள் என்றாலே சாகசம் புரிபவர்கள் என்றும் அறிந்திருக்கிறேன். இப்படிப்பட்டவர்கள் எதனால் இந்த நாட்டுக்கு எதிரான பகைவர்களின் குண்டுவெடிப்பு சதி, மற்றும் ஒற்றுமைக்கு எதிராக நடப்பவர்களை அரசுக்கு அடையாளம் காட்டாது காடே கதி என்று கிடக்கிறார்கள். நாட்டு நலனில் இவர்களுக்கு அக்கறை இல்லையா?

ராமச்சந்திரன், திருத்தணி

அடேயப்பா எத்தனை பெரிய கேள்வி, ராமச்சந்திரன் நீங்கள் சித்தர்களை சூப்பர் மேனாக பார்ப்பது எனக்கு புரிகிறது. அப்படிப்பட்டவர்கள் அரசாங்கத்துக்கு உதவியாக நின்றால் நன்றாக இருக்குமே என்று எதிர்பார்ப்பதும் புரிகிறது. ஆனால் அவர்களை நீங்கள் சரியாக விளங்கிக் கொள்ளவில்லை என்பதே உண்மை.

தீவிரவாதம், குண்டுவெடிப்பு, போராட்டம் எல்லாம் ஒரு வகையில் நாமாக தேடிக் கொண்டவை. சித்தர்கள்

என்பவர்களோ நான் யார்? என்கிற கேள்வியை தங்களுக்குள் கேட்டுக்கொண்டு அதற்கு விடை தேடி இந்த சமுதாய தொடர்பே வேண்டாம் என்று ஒதுங்கிச் சென்றுவிட்டவர்கள். பின்னர் மெல்ல மெல்ல தங்கள் கேள்விக்கு விடையையும் கண்டு கொண்டார்கள். அவர்கள் நோக்கம் என்பது இந்த சமுதாயத்தை திருத்துவதோ, கடைத்தேற்றுவதோ கிடையாது (அது மடாதிபதிகளின் வேலை.) 'என்னை கடைத்தேற்றிக் கொள்ளவே எனக்கு காலம் போதவில்லை என்பதுதான் அவர்கள் நிலைப்பாடு. இது சுயநலமாயிற்றே இப்படி பொதுநலன் இல்லாமல் இருக்கலாமா என்று நீங்கள் கேட்டால் சிரிப்பார்கள். எது சுயநலம்? உனக்கு எந்த தொல்லையும் தராமல் என்னை நான் பார்த்துக் கொள்வது சுயநலமா' என்று கேட்பார்கள்.

எவ்வளவு நல்லது சொன்னாலும் கேட்காமல் எத்தனை நன்னூல்கள் இருந்தாலும் அதைப் படித்தும் தெளியாமல் பேராசை, பணவெறி, பெண் மோகம், நாகரீக நாட்டம் என்று வாழ்க்கையை ஒரு ஆசை அம்சமாகவே மட்டும் பார்த்து ஏகபோகமாக வாழ்வதற்கே வாழ்க்கை என்று வாழும் உங்களுக்குள் இல்லாத சுயநலமா எங்களிடத்தில் இருக்கிறது என்று திருப்பிக் கேட்பார்கள். அதே சமயம் அவர்கள் காலைப் பிடித்துக்கொண்டு கெஞ்சும்போது கருணை காட்டாமலும் போகமாட்டார்கள்.

தனித்தனியே ஒவ்வொரு மனிதனும் தன்னை சரிப்படுத்திக் கொண்டாலே போதும் இந்த சமுதாயம் சீராகிவிடும் என்பது அவர்கள் கருத்து. அடுத்து தங்கள் வசம் உள்ள பேராற்றல்களை அவர்கள் எதன் பொருட்டும் பயன்படுத்தமாட்டார்கள். பயன்படுத்த தொடங்கி விட்டாலோ அவர்கள் தாங்கள் சேமித்த ஆன்மீக சக்தியை மெல்ல இழந்து ஒன்றுமில்லாமல் ஆகிவிடுவர். என்றால் அவர்களால் என்ன தான் பயன்? என்று கேட்கிறீர்களா...? அவர்களை குருவாகக்கொண்டு அவர்கள் மனதில் இடம் பிடித்தால்

போதும்... தன் பார்வையாலேயே நம்மை ரட்சித்து நல்வழிப்படுத்தி விடுவார்கள்.

பேச்சுக்கூட இரண்டாம்பட்சம்தான்!

* ——— *

34

‘நான் ராமானுஜன் வந்திருக்கிறேன்’ என்று சொன்னவரையில் ஒரு குருவின் சீடனாக ஆகிட முடியாத ராமானுஜர், அடியேன் ராமானுஜன் வந்திருக்கிறேன் என்று சொன்ன மாத்திரத்தில் திருக்கோஷ்டியூர் நம்பியிடம் சீடனாக அவர் சேர்ந்ததைவிட அதன்பின் அவர் நடந்து கொண்டதுதான் இந்த உலகம் இன்றளவும் ஆச்சரியத்தோடு கூறிடும் விஷயமாகும்.

திருக்கச்சி நம்பிகள் ராமானுஜரை சீடனாக ஏற்றுக்கொண்டு அவருக்கு மந்தரோபதேசத்தையும் செய்து முடிக்கிறார். இனி அந்த மந்திரத்தை பக்தியோடு ஜெபித்து ராமானுஜரும் கடைத்தேறலாம்.

ஆனால் ராமானுஜர் அவ்வாறு செய்யவில்லை. மந்திரத்தை ராமானுஜருக்கு உபதேசிக்கும்போது இதை நீ யாருக்கும் உபதேசிக்க கூடாது. அவ்வாறு செய்தால் நீ நரகத்துக்கு செல்ல நேரிடும் என்பதை மறந்துவிடாதே’ என்று கூறியிருந்தார்.

இவ்வாறு ஒரு குருவானவர் கூறுவதற்கு காரணம் உள்ளது. குருவானவர் உபதேசிக்கப் போகும் மந்திரம் என்பது ஒப்பற்றது. அது மலிவானதோ வெறும் சொல்லோ அல்ல... ஒப்பற்ற ஒன்றை தங்கம் வைரம்போல ஒருவர் தனக்குள் வைத்துக்கொள்ள வேண்டும். அது மட்டுமல்ல, மந்திரத்தை உபதேசிக்கும் தகுதி குருநாதருக்கு மட்டுமே உண்டு. அப்போதுதான் அந்த மந்திரம் மந்திரமாகவே திகழ முடியும். இருந்தும் ராமானுஜர்

இந்த கட்டுப்பாட்டை உடைக்க எண்ணுகிறார். திருக்கோஷ்டியூர் கோபுரத்தின் மேல் ஏறிக்கொண்டு 'திரண்டு வாரீஸ் ஜெகத்தீரே.

உங்களை எல்லாம் கடைத்தேற்ற போகும் மந்திரம் ஒன்றை நான் உபதேசிக்கப் போகிறேன்' என்று கூவி அழைக்கிறார்.

கோவில் கோபுரம் முன் மக்களும் திரளுகிறார்கள். அவர்களை நோக்கி எனது குருவானவர் என்னைக் கடைத்தேற்றக் கூறியதை நான் இப்போது உங்களுக்கு கூறப்போகிறேன். நன்றாக கேட்டுக் கொள்ளுங்கள் உங்களை இந்த மாய உலகின் எல்லாவித தளைகளில் இருந்தும் மீட்கப்போவது நான் சொல்லப்போகும் நாமமே என்று கூறி 'ஓம் நமோ நாராயணா' எனும் மந்திரமே அது என்கிறார்.

இந்தச் செய்தி குருநாதரான நம்பிகளின் காதுகளுக்கு செல்கிறது. கொந்தளித்துப் போகிறார். ராமானுஜரை அழைத்து "நீ குரு துரோகியாகிவிட்டாய். உனக்கு நரகம் நிச்சயம்" என்கிறார். ராமானுஜர் கலங்கவில்லை.

'மகிழ்ச்சி குருவே... எனக்கும் இது தெரியும். நான் நன்கு சிந்தித்து, பிறகே இந்த முடிவினுக்கு வந்தேன். ஒரு உயிரை கடைத்தேற்றும் மந்திரம் ரகசியமானதாக இருக்கக்கூடாது.

அதை இப்போது இந்த உலகம் அறிந்துகொண்டு விட்டது. இனி உலகத்தவர் உய்வு பெறுவார்கள்.

எல்லோராலும் என்னைப்போல உங்களை தேடி வந்து உபதேசம் பெற்றுச் செல்ல முடியாது என்பதாலும் நான் இப்படி நடந்து கொண்டேன்.

இதனால் நான் நரகத்துக்கு செல்வேன் என்றால் அதை மகிழ்வோடு ஏற்கிறேன்.

ஏன் என்றால் நான் ஒருவன் நரகம் சென்றாலும் இந்த உலகத்தவர் பலர் சொர்க்கம் செல்வார்களே? அது போதும் எனக்கு என்றாராம்...'

அதைக் கேட்ட நம்பியிடம் பெருந்திகைப்பு. இப்படி ஒரு சமூகநல எண்ணம் எனக்கு தோன்றவில்லையே, நான்கூட நரகத்தை எண்ணித்தானே அச்சப்பட்டேன் என்று மாய்ந்து போய் நின்றாராம்.

அப்படியே ராமானுஜரைப் பார்த்து ராமானுஜா நான் உனக்கு குருவால்ல. நீ தான் எனக்கு குரு என்றாராம். ஒரு மந்திரம் பின்னால் உள்ள இச்செய்திகள் பெரும் சிந்தனையைத் தருவதாகும்.

நமது ஆன்மீகத்தின் வன்மை, தொன்மை வளமைக்கு சான்றாகும்!

❧

காண்டீபன் கேட்ட கேள்வி அவர்கள் அவ்வளவு பேரையுமே ஒரு கணம் சட்டையைப் பிடித்து இழுத்து நிறுத்தியதைப்போல நிறுத்தியது. ஒருவரை ஒருவர் பார்த்துக்கொண்டனர். எஞ்ஜினியர் விஷ்ணு திரும்ப ஒருமுறை அந்த ருத்ராட்ச மரத்தை பார்த்தார்.

"என்ன விஷ்ணு பார்வை?"

"நீங்க சொன்னதை யோசிச்சு பாக்கறேன். ஆனா ஒரு மரம் நம்ம விருப்பங்களை நிறைவேற்றும்கறதை என் அறிவால ஒத்துக்க முடியல..."

"நான் ஒரு பத்திரிகை ஆசிரியன் மிஸ்டர் விஷ்ணு. நானும் இப்படி எல்லாம் யோசிச்சிருக்கமாட்டேன்னு நீங்க நினைக்கறீங்களா?"

"அதான் எனக்கு புதிரா இருக்கு. இதையெல்லாம் படிப்பறிவில்லாத பாமர ஜனங்கள் நம்பலாம். நாம் நம்பலாமா?"

"இந்த தர்க்கத்தை பிறகு வெச்சுக்குவோமே... முதல்ல இதை நீங்க புரிஞ்சக்கறதுக்காக நம்பித்தான் பாருங்களேன்."

"இல்ல... அதுகூட தப்புன்னுதான் சொல்வேன். இது ஒரு மரம். பௌதிக ரீதியா இதுக்கு இருக்கற மதிப்பு வேற... நான்

அதை ரொம்பவே மதிக்கறேன். மரம் இல்லைன்னா மழை இல்லை.

மரம் மண்ணோட வரம். நான் மறுக்கல. ஆனா இது என் எண்ணப்படி நடந்துக்கும்கறத ஒத்துக்க முடியாது. இதால எனக்கு எந்த உதவியும் செய்ய முடியாது.”

“போதும் விஷ்ணு... நாம ரொம்பவே பேசிட்டோம். வந்ததுல இருந்து... ஃபேக்டரி சம்பந்தமான வேலையை பார்த்ததைவிட இந்த ஊரை நினைச்சு பயந்ததும் பேசினதும்தான் அதிகமா இருக்கு.

ஒருத்தர் காணாம போயிட்டார், ஒருத்தருக்கு கண்ணு போச்சு. அடுத்து ஒரு விபரீதம் நடக்கறதுக்கு முந்தி நாம் தெளிவா ஒரு முடிவுக்கு வருவோம்.

இங்க ஒரு தீயசக்தி இருக்கு. அது இந்த ஊருக்குள்ள எந்த ஒரு நல்லதும் நடந்துடக் கூடாதுன்னு நினைக்குது. அதனாலதான் நமக்கு இவ்வளவு கஷ்டங்கள்.

நாம் இப்ப அதை எதிர்த்து போராடப் போறோமா, இல்லை இது நம்ம வேலை இல்லைன்னு ஒதுங்கப் போறோமாங்கற முடிவுக்கு முதல்ல வருவோம்.”

“மரம் வேண்டுதல், பூஜைங்கறதெல்லாம் சுத்தகேனத்தனம்...” என்று ஆவேசமாக குறுக்கிட்டார் இன்னொரு எஞ்ஜினியர்.

அவர்களின் பேச்சை கண்மணி ரசித்தாள். ஆனால் ரஞ்சனியால் ஏற்க முடியவில்லை.

“எங்க ஊர்ல எந்த தீயசக்தியும் கிடையாது. நீங்க நினைக்கற மாதிரி இந்த மரம் ஒண்ணும் சாதாரணம் கிடையாது.

நான் வேண்டிகிட்ட எவ்வளவோ விஷயங்கள் நடந்திருக்கு. இப்பவும் உங்களுக்காக நான் வேண்டிக்கறேன். அப்பவாவது எங்க ஊரை பத்தி தப்பா பேசறதவிடுங்க.

இப்ப உங்களுக்கு என்ன வேணும்? காணாமபோன அந்த எஞ்ஜினியர் திரும்ப வரணும். கண் பார்வைக்காக டாக்டரை

பார்க்க போயிருக்கற எஞ்ஜினியருக்கும் குணமாகணும் அவ்வளவுதானே?"

"ஆமாம்... அதுக்காக நீ என்னம்மா பண்ணப்போறே?"

"நான் வேண்டிக்கறேன்..."

"இதோ பாரும்மா வேண்டிக்கறதும், வேண்டிக்காததும் உன் விருப்பம். அதை எல்லாம் பரிட்சை பண்ற மனநிலையும் இப்ப நாங்க இல்லை. எங்களோட அடுத்த ஸ்டெப் போலீஸ் கம்ப்ளைண்ட். அடுத்து ஆஸ்பத்திரிக்கு போய் எங்க சகாவை பாக்கறது."

"மிஸ்டர் விஷ்ணு... புறப்படுங்க..." எஞ்ஜினியர் ரங்கராஜன் பரபரத்தார். இருங்க சார் இவ வேண்டிக்கறதால என்னதான் நடக்குதுன்னு பாத்துடுவோமே?" என்று கண்மணியும் ஒரு ஆர்வத்துடன் முன்வந்தாள்.

உள்ளபடியே அவள் மனம் அவள் சொல்வதுபோல நடந்துவிடாதா என்று எதிர்பார்த்தபடிதான் இருந்தது. அதற்கு காரணமும் அவளிடம் இருந்தது.

இந்த மரத்தால் கேட்டதை எல்லாம் தரமுடியும் என்றால் அர்ஜுன் ரஞ்சனி மேல் கொண்டிருக்கும் காதல் முறிந்து அவன் தன்னையே மணக்க வேண்டும் என்றும் இதனிடம் கேட்கலாமே?

ஆனால் அதை ரங்கராஜன் கேட்க தயாரில்லை "இப்ப தானே மேடம் சொன்னேன். பரிசோதனை பண்ண எல்லாம் டைம் இல்லைன்னு..."

"அது எனக்கு தெரியாதா? நம்ப கைல இருக்கற நேரத்துக்கு ஏற்ப இவகிட்ட வேண்டிக்க சொல்வோம்."

"என்ன சொல்றீங்க நீங்க?"

"இவ்வளவு நேரம் இருந்துட்டோம். இன்னும் ஒரு அரைமணி நேரம் இருப்போம். இந்த அரைமணி நேரத்துல காணாமபோன அந்த எஞ்ஜினியர் ராமநாதன் திரும்ப வரணும்.

கண்ணுல பிராப்ளமான எஞ்ஜினியருக்கும் குணமாயிடணும். இது இரண்டும் நடந்துட்டா இந்த மரத்துக்கு மனுஷனுக்கும்

மேலான சக்தி இருக்குன்னு ஒத்துப்போம்... என்னம்மா சொல்றே நீ?"

"எனக்கு ஆட்சேபணை இல்லை. என் சாமி என்னை கைவிடாது. நிச்சயம் அரைமணி நேரத்துல இவங்க இரண்டு பேரைப் பத்தி நல்ல செய்தி வரும். இருங்க வேண்டிக்கறேன்." என்று ரஞ்சனி மரத்தின் முன் சென்று அந்த பாம்புப்புற்றுக்கு பக்கத்தில் பவ்யமாக நின்றாள். குனிந்து கொட்டிக் கிடக்கும் மஞ்சள் குங்குமத்தில் கொஞ்சத்தை எடுத்து நெற்றியிலும் பூசிக்கொண்டாள்.

அதன்பின் கண்களை மூடிக்கொண்டு பிரார்த்தனை செய்யத் தொடங்கினாள்.

கண்மணி முகத்தில் ஒரு மலர்ச்சி தெரிந்தது.

காண்டீபன் அதை கவனித்தார். அவள் தூண்டிவிட்டு வேடிக்கை பார்க்கிறாள் என்பது புரிந்துவிட்டது. ஆனால் விஷ்ணுவும் ரங்கராஜனும் எரிச்சலுக்கு ஆளாகிவிட்டிருந்தனர்.

"மிஸ்டர் காண்டீபன் உங்க கார்ல போய் உட்காரலாமா?" என்று கேட்டு மூவருமாக காரை நோக்கி நடந்தனர். காரிலும் ஏறி அமர்ந்தனர். காண்டீபனும் அவர்களோடு போய் அமர்ந்து கொண்டார்.

ரஞ்சனி தன் பிரார்த்தனையில் இருந்து விலகவேயில்லை. கண்மணி அவளை சுற்றிச்சுற்றி வரத் தொடங்கினாள். மரத்தை வணங்க வந்த ஊரைச் சேர்ந்த சிலர் ரஞ்சனியையும் கண்மணியையும் மாறி மாறிப் பார்த்தனர்.

அப்போது பாம்புப் புற்றுக்குள் இருந்து மெல்ல தலையை நீட்டியபடி பாம்பு ஒன்று வெளியே வந்தது. புற்று வாயின் மேல் வளைத்துக்கொண்டு நின்றபடி அது ரஞ்சனியை பார்த்தது.

அதை மரத்தை வணங்க வந்த ஊர்க்காரர்களும் பார்த்து படபடவென்று கன்னத்தில் போட்டுக்கொண்டனர். கண்மணியும் கவனித்தாள். காருக்குள் இருந்தபடியே எஞ்ஜினியர்களும் பார்த்தனர்.

“மிஸ்டர் காண்டீபன் நீங்க எப்படி இப்படி ஒரு நம்பிக்கைக்கு ஆளானீங்க. ரொம்ப ஆச்சரியமாயிருக்கு” என்று ஆரம்பித்தார் விஷ்ணு.

“ஒரு வார்த்தைல இதுக்கு பதில் சொல்லணும்னா அனுபவம்னு மட்டும் சொல்வேன்” என்றார் காண்டீபன்.

“அப்படி என்ன அனுபவம்?”

“அதை நான் சொன்னா நீங்க நம்பமாட்டீங்க...”

“அப்ப அது நம்பற மாதிரியான அனுபவம் இல்லைன்னு சொல்லுங்க.”

“வெச்சுக்கலாம்.”

“நீங்களே நம்பற மாதிரி இல்லேன்னு ஒத்துகிட்டு அதை எப்படி நம்பறீங்க?”

“உங்களுக்கு உதாரணமாவே சொல்றேன். இப்ப இந்த காருக்குள்ள ஒரு அஞ்சு தலை நாகம் நமக்கு தெரியுதுன்னு வையுங்க.”

“சரி... அதனால?”

“தெரிஞ்ச அது கொஞ்ச நேரத்துல மறைஞ்சிடுதுன்னும் வையுங்க.”

“புரியுது... இதை நாம் வெளிய சொன்னா யாரும் நம்பமாட்டாங்கன்னு சொல்லப் போறீங்க.”

“ஆமா... அதுதானே உலக நடப்பு?”

“அந்த அஞ்சு தலை நாகத்தை நாம வீடியோ எடுத்துட்டா?”

“அந்த வீடியோவை கிராஃபிக்ஸ்னு சொல்வாங்க.”

“அப்ப இதுக்கு தீர்வு?”

“அதை நாம் பிடிச்சு வெச்சுகிட்டு எல்லாரையும் கூப்புட்டு காட்டணும். அப்படி காட்ட முடியலேன்னா அது இல்லூஷன்தான்.”

“அதுதான் மறைஞ்சுபோச்சே. எப்படி பிடிக்க முடியும்? எப்ப அது மறைஞ்சிடிச்சோ அப்ப தெரிஞ்சதுங்கறது ஒரு இல்லூஷன்தானே?”

“பார்த்தீங்களா நாம பாத்ததுலயே ஆயிரம் கான்ட்ரவர்ஸி. அப்புறம் இதுல எதை நம்பறது? கண்ணை நம்பாதே, உன்னை ஏமாற்றும்னு சொன்னது ஒரு உண்மை சார்...”

அவர்களுக்குள் வாக்குவாதம் களைகட்டியபோது மணியும் 30 நிமிடங்களை தொட்டு முடிய இருந்தது. ரஞ்சனி நின்ற இடத்தில் இருந்து அசையவேயில்லை.

“இந்த பொண்ணுக்கு ஆனாலும் ஊர்ப்பாசம். சின்ன வயசுல இருந்தே சாமி நம்பிக்கைய ஊட்டி வளர்த்திருக்காங்கபோல பாருங்க... சாமியார் மாதிரி நின்னு கும்பிட்டுகிட்டு இருக்கறத. அது ஒரு மரம். அதுக்கு மனசு இருக்கற மாதிரி நினைக்கறதே எவ்வளவு பெரிய முட்டாள்தனம்...”

விஷ்ணு விமர்சனத்தில் இறங்கிய நொடி செல்போன் கூப்பிட்டது. காதைக் கொடுத்தார். அர்ஜுன் பேசினான். “சார்... நம்ப எஞ்ஜினியருக்கு கண் சரியாயிடிச்சு. இதை சொல்லத்தான் கூப்பிட்டேன்.

நாங்க திரும்பி வந்துகிட்டிருக்கோம். வெயிட் பண்ணுங்க” என்றான். விஷ்ணுவுக்கு கொஞ்சம்போல இன்ப அதிர்ச்சியாகத்தான் இருந்தது அந்த பதில். அப்படியே பார்வை திரும்பியபோது காணாமல் போன எஞ்ஜினியர் ராமநாதனை சிலர் தோளில் சுமந்தபடி வந்து கொண்டிருந்தனர்!

சித்த சாகசங்கள் எதையாவது நீங்கள் நேரில் பார்த்திருக்கிறீர்களா?

ரவிபிரகாஷ், சென்னை - 61

ஆஹா! அப்படி பாக்கப்போய் தானே சித்தக்கிறுக்கு எனக்கு பிடித்தது. என் இளம்வயதில் நடந்த சம்பவம் இது.

காயத்ரி சுவாமிகள் என்று ஒரு மகான். இவரை சித்தர் என்று சொல்ல முடியாது. காயத்ரி உபாசகர் என்பார்கள். ஆனாலும் சித்துக்களும் செய்வார்.

நாம் அவருக்கு காணிக்கையாக தரும் ஆரஞ்சுப்பழம் மற்றும் பிரசாதங்களில் இருந்து சிவலிங்கம், மற்றும் குட்டி குட்டி தெய்வ உருவங்களை வரவழைத்து தருவார்.

நான் ஒரு சீப்பு வாழைப்பழம் தந்தேன். அதில் ஒரு வாழைப்பழத்தில் இருந்து வேல் ஒன்றை எடுத்து தந்தார். இதை நூற்றுக்கணக்கானோர் முன்னால் செய்தார். அதுதான் ஆச்சரியம்.

அதேபோல இன்னொரு சித்தர் ஒரு இனிப்பு பண்டம் விற்கும் கடைக்கு சென்று இனிப்புகள் வாங்கினார். பணமே தரவில்லை. மாறாக இவர் பணம் தந்ததாக நினைத்துக்கொண்டு கடைக்காரர் மீதி தந்தார்.

ஒரு சித்தர் என் உள்ளங்கை மேல் துணியை போட்டு மூடி ஏதோ சைகை செய்தார். ஒரு திருப்பதி லட்டு வந்தது! இதை கண்கட்டு, கால்கட்டு என்றார்கள். எனக்கு தான் புரியவில்லை. காலம் செல்ல செல்ல யட்சிய வேலை என்கிறவரை தெரிந்து கொண்டேன்.

முழுவதுமாக புரிந்துகொள்ள அதன் பின்னாலேயே செல்ல வேண்டும். ஆனால் எனக்கு அதில் ஈடுபாடில்லை!

———

35

'உலக உயிரினங்களில் மனித இனத்துக்கு மேலான ஒன்று இருந்திட வாய்ப்பில்லை என்றே கூறவேண்டும். வேதங்களின் கருத்துப்படி புல்லாகி, பூண்டாகி, மரமாகி பின் புழு பூச்சியாகி, பாம்பாகி, பறவையாகி அதற்கும் பின் விலங்காகி இறுதியாய் மனிதனாகி என்று வருகின்றது. இந்த மனிதப்பிறப்பின் அடுத்த கட்டமே தேவனாதல்!

மனிதன் தேவனாக முதலில் அவன் தவனாக வேண்டும். அதாவது மனதை அடக்கி தவம் புரிபவனாக வேண்டும். அவரே 'தேவர் என்றானது. மனமோ ஒலிமயமானது. ஒலிமயத்தை அடக்கிட நிசப்தமான அமைதி ஏற்படும். ஏராளமான எண்ணங்களால் ஆன ஒலிமயமான மனதை வலிமையான ஒரே ஒலியான மந்திரச் சொல்லால் மட்டுமே அடக்கிட முடியும். அப்படி ஒரு மந்திரச் சொல்லை உபதேசமாக குரு மூலமாகவே பெற்றிட வேண்டும். அதற்குத்தான் ராமானுஜரும் முயன்றார். வென்றார்.'

இந்த மந்திரச் சொல்லை புரிந்து சொன்னாலும் சரி. புரியாமல் சொன்னாலும் நிச்சயம் நல்ல விளைவையே ஏற்படுத்தும். இதை அன்றாட வாழ்க்கையில் நடைமுறைப்படுத்த விரும்பியே நம்மவர்கள் இறை நாமங்களை பிள்ளைகளுக்கு சூட்டினர். அவர்களை அழைக்கும் சாக்கில் அதை திரும்பத்திரும்ப சொல்லலாம் அல்லவா?

ஆன்மீக விஷயங்களில் இவை எல்லாம் முக்கியமானவை. இதை எல்லாம் உணராமல் தமது ஆன்மீகத்தின் செறிவை அறியவோ, வியக்கவோ முடியாது.

இதுபோல நுட்பமாக உணர வேண்டியவை நிறைய உள்ளன. அவைகளை அறிந்திருந்த நம் முன்னோர்கள் முறையாக ஆவணப்படுத்தாமலும், சரியாக சொல்லாமலும் விட்டதன் விளைவுதான் இன்று நம்மில் பலருக்கும் நமக்கான ஆன்மீக அறிவு இல்லாமல் போக காரணம்!'

ல

எஞ்ஜினியர் ராமநாதனை சுமந்து வந்தவர்களை வசதியாக காண்டீபனின் காரின் பின் சீட்டில் அவரை கிடத்திவிட்டு கையை உதறிக்கொண்டார்கள்.

கண்மணி கிட்டத்தட்ட ஸ்தம்பித்து விட்டிருந்தாள். மற்ற இரு எஞ்ஜினியர்களிடமும் பிரமிப்பு. ரஞ்சனி இன்னமும் கண் திறக்காமல் பிரார்த்தனை செய்தபடிதான் இருந்தாள். காண்டீபன் அர்த்தபுஷ்டியுடன் எஞ்ஜினியர்களை பார்த்தார். அவர்களில் விஷ்ணுவின் விழிகள் அலை மோதியது.

"என்ன விஷ்ணு... இப்ப என்ன சொல்றீங்க?"

"ரியலி எ ஒண்டர். வித் இன் ஆஃப் அன் அவர்ல இரண்டு விஷயமும் சால்வ் ஆயிடுச்சு. ஒண்டர். எ கிரேட் வெரி ஒண்டர்..."

"சரி ராம்நாத் எங்க இருந்தார்... நீங்கல்லாம் யாரு?"

"அத ஏன் கேக்கறீங்க... இவர் பாட்டு சிவன்மலை காட்டுல இருக்கற மதிமயக்கி வனம் பக்கம் போயிட்டாரு நாங்க பாத்துட்டு இழுத்துகிட்டு வந்தோம். மதிமயக்கி வனம் பக்கம் போனாலே மயக்கம் அப்பப்ப வரும். இப்ப வந்துருக்கறதும் அப்படி ஒரு மயக்கம்தான் பயப்படாதீங்க..."

“நீங்கள்ளாம்...?”

“நாங்க சிவன்மலைல மூலிகை எடுக்கப்போன வைத்தியர் குடும்பங்களை சேர்ந்தவங்க...”

“அது எங்க இருக்கு அந்த மலை?”

“அதோ...” அவர்கள் சுட்டுவிரல் தென் பகுதியில் வெகுதூரத்தில் பரவிக்கிடக்கும் மலைத்தொடரை காட்டியது.

“இப்ப அங்க இருந்தா இவரை தூக்கிட்டு வர்றீங்க?”

“ஆமாம்...”

“மைகாட்... எப்படி உங்களால முடிஞ்சது... நம்ப முடியல என்னால...?” என்றார் விஷ்ணு.

“அதை விடு... நாங்க இங்க இருக்கறது எப்படி தெரியும்? அதை சொல்லுங்க...”

“ஐயா எதுக்கு இப்படி படபடப்பா பேசறீங்க. ஒரு சித்தர் சாமி ருத்ராட்ச மரத்துகிட்ட போய் விட்டுட்டு வாங்கன்னு எங்கள அனுப்பினார்.

அதுக்கு தோதா மரவாடி லாரி ஒண்ணு மலையில் இருந்து இறங்கிருச்சு. நாங்களும் இவரை அதுல தூக்கிப் போட்டுகிட்டு இறங்கினோம். இங்க கீழ இறங்கவும், உடனே தூக்கிட்டு வந்துருக்கோம். இவரை உங்களுக்கு தெரியுமா?”

“தெரியாம தான் கேட்டுகிட்டிருக்கோமாக்கும்?”

“அப்ப சரி... எங்க வேலை முடிஞ்சது நாங்க வர்றோம்...”

அவர்கள் கைகளை உதறிக்கொண்டு புறப்பட்டனர்.

எஞ்ஜினியர்கள் விஷ்ணுவுக்கும் ரங்கராஜனுக்கும் வியப்பு தாளவில்லை. கண்மணியும் அவர்கள் சொன்னதை கேட்டு திகைத்துப் போயிருந்தாள்.

“ரங்கராஜ்... இந்தாள் அவ்வளவு தூரம் எப்படிய்யா போயிருக்க முடியும்?”

“எனக்கும் புரியல... ஆமா அவங்க என்ன சொன்னாங்க. சிவன்மலைல அது ஏதோ ஒரு வனம்னு சொன்னாங்களே... வாட் ஈஸ் தட்?”

“நான் சொல்றேன். மதிமயக்கி வனம்...” காண்டீபன் இடையில் நுழைந்தார்.

“மேடம் போய் அந்த பொண்ணுகிட்ட பிரார்த்தனை செய்துகிட்டது போதும்னு சொல்லி கூட்டிகிட்டு வாங்க...” என்று கண்மணியையும் திருப்பிவிட்டார். அவளும் செல்லத் தொடங்கினாள்.

“மிஸ்டர் காண்டீபன் அதை பத்தி முதல்ல சொல்லுங்க.”

“அதுக்கு முந்தி இவர் மயக்கத்தை கலைக்க முடியுமான்னு பார்ப்போமே... வாட்டர் பாட்டில் இருக்கா?”

காரின் டோரின் பக்கவாட்டில் ஒரு மினரல் வாட்டர் பாட்டில் இருந்தது. அது ராம்நாத் முகத்தில் பரவி அவரை எழுப்பிட முயன்றது. அவரும் மெல்ல எழுந்தார். கண்மணியும் ரஞ்சனியை அழைத்து வந்திருந்தாள்.

காருக்கு வெளியே அவர்கள் அவ்வளவு பேரும் சூழ்ந்துகொண்டு நின்றுவிட அவரிடம் நெடுநேரம் வெறிப்பு!

“ராம்நாத்... எங்கய்யா போய்ட்டே.”

“என்ன முழிக்கறே... வாயத்திறந்து பேசய்யா”

“நான்... நான்... ஆமா இவ்வளவு நேரம் நான் எங்க இருந்தேன்?”

“போய்ட்டு வந்தது நீ... கேள்வி கேக்கறது எங்களையா?”

“நான்... நான் மலைல சித்தர் சாமிங்களோடல்ல இருந்தேன்.”

“அப்பா... தெளிவா பேச ஆரம்பிச்சிட்டார்.”

“விஷ்ணு... ரங்கராஜ் எங்க மிஸ்டர் அர்ஜுன்...?”

“எங்கள கேட்கறது இருக்கட்டும். யூரின் பாஸ் பண்ணப்போன நீ எப்படிய்யா அவ்வளவு தூரத்துல இருக்கற மலைக்கு போனே?”

“அது... ஒரு சித்தர் கைய பிடிச்சு கூட்டிகிட்டு போனார்.”

“அவரை எங்கய்யா பார்த்தே?”

“யூரின் பாஸ் பண்ணிட்டு திரும்பி வரும்போது ஒரு பூக்கூடையோட போய்கிட்டிருந்தாரு. கூடைய அவரால தூக்க முடியல. நான் ஹெல்ப் பண்ணேன்.

இந்த பூவெல்லாம் யாருக்குன்னும் கேட்டேன். அவரோ ஆகாச லிங்கத்துக்குன்னு சொன்னாரு. அது எங்க இருக்குன்னு கேட்டேன். என்கூட வா காட்றேன்னு கூட்டிகிட்டு போனாரு.”

“அவர் கூப்பிட்டார் போனேங்கறியே... அறிவிருக்கா எனக்கு ஒரு ஃபோன் பண்ணி எங்களுக்கு சொல்லணும்னு தோணலியா?”

“தோணலையே...”

“என்ன தோணலையே. நாம் இங்கு எதுக்கு வந்துருக்கோம்ன்னு மறந்துட்டியா ராம்நாத்...”

“எனக்கு சுத்தமா ஞாபகம் இல்லை. ஆமா எதுக்கு வந்துருக்கோம்.”

“உம்... கபடி விளையாட... என்னய்யா நீ? நாம லேண்ட் சர்வே பண்ணி ரிப்போர்ட் பிரிபேர் பண்ண வந்தோம். இந்த ஊர்ல சுகர் ஃபேக்டரி போட்றதுக்காக... அண்டர் ஸ்டாண்ட்...”

“அப்படியா?”

“என்னய்யா அப்படியான்னு இவ்வளவு சாதாரணமா கேக்கறியே... ஆமா உனக்கு என்ன ஆச்சு? ஏன் சம்பந்தமில்லாத மூணாம் மனுஷன் மாதிரியே பேசறே...”

“அது மட்டுமில்ல... அவ்வளவு தூரத்துல இருக்கற மலைக்கு வாகனத்துல போனாலேகூட பல மணி நேரங்கள் ஆகும்.

ஆனா நீ மேல போனேன்கறே. ஏதோ மதிமயக்கி வனமாமே, அதுல உன்னை சிலர் பார்த்துட்டுதான் தூக்கிட்டு வந்துருக்காங்க. இப்பவாவது எல்லாம் ஞாபகம் வருதா?”

“வருது... நான் அவர் பூக்கூடையை தூக்கிகிட்டே பத்து பதினைஞ்சு நிமிஷத்துல அந்த மலையோட ஆகாசலிங்க சன்னதிக்கும் போயிட்டேன்... அடேயப்பா எவ்வளவு பெரிய சிவலிங்கம். என்ன ஒரு தேஜஸ்.”

“ராம்நாத் அவரோட எதுலப்பா போனே?”

“நடந்துதான்... எதுல போவாங்கன்னா என்னைய்யா அர்த்தம்.”

“நடந்தா?”

“என்ன நடந்தா? நடந்துதான் போனேன்... அடேயப்பா அந்த மலைதான் என்ன அழகு... அங்க தான் எத்தனை சித்தர் சாமிகள். அந்த ஆகாசலிங்கம் இப்பவும் என் கண்ணுலயே இருக்கு. இங்க இப்ப ஏன் வந்தோம்னு இருக்கு?”

ராம்நாத் பேசப்பேச ஆச்சரியமும் அதிர்வும் விரிந்து கொண்டேதான் போனது.

“அவரை இஷ்டத்துக்கும் கேள்விகள் கேட்டு கஷ்டப்படுத்தாதீங்க. மெல்ல அவரா எல்லாம் சொல்வாரு.”

அனேகமா ஏதாவது ஒரு சித்தர்தான் இவருக்கு கருணை காட்டியிருக்கணும்.” என்ற காண்டீபன் “நமக்குதான் அந்த மலைங்கறது ரொம்ப தூரத்துல இருக்கற ஒரு விஷயம்.

ஆனா அஷ்டமா சித்தி வசப்பட்ட சித்தர் சாமிகளுக்கு அது ஒரு தூரமில்லை. இலஹிமாங்கற சித்தியோட உதவியால் அவங்க பறந்துகூட போயிருப்பாங்க”

“பறந்தா?” எஞ்ஜினியர் ரங்கராஜன் வாய் அதிர்ச்சியில் விரிந்து அப்படியே நின்றுவிட்டது.

“ஆமாம் மை டியர் எஞ்ஜினியர்ஸ்... இந்த மரத்தை நம்ப முடியாதுன்னு சொன்ன மாதிரி இதுக்கும் எதையாவது சொல்லிடாதீங்க. ஃபென்டாஸ்டிக் நம்ப முடியலைன்னு வேணா சொல்லிட்டு போங்க.

ஆனா இந்த மாதிரி அதிசயங்கள் அனுபவிக்கணும். அப்பதான் நமக்கும் ஒரு நம்பிக்கை பிடிப்பு இதெல்லாம் ஏற்படும்.”

“காண்டீபன் முந்தி பேசின மாதிரி இப்ப எங்களால உங்ககிட்ட பேச முடியல. ஏன்னா இந்த மர விஷயத்துல நாங்க தோத்துட்டோம். அதே சமயம் இதெல்லாம் ரொம்ப தற்செயலா நடந்திருக்கவும் வாய்ப்பிருக்குங்கறத மறந்துடாதீங்க.”

“திரும்பவும் வேதாளம் முருங்கை மரம் ஏற ஆரம்பிச்சாச்சா?”

“அட என்ன நீங்க... மனுஷங்க பறக்கறாங்கன்னா அதை எப்படிய்யா நம்பறது?”

“அப்ப நீங்க டி.வி. சேனலை சரியா பாக்கறதில்லைன்னு நல்லா தெரியுது...”

“திடீர்னு டி.வி. சேனல் பக்கம் போனா என்ன அர்த்தம்?”

“ஃபாரின்ல இரண்டு புத்த பிட்சுக்கள் ஒரு பெரிய டவர்ல இருந்து இன்னொரு டவருக்கு அப்படியே அந்தரத்துல பறந்துதான் போனாங்க. அதை கீழ இருந்து ஆயிரக்கணக்கான பேர் பார்த்துகிட்டு இருந்தாங்க...”

“அப்ப இந்த ஊர் சித்தர்களும் அப்படிதான் நாமளும் படம் பிடிக்கலாமகறீங்களா?”

“போதும்... இப்படி எல்லாத்தையும் நின்ன இடத்துல வெறும் கேள்விகளால் புரிஞ்சுக்க முயற்சி செய்யறதே முதல்ல தப்பு. எல்லாத்தையும் அது அதுக்குண்டான இயல்போடதான் அணுகனும். அதுக்கு நீங்க தயாரா?”

காண்டீபன் கேள்வியில் கடுமை.

“தயார்... இப்படி ஒரு சந்தர்ப்பம் வாழ்க்கைல கிடைக்கவே கிடைக்காது” என்று மிகவேகமாய் முன் வந்தார் எஞ்ஜினியர் விஷ்ணு.

அப்போது அர்ஜுன் காரும் அந்த பிராந்தியத்தில் பிரவேசித்தபடி இருந்தது. உடன் அமர்ந்து வரும் எஞ்ஜினியர் முகத்தில் ஒரு பரவசமான பார்வையும் முகத்தெளிவும் தெரிந்தது.

“அர்ஜுன் சார் வந்துட்டார்...” என்று அவர்களும் பரபரப்பாகிவிட அர்ஜுன் ராம்நாத்தை பார்த்து வேகமாக வரத் தொடங்கினான்.

முதல் சித்தன் முருகன் என்றும், இரண்டாம் சித்தன் அந்த சிவனே என்றும், பிறகே மற்ற சித்தர்கள் தோன்றினர் என்றும் கூறுகின்றனரே?

பாரதி தேவன், கோயமுத்தூர்.

ஆம்... நானும் அப்படித்தான் கேள்விப்பட்டேன். முருகன் சிவபிரானின் நெற்றிக் கண்ணில் உள்ள தீச்சுடரில் இருந்து பிறந்தவன். அதுவும் ஒன்றல்ல இரண்டல்ல... ஆறு தீபச்சுடர்கள்!

அந்த ஆறுமே மனித அறிவு ஆறு என்பதை மறைமுகமாக குறிக்கிறது. அந்த அறிவாகிய சித்தத்தை அடக்கி ஆள முடிந்தவர்களே சித்தர்களாவர்.

முருகனும் ஞானப்பழ சண்டை போட்டு தண்டாயுதபாணியாகி பழனிமலை மீது வந்தமர்ந்துவிட்டவன் தானே? அது மட்டுமா? அப்பனுக்கே பாடம் சொன்னவனும்கூட... ஓம் எனும் பிரணவத்துக்கு பொருள் பிரம்மனுக்கே தெரிந்திராத நிலையில் முருகன்தானே சிவனுக்கே உபதேசித்தான்.

அதனால்தான் சித்தர் பெருமக்களில் முதன்மையானவரான போகர் பழனிமலை மேல் முருகனாகிய தண்டாயுதபாணிக்கு நவபாஷாணத்தில் சிலை எழுப்பி கோவிலும் கட்டினார்.

பிறகே அந்த ஈசனும் சுந்தரானந்த சித்தராக மதுரை வீதிகளில் நடமாடி சித்துகள் புரிந்தார்!

* ———— *

36

ஒருவருக்கான ஆன்மீக அறிவு என்பது கற்றுக் கொடுப்பதாலேயோ இல்லை கற்றுக் கொள்வதாலேயோ மட்டும் வந்து விடுவதில்லை. அதைக் கடந்து பல விஷயங்கள் உள்ளன. அதில் பிரதானமானது பூர்வஜென்ம புண்ணிய பலம் என்னும் விஷயமாகும். புண்ணிய பலம் என்பதுதான் தருமங்கள் புரிந்தும், பாவங்கள் புரியாமல் வாழ்ந்தும் கைக்கொள்ளும் ஒன்றாகும்.

இந்த புண்ணிய பலமே ஆன்மீகம் வசப்பட்ட பாதை அமைத்துத் தரும். அதற்கேற்ற இடத்தில் பிறக்க வைக்கும். பிறந்த இடமும் ஆன்மீகத்தில் பொலிவுள்ள இடமாக இருக்கும். தகுந்த குருநாதர் வந்து ஆட்சி கொள்வார். வழிகாட்டுவார். எனவே ஆன்மீகத்தில் நாட்டமில்லாமல் ஒருவர் இருக்கிறார் என்றால் அதன் பின்புலத்தில் இந்த மாய உலகின் ஏற்றத்தாழ்வு மிகுந்த விஷயங்களில் அவர் சிக்கிக் கிடக்கிறார் அதிலிருந்து அவரால் விடுபட முடியவில்லை என்பதே காரணமாகும்.

ஆன்மீக நாட்டம் ஏற்பட்டாலே நம்மை நாம் அறிய முடியும். இந்த உலகின் மில்லியன் டாலர் கேள்வியே 'நான் யார்?' என்பதுதான்... நான் என்பது எனக்கான தோற்றமோ, பெயரோ அல்ல. அது ஒரு மகத்தான உண்மை. அந்த உண்மையை அறிந்திட உடம்போடு வளர்ந்த ஒரு உறுப்பான நமது மூளை மட்டும் போதாது. பலரது கருணையும் வேண்டும். குறிப்பாக உரிய குருவை அடைந்து சரணடைந்துவிட வேண்டும். அவர்

நமக்கு 'நான் யார்?' என்ற கேள்விக்கு விடை கிடைக்க உதவி செய்வார்.

நான் யார்? என்று எல்லோரும் கேட்டு விடுவதில்லை. நான் உன் பிள்ளை என்று இறைவனை சரண் புகுந்து விடுகின்றவர்கள் ஒரு ரகம். இவ்வாறு சரணடைந்தவர்களை கேட்டால் 'நான் கடவுளின் குழந்தை' என்று பளிச்சென்று ஒரு பதிலைக் கூறிவிடுவார்கள்.

இறைவனை சரண்புகுவது ஒருபுறம்... நாமாக முயன்றுதான் பார்ப்போமே என்று தன்னையறிய முயலுபவர்கள்தான் சித்தர் பெருமக்கள். அப்படி அவர்கள் தன்னையறிய முற்படும்போது அவர்கள் அறிந்துகொண்ட ரகசியங்கள் பல உண்டு. அந்த ரகசியங்களில் பலவற்றை இந்த உலகம் சாகஸமாய்த்தான் பார்க்கிறது.

அந்த சாகஸங்கள்...?

ஓடிவந்த அர்ஜுன் ராம்நாத்தை பார்த்து நிம்மதிப் பெருமூச்சுவிட்டான்.

"எங்க சார் போயிட்டீங்க... எப்ப வந்தீங்க?" என்றும் வேகம் குறையாமல் கேட்டான். அப்படியே அவன் வரையில் புதியவராக காண்டீபனையும், ரஞ்சனியையும்கூட பார்த்தான்.

ரஞ்சனியை பார்த்த மாத்திரத்தில் அவனிடம் ஒரு குட்டிப் பரவசமும்கூட. அத்தனை பரபரப்பிலும் அதை கண்மணி கணக்காக புரிந்து கொண்டாள்.

எஞ்ஜினியர் விஷ்ணுவே ராம்நாத் சார்பில் நடந்ததை சுருக்கமாக சொல்லி முடித்தார். அர்ஜுனுக்கு ஆச்சரியம் அப்பி எடுத்தது.

"மிஸ்டர் விஷ்ணு... எல்லாத்தையும் சொன்னீங்களே... அதோ அந்த பொண்ணு அந்த மரத்துகிட்ட வேண்டிகிட்டதையும் அது

அப்படியே நடந்ததையும் மட்டும் சொல்லவேயில்லையே...” என்று எடுத்துக் கொடுத்தார் காண்டீபன்.

“சாரி மிஸ்டர் காண்டீபன். நீங்க சொல்றதும் உண்மைதான். மிஸ்டர் அர்ஜுன்... இப்போதைக்கு இங்க டாப் யாருன்னா இதோ இவங்கதான். இவங்க எங்க சேலஞ்ஜை ஏத்து ஜெயிச்சுட்டாங்க.

இந்த மரம் பத்தி நாங்க முதல்ல கேள்விப்பட்டப்போ பெருசா எடுத்துக்கலை. ஆனா இப்ப எங்களாலேயே எடுத்துக்காம இருக்க முடியலை” என்று முடித்தார் விஷ்ணு.

அர்ஜூன் சற்று விக்கித்துப்போய் முதல் தடவையாக அந்த மரத்தை சற்று மாறுபட்ட எண்ணங்களுடன் பார்த்தான். ஒரு மரத்துக்கு எப்படி மனித விருப்பங்களை நிறைவேற்றி தரும் சக்தி இருக்கமுடியும்? என்ற கேள்வியையும் அவனால் விட முடியவில்லை.

அதே சமயம் காணாமல் போய்விட்டு திரும்பியிருந்த ராம்நாத் விறுவிறுவென்று மரத்தை நெருங்கி மண்டிபோட்டு வணங்கினார். புற்று குங்குமத்தை எடுத்து நெற்றியிலும் வைத்துக்கொண்டார். திரும்பி வந்தார். அர்ஜூனை பார்த்து பேசத் தொடங்கினார்.

“மிஸ்டர் அர்ஜுன்... நான் உங்ககூட வரும்போது ஒரு புராஜக்ட் எஞ்ஜினியராதான் வந்தேன். ஆனா இப்ப எனக்குள்ள எவ்வளவோ மாற்றங்கள். குறிப்பா சிவன்மலைல எனக்கேற்பட்ட அனுபவங்கள் என்னை ஒரு புது உலகத்துக்கே கூட்டிகிட்டு போயிடிச்சு.

என் மனசு எப்பவும் ஏதாவது ஒரு பிரஷர்லயேதான் இருக்கும். இதை பண்ணணும் அதை பண்ணணும்னு ஒரு தவிப்போடயே இருப்பேன். வாழ்க்கைல வெற்றிங்கறதை நான் லட்சக்கணக்கான ரூபாய் சம்பளமாகவும் பெரிய போஸ்டிங்காவும் மட்டும் தான் நினைச்சிருந்தேன். ஆனா அதெல்லாம் ஒண்ணுமேயில்லை.

இந்த உடம்புக்குள்ளயே எவ்வளவு சுகங்கள் எல்லாம் ஒளிஞ்சிருக்கு தெரியுமா? உண்மைல நாம் அதை எல்லாம் உணராத முட்டாள்களாதான் வாழ்ந்துகிட்டிருக்கோம்.

இந்த உலகத்துல நாம இன்பம்னு நினைக்கற எதுவுமே இன்பமே கிடையாது. இதை ஒரு சன்யாசி சொன்னா அதை கேட்டு சிரிச்சிருக்கோம். அவரை கேலி செய்திருக்கோம். ஆனா அனுபவிச்சு பார்த்த பிறகுதானே தெரியுது.

பை த பை நான் தத்துவ மழை பொழியறதா நினைக்க வேண்டாம். மனசுலபட்டதை கொட்டிட்டேன் அவ்வளவுதான். இப்ப பாய்ண்ட்டுக்கு வரேன்.

மிஸ்டர் அர்ஜூன் சிவன்மலைக்கும் இந்த கிராமத்துக்கும் ஒரு நெருங்கிய தொடர்பு இருக்கு. இந்த நாட்டை பிரைம் மினிஸ்டரும், ஜனாதிபதியும் ரூல் பண்ற மாதிரி இந்த ஊரை சித்தர்கள் ரூல் பண்றாங்க.

இது இவர்கள் நடமாடற இடம். அவங்க பூமி.

இங்க அவங்க இந்த உலகத்தை கட்டிக் காப்பாத்தற பல விஷயங்களை ஒரு தோட்டத்துல செடி கொடிகளை வளர்த்து பாதுகாத்துகிட்டு வர்ற மாதிரி பாதுகாத்துகிட்டு வர்றாங்க. அதனாலதான் அர்ஜுன் இன்னமும் இந்த உலகத்துல மழை பெய்துகிட்டு இருக்கு. நிறைய அக்ரமும் அநியாயமும் நடந்தாலும் அதுல இந்த நாடு மூழ்கி அழிஞ்சு போயிடாம பல நல்ல விஷயங்களும் நடந்துகிட்டிருக்கு.

இதை நான் புரிஞ்சுக்கணும்கறதுதான் கடவுளோட விருப்பம். அதனாலதான் நான் காணாமலும் போனேன். அதனாலேயே இந்த உண்மைகளை தெரிஞ்சுகிட்டேன். உங்களுக்கும் இப்ப தெரிவிச்சுகிட்டும் இருக்கேன்.

நீங்க தயவுசெய்து உங்க புராஜக்டை இங்க தொடங்காதீங்க. இந்த உலகத்துல எவ்வளவோ இடங்கள் இருக்கு. அங்க போய் தொடங்குங்க. நானும் என்னால ஆன உதவிகளை செய்யறேன்.

ஆனா இங்க மட்டும் வேண்டவே வேண்டாம்." என்றார்.

மிக நீண்ட பேச்சு!

அவர் பேசி முடிக்கவும் மற்ற எஞ்ஜினியர்களிடம் ஒரு ஸ்தம்பிப்பு. அர்ஜுன் முகத்திலோ ஒரு கேலிச்சிரிப்பு. காண்டீபன் அதை கவனித்தவராக கேட்டார்.

“மிஸ்டர் அர்ஜுன்... மிஸ்டர் ராம்நாத் பேசினதுல உங்களுக்கு உடன்பாடு இல்லேன்னு நல்லா தெரியுது பை த பை மை நேம் ஈஸ் காண்டீபன். நான் ஒரு பத்திரிகை ஆசிரியர். இந்த ஊரை பத்தி நல்லா தெரிஞ்சுகிட்டு என் பத்திரிகைல நல்லவிதமா எழுத வந்திருக்கற ஒருத்தன்...” என்றார். அர்ஜுன் செருமிக்கொண்டு பதில் சொல்லத் தொடங்கினான்.

“மிஸ்டர் காண்டீபன்... ஒரு பிசினஸை தொடங்கற ஒருத்தர் அதை எப்படி தொடங்கி எப்படி நடத்தணும்கறது அவருக்கு கிடைக்கற வாய்ப்புகளையும் வசதிகளையும் பொறுத்த ஒரு விஷயமாகும்.

அந்த வகைல பார்த்தா இந்த ஊரோட தண்ணீர் வளம், மேன் பவர்னு சொல்லப்படற மனித சக்தி, அப்புறம் ரா மெட்டீரியல்னு சொல்லபடற கரும்பு இதை எல்லாம் நான் அதிகபட்சம் ஐந்து கிலோ மீட்டர் சுற்றளவுக்குள்ள அடைஞ்சு ரொம்ப ரொம்ப லாபகரமா தொழில் செய்ய முடியும்னா அது இங்க மட்டும் தான் சாத்யம்.

இன்னிக்கு புதிய தொழில்கள் தொடங்கப்படறதுலதான் இந்த தேசத்தோட முன்னேற்றமும் இருக்கு. இதுல எந்த தப்பும் இருக்கறதா எனக்கு தெரியல.

மிஸ்டர் ராம்நாத் ரொம்ப எக்ஸைட் ஆயிட்டார். ஹாரி பாட்டர் படம் பார்த்துட்டு தூங்கின ஒரு ராத்திரி எனக்கும் ஆகாயத்துல பறக்கற மாதிரி எல்லாம் கனவு வந்தது. ஆனா அது கனவு... பிரமை! அந்த தெளிவு எனக்கு இருக்கு. ராம்நாத் தனக்கான கனவை நிஜம்போல நம்பிட்டார். அதான் இப்படி எல்லாம் பேசியிருக்கார். அதான் சிரிச்சேன்.” என்றான் அர்ஜுன்.

“அப்ப சரி... இனி உங்க பாடு அந்த சித்தர்கள் பாடு, நான் கிளம்பறேன்” என்று கைகளை கூப்பினார் ராம்நாத்.

“ரைட் மிஸ்டர் ராம்நாத்... உங்க விருப்பப்படியே நீங்க கிளம்புங்க. நான் இவங்கள வெச்சு சமாளிச்சுகறேன்” என்றான் அர்ஜுன்.

ஆனால் எஞ்ஜினியர் விஷ்ணுவும், ரங்கராஜும்கூட “எக்ஸ்யூஸ்மி சார்...” என்று ஒருமித்த குரலில் வாயைத் திறந்தனர்.

“என்ன நீங்களும் ராம்நாத் பக்கம் சாஞ்சிட்டீங்களா?”

“ஆமாம் சார்... யாருடைய பிரைவசியிலயும் தலையிடறது நாகரீகம் கிடையாது. நாங்க சித்தர்களோட பிரைவசியில் தலையிட விரும்பல. ராம்நாத் சொன்னதையும் எங்களால பிரமையா நினைக்க முடியல. கொஞ்சம் முந்திதான் இந்த மரம் தன்னை நிரூபிச்சதை பார்த்தோம். அதனால...”

இருவரும் இழுத்தனர்.

“ஓ... எல்லாரும் ஒண்ணாயிட்டீங்களா... லுக் எனக்கு தெரிஞ்சு எந்த அதிசயமும் நடந்துடலை.

இவரோட கண்கூட ஒரு கண் டாக்டர் சரியான சமயத்துல மருந்து போட்டதாலதான் சரியாச்சு. அப்படியே ஒரு அதிசயமா இருந்தா நீங்க சொல்ற மாதிரி சித்தர்கள் இருக்கறது உண்மைன்னா அவங்க என் எதிர்ல வரட்டும். என் கேள்விக்கெல்லாம் பதில் சொல்லட்டும். நான் விலகிக்கிறேன். ஆனா ஒண்ணு நான் உங்கள்போல பயந்து பின்வாங்க தயாரா இல்லை.”

என்று ஆவேசமாக பேசினான்.

கண்மணி கூர்மையாக கேட்டபடி இருந்தாள். அவளை விடவே கலக்கத்துடன் இருந்தவள் ரஞ்சனிதான்.

ஒருபுறம் அவளுக்கு அவன் அந்த ஊரிலேயே இருக்க வேண்டும் என்கிற எண்ணம், மறுபுறம் எஞ்ஜினியர்கள் கூறுவதுபோல தவறாக எதுவும் செய்துவிடக் கூடாதே என்னும் பயம்... அவளது தவிப்பு கண்மணிக்கு தெளிவாக புரிந்தது. அவள் காதருகில் “இந்த குழப்பமெல்லாம் நீங்கி எது நல்லதோ

அது நடக்கணும்னு இந்த மரத்துகிட்ட வேண்டிகிட்டா அது நடக்கும்தானே?" என்று கேட்டாள்.

"நிச்சயமா..."

"அப்ப நான் போய் இப்பவே வேண்டிக்கறேன்" என்று மரம் நோக்கி நடந்தவளை அர்ஜூனும் சற்று அதிசயமாக பார்த்தான். அதே சமயம் "சார் எங்க லக்கேஜ் எல்லாம் தோப்பு வீட்ல இருக்கு அதை எடுத்துகிட்டு நாங்க கிளம்பறோம். எங்கள ட்ராப் பண்ண ஏதாவது ஏற்பாடு செய்யமுடியுமா?" என்று கேட்டார். எஞ்ஜினியர் விஷ்ணு.

"நான் பிரசிடென்ட் அருணாசலம்கிட்ட சொல்றேன். என்கூட வந்தவர் வர்ற வழியில் ஒரு முக்கியமான வேலைன்னு இறங்கிட்டார். இப்போதைக்கு நாம் இங்க இருந்து புறப்படுவோம்." என்று கண்களை மூடியபடி பிரார்த்திக்க தொடங்கிவிட்ட கண்மணியையும் கை தட்டி அழைத்தான். "கண்மணி... ஷல் வீ மூவ் கமான்" என்று கத்தினான். அவன் கத்தியது அவள் மன ஒருமையை கலைத்தது.

"ஏய் பைத்தியக்காரி... கத்தறது காதுல விழலையா உனக்கு?" என்று கோபமாக சப்தமிட்டவன் "ரஞ்சனி நீ வா போவோம். கார்ல நீ முன்னால ஏறிக்கோ..." என்று பலத்த குரலில் கூறவும் அதற்குமேல் கண்மணியால் பிரார்த்தனையை தொடர முடியவில்லை. வெகுவேகமாய் ஓடி வந்தாள். காரில் ஏற முயன்ற ரஞ்சனியை தள்ளிக்கொண்டும் ஏறி அமர்ந்தாள்.

"பரவால்ல போங்க... நான் நடந்தே வர்றேன்." என்று ரஞ்சனியும் அதை சாதாரணமாக எடுத்துக்கொண்டாள். வேகமாக அர்ஜுனிடமும் ஒரு எண்ணம்.

"கண்மணி நீ இவங்கள கூட்டிகிட்டு தோப்பு ரெஸ்ட் ஹவுசுக்கு போ நான் ரஞ்சனியோட பேசிகிட்டு வரேன்" என்றான். திகைத்துவிட்டாள் கண்மணி. ரஞ்சனியும் வேகமாய் வெட்கத்தையும் பதட்டத்தையும் முகத்தில் எதிரொலித்தாள்.

“ஐயோ இது கிராமம்; பட்டணமில்ல. ஜோடியா போனா தப்பா பேசுவாங்க” என்றாள்.

“யார் தப்பா பேசுவாங்க?”

“ஊருக்குள்ள எல்லாரும்தான்.”

“இன்னும் இந்த மாதிரி எத்தனை வேண்டாத விஷயங்கள் இந்த கிராமத்துல இருக்கு...?”

“வயசுப் பொண்ணு ஒரு வயசுப் பையனோட சேர்ந்து நடக்கறது இங்க மட்டுமில்ல மிஸ்டர் அர்ஜுன், எங்கேயும் தப்பா நினைக்க இடம் கொடுக்கற ஒண்ணுதான்” என்று ரஞ்சனிக்கு வக்காலத்து வாங்கினார் காண்டீபன்.

“சார் நான் ரஞ்சனியை கல்யாணம் பண்ணிக்கப் போறேன். ஷி ஈஸ் மை வுட் பீ... இப்ப கூடவா தப்பு?”

அர்ஜூன் பளிச்சென்று விஷயத்துக்கு கல்யாணத்தை தொட்டு பேசவும் எல்லோருக்குமே அது ஆச்சரிய அதிர்வாக இருந்தது. குறிப்பாக கண்மணிக்கு தானே ஊதிக் கெடுத்துவிட்டது அப்போதுதான் உறைக்க தொடங்கியது.

அதே சமயம் விருட்ச மரத்தை வணங்குவதற்காக வந்திருந்த ஊர்க்காரர் ஒருவர் காதில் அர்ஜுனின் பதில் விழுந்திருந்தது. அவர் அர்ஜுனிடம் வந்து “தம்பி நீங்க ஆசைப்பட்டா மட்டும் போதாது. எங்க சாமி உத்தரவு தந்தாதான் கல்யாணம். அதை முதல்ல தெரிஞ்சுக்குங்க” என்றார்.

இது அவன் வரையில் அடுத்த அடி!

அதிர்வோடு ரஞ்சனியைதான் பதிலுக்கு பார்த்தான். அவள் வெட்கமும் மௌனமுமாக தலையை தாழ்த்திக்கொண்டாள்.

“மிஸ்டர் அர்ஜூன்... உங்களுக்கு இங்க நிறையவே சோதனைகள் இருக்கறதாதான் எனக்கு தோணுது.” என்று குறும்புப் பார்வை பார்த்தார் காண்டீபன்.

சித்தர்களில் பல வகையினர் உள்ளனராமே. என்றால் சித்த முறைகள் பல வகைகளில் உள்ளது என்று தானே பொருள்?

ராஜமாணிக்கம், நாமக்கல்

ஆமாம்!

சித்தம் நமது பாரத தேசத்தில் 'நாதம், ரசம், ஈஸ்வரம், சங்கதம்' என்று நான்கு வகையாக அடையாளம் காணப்படுகிறது. அதாவது நாதம் என்பது சிவபிரானை ஆதி குருவாக ஏற்றுக்கொண்டு அவன் பால் பக்தி செய்துகொண்டு வாழுகின்ற வாழ்வாகும்.

ரசம் என்பது மருத்துவ முறைகளை அறிந்து அதைக்கொண்டு சாகசமெல்லாம் செய்வதாகும். ஈஸ்வரம் என்பது தன்னையே அந்த சிவபெருமானாக பாவித்து நடந்து கொள்வதாகும்.

சங்கதம் என்பது உருவங்கள் எதன் மேலும் பற்று வைக்காமல் மனதை அடக்கி, அதை ஒன்றுமில்லாததாக ஆக்கிக்கொண்டு வாழும் வாழ்வாகும். கிட்டதட்ட பௌத்தர்கள் இப்படித்தான் வாழ்ந்தனர்.

இதுபோக தமிழ்நாட்டில் சித்தர்களை பின்னாளில் பாலவர்க்கம், கைலாயவர்க்கம், மூலவர்க்கம் என்று பிரித்து பார்க்கும் ஒரு நிலை இருந்தது.

பால வர்க்கத்தவர்க்கு முருகன்தான் இஷ்ட தெய்வம். திருமூலர் கைலாயத்தில் இருந்து பூமிக்கு வந்தவர். இவர் கைலாய வர்க்கம். இவரை குருவாக கொண்டவர்களை மூலவர்க்கத்தினர் என்றனர். இதுபோக யோக சித்தர்கள், காய சித்தர்கள், ரசவாத சித்தர்கள் என்று சில பிரிவினர் இருந்தனர்.

யோகக்கலை புரிந்து இறைவனை உணர்ந்தவர்கள் யோக சித்தர்கள். காயகல்பங்களால் உடம்பை பேணியவர்கள் காய

சித்தர்கள். இரும்பை தங்கமாக்கியவர்கள் ரசவாத சித்தர்கள். இவர்களே சித்த வைத்தியத்திலும் சிறந்து விளங்கினர்!

———

37

சித்த சாகசங்கள் பற்றி சிந்திக்கத் தொடங்கினால் நமது புத்தி சித்தர்களை விட்டுவிடும். அவர்களது சாகசங்களைத்தான் பெரிதாக கருதும். இப்படி நாம் கருதக்கூடும் என்பதால்தான் எந்த ஒரு சித்த புருஷரும் மனிதக் கூட்டத்தோடு சேர்ந்து வாழவோ அவர்கள் எதிரில் சாகசங்களைச் செய்யவோ விரும்புவதில்லை.

வாழைப்பழம் என்பது சாப்பிடுவதற்காக படைக்கப்பட்டது.

அதில் நாம் சாப்பிடும் பாகம் உள்ளே உள்ளது. புறத்திலே தோல் இருந்து அதை மூடிப்பாதுகாக்கிறது. நாம் பழத்தை சாப்பிட அந்த தோலை உரிக்கிறோம்.

பழத்தை சாப்பிட்டுவிட்ட பிறகு அந்த தோலுக்கு வேலையில்லை. எனவே அதை தூக்கி குப்பையில் போட்டு விடுகிறோம். இதுதான் நடைமுறை.

பழத்தில் தோல் பிரதானமில்லை. இது வாழ்வியலால் நாம் அறிந்த உண்மை. தலைகீழாக யாராவது தோலை சாப்பிட்டுவிட்டு பழத்தை தூக்கிப் போடுவார்களா?

சித்த சாகசங்கள் என்பதும் அவர்களது தோலைப் போன்றதுதான். நாம் அவர்களது சாகசங்களை பெரிதாக கருதுவது என்பது தோலைப் பெரிதாக கருதுவதற்கு சமமாகும். பழமாகிய அவர்களை நாம் விட்டுவிடுகிறோம் சாகசத்தைப் பிடித்துக் கொள்கிறோம். உண்மையில் இந்த சாகசங்கள் என்பதெல்லாம் பெரிதும் மாயை. இது புரிந்துவிட்டால்

விஞ்ஞானமாகிவிடும். புரியாத வரைதான் இதை சாகசங்களாக அல்லது மந்திர தந்திரமாக நாம் கருதுவோம்.

உதாரணமாக புலிப்பாணி என்றொரு சித்தர் இருந்தார். இவரது வாழ்க்கையில் புலியின் மேலேயே ஏறி அமர்ந்து இவர் வந்ததாக ஒரு சம்பவம் உள்ளது. ஒரு புலியின் மேல் ஒரு மனிதன் எப்படி அதை கட்டுப்படுத்தி அதன்மேல் ஏறி அமர்ந்து வர முடியும்.

'புலி ஒன்றும் யானை, குதிரைபோல சாது இல்லையே.'

ஆனால் முடியாததை சாதித்தால்தானே அது சாகசம் ஆகிறது. புலிப்பாணி அதன் குணத்தை எப்படி மாற்றினார்? புலி எப்படி சாதுவாக மாறி அவருக்கு தன் முதுகில் இடம் அளித்தது என்பதன் பின்னாலே புலிப்பாணி எந்த மந்திர வித்தையையும் செய்யவில்லை. அதில் இருந்தது எல்லாம் தந்திரம்!

அதாவது தன்னுடைய திறம்! இதை வசியம் என்றும் கூறலாம். பார்க்கும் பார்வை மற்றும் பாடிலாங்வேஜ் எனப்படும் உடல் மொழி அத்துடன் மனதில் எண்ணும் தீவிரமான ஒரு வகை எண்ணம் என்னும் மூன்றையும் கொண்டுதான் புலிப்பாணி அதை சாதித்தார்.

அஷ்டமா சித்திகளில் 'வசியம்' எனப்படுவதும் ஒரு சித்தியாகும்! இதை கல்விபோல நாமும் கற்று அடைய முடியும். ஆனால் வாழ்க்கையை இதற்காகவே ஒதுக்கிவிட வேண்டும்!

ஃ

பல சோதனைகள் உள்ளது என்று கூறிய காண்டீபனை சற்று வெறுப்போடு பார்த்தான் அர்ஜூன். அவருக்கும் புரிந்தது.

"என்ன மிஸ்டர் அர்ஜூன்... என் மேல உங்களுக்கு கோவமா வருதா?"

“கோபம் மட்டுமில்ல... எப்படி ஒரு பத்திரிகையாளர் இவ்வளவு பிற்போக்கா இருக்கீங்கன்னு வருத்தமாவும் இருக்கு...” என்றபடி நடந்தான்.

“நீங்க என் கார்ல வரலாம். உங்க கேள்விக்கும் எனக்கு பதில் சொல்ல சந்தர்ப்பம் கிடைச்ச மாதிரி இருக்கும்...”

“சாரி மிஸ்டர் காண்டீபன்.. நீங்க எதையாவது சொல்லி என்னை பிரைன் வாஷ் பண்ணப் பார்ப்பீங்க. நான் யூ.எஸ்ல படிச்சுட்டு வந்தவன்.

சைன்ஸோட விஸ்வரூபத்தை பார்த்து பிரமிச்சவன். மூடத்தனங்களுக்கு நான் முதல் எதிரி. இப்போதைக்கு இந்த பதில் உங்களுக்கு போதுமானது.

நான் உங்ககூட வர விரும்பவில்லை” என்று அவரைவிட்டு விலகி நடந்தான். காண்டீபனிடம் பதிலுக்கு ஒரு புன்னகை கலந்த பெருமூச்சு மட்டும் வெளிப்பட்டது.

◈◈◈

அமர் கார்மெண்ட்ஸ் என்னும் அந்த கார்மெண்ட்ஸ் கம்பெனியின் பெரிய கிராதி கதவுகளுக்கு முன்னால் அந்த ஆட்டோ தேங்கி நின்றது.

உள்ளே இருந்து இறங்கினார் ஜோதிடர் ரங்கசாமி. செக்யூரிட்டி அவரிடம் யாரை பார்க்க வேண்டும் என்று கேட்டான். அவரும் தன் பெயரைக் கூறிய நொடி உள்ளே விட்டான்.

ஓரளவு பெரிய தொழிற்சாலைதான்... நிறைய இளம்பெண்கள் கையில் தைத்த துணிகளுடனும் தைக்க வேண்டிய துணிகளுடனும் ஓடியாடியபடி இருந்தனர்.

அங்கங்கே மாடலிங் ப்ளோ அப் போஸ்டர்கள்.

கையில் தோல்பையுடன் வந்த ரங்கசாமியை பார்த்தபடியே வந்தார் ஒரு டை கட்டிய அதிகாரி.

“நீங்கதான் ஜோசியர் ரங்கசாமியா?”

“ஆமாம்.”

“வாங்க சார். உங்கள் கூட்டிகிட்டு வரச் சொன்னார்” என்று அவரை அழைத்துச் சென்றார். கசகசவென்ற சப்தமான சூழல் ரங்கசாமி அதை பார்த்தபடியே மாடிப்படிகளில் அறைக்கதவு முன்னால் சென்று நின்றார். வெளியே கேமரா பொருத்தப்பட்டிருந்தது.

அவர்கள் வந்து நிற்கவும் கதவுக்கு மேல் உள்ள பச்சை விளக்கு எரிந்தது. அந்த அதிகாரியும் நீங்க உள்ளே போகலாம் என்றார். ரங்கசாமியும் கதவை திறந்துகொண்டு உள்ளே நுழைந்தார். அதிகபட்ச ஏ.சி. குளிரில் அந்த அறை இருந்தது. பெர்ஃப்யூம் வாசனை வேறு.

உள்ளே மேல்நாட்டு அழகிய பெண்களின் அரை நிர்வாணப் படங்கள் மறந்தும் ஒரு சாமி படம்கூட இல்லை.

எதிரில் பெரிய கண்ணாடி மேஜைக்கு அப்பால் நாற்காலியில் அமரேஷ் என்னும் அந்த நிறுவன எம்.டி. அமர்ந்திருந்தான். ரங்கசாமி அவனை ஏறிட்டார்

“வாங்க... நீங்கதான் போன்ல என்கிட்ட பேசின ஜோசியரா?”

“ஆமாம்.”

“பார்க்கணும்னீங்க பார்த்துட்டீங்க என்ன விஷயம்?”

“உட்காரச் சொல்லமாட்டீங்களா?”

“சரி உட்காருங்க...”

ஜோதிடரும் அவனை ஒரு மாதிரியாக பார்த்தபடி நாற்காலியில் அமர்ந்தார்.

“சொல்லுங்க. எனக்கு நிறைய வேலை இருக்கு.”

“தெரியும்... ஆனா வேலையே இல்லாம சும்மாவே கிடக்கப்போற நாள் உங்களை நெருங்கிகிட்டிருக்கே தம்பி... அதை சொல்லத்தான் வந்தேன்!”

“என்ன உளர்றீங்க... என் எதிரியாராவது உங்கள அனுப்பி வெச்சிருக்காங்களா?”

“அப்ப நிறைய எதிரிங்க இருக்காங்கன்னு சொல்லுங்க.”

“யாருக்கு இந்த உலகத்துல எதிரிங்க இல்லை. அதுலயும் நான் கோடிக்கணக்குல சம்பாதிக்கறவன்...”

“மிஸ்டர் ஜோசியர்... நீங்க யார்கிட்ட பேசிகிட்டு இருக்கீங்க தெரியுமா... மைண்ட் யுவர் வேர்ட்ஸ்...”

“எனக்கு இங்கிலீஷ்லாம் தெரியாது தம்பி... ஆனா நீங்க யார், என்ன பண்ணீங்க, என்ன ஆகப் போறீங்கன்னு எல்லாம் எனக்கு நல்லா தெரியும்.”

“சுத்தி வளைக்காம நேரா விஷயத்துக்கு வரீங்களா?”

“வந்தா தாங்குவீங்களா?”

“நானும் வந்ததுல இருந்தே பாக்கறேன். மிரட்ற மாதிரியே பேசறீங்களே...”

“இவ்வளவு பேசினதே மிரட்டல்னா உங்க பிறந்த தேதி நேரத்தை வெச்சு நான் ஜாதகம் கணிச்சிட்டு வந்துருக்கேனே... அதுக்கான பலன்களை சொன்னா நீங்க மிரண்டுல்ல போகணும்”

“உங்களுக்கு யார் என் பிறந்த தேதி நேரத்தை கொடுத்தது?”

“உங்களுக்கு அதெல்லாம் எதுக்கு தம்பி... நான் சொல்றதை கேட்டுட்டு நான் எப்படி ஜோசியம் சொல்றேன்னு சொல்லுங்க. அது போதும் எனக்கு...”

“நான் உங்கள சந்திக்க ஒத்துகிட்டதும் இதுக்காகதான்... என் லைப்லயே நான் இதுவரை ஜோசியம் ஜாதகம் பார்த்ததில்ல. உங்க கிட்டதான் முதல் தடவையா பாக்கறேன். அதுவும் உங்கள பத்தி கேள்விப்பட்டதால...”

“நானும் உங்க ஜாதகம் மாதிரி ஒரு ஜாதகத்தை பார்த்ததில்லை. ரொம்ப ஆச்சரிய மூட்டுற ஜாதகம்...”

“சொல்லுங்க... எல்லாம் நல்லா இருக்குதானே?”

“இருக்கு. ஆனா” என்று ரங்கசாமி ஒரு இழு இழுத்தார். அமரேஷ் முகத்திலும் அதை கண்டு மாற்றங்கள்.

"என்ன இழுக்கறீங்க..."

"இழுக்காம என்ன பண்ண... விஷயம் பயங்கரமா இருக்கே?"

"நீங்க எதையும் மூடி மறைக்காம சொல்லுங்க முதல்ல."

"ஜாதகத்துல உங்கவரைல சுக்கிரன் ஆட்சி பெற்றிருக்கான். சந்திரனும் வக்ரத்துல சஞ்சரிக்கும்போது பிறந்துருக்கீங்க."

"அதனால...?"

"அதனால பெண்கள்னாலே ரொம்ப வீக்கா நீங்க இருக்கணுமே?"

"அப்புறம்?"

"அப்புறம்னு இந்த விஷயத்தை உடனே தாண்டப் பார்த்தா எப்படி?"

"சரி அதுக்கென்ன இப்போ?"

"ஒரு பெண்ணோட பாவமும் சாபமும் ஒண்ணா தெரியுதே..."

"ஜோசியரே... இந்த மாதிரி தப்பா எது இருந்தாலும் தயவுசெய்து சொல்லாதீங்க. நல்லது இருந்தா அதை மட்டும் சொல்லுங்க."

"நல்லதே இல்லை தம்பி... உங்க மேல கொலைபழியும் இருக்கு...!"

ரங்கசாமி கொலை பழி என்றதும் அமரேஷ் முகம் வெளிறிவிட்டது.

"கொலை பழியா... என்ன உளர்றீங்க?"

"உளறல... உங்க கட்டம் காட்டுது. நீங்க கொலை செய்திருக்கீங்க."

"வேண்டாம்... இப்படிப்பட்ட எந்த தகவலும் எனக்கு தெரிய வேண்டாம். எனக்கு ஒரே ஒரு கேள்விக்கு பதில் தெரிஞ்சாபோதும்."

"நான் உங்களை கேட்டதுக்கு பதில் சொல்லாம நீங்க என்னை கேள்வி கேட்டா என்ன அர்த்தம் தம்பி."

"மிஸ்டர் ஜோசியர்... நான் சொல்றது உங்களுக்கு புரியலியா? நீங்க எதையுமே சொல்லாதீங்க. என் கேள்விக்கு பதிலை மட்டும் சொல்லுங்க. என் வாழ்க்கைல இதுக்கு முந்தி என்னவெல்லாமோ நடந்துருக்கலாம்.

ஆனா நான் எதிர்காலத்துல இப்ப இருக்கற மாதிரி இருந்தா அதுவே போதும். நான் நல்லா இருப்பேன் தானே?"

"அதானே இல்லை... கொலைப்பழிக்காக ஜெயில்ல களிதானே இனி திங்கப்போறீங்க..."

"நோ... நீங்க என்னை பயமுறுத்தி காசு புடுங்கப் பாக்கறீங்க..."

"நான் பணம் பத்தியே பேசலியே தம்பி..."

"அப்ப சும்மாவா ஜோசியம் சொல்ல வந்தீங்க?"

"நான் ஜோதிடத்தை வெச்சு பிழைக்கறவன் இல்ல... அதை கடவுளா நினைச்சு கும்புடறவன்... எனக்கு வருமானம் பெருசு கிடையாது. என் கணிப்பு சரியா இருங்காங்கறதுதான் முக்கியம்."

"எதை வெச்சு நான் கைது செய்யப்படுவேன்னு சொல்றீங்க?"

"அதான் கொலை செய்திருக்கீங்களே..."

"நான் கொலை செய்யல... செய்தது அந்த ராமண்ணாதான்னு தீர்ப்பாகி அவரை தூக்குலயும் போட்டுட்டாங்களே..."

"உண்மைல அவர் குற்றவாளியில்லன்னு திரும்ப தெரியவந்தா நீங்க கம்பி எண்ணிதானே தீரணும்?"

"அது எப்படி தெரிய வரும். அந்த கேஸ்தான் முடிஞ்சு அந்த ராமண்ணாவே போய் சேர்ந்துட்டான்ல...?"

"அவர் போனா என்ன... அவர் மகள் வழக்கு தொடுக்கலாம்தானே?"

"அவர் மகள்... மகள்... நோ... தொடுக்கமாட்டா...! இட் ஈஸ் இம்பாசிபிள்... அது முடிஞ்ச விஷயம். இதுக்கு மேல நீங்க ஒரு வார்த்தைகூட பேசக்கூடாது. புறப்படுங்க."

“நீங்க பயப்படறதுல இருந்தும் பதட்டப்படறதுல இருந்துமே உங்க தப்பு எனக்கு நல்லா தெரியவருது. உங்க கட்டங்களும் நீங்க தப்பிக்க முடியாதுன்னு சொல்லுது.”

“ஜோசியரே நீங்க பேசறத பார்த்தா நீங்க எனக்கு ஜோசியம் சொல்ல வந்த மாதிரி தெரியல. ஜோசியர்ங்கற போர்வைல என்னை மிரட்ட வந்திருக்கீங்க...”

“எப்படி வேணா எடுத்துக்குங்க... உங்க நாட்கள் எண்ணப்படப் போகுது. நீங்க இந்த உலகத்துல எந்த மூலைக்கு போனாலும் தப்ப முடியாது. உங்களை கைது செய்து உள்ளபோட்டு உங்களை காக்கப்போறாங்க. இதுல எந்த மாற்றமும் இல்ல.

நீங்க சுதந்தரமா உல்லாசமா சுத்தப்போற நாட்கள் அதிகம் இல்லை. இன்னும் ஒரு வாரம்தான். எண்ணி எட்டாவது நாள் நீங்க கைது செய்யப்படுவீங்க. இது நிச்சயம். இதுதான் என் ஜோசியமும்கூட.

முடிஞ்சா தப்பிக்க பாருங்க. முடியுதான்னு பார்ப்போம்.”

ரங்கசாமி பீதியை கிளப்பிவிட்டவராக புறப்பட்டார். அமரேஷ் முகத்தில் இடி இறங்கியதுபோல அதிர்ச்சி!

◈◈◈

பூமிக்காத்தான்பட்டி தோப்பு வீட்டில் இருந்து எஞ்ஜினியர்கள் புறப்படத் தயாராக இருந்தனர்.

அருணாச்சலம் ஏற்பாடு செய்திருந்த மினி ஏ.சி. வேன் தயாராக இருந்தது. அருணாசலத்திடம் பெரிதாக உயிர்ப்பு இல்லை.

ஆனால் அர்ஜுன் அதே கெத்தோடு இருந்தான். அவர்கள் போவதை பற்றிய கவலையோ வருத்தமோ கொஞ்சமும் இன்றி கண்மணியிடம், “கண்மணி... உன் அப்பாவை கிளம்பி வரச்சொல். மாமா இருந்தாலே எனக்கு போதும். இவங்க அவ்வளவு பேரும் சரி அவர் ஒருத்தரும் சரி” என்று சொல்லிக் கொண்டிருந்தான்.

கண்மணியும் அதை கேட்டு போனை எடுத்து பேசத் தயாரானாள். ஆனால் அதற்கு அவசியமே இல்லாதபடி,

அந்த தோப்பு வீட்டுக்குள் கபாலீஸ்வரனின் கார் நுழைந்து கொண்டிருந்தது!

எல்லா சித்தர்களும் பாடல்களை எழுதியுள்ளார்களா? அந்த பாடல்களில் பெரும்பாலும் அவர்கள் எதை வலியுறுத்தி எழுதியுள்ளனர்?

ராஜேஸ்வரி, கோவை

வெகு சில சித்தர்களே மௌனமாகவே வாழ்ந்துவிட்டு சென்றுள்ளனர். பெரும்பாலான சித்தர்கள் தங்கள் வாழ்க்கை எச்சமாக பாடல்களை எழுதிவிட்டே சென்றுள்ளனர்.

இதில் முதலில் இருப்பவர் போகர். மருத்துவம் சார்ந்த ரகசியங்கள் இவரது பாடல்களில் மிக அதிகம். ஏனென்றால் இவர் மூலிகை, உலோகம், விருட்சம் என்று ஆராய்ச்சிகள் செய்தபடியே வாழ்ந்தவர்.

அடுத்து இவரது சீடரான புலிப்பாணியை கூறலாம். இவரது பாடல்களில் ஜோதிட ரகசியங்கள் மிகுதி. பாம்பாட்டி சித்தர் மனித வாழ்க்கைக்கு அறிவுரைகள் நிறைய கூறியவர். மனதை பற்றி இவர் நிறைய சிந்தித்தவர். கடுவெளிச்சித்தரும் மனம் பற்றியும், மனித வாழ்க்கை பற்றியும் சிந்தித்தவர். இவரது பாடல்களில் எளிய நாட்டுப்புறத் தமிழ் இருந்தது. இவரைப் போலவே எளிய தமிழை பயன்படுத்தி பாடல் புனைந்தவர் இடைக்காடர். சிவவாக்கியர் என்னும் சித்தர் கடுமையான கருத்துக்களைக் கூறியவர். உருவ வழிபாடு ஆராதனைகள் எல்லாம் முட்டாள்தனமானவை என்று சொல்லாமல் சொன்னவர்.

கருவூர்சித்தர் ஆகம சாஸ்திரம், கட்டிடக்கலை, வாஸ்து பற்றி எழுதினார். ஆனால் அதில் பல பாடல்களை காலம் கொண்டு சென்றுவிட்டது.

எல்லா வகையிலும் பாடல்கள் எழுதி தமிழ் மொழியின் சிறப்பை உணர்த்தியவர் திருமூலர். இவரது திருமந்திரத்தில் இல்லாததே இல்லை என்பார்கள்! பட்டினத்தார் பாடல்களோ பெரும் தத்துவப்புதையல் ஆகும்!

———

38

சித்த புருஷர்களிடம் நாம் அதிசயமாக கருதும் விஷயத்தை நாமும் அடைய வேண்டுமென்றால் அதற்கான வாழ்க்கை முறைக்கு நாம் நம்மை மாற்றிக்கொண்டு விடவேண்டும். பள்ளிக்கும், கல்லூரிக்கும் செல்லாமல் எப்படி பட்டம் பெற முடியாதோ அப்படித்தான் சித்த ரகசியங்களையும், சித்த ஜாலங்களையும் அதற்கான தகுதியில்லாமல் பெறவோ குறைந்தபட்சம் புரிந்து கொள்ளவோகூட முடியாது. ஒரு அடிப்படை உண்மை அனைவருக்கும் தெரிந்திருக்க வேண்டும். ஒவ்வொருவருக்கும் சிந்திக்கும் ஆற்றலும், புரிந்துகொள்ளும் ஆற்றலும் ஒவ்வொரு விதமாகவே இருக்கும். அதற்கு அடிப்படை காரணம் அவர் பிறப்பு, சூழல், கல்வி அவருக்கு ஏற்பட்ட அனுபவங்கள் எனும் நால்வகை அடிப்படைதான்.

ஒரு மிகப்பெரிய வேத பண்டிதருக்கு மகனாக பிறந்து நல்ல செல்வாக்கான சூழலில் கல்வி கற்று, பழகும் மனிதர்கள் அவ்வளவு பேரும் பண்டிதர்களாகவே அமைந்துவிட்ட நிலையில், அவரது அனுபவமும் மிக உயர்வாகவும் மேலானதாகவுமே இருக்கும்.

இதுவே ஒரு விவசாயிக்கு மகனாக பிறந்து நிலத்தில் உழுது பயிரிட்டால்தான் சோறு என்னும் நிலையில் வளர்ந்து, கல்வியை பற்றி எண்ணிப் பார்க்கவே இடமில்லாதபடி வயிற்றுப்பாடே பெரிதாக உள்ள சூழலில் வளரும் ஒருவன் மன அமைப்பு வேறு மாதிரிதான் இருக்கும்.

இதெல்லாமே பிறப்பாலே ஏற்படுகின்ற வேறுபாடுகள், இந்த வேறுபாட்டிற்கு ஒருவர்கூட இந்த உலகில் விதிவிலக்காக முடியாது. இப்படி வேறுபாட்டோடு இருக்கும் நாம் அந்த வேறுபாட்டில் இருந்து முற்றிலுமாக விலகி இந்த உலகில் எல்லாவற்றையும் சமமாக கருதும் எல்லைக்கு சென்றுவிட்டவர்களை புரிந்துகொள்ள முயல்வது என்பது ஒரு ஆண்மகன் ஒரு பெண் மகளின் பிரசவ வேதனையை புரிந்துகொள்ள முயல்வது போன்றது.

இதனால்தான் சித்தர்களின் பல விஷயங்கள் புதிராகவே இருந்து வருகின்றன.

ண

யதார்த்தமாக திரும்பிய கண்மணியின் கண்களில் கபாலீஸ்வரன் கார் படவும் செல்போனில் அவரை அழைக்கச் செய்த முயற்சியை கைவிட்டவளாக "அப்பாவே வந்துகிட்டிருக்கார் அர்ஜூன்" என்றாள்.

காரும் சற்றே புழுதியை உருவாக்கியபடி தேங்கி நின்றது. கபாலீஸ்வரனும் இறங்கி வரத் தொடங்கினார். அர்ஜுனுக்கு அவரைப் பார்க்கவும் தெம்பு பெருகி வந்ததுபோல் இருந்தது.

"ஹாய் அங்கிள்" என்றான் உற்சாகமாக.

"என்ன அர்ஜுன் என்னை நீ எதிர்பார்க்கலை இல்ல"

"செர்ட்டன்லி... ஆனா, இப்ப நீங்க இங்க இருந்தா நல்லா இருக்கும்னு நினைச்சேன். உடனே வந்து நிக்கறிங்க! எப்படி அங்க்கிள்!"

"அதான் உன் அங்கிள்..." என்று சிரித்தார் கபாலீஸ்வரன். அப்போது அந்த எஞ்ஜினியர்கள் தங்களுக்கான சூட்கேஸ்களுடன் அவன் முன்வந்து "ஆல் த பெஸ்ட் மிஸ்டர் அர்ஜூன்" என்று கை குலுக்கினர்.

வெளியே காத்திருந்த வேனில் ஏறிக்கொண்டு புறப்பட்டும் சென்றனர். அவர்கள் செல்லும் வரை அமைதியாக இருந்த அர்ஜுன், கபாலீஸ்வரன் பக்கம் பெருமூச்சோடு திரும்பினான்.

"என்ன அர்ஜுன்... இவங்க எங்க போறாங்க?"

"திரும்பிப் போறாங்க அங்கிள்"

"எதனால?"

"வேண்டாம்... இதை பத்தி பேச வேண்டாம். நாம் வேற விஷயம் பேசுவோம்."

"என்ன பேசறே நீ... இவங்கள்ளாம் இல்லாம எப்படி இங்க உன்னால சர்க்கரை தொழிற்சாலை கொண்டுவர முடியும்?"

"அங்கிள்... தொடக்கத்துல நீங்க ஒருவிதமா முட்டுக்கட்டை போட்டீங்க. இந்த ஊர் தொடர்ந்து முட்டுக்கட்டையா போட்டுகிட்டு வருது. அதான் இவங்கள்ளாம் கிளம்பிட்டாங்க. ஆனா நான் முன் வெச்ச காலை பின் வைக்கறதா இல்லை."

"எப்பவுமே நீ உன் பிடிவாதத்தைவிட்டு விலகாதவன்னு எனக்கு நல்லா தெரியும். பை த பை நான் ஏன் வந்தேன்னு நீ கேட்கவேயில்லையே?"

"நீங்க எதுக்காக வந்திருந்தாலும் சரி... இப்ப நீங்க வந்ததுல எனக்கு ரொம்பவே சந்தோஷம். இந்த சர்க்கரை தொழிற்சாலையை நான் இங்க கட்ட நீங்க எனக்கு உதவி செய்தே தீரணும் அங்கிள். நானே உங்களை கூப்பிடச் சொன்னேன்."

"அர்ஜுன்... நான் எப்பவுமே உன்னோட வெல்விஷர். உனக்கு உதவறத நான் கடமையா நினைக்கறேன். ஆனா, இந்த ஊர்ல அது சாத்யமாகுமான்னு நீ யோசிச்சுக்கோ..."

"தயவுசெய்து நீங்களும் நெகடிவா பேசாதீங்க. பேசினவரை போதும். இந்த விஷயத்துல நான் பின்வாங்கினா அதைவிட கேவலம் எதுவுமே இல்லை. கண்மணி, லேப்டாப்பை எடுத்து என் ஜெனரல் மெயில் பாக்சை ஓபன் பண்ணேன்."

"இப்ப எதுக்குப்பா அதெல்லாம்?"

"நீ ஓப்பன் பண்ணு சொல்றேன்"

அவளும் பரபரப்பாய் செயல்படத் தொடங்கினாள். லேப்டாப் மெயில் பாக்ஸ் திறந்துகொண்டது. அதில் அவனுக்கு பல கடிதங்கள்.

குறிப்பாக, வட இந்தியாவில் இன்று மிக முன்னணியில் உள்ள நிறுவனத்தை சேர்ந்தவர்களின் பிள்ளைகள் புதிய சர்க்கரை தொழிற்சாலைக்கு வாழ்த்து அனுப்பியிருந்தனர்.

பிரதம மந்திரியின் தனிச் செயலாளர்கூட ஒரு வாழ்த்துக் கடிதம் அனுப்பி மத்திய அரசின் உதவி... எல்லாவிதத்திலும் கிடைக்கும் என்று குறிப்பிட்டிருந்தார்.

அதை எல்லாம் கபாலீஸ்வரனுக்கு காட்டியவன், "நான் இப்ப பயந்து பின்வாங்கிட்டேன்னு தெரிஞ்சா இவங்கள்ளாம் ஃபியூச்சர்ல என்னை மதிப்பாங்களா?" என்று திருப்பிக் கேட்டான்.

"புரியுதுப்பா... ஆனா இடம் கிடைக்கறதே பெரும்பாடா இருக்கும்போது எப்படிப்பா?"

"நோ பிராப்ளம்... நான் ரஞ்சனியை கல்யாணம் பண்ணிகிட்டா நானும் இந்த ஊர்க்காரன் ஆகிடறேன். ஊர் சட்டப்படி அப்புறம் என்னை யாரும் கேள்வி கேட்க முடியாது."

அந்த பதிலோடு அவன் அருணாசலத்தை பார்க்க அவர் சற்று அசடு வழிய சிரித்தார்.

"வாங்க மிஸ்டர் அருணாசலம்... நீங்க சொல்லுங்க என் மாமாகிட்ட..." என்று அவரை அருகில் அழைத்து சொல்லச் சொன்னான்.

"ஆமாங்க... தம்பி என் மாப்பிள்ளையாகிட்டா என் இடத்தை நான் சீதனமாவே கொடுத்துடுவேன். அப்புறமா யாரும் எதுவும் கேட்க முடியாது" என்று மென்று விழுங்கினார் அருணாசலம்.

"அதுக்கும் கோவில்ல உத்தரவு கேட்கணும்னு சொல்வீங்களே?" கபாலீஸ்வரன் எடுத்துக் கொடுத்தார்.

“ஆமாங்க... கேட்கணும்.”

“அதுல ஒருவேளை உத்தரவு வரலைன்னா...?”

“வரலைன்னா... வரலைன்னா...” அருணாசலம் தயங்கினார்.

“போதும்... வரலைன்னாங்கற பேச்சுக்கே இடமில்லை. வரும்” என்று அந்த எதிர்மறையான கேள்வியை எதிர்த்து அந்த பதில் சொன்னான்.

ஆனால், கடைசிவரை காபலீஸ்வரன் தான் புறப்பட்டு வந்த காரணத்தை மட்டும் அவனிடம் சொல்லவில்லை. அவர் சொல்லாவிட்டாலும் கண்மணி விடுவதாக இல்லை. அருணாசலமும், அர்ஜூனும் சற்று விலகவும் கச்சிதமாக கேட்டாள்.

“அப்பா நீங்க இப்ப எதுக்கு இங்க வந்தீங்க?”

“என்னம்மா... அர்ஜுன் கேட்க வேண்டியதை நீ கேட்கறியா?”

“பேச்ச மாத்தாம பதில் சொல்லுங்க... உங்கள் இப்ப இங்க என்ன வேலை?”

“வேலை இல்லாதவனை எதுக்கு கூப்பிடப் பார்த்தீங்க?”

“ஆனா, கூப்பிட்றதுக்கு முந்தியே வந்து நின்னா என்ன அர்த்தம்?”

“கண்மணி ஒரு அப்பாவா உன்னையும், மாமனா அர்ஜூனையும் காப்பாத்தறதும் என் கடமைம்மா!”

“அப்ப அர்ஜூனுக்கு ஆபத்துன்னு சொல்ல வர்றீங்களா?”

“அதுல என்ன சந்தேகம்?”

“அப்பா... இந்த ஊர் வழக்கமான ஊர் கிடையாதுங்கறத ஒத்துக்கறேன். ஆனா இங்க எந்த ஆபத்துக்கும் இடமில்லேன்னுதான் என் மனசு சொல்லுது.”

“பைத்தியம்... உங்க எஞ்ஜினியர்கள்ல ஒருத்தர் காணாம போய் திரும்பி வந்திருக்கணுமே?”

“ஆமா... அது எப்படி உங்களுக்கு தெரியும்?”

“அதே மாதிரி ஒருத்தருக்கு கண் போய் திரும்ப வந்திருக்கணுமே?”

“எல்லாம் சரி... இதெல்லாம் உங்களுக்கு எப்படி தெரியும்?”

“நான் தூர இருந்தாலும் என் பார்வை எல்லாம் இங்க உங்க மேலதான். அர்ஜுனுக்கும் இளரத்தம்.

அனுபவ அறிவு கிடையாது. அவனை அவன் போக்குலவிட்டா கடைசில அது மரணத்துலதான் முடியும்.”

“நீங்க என்னதான் சொல்ல வர்றீங்க...? அவன் இந்த ஊர் மாப்பிள்ளையாக முடிவுக்கு வந்துட்டான். உங்களுக்கு தெரியும் அவன் பிடிவாதம் பத்தி...”

“ஆமாம்... அந்த பிடிவாதத்தை எப்படி உடைச்சு நொறுக்கணும்னு எனக்குதான் தெரியும்...”

“புரியும்படி சொல்லுங்கப்பா...”

“அர்ஜுன் இந்த ஊர்ல செட்டில் ஆகக்கூடாது. அதேபோல அந்த பொண்ணை கல்யாணம் பண்ணிக்கவும் நான் விடமாட்டேன்.”

“எப்படிப்பா... இந்த ஊர் மிஸ்ட்ரிய நேர்ல பார்த்தே அவன் அசரலை. உங்களால் எப்படி அவனை தவிர்க்க முடியும்?”

“மிஸ்ட்ரியாவது மண்ணாங்கட்டியாவது...”

“என்னப்பா சொல்றீங்க... பக்கத்துல இருந்து நானும் பார்த்துகிட்டே வரேன். இங்க சம்திங் ஒரு பவர் இருக்குப்பா.

அது மட்டுமல்ல... அந்த மரம் உண்மைல ரொம்ப சக்தியுள்ள ஒரு மரம். அங்க நின்னு அந்த ரஞ்சனி வேண்டிகிட்டதெல்லாம் அப்படியே நடந்தது.”

“எல்லாம் காக்கா உட்கார பனம்பழம் கண்மணி”

“என்னால உங்கள் புரிஞ்சுக்கவே முடியலப்பா. ஒரு பக்கம் இந்த ஊர்ல அர்ஜுனுக்கு ஆபத்து அவனை காப்பாத்தணும்னு சொல்றீங்க. இன்னொரு பக்கம் இங்க எதுவுமே இல்லைன்னா என்னப்பா அர்த்தம்?”

“கண்மணி என்னை இப்ப எதுவும் கேட்காதே. இந்த அப்பாவை நம்பு. நான் சொல்ற மாதிரி மட்டும் நடந்துக்கோ அதுபோதும். உன் கழுத்துல அர்ஜுன் தாலிய கட்டுவான்...!”

கபாலீஸ்வரன் குரலில் கொஞ்சமும் சந்தேகத்துக்கு இடமில்லாதபடி நம்பிக்கை தொனித்தது.

“இல்லப்பா... அர்ஜுன் என்னை மனசார ஒத்துக்கணும். ஆனா, அவன் ரஞ்சனியத்தான் நேசிக்கிறான்.

காதல்னா என்னன்னு எனக்கு தெரியும்பா. எனக்காக இந்த விஷயத்துல அர்ஜூன்கிட்ட நீங்க மோதாதீங்க...”

“பைத்தியக்காரி... உனக்காக மட்டுமா நான் அர்ஜுன் விஷயத்துல தலையிடறேன்?”

“அப்ப இன்னும் பல விஷயங்கள் இருக்கா?”

“நிறைய இருக்கு... உன்னால அதை யூகிக்கக்கூட முடியாது. அர்ஜூனுக்கு சொந்தமான பல கோடி சொத்தை இந்த கிராமத்தை சேர்ந்த பட்டிக்காட்டுகாரி கொண்டு போறதுக்கா எங்கக்கா அர்ஜுனை பெத்துப்போட்டா?”

“அப்பா... வேண்டாம்ப்பா இந்த சொத்து ஆசை...”

“நீ சும்மா இரு... பொறுமையா இருந்து நடக்கப்போறத கவனி. உனக்கு ஒரே ஒரு விஷயத்தை மட்டும் சொல்லிக்கறேன்.

எஞ்ஜினியர் காணாம போனதும், சிவன்மலைல அவர் சித்தர்களை சந்திச்சதும் பொய். அவர் என் கஸ்டடிலதான் இருந்தார். என்னாலதான் அவ்வளவு எஞ்ஜினியர்களும் மூட்டையை கட்டிகிட்டு புறப்படறாங்க...

நான் அர்ஜுன் ஆசைக்கு கொடுத்த முதல் அடி...”

“அப்பா...”

“என்னம்மா... நம்ப முடியலியா?”

“சரிப்பா... இங்க இந்த தோப்பு வீட்டுக்குள்ள பாம்பு வந்ததே... அது?”

"பாம்பாட்டிகிட்ட பணம் கொடுத்தா அவன் பாம்பு என்ன, காண்டாமிருகத்தைகூட கொண்டுவந்து விடுவான்."

"கண்ணு போனது எப்படி?"

"அது ஒரு ஸ்ப்ரேயால... மரத்துக்கு பின்னால என் ஆள் ஒருத்தர் இருந்து பொத்தாம் பொதுவா அடிச்ச ஸ்ப்ரே சரியா எஞ்ஜினியர் கண்ணுல பட்டுச்சி... நான் அர்ஜுனுக்கே குறி வெச்சேன்..."

கபாலீஸ்வரன் பேசப்பேச கண்மணிக்கு மயக்கமே வரும்போல் இருந்தது.

சித்த வைத்தியம் என்பது இன்றைய அலோபதி வைத்திய முறைகளுக்கு நடுவில் ஏற்புடையதா? உடம்பை கெடுக்காத இந்த வைத்திய முறைக்கு ஏன் நம் மக்களிடம் பெரிய வரவேற்பு இல்லை?

ராமதாஸ், சென்னை 61

நல்ல கேள்வி!

சித்த வைத்திய முறையோ இல்லை ஆயுர்வேதமோ, யுனானியோ எல்லாமே கிட்டத்தட்ட ஒன்றுதான்.

மண்ணில் விளையும் மூலிகைகள், மரப்பட்டைகள், பூக்கள், காய்கனிகள் இவைகளை பயன்படுத்தி உடலில் சக்தியை ஏற்படுத்தி வியாதியே இல்லாமல் செய்வதே இதன் அடிப்படை.

அதற்கு முன் உடம்பானது வாத உடம்பா, சீதள உடம்பா, பித்த உடம்பா என்று நாடி பார்த்து கண்டறிந்து தரம் பிரித்துபின் அதற்கேற்ப வைத்திய முறையை மேற்கொள்வார்கள்.

அலோபதி மருத்துவத்தில் உடம்பின் பக்கவிளைவு பற்றி பெரிதாக கவலைப்படாமல், ஊசி மாத்திரை என்று தந்து வலியை முதலில் அடக்குகிறார்கள்.

நமக்கும் பூரண குணத்தைவிட வலியில்லாமல் இருப்பது முதல் தேவையாக உள்ளது. ஒருவர் உடம்பு எந்தவகை உடம்பு என்றெல்லாம் பார்ப்பதில்லை. இது ஒருவித குறுக்கு வழி.

சித்த வைத்தியம் செய்துகொள்ள விரும்புகின்றவர்கள் பொறுமை காக்க வேண்டும். பின்விளைவில்லாத வைத்தியமுறை சித்த வைத்தியமுறைதான்.

* ——— *

39

சித்த புருஷர்களை சிந்திக்கும்போது அவர்கள் தோற்றம், புதர்போல தாடி, மீசை, அவர்களது நிர்வாணம்தான் முதலில் நினைவுக்கு வரும்.

உண்மையில் நிர்வாணம் குறித்து சிந்திப்பதற்கு நிறைய விஷயங்கள் உள்ளன. பிறக்கும்போதும் நிர்வாணம், போகும்போதும் நிர்வாணம். நடுவில் ஆடை ஆபரணங்கள் என்பதே மனித வாழ்வாக உள்ளது.

நடுவில் இந்த ஆடை, ஆபரணம் ஏன் நுழைந்தது?

இது இல்லாவிட்டால், விலங்குகள்போல் மனிதன் தன் வாழ்வைத் தொடர்ந்திருந்தால் என்னவாகியிருக்கும் என்றும் கேள்வி எழுப்பி சிந்திக்கலாம்.

'சிக்மண்ட் ஃப்ராய்டு' போன்ற உளவியல் விஞ்ஞானிகளும் சரி, பதஞ்சலி போன்ற உளவியல் மெய்ஞானிகளும் சரி, மனித இனம் பற்றி குறிப்பிடும்போது அழுத்தமாக குறிப்பிடுவது, மனித மனதைப் பற்றித்தான்...

மனம் உடையவர்கள் என்பதாலே மனிதர்கள் என்றார்கள். பின் அதுவே திரிந்து மனிதர்கள் என்றானது என்பார்கள்.

இந்த மன அமைப்பு விலங்குகளுக்கு கிடையாது. சில விலங்குகளுக்கு நல்ல ஞாபகசக்தி உண்டு. அடிப்படை உணர்வுகள் குறித்த எண்ணங்கள் உண்டு. ஆனால், மனிதன்போல் சதாசர்வகாலமும் எதையாவது

எண்ணிக்கொண்டு இருக்கும் மனம், மனிதன் தவிர மற்ற எந்த உயிரினத்துக்கும் கிடையாது.

இந்த மனதின் சிறப்பிற்குரிய ஒரு விஷயம் என்னவென்றால், இது ரசனை சார்ந்து இருப்பதுதான்! அதாவது மனித மனதின் உணர்வுகளை ஒன்பதுவிதமாக வகைப்படுத்தலாம்.

அதில் காமம் சார்ந்த சிருங்கார ரசமும் ஒன்று. இந்த காம உணர்விற்கு நிர்வாணம் என்பது மிகப்பெரிய எதிரி. நிர்வாணத்தை இது அபூர்வமாக பார்க்கும் போதுதான் இது உயிர்த் துடிப்போடு இருக்கும்.

நிர்வாணத்தை எப்போதும் பார்க்க நேர்ந்தால் காம உணர்வு மெல்லச் செத்துவிடும். வெகு சிலரால் மட்டுமே பருவகாலங்களில் மிருக இச்சைபோல் இச்சைக்கு ஆட்பட்டு புணர்ச்சிகொள்ள முடியும்.

சுருக்கமாய் கூறுவதானால் மனித சமுதாயத்தை அழிப்பதற்கு அணுகுண்டுகளோ இல்லை பிற ஆயுதங்களோ தேவையில்லை. அனைவரும் நிர்வாணமாக வாழவேண்டும் என்று அறிவித்தாலே போதும். மிக அதிகபட்சம் 200 கோடி பேர்கொண்ட இன்றைய ஜனத்தொகை நூறு ஆண்டுகளில் இருபது, முப்பது கோடிக்கு சுருங்கிவிடும்.

அதன்பின் மனித சமுதாயம்தான் உலகின் மிகக்குறைந்த அளவிலான உயிரினமாக இருக்கும். நிர்வாணத்துக்கு அந்த அளவுக்கு மனதை அழிக்கும் சக்தி உண்டு.

அதனால்தான் மனதை ஒடுக்கி தவம் செய்யும் முனைப்புடைய சித்த புருஷர்கள் நிர்வாணத்தை தங்களின் ஒரு அங்கமாய் ஏற்றுக்கொண்டனர். இப்படிப்பட்ட நிர்வாணத்திற்கு பின்னாலே சுவாரஸ்யமான ஒரு கதை உண்டு. அது?

சுதாரித்துக்கொண்டு நிமிர்ந்த கண்மணி, கபாலீஸ்வரனை முதல் தடவையாக ஒரு வில்லனைப் பார்ப்பதுபோல பார்த்தாள்.

“என்ன கண்மணி... நான் சொன்னதை எல்லாம் உன்னால் நம்ப முடியலியா?”

“ஆமாம்... நீங்க இவ்வளவு மோசமா நடந்துக்குவீங்கன்னு நான் எதிர்பார்க்கல... அந்த அதிர்ச்சியும் என்னை திகைக்க வைக்குது...”

“நீ அதிர்ச்சி அடைஞ்சாலும் சரி, திகைச்சாலும் சரி. இந்த கபாலீஸ்வரன் முன் வெச்ச காலை பின் வைக்கமாட்டேன். அர்ஜுன் உன் கழுத்துலதான் தாலி கட்டுவான். அது நடக்கணும்னா இந்த ஊர்ல அவன் சர்க்கரைத் தொழிற்சாலை அமைக்க கூடாது. இந்த பிரசிடென்ட் குடும்பமும் சம்பந்தப்படக் கூடாது.”

“அப்பா சொன்னா கேளுங்க... நான் அத்தானை இப்பகூட விரும்பறேன். ஆனா, அவர் என்னை விரும்பாம நாங்க கல்யாணம் பண்ணிக்கறதால ஒரு பிரயோஜனமும் இல்லை. எந்த பொண்ணும் தனக்கு புருஷனா வர்றவன் தன்னை மட்டும் தான் நினைக்கணும்னு எதிர்பார்ப்பா. ஆனா அர்ஜுன் இப்ப அப்படி இல்லைன்னு தெரிஞ்சும் கல்யாணம் பண்ணிக்கறது நரகத்துக்கு விரும்பிப் போகற மாதிரி...”

“இல்ல கண்மணி. உனக்கு வாழ்க்கையை பத்தி தெரியாது. உன் வயசுக்கு நீ இப்படிதான் பேசுவே. இதெல்லாம் சினிமா டயலாக். நிஜம் வேற. இளவயசுல ஒரு ஆண் மனம் எப்படிப்பட்டதுன்னு எனக்குதான் தெரியும். இந்த காதல் கத்தரிக்கா எல்லாமே கிடைக்கற வரைதான்...

மாறிகிட்டே இருக்கறதுக்கு பேர்தான் மனசு. உனக்கும் அர்ஜுனுக்கும் கல்யாணம் நடந்துட்டா எல்லாம் சரியாயிடும். இன்னிக்கு இப்படிப் பேசற நீ, அடுத்த வருஷம் இதே தேதில என்னை தீர்க்கதரிசின்னு புகழுவே பார்...” என்று சளைக்காமல் பதில் சொன்னார் கபாலீஸ்வரன்.

அதற்குள் அர்ஜுனும் வந்தான். பேச்சும் திசை மாற்றம் கொண்டது.

"அங்கிள்... சென்னைல அப்பா எப்படி இருக்காரு?"

"இது என்ன கேள்வி அர்ஜுன். அப்பா நல்லா இருக்காருப்பா"

"நான் அந்த அர்த்தத்துல கேக்கல அங்கிள். அப்பா ஃபாரின் டூர்னு எங்கேயும் போயிடலையே..."

"எனக்கு தெரிஞ்சு இல்லை... எதுக்கு கேக்கறே?"

"இப்பதான் மிஸ்டர் அருணாசலத்துகிட்ட பேசி சில விஷயங்களை முடிவு செய்தேன். அதுல முதல் விஷயம், எனக்கும் ரஞ்சனிக்கும் நடக்கப்போற நிச்சயதார்த்தம்..."

"நிச்சயதார்த்தமா... என்ன சொல்றே நீ. அதான் கோவில்ல உத்தரவெல்லாம் கேட்கணுமே. உத்தரவு கிடைச்சால்ல மத்த விஷயங்கள பத்தி யோசிக்கவே முடியும்..."

"அதுக்கும் ஏற்பாடு செய்துட்டேன். இப்ப மணி மூணு! அஞ்சு மணிக்கு ஊர் பெரியவங்கள, அருணாசலம் கோவிலுக்கு வரச் சொல்லிடுவார். அவங்க முன்னால இன்னிக்கே உத்தரவு கேக்கறோம். உத்தரவு கிடைச்சிட்டா நாளைக்கே நிச்சயதார்த்தம்..."

அர்ஜூனின் வேகம் கபாலீஸ்வரனை அரட்டியது. உடன் இருந்த கண்மணியும் அவன் வேகத்தை பார்த்து அதிர்ச்சியை கண்களில் காட்டினாள்.

"அர்ஜுன் ஒரு விஷயம்..."

"என்ன அங்க்கிள்..."

"என்னை தப்பா எடுத்துக்காதே. ஒருவேளை உத்தரவு கிடைக்கலன்னா...?"

கபாலீஸ்வரன் கேட்டதற்கு அர்ஜுன் கோபப்படுவான் என்றுதான் கண்மணி நினைத்தாள். ஆனால் அர்ஜுன் பதட்டப்படாமல் சொன்னான்.

"அங்க்கிள்... இந்த ஊர் ஒரு அசைக்க முடியாத நம்பிக்கை தர்ற விஷயம் ஒண்ணு இருக்கு. அதுக்கு பேர்தான் கோவில் விருட்ச மரமான ருத்ராட்ச மரம். அதுகிட்ட யார் எது வேண்டிகிட்டாலும் அது கட்டாயம் பலிச்சிடுமாம்.

இன்னிக்கு கொஞ்சம் முந்திகூட ரஞ்சனி வேண்டிகிட்ட விஷயங்கள் அப்படியே நடந்துருக்கு. அப்படிப்பட்ட ரஞ்சனி நானே அவளுக்கு மாப்ளையா வரணும்னும் வேண்டிகிட்டிருக்கா.

இதுல ஒரு பியூட்டி என்னன்னா, அவ விருப்பப்படி நடந்தாலும், நான்தான் ஜெயிப்பேன். இல்லன்னாலும் நான்தான் ஜெயிப்பேன்."

அர்ஜூன் புதிர் போட்டான். கபாலீஸ்வரனுக்கே தலையை சுற்றியது. கண்மணியும் திகைப்பு குறையாதபடி எப்படி என்று பார்த்தாள்.

"என்ன திருதிருன்னு முழிக்கிறீங்க. சாமி உத்தரவு தந்துட்டா, அவ பிரார்த்தனை பலிச்சிடிச்சுன்னு அர்த்தம். எங்க கல்யாணம் நடந்தா சர்க்கரை தொழிற்சாலையும் வந்த மாதிரிதான். அதுக்கும் சேர்த்தே சாமி பர்மிஷன் கொடுத்த மாதிரிதான் அர்த்தம்.

ஒருவேளை பர்மிஷன் கிடைக்கலன்னா அந்த மரத்துகிட்ட வேண்டிகிட்டது அப்படியே நடக்கும்கறது பொய்யாயிடுது. மரம் பொய்யின்னா கோவில், சாமி எல்லாமே பொய். நான் அதைச் சொல்லியே ரஞ்சனி கழுத்துல தாலிய கட்டிட்டு போறேன்."

அர்ஜுன் எந்த பதட்டமும் இல்லாமல் பேசியது கபாலீஸ்வரனை கலங்க வைத்தது. கண்மணி கபாலீஸ்வரனைப் பார்த்து, "இனி உங்களால் என்ன பண்ண முடியும்?" என்பதுபோல பார்த்தாள். கபாலீஸ்வரனோ தீவிரமா யோசிக்கத் தொடங்கிவிட்டார்.

◈◈◈

கோவிலுக்கு வந்திருந்தார் காண்டீபன். பயபக்தியோடு வழிபட்டுவிட்டு சுற்றுப் பிரகாரத்துக்கு வந்தபோது, ரஞ்சனி எதிரில் வந்தபடி இருந்தாள். காண்டீபன் அறிமுகம் ஆகிவிட்டபடியால் சிரித்தாள்.

"எங்கம்மா, சாமி தரிசனம் பண்ண வந்தியா?"

"ஆமாம் சார்..." அவள் குரலில் ஒரு பதட்டம் தெரிந்தது.

“தனிப்பட்ட முறைல உன்கூட நான் பேசணும்னு இருந்தேன். அப்ப சந்தர்ப்ப சூழ்நிலை அமையல. இப்ப நான் கொஞ்சம் உன்கூட பேசலாமாம்மா?”

“என்ன விஷயம் சார்?”

“இல்ல... அர்ஜுனை நீ நிஜமாலுமே மனசார விரும்பறியா?”

“அதுல என்ன சந்தேகம் உங்களுக்கு...”

“அதுக்கில்லம்மா... நீ விரும்பறேன்னா காதலிக்கறேன்னு அர்த்தம். காதலிக்கறேன்னா நெருங்கிப் பழகியிருக்கணும். அர்ஜுன்கூட அப்படி நீ பழகியிருக்கியா?”

காண்டீபன் நறுக்கென்று கேட்டது ரஞ்சனி முகத்தில் சலனத்தை ஏற்படுத்தியது.

“என்னம்மா நான் ஏதாவது தப்பா கேட்டுட்டேனா?”

“இல்ல சார்... ஆனா இந்த கேள்விய நான் உங்ககிட்டருந்து எதிர்பார்க்கல.”

“எனக்கு என்ன பதில் சொல்றதுன்னே தெரியல...”

“இதுல தெரியலேன்னு சொல்றதுக்கு என்னம்மா இருக்கு. பழகியிருந்தா பழகியிருக்கேன்னு சொல். இல்லேன்னா இல்லேன்னு சொல்லு...”

“இல்ல சார்...”

“அப்ப நெருங்கிப் பழகாம எப்படி காதலிக்க முடியுது? காதலிக்கறதுக்கு ஏதாவது வேணுமே?”

“இதுக்கும் எனக்கு பதில் சொல்லத் தெரியல. ஆனா அர்ஜுனை எனக்கு பிடிச்சிருக்கு.”

“அர்ஜுனையா அவர் பணத்தையா?”

காண்டீபன் தன் கேள்வியில் அப்படி ஒரு அஸ்திரம் தொடுப்பார் என்று ரஞ்சனி எதிர்பார்க்கவேயில்லை.

“சார் என்ன நீங்க. என்னென்னவோ பேசறீங்க?”

“பதட்டப்படாம பதில் சொல்லும்மா. அவரை நீ விரும்ப ஒரு விஷயமாவது இருக்கணும். அது அவர்கிட்ட இருக்கற பணமா இருந்தா ஒண்ணும் தப்பு இல்லை.

ஏன்னா இந்த பணமும் ஒண்ணும் சின்ன விஷயமில்லை. நமக்கு வாழ்க்கைல பாதுகாப்பும் ரொம்ப முக்கியமில்ல...?”

“இல்ல சார்... சத்தியமா பணத்தை பார்த்து நான் காதலிக்கல. அவரை பார்த்த உடனேயே எனக்கு பிடிச்சுபோச்சு. அவரோட அழகான்னு நீங்க கேட்டா ஆமான்னு வெச்சுக்குங்க...”

“சரி நான் அழகுன்னே எடுத்துக்கறேன். அர்ஜுன் உன்னை விரும்பவும் அதே அழகு காரணமா இருந்தா பரவாயில்லை.

ஆனா, அவர் உங்க அப்பாகிட்ட இருக்கற உங்க குடும்ப சொத்தான, அந்த இடத்துக்காகன்னா பரவாயில்லையா?”

காண்டீபன் கேள்வி முன் பதில் சொல்ல முடியாதபடி வெறிக்கத் தொடங்கினாள் ரஞ்சனி.

“உனக்கே தெரியும்... இந்த ஊருக்குள்ள சர்க்கரை தொழிற்சாலை வர்றதை சாமி விரும்பலைன்னு... அப்படி இருக்கும்போது உனக்கு மட்டும் அது அனுமதி தருமா?”

காண்டீபனின் அடுத்த கேள்வியும் ரஞ்சனியை சற்று திக்குமுக்காட வைத்தது.

“போகட்டும். நீ கற்பகவிருட்ச மரத்துகிட்ட வேண்டிகிட்டதையும், அதன்படியே எல்லாம் நடந்ததையும் பார்த்தேன். அர்ஜுன்தான் உன் புருஷனா வரணும்னு நீ வேண்டிகிட்டியா?”

அவள் தலை அசைத்து ஆமோதித்தது. அப்போது காதில் ஜிமிக்கி வெகு அழகாய் ஆடியது.

“நீ மனசார வேண்டிகிட்டது அப்ப நிஜம்... அப்படிதானே?”

“ஆமாம் சார்.”

“அப்ப உங்க கல்யாணம் உறுதியா நடக்கும்னுதான் நானும் நினைக்கறேன். அதே சமயம் இந்த சர்க்கரை தொழிற்சாலை எப்படி வராம போகும்னும் யோசிக்கறேன்.”

“ஏன் சார் அப்படி நினைக்கறீங்க... அது வந்தா இந்த ஊருக்கு நல்லதுதானே?”

“இப்ப உன் ஊருக்கு என்னம்மா கெடுதல்?”

“கெடுதல்னு எதுவும் இல்லை. விவசாயம் பிடிக்காத பல இளைஞர்கள் இருக்காங்க. அவங்களுக்கு வேலை கிடைக்குமே.”

“விவசாயத்தவிடவா இந்த வேலை பெருசு?”

“அவங்க அப்படிதானே நினைக்கறாங்க. அப்புறம் விவசாயத்தால் பெரிய அளவுல சம்பாதிக்க முடியலியே...”

“இந்த பெரிய அளவுங்கறது எவ்வளவும்மா?”

காண்டீபன் ரஞ்சனியிடம் ஒரு பத்திரிகையாளராகவும் மாறி கேள்விகள் எழுப்பிய அதே நேரம், அருணாசலம் பெரிய மாலைகொண்ட ஒரு தட்டை ஏந்தியவராக வந்து கொண்டிருந்தார். நேரமும் ஐந்து மணியை நெருங்கிக் கொண்டிருந்தது.

அதைப் பார்த்த ரஞ்சனி, “அப்பா உத்தரவு கேட்க வந்துகிட்டிருக்கார்” என்றாள்.

கபாலீஸ்வரனும் பின்னாலேயே வந்து கொண்டிருந்தார்.

தமிழகத்தில் நவபாஷாணத்தால் ஆன தெய்வச் சிலைகள் எங்கெங்கு உள்ளன? உலோகத்துக்கும் இதற்கும் என்ன வேறுபாடு?

காளிதாஸ், சென்னை

தெய்வ உருவங்கள் ஐந்து விதமானவை. ஐம்பொன், கருங்கல், மரம், சுதை, நவபாஷாணம் என்பவைதான் அவை. இதில் மரத்தால் ஆன உருவங்கள் சில கோவில்களில் மட்டுமே உள்ளன.

திருநெல்வேலி கருங்குளம், சிவகாசிக்கு அருகில் உள்ள திருத்தங்கல் போன்ற ஊர்களில் மரரூபங்களே வழிபாட்டிலுள்ளன.

‘சுதை ரூபங்கள்’, அழகர் கோவில், கூடலழகர் கோவில், ஸ்ரீரங்கம், சுருட்டப்பள்ளி என்று ஏராளமான ஆலயங்களில் உள்ளது. சுதை என்பது சுண்ணாம்புடன் சேர்ந்த ஒருவித மண் கலவை.

கருங்கல் ரூபங்களுக்கும் பஞ்சமில்லை.

நவபாஷாணத்தால் ஆன ரூபமானது பழனியிலும், சின்ன தாராபுரத்திலும், வெள்ளலூர் (கோவை), சேலம் கந்தாஸ்ரமம் ஆகிய நான்கு இடங்களிலும் உள்ளது. இதில் 100 சதம் நவபாஷாணத்தால் ஆனது பழனி முருகன் சிலை மட்டுமே.

நவபாஷாண சிலைகள் அபிஷேகத்தக்குரியவை. இதனால் அபிஷேகப் பொருட்கள் மருத்துவ குணம் கொண்டு வியாதியை தீர்க்கின்றன. அடுத்து கோளாதிக்கங்களை பெருமளவு கட்டுப்படுத்தும் ஆற்றல் கொண்டுள்ளன. இதனால் பிரளயம், பூகம்பம் போன்றவை தடுக்கப்படுகிறது.

* ——— *

40

நிர்வாணத்தைப் பற்றி சிந்திக்கும் பலருக்கு இந்த கதை தெரிந்திருக்க வாய்ப்பு அதிகம். நிர்வாணம் என்றால் பிறந்த மேனியாக இருத்தல் என்பது மட்டும் பொருளல்ல. மனதில் துளியும் பற்று இல்லாமல் இருப்பதும் நிர்வாணம் என்றே அழைக்கப்படும். ஒருபடி மேலே போய் இதை மகா நிர்வாணம் என்பார்கள். அப்படி ஒரு துறவியைப் பற்றிய கதை இது!

ஒரு காட்டில் ஒரு துறவி வாழ்ந்து வந்தார். ஒரு நாள் நீராடிவிட்டு திரும்பி வந்து பார்த்த அவருக்கு அதிர்ச்சியாக இருந்தது. அவரது குடிசையில் அவரது பொருட்களை ஒரு திருடன் களவாடியபடி இருந்தான். துறவியை பார்க்கவும் அவரைக் கொல்ல வந்தான்.

துறவியோ, ‘உனக்கு தேவையான எல்லாவற்றையும் எடுத்துச் செல், நான் தடுக்கமாட்டேன்’ என்றார். அதேபோல் அவனும் எல்லா பொருட்களையும் எடுத்துச் சென்றுவிட துறவிக்கு மனதும் மிக லேசானது.

‘நாம் பொருள் வைத்திருக்கப் போய் ஒருவன் திருடனாகப் பார்த்தான். நல்லவேளை அவனுக்கே அனைத்தையும் அளித்துவிட்டு அவன் நம் பொருட்டு திருடனாகாமல் தடுத்துவிட்டோம்.

பொருள் இருப்பதாலேயே இவ்வாறு ஏற்படுகிறது. இனி நமக்கென்று எதையும் வைத்துக்கொள்ளக் கூடாது’ என்று அவர் ஒரு முடிவுக்கு வருகிறார்.

அப்போது அந்த திருடன் திரும்ப வந்து அவர் எதிரில் நின்றான். துறவிக்கு திகைப்பு.

'உனக்கு இன்னமும் என்ன வேண்டும். என்னிடம் தருவதற்கு ஏதுமில்லையப்பா' என்றார். அவனோ அவரது இடுப்புத் துண்டை பார்த்தான். அவருக்கு புரிந்துவிட்டது. 'இந்த துண்டு வேண்டுமா' என்று கேட்டு அதையும் அவிழ்த்துக் கொடுத்துவிட்டு நிர்வாணமாய் நின்றார்!

இப்போது திருடனுக்கு திகைப்பு.

'துறவியே... உங்களைப் போன்ற ஒரு உண்மைத் துறவியை நான் இப்போதுதான் பார்க்கிறேன்' என்று கூறி அவரது காலில் விழுந்தான்.

துறவிக்கும் அப்போதுதான் மனது லேசானது. நிர்வாணம் பற்றி இப்படி ஒரு கதை உண்டு.

ஆனால், எல்லோரும் நிர்வாணமாய் வாழும் உலகில்தான் முழு நிர்வாணம் சரியானதாய் இருக்கும், எதிரில் இருப்போர் அவ்வாறு இல்லாமலிருப்பின் விகாரம் தட்டாமல் இருந்திட ஒரு முழம் ஆடையாவது ஒரு துறவி அணிவதுதான் சிறப்பு.

இதை உணர்த்தவே அந்த பழனி முருகனும் கோவணத்துடன் காட்சி தருகிறான். அது மட்டுமல்ல... பற்று தலை முற்றாக கை விடுதல் சாத்யமில்லை. அவ்வாறு கைவிட முயல்பவர்க்கு எதிலாவது ஒன்றில் துளி பற்றுதலாவது இருக்க வேண்டும் என்பதே சூட்சும உண்மை.

ரஞ்சனியும், காண்டீபனும் அருணாசலத்தை புன்னகையோடு எதிர்கொண்டனர். பின்னாலேயே வந்த கபாலீஸ்வரனும் அருகில் வந்து சேர்ந்து கொண்டார். அருணாசலம் அவரிடம், "மாப்ளை வரலையா?" என்று கேட்டார்.

"மாப்ளையா?" கபாலீஸ்வரன் அதிர்வை முகத்தில் காட்டினார்.

“அவர்தானே இனி என் மாப்பிள்ளை... அவரை இனி தம்பின்னோ இல்லை அர்ஜுன்னோ பேர் சொல்லி கூப்பிட என்னால முடியாது...”

“என்னமோ உத்தரவு கிடைச்சிட்ட மாதிரியே பேசறீங்களே... ஒருவேளை உத்தரவு கிடைக்கலன்னா?” கபாலீஸ்வரன் அசராமல்தான் கேட்டார்.

ரஞ்சனிக்கு அது ஊசியாய் தைத்தது.

“என்னங்க நீங்க... மாப்ளையோட மாமாவா இருந்துகிட்டு எதிராவே சிந்திச்சு பேசறீங்களே. உங்களுக்கு நான் இப்ப ஒரு உண்மையை தெரிவிச்சுக்கறேன். என் குடும்பம் சார்பா எத்தனையோ விஷயங்களுக்கு நான் உத்தரவு கேட்டிருக்கேன்.

ஒருமுறைகூட சாமி எங்களுக்கு உத்தரவு தராமபோனதில்லை. அதுலயும் கற்பக மரத்துகிட்ட வேண்டிகிட்டு வந்துருக்கோம். கட்டாயம் உத்தரவு கிடைச்சிடும். நீங்க வேணா பாருங்க...” என்றார்.

ரஞ்சனி முகத்தில் ஒரு மெல்லிய பதட்டம் பரவியிருந்தது. அதை கவனித்த காண்டீபன், “ரஞ்சனி நீ தைரியமா இரும்மா. உன் அப்பா சொல்றதுதான் சரி. நானும் மனப்பூர்வமா நம்பறேன்” என்று அவரும் தன் பங்குக்கு நம்பிக்கை அளித்தார்.

ஆச்சரியப்படும் விதமாக அப்போது ஒரு காட்சி.

அர்ஜுன் பட்டு வேட்டி பட்டுச் சட்டையில் கோவிலுக்குள் நுழைந்து கொண்டிருந்தான். அவனோடு கண்மணி. அவள்தான் அவனை அப்படி மாற்றியிருந்தாள்.

அவனும் நடக்கமாட்டாமல் நடந்து வந்தான்.

அப்போதுதான் கோவிலை ஆழமாக பார்க்கவும் செய்தான். ஊர்க்காரர்களோடு வெளியூர் ஜனங்களும் நிறையவே வந்திருந்தனர்.

காண்டீபனுக்கு அந்த காட்சி ஒரு ஆச்சரியம்தான். ரஞ்சனி முகத்திலும் ஒரு பூரிப்பு.

கண்மணி, கபாலீஸ்வரனை ஒரு மாதிரிப் பார்த்தாள். அதுவே 'நான் உன் பக்கம் இல்லை' என்று சொல்லுவதுபோல் இருந்தது.

காண்டீபன் அர்ஜூனின் கையை குலுக்கி "யு லுக் ஸோ ஸ்மார்ட் அண்ட் கல்ச்சர்ட்..." என்றார்.

"அவ்வளவும் வேஷம்...!" அவனிடம் இருந்து தயக்கமே இல்லாதபடி வார்த்தைகள் வந்தன.

"வேஷமா?"

"ஆமா... கண்மணிதான் போட்டுவிட்டா! கோவிலுக்கு இப்படி வந்தாதான் சிவபெருமானுக்கு பிடிக்குமாமே?"

"இப்படி வந்தா மட்டும் போதாது, மனசுல உண்மையா இருக்கணும். உங்ககிட்ட இப்ப நான் உண்மைய பார்க்கறேன்.

எனக்கு எதிர்கட்சியாட்சே நீங்க...?"

"ஆனா, நான் எப்பவும் உண்மையோட கட்சி."

"எப்படி கேட்டாலும் ஒரு பதில் சொல்லிடுறீங்க. நீங்க ஒரு கிளவர் ஜர்னலிஸ்ட்!"

"தேங்க்ஸ் ஃபார் யுவர் காம்ப்ளிமெண்ட்ஸ். நான் உண்மையோட கட்சி மட்டுமல்ல, இங்க பல உண்மைகளை தெரிஞ்சிக்கவும் வந்திருக்கேன். என்வரைல உண்மைக்கும் சாமர்த்யத்துக்கும் ஒரு குஸ்தி ஸ்டார்ட் ஆயிடுச்சு..."

பேசிக்கொண்டே சன்னதி நோக்கி நடந்தனர்.

அவர்கள் பேசிக்கொள்வது அவர்களுக்கு மட்டுமே கேட்கும் விதமாய் இருந்தது. கபாலீஸ்வரன் பட்டும்படாதவரைப்போல் கூட வந்தார்.

முகத்தில் ஒரு வெற்றிக் களிப்பு அப்போதே தெரிந்தது. கண்மணியும் கவனித்தாள்.

அதற்குள் சன்னதி வந்துவிட்டது. உள்ளே அபூர்வமான ரசமணீஸ்வரர் சன்னதி. குத்துவிளக்குச் சுடர்களின் ஒளியில் பளிச்சென்று... லிங்கமேனியன் தலைபாகத்தில் ஐந்து தலை

நாகம். அதன் வாயில் சிவந்த ரத்தினமணிகள். காண்டீபன் பரவசமாகப் பார்த்து, கண்கள் இடுங்கிட பிரார்த்தனை செய்து கொண்டார்.

அப்படியே எல்லோரும் செய்தனர். அர்ஜுன் மட்டும் வேடிக்கை பார்த்தான். அர்ச்சகர் பூஜைக்கான ஏற்பாடுகளில் இறங்கி பூக்கட்டுவது, தேங்காய் உடைப்பது என்று மும்முரமானார்.

கண் திறந்த காண்டீபனிடம் அர்ஜுன் நக்கலாக கேட்டான்.

"குழவிக் கல்லை கும்புடற உணர்வே உங்களுக்கு வரலையா?"

"ரொம்ப கெட்ட நேரம் இருக்கறவங்களுக்கு தவிர மத்த யாருக்கும் வராது மிஸ்டர் அர்ஜுன்" அவர் பதில் அவன் இதயத்தில் குத்தியது.

வெறித்தான்.

"சாரி... உங்கள புண்படுத்தறது என் நோக்கம் இல்லை. என்னை நீங்க பேச வெச்சிட்டீங்க..."

"நான் என் மனசுலபட்டதை ஒளிவு மறைவில்லாம பேசினேன். இப்பதான் உண்மையா இருக்கறது கடவுளுக்கு பிடிக்கும்னீங்க... ஆனா, கெட்ட நேரம் அது இதுங்கறீங்களே?"

"விளக்கத்தை பிறகு சொல்றேன். உங்க வாழ்க்கைல ரொம்ப முக்கியமான தருணம் இது. இந்த இடமும் சாதாரணமான இடம் இல்லை. உங்க மனசுல உண்மை மட்டும் இருக்கட்டும்.

கேலி, கிண்டல், சந்தேகம், குதர்க்கம் இதெல்லாம் வேண்டாம். நீங்க நம்பிக்கை வைக்கலேன்னாலும் பரவாயில்ல. நியூட்ரலா நடக்கறத கவனிங்க."

காண்டீபன் அவனை அழகாய் கட்டுப்படுத்தினார். ரஞ்சனி அருணாசலத்தோடு இருந்தபடி அவனை ஓரஞ்சாரமாய் பார்த்தபடி இருந்தாள். அவனும் பார்த்தான். அழகாக சிரித்தான்.

ஒரு அதிசயம்போல கண்மணி சன்னதியில் கை கூப்பியிருந்தாள்.

‘கடவுளே... நல்லபடியா உத்தரவு கொடுத்துடு. என் அப்பாவோட எந்த சதித்திட்டமும் நிறைவேறக்கூடாது’ என்று அவளுக்குள் எண்ண ஓட்டம்!

அர்ச்சகரும் பூஜை ஏற்பாடுகளை முடிந்தவராக கற்பூரத் தட்டோடு சன்னதியைவிட்டு வெளியே வந்தார். தட்டில் வில்வமாலை இருந்தது. அருணாசலம் அருகில் நின்றவர், “பூஜையை ஆரம்பிக்கலாமா?” என்று கேட்டார்.

“தாராளமா...?”

“அப்ப மாலையை தொட்டு கண்ல ஒத்திக்குங்கோ...”

அருணாசலமும் அப்படியே செய்தார்.

“அம்மாடி நீயும் ஒத்திக்கோ...”

அவளும் செய்தாள்.

“மாப்ளையா வரப்போறவர் எங்கே?”

“அதோ...”

“இப்படிகிட்ட வந்து தொட்டுக் கொடுங்கோ.”

“எதுக்கு?”

“உத்தரவு கேக்கப்போறேனோல்லியோ?”

“அதுக்கு இப்படியெல்லாம் நடந்துக்கணுமா?”

“இதுதான் வழக்கம். அப்படியே உங்க பேர் கோத்ரம் சொல்லுங்கோ?”

“கோத்ரமா, அப்படின்னா?”

“கோத்ரம் தெரியாதா உங்க குடும்ப வழி...”

“தெரியாது.”

“நான் சொல்றேன். சிவ கோத்ரம். இதே ஊர்தான் பூர்வீகம். தெற்குத் தெரு விஸ்வநாதம் பிள்ளை இவர் தாத்தா, அப்பா பேர் ராமரத்னம் பிரபல தொழிலதிபர்” என்று பளிச்சென்று பேசினாள் கண்மணி.

எல்லோரும் ஆச்சரியமாக பார்த்தனர். குறிப்பாக அர்ஜூன்.

“என்ன பாக்கறே? கோவில்ல இப்படி கேட்பாங்கன்னு தெரிஞ்சு மாமாக்கு போன் பண்ணி விபரத்தை கேட்டு வெச்சுகிட்டேன்” என்றாள்.

அப்படியே “ரஞ்சனி பத்தியும் சொல்லிட்டேன்” என்று அழகாய் கண் சிமிட்டினாள். எல்லோரும் அதை ரசித்திட, அர்ச்சகர் உள்ளே போய் பூஜையை தொடங்கிவிட்டிருந்தார்.

கபாலீஸ்வரன் மௌனமாக மகளை பார்த்தார். துளிகூட அவரிடம் பதட்டமோ கவனமோ இல்லை. அது அவளை நெருடியது. அவரை நெருங்கி வந்தவள், “என்னப்பா... ஏதாவது சதிவேலை பண்ணி எப்படி இந்த கல்யாணத்தை தடுத்து நிறுத்தலாம்னு யோசிக்கிறீங்களா?”

“அதுக்கெல்லாம் அவசியமே இல்லைம்மா...”

“அப்படின்னா?”

“நீங்கதான் அந்த மரத்துகிட்ட போய் வேண்டிக்கணுமா? நான் வேண்டிக்க கூடாதா?”

“ஓ... உங்களுக்குள்ள அந்த நம்பிக்கையா?”

“நிச்சயமா... என் மகளான உனக்கு அர்ஜூன் கிடைக்கலேன்னாகூட பரவாயில்லை. இங்க சர்க்கரை தொழிற்சாலை வரக்கூடாது. வந்தா இந்த ஊரும் கெட்டு குட்டிசுவராயிடும்னு சாமிகிட்ட வேண்டிகிட்டேன்.”

இருவரும் கிசுகிசுத்துக்கொள்ள, அர்ச்சகரும் பூஜை முடிந்து கற்பூர தீபத்தோடு வந்து விபூதி தந்தார்.

அர்ஜூனுக்கு அவரே விபூதியை இட்டுவிட்டார்.

பின், “திருவுளச்சீட்டை குலுக்கி போட்டுடலாமா?” என்று கேட்க அருணாசலமும் ஆமோதித்திட, அங்கு இருந்த ஊர்க்காரரில் ஒருவரிடம் வெளியே போய் ஒரு குழந்தையை அழைத்து வரச் சொல்ல அவரும் போய் அழைத்து வந்தார்.

எல்லோருடைய கவனமும் அந்த குழந்தை மேல்... ரஞ்சனி கைகளை பிரார்த்தனையோடு கூப்பிக்கொண்டாள். காண்டீபன் செல்போன் கேமராவில் படம் பிடிக்க தயாரானார்.

அர்ச்சகரும் உள்ளே ரசமணீஸ்வரர் மேல் இருந்து இரு பொட்டலங்களை எடுத்து வந்து நன்றாக குலுக்கி, கருவறை வாசல் மேல்போட்டு குழந்தையை எடுக்கச் சொல்ல குழந்தையும் எடுத்து தந்தது. குருக்களும் பிரித்தார்.

நம் இந்து மதத்தில் விரதத்திற்கும் சில பூஜைகளுக்கு 48 நாள் என்று ஒரு கணக்கு உள்ளதே... அது எதனால்?

கதிரேசன், மண்டகப்பட்டு

நம் ஒவ்வொருவருக்கும் தாய் தந்தை யார் என்று தெரியாமல் இருக்கலாம். நமக்கொரு பெயர்கூட இல்லாமல் நாம் இருந்துவிட முடியும். குப்பைத்தொட்டிக் குழந்தைகளை உதாரணமாக எடுத்துக் கொள்ளுங்கள். அந்த குழந்தையின் பின்புலம் தெரியாமல் இருக்கலாம். ஆனால், பிறந்த நேரம் என்று ஒன்று நிச்சயமாய் இருந்தே தீர வேண்டுமல்லவா?

அந்த நேரம் தெரிந்தால்தான் நட்சத்திரம் தெரியவரும், நாள் தெரியவரும். திதி, ஹோரை என்று எல்லாமே தெரியவரும்.

ஆனால், இது துல்லியமாக எல்லோருக்குமே தெரிவதில்லை. நம் பிறந்த நாள் மற்றும் நேரக்குறிப்பில் பத்து நிமிடம் முதல் அரைமணி வரை தவறு இருக்கவும் வாய்ப்பு உண்டு.

எந்த ஒரு பரிகாரத்தையும் துல்லியமாக நேரம் தெரிந்தே செய்ய வேண்டும். அவ்வாறு செய்ய முடியாத நிலையில் 48 நாள் கணக்கெடுத்து தினமும் செய்யும்போது, தினமும் உபவாசமும் இருந்திடும்போது நாம் பிறந்த அந்த நட்சத்திர

நேரமும் காலமும் கட்டாயம் என்றாவது ஒரு நாளில் வந்தே தீரும்.

இதை 27 நட்சத்திரங்கள் 12 ராசிகள், 9 கிரகங்களின் கூட்டு என்றும் கூறலாம். கூட்டிப் பாருங்கள் 48 வரும்.

* ——— *

41

பற்றுதல் இல்லாமல் இருப்பதுதான் துறவு! ஆனால் உண்மையில் பற்றுதல் என்று ஒன்று இல்லாமல் எந்த துறவியாலும் இருக்க முடியாது என்பதே நிதர்சனம். இப்படிச் சொல்லும்போது புத்தர்கூட ஆசையே எல்லா துன்பங்களுக்கும் காரணம் என்று கூறிவிட்டுதான் முக்தி அடைய ஆசைப்பட்டார் என்பார்கள்.

கூட்டிக் கழித்துப் பார்த்தால் ஏதாவது ஒரு பற்று இருப்பது தவறில்லை என்பதுபோல சில சித்தர் பெருமக்கள் வாழ்ந்துள்ளனர்.

சோத்து சித்தர் என்றே ஒருவர்!

இவர் சாப்பிட ஆரம்பித்தால் கட்டுபடுத்தவே முடியாது. ஒரு ஆச்சரியம் என்னவென்றால் வயிறு நிறைய சாப்பிட்ட ஒரு மணி நேரத்திலேயே இவருக்கு பசிக்க ஆரம்பித்துவிடும்.

இது எப்படி சாத்தியம் என்று பார்க்கின்றவர்களுக்கெல்லாம் ஆச்சரியமாகவும் இருக்கும். நிறைய சாப்பிடும் இவர் குண்டாக இருக்க வேண்டும் அல்லவா? அதுதான் கிடையாது... சித்தர்களுக்கே உண்டான மெலிந்த தேகத்தோடுதான் இவர் இருந்தார். அப்படியானால் இவர் சாப்பிடும் சாப்பாட்டின் மூலங்கள் எப்படி உடம்பில் தங்காமல் போகிறது என்கிற கேள்வியும் எல்லோரிடமும் எழுந்தது. ஒருமுறை ஒரு வீட்டில் அன்னதான நிகழ்வு நடந்தது. இந்த அன்னதானம் சாது சன்னியாசிகளுக்கு மட்டுமே... அதில் சோத்து சித்தரும் பங்கு கொண்டார்.

ஒரு தோப்பில் உட்காரவைத்து இலைபோட்டு அனைவருக்கும் சோறிடப்பட்டது.

சாப்பிட்ட சில மணி நேரத்திலேயே பசிக்கிறது என்று சொல்ல ஆரம்பித்துவிட்டார் சோத்து சித்தர். அவருக்கு மட்டும் மிச்சம் மீதியை திரும்பப் போட்டனர்.

அதன்பிறகும் சில மணி நேரத்திலேயே சாப்பிட வந்து உட்கார்ந்துவிட்ட அவரைப் பார்த்து அந்த வீட்டுப் பெரியவருக்கு கோபமே வந்துவிட்டது.

"என்னய்யா சன்யாசி நீ... சரியான சோத்தாலடிச்ச பிண்டமா இருக்கே? இப்படி கூடவா ஒருத்தருக்கு பசி எடுக்கும். நீ சன்யாசி தானான்னு எனக்கு சந்தேகமா இருக்கு" என்று கூறி வருந்தவும் செய்தார்.

அதன்பின் நடந்ததுதான் விசித்திரம்.

அதனுள்தான் இருந்தது சித்தர்களுக்கான இலக்கணமும்! அது...?

ஞ

குழந்தை எடுத்துத் தந்த திருவுளச்சீட்டை பிரித்துப் பார்த்த குருக்கள் மௌனமாக அதை அருணாசலம் முன் காட்டினார். அதில் விபூதி இருந்தது. விபூதி வந்தால் கூடாது குங்குமம் வந்தால் நடத்தலாம் என்பதுதான். ரசமணீஸ்வரர் கோவில் விதி. வெள்ளையா, சிகப்பா? என்று கேட்பார்கள்.

திருமணம் போன்ற மங்கள காரியத்திற்கு சிகப்பு வர வேண்டும். அருணாசலம் முகம் பேயறைந்ததுபோல மாறிப்போனது. அர்ஜுனும் ஆவலாக பார்த்தான் கண்மணி வாயைத் திறந்து கேட்டே விட்டாள்.

"உத்தரவு வந்துடுச்சிதானே?"

"இல்லம்மா. சுவாமிக்கு இந்த கல்யாணத்துல சம்மதம் இல்ல" என்றார் குருக்கள் அடுத்த நொடி கண்மணி அப்பாவான கபாலீஸ்வரனைத்தான் பார்த்தார்.

அவரிடம் ஒரு போலிப் பாசாங்கு தெரிய ஆரம்பித்தது.

"அடடே அர்ஜுன் கடைசில உன் விருப்பம் இப்படி ஆயிடுச்சேப்பா. இப்ப என்ன செய்யப்போறே?" என்று கேட்டார்.

ரஞ்சனி படபடப்போடு அர்ஜுனைப் பார்க்க அவனும் அவளைப் பார்த்துவிட்டு "இதுல எல்லாம் எப்பவுமே எனக்கு நம்பிக்கை இல்லை. நீங்கதான் ஊர் வழக்கம் அது இதுன்னு என்னை கட்டாயப்படுத்தினீங்க. என்வரைல ரஞ்சனிதான் எப்பவும் என் மனைவி. அதுல என்கிட்ட எந்த மாற்றமும் இல்லை" என்றான்.

அந்த பதிலால் சுற்றி நிற்கும் அவ்வளவு பேருமே அதிர்ந்தார்கள். அருணாசலத்தைதான் பதிலுக்கு பார்த்தார்கள். அவர் முகத்தில் ஒரே சலனம்.

"என்ன அருணாசலம்... இந்த தம்பி பேச்சுக்கு என்ன பதில் சொல்லப் போறாப்பல? இந்த ஊரோட பிரசிடெண்ட் வேற நீங்க..." என்றார் ஒருவர்.

"எனக்கு என்ன சொல்றதுன்னே தெரியல..."

"என்ன பதில் சொல்றதுன்னே தெரியலையா... நல்லா இருக்குய்யா நீர் பேசறது... சாமி சன்னதில நின்னுகிட்டே இப்படி பேச உமக்கு எப்படிய்யா மனசு வந்துச்சு? பூ கட்டும்போதே ஏதாவது ஒரு முடிவுதான் வரும்னு தெரியும்ல?"

"தெரியும்... ஆனா சாமி நிச்சயம் சம்மதிக்கும்னு நான் நம்பினேன்."

"அதான் முடியாதுன்னுடிச்சே... இவங்கள முதல்ல மூட்டையை கட்டிகிட்டு புறப்பட்டு போகச் சொல்லுங்க..."

ஒரு ஊர்க்காரரின் கோபம் அர்ஜுனைக் கிள்ளியது.

"ஏய் மிஸ்டர்... என்ன இது மூட்டை அது இதுன்னுகிட்டு நான் யார் தெரியும்ல?"

"நீங்க யாரா வேணா இருந்துட்டு போங்க, எங்களுக்கு நாங்க நம்பற விஷயங்களும் ஊர் கட்டுப்பாடும் ரொம்ப பெருசு."

“அதுக்காகவெல்லாம் ஊரைவிட்டு போக சொல்ல முடியாது. இது என்ன பாக்கிஸ்தானா இல்லை சீனாவா? இல்ல நான்தான் இங்க அகதியா...? நான் ஒரு இந்திய பிரஜை.

லட்சக்கணக்குல வரி கட்ற ஒரு தொழிலதிபர். இந்த இடத்துல இருந்தே பிரதமர்ல இருந்து ஜனாதிபதி வரை பேச முடிஞ்சவன் பாக்கறீங்களா?”

அர்ஜுன் மிகவே ஆவேசமானான். இதுதான் தருணம் என்று காண்டீபனும் வாயைத் திறந்தார்.

“கூல் மிஸ்டர் அர்ஜுன்... கூல். ஐயா பெரியவரே நீங்கள்லாம் கொஞ்சம் அமைதியா இருங்க.

இது தெய்வத்தோட சன்னிதானம். இங்க கோபதாபமான வாக்குவாதங்கள் ரொம்ப தவறு.

எந்த கருத்தையும் கண்ணியமா சொல்லணும். மிஸ்டர் அர்ஜுன்... எப்ப திருவுளச்சீட்டுக்கு ஒத்துகிட்டிங்களோ அப்பவே அதோட எல்லா நல்லது கெட்டதுக்கும் ஒத்துகிட்டதான் அர்த்தம். இந்த விஷயத்துல மிஸ்டர் அருணாசலம், உங்க கருத்துலதான் எல்லாமே இருக்கு.

உங்க முடிவு என்ன? நீங்க எந்த அளவுக்கு இந்த முடிவை மதிக்கிறிங்க?” என்று கேட்கவும் அருணாசலத்திடம் ஒரு தெளிவு. அர்ஜுனை நிமிர்ந்து பார்த்தவர்.

“மன்னிச்சிடுங்க தம்பி... இனி இந்த கல்யாணப் பேச்சையோ ஊர்ல சர்க்கரை தொழிற்சாலை அமைக்கறது பத்தியோ நான் எதுவும் பேசறதா இல்லை.

எனக்கு சாமியோட உத்தரவுதான் எப்பவும் முக்கியம். இந்த ஊரை மட்டுமில்ல இந்த உலகத்தையே காப்பாத்தற இந்த சாமியைவிட எதுவும் எனக்கு பெருசில்ல. நான் வரேன்...”

என்றவர் ரஞ்சனியின் கையை பிடித்து அழைத்தவராக விறுவிறுவென்று நடந்து வெளியேறத் தொடங்கினார்.

அர்ஜுன் ஸ்தம்பித்துவிட்டான். ரஞ்சனி அவளை திரும்பித்திரும்பி பார்த்தபடியேதான் சென்றாள். காண்டீபனுக்கு அப்போது அங்கு நடந்தது பிடிக்கவில்லை என்பது அவர் முகம் போனபோக்கில் தெரிந்தது.

"வெரி சாரி மிஸ்டர் அர்ஜூன்" என்றார்.

"யாருக்கு வேணும் உங்க சாரி? இப்ப உங்களுக்கு திருப்திதானே?" எரிய ஆரம்பித்தான் அர்ஜுன். கண்மணியோ குருக்களை நெருங்கி, "குருக்களே உண்மையைச் சொல்லுங்க உத்தரவு கொடுத்தது சாமியா இல்லை எங்க அப்பாவா?" என்று கேட்டாள்.

"அம்மாடி... இப்ப இங்க நடந்தது அவ்வளவும் அதோ அவனோட மேலான உத்தரவு. இதுல எள்ளளவு சந்தேகமும் உனக்கு வேண்டாம்" என்று தீர்மானமாய் சொன்னார் அவர். கண்மணிக்கும் குழப்பமாகிவிட்டது.

"வா அர்ஜுன்... இனி இங்க என்ன வேலை?

என் பேச்சுக்கு இனியாவது மதிப்பு கொடு. இந்த ஊர்லதான் நாம் ஃபேக்டரி போடணும்னு இல்லை. பக்கத்து ஊர்லகூட போடலாம். நீ தைரியமா இரு."

கபாலீஸ்வரன் அர்ஜுனை தேற்றுவதில் குறியாக இருந்தார். ஆனால் அர்ஜுன் மனதில் வேறு மாதிரி எண்ணங்கள்!

காண்டீபனும் விட்டுப் பிடிக்க விரும்பியவர்போல அங்கிருந்து விலகி கோவிலை வலம்வர ஆரம்பித்தார். கோவிலில் சுமாரான கூட்டம்.

வடநாட்டில் இருந்தெல்லாம் வர ஆரம்பித்திருந்தார்கள். தோற்றத்தில் நன்றாக தெரிந்தது. சுற்றுப் பிராகார மண்டபம் ஒன்றில் ஒரு பெரியவர் உட்கார்ந்திருந்தார்.

அழுக்கு அங்கவஸ்த்ரத்தால் மேல் உடம்பை மூடிக்கொண்டு தாடியும் மீசையுமாய் அவர் பார்த்தவிதமே அலாதியாக இருந்தது. காண்டீபனை கையை அசைத்து அருகில் அழைத்தார். காண்டீபனும் நெருங்கினார்.

“நீங்க பத்திரிகை ஆசிரியர் காண்டீபன்தானே?”

“ஆமாம் என்னை உங்களுக்கு தெரியுமா?”

“நல்லா தெரியும். பல பிரஸ் கவுன்சில் மீட்டிங்ல உங்களை பாத்துருக்கேன்...”

“நீங்க யார்னு நான் தெரிஞ்சிக்கலாமா?”

“என் பேர் லட்சுமி நரசிம்மன். கொஞ்ச நாள் வோல்ட் ரிப்போர்ட்ஸ் கவுன்சிலோட செகரட்ரியாகூட இருந்தவன் நான்...”

“ஓ... நீங்க தானா அது? இப்ப ஞாபகம் வந்தாச்சு...”

“நீங்க எங்கே இங்க? இந்த கோவிலோட பெருமைகளை பத்தி பத்திரிகைல எழுதப் போறீங்களா?”

“அதுவும் ஓர் காரணம். அப்படியே சில உண்மைகளை புரிஞ்சுக்க விரும்பற நோக்கமும் இருக்கு...”

“நான் ஒண்ணு சொன்னா கேட்பீங்களா?”

“என்ன?”

“பேசாம திரும்பிப் போயிடுங்க...”

“நான் போறது இருக்கட்டும். இது என்ன கோலம்?”

“என்ன கோலம்னா?”

“இது உங்க தோற்றமில்லையே?”

“இனி இதுதான் என் தோற்றம். ஒரு பத்திரிகையாளரா இந்த நாடு முழுக்க சுத்தினேன். இமயமலை பக்கத்துல ஒரு சன்யாசி இருக்கறதாவும் அவர் அந்தரத்துலயும் தண்ணி மேலயும் நடக்கறதாவும் தகவல் வரவும் ரொம்ப ஆவலா அவரை தேடிப்போனேன். அப்நார்மலான விஷயங்களை குடையறவன்தானே ஜெர்னலிஸ்ட்?”

ஆனா அவரை ஆராயப்போன என்னை அவர் தலைகீழா மாத்திட்டார். சீஃப் ரிப்போர்ட்டரா பரபரப்பான பத்திரிகையாளனா இருந்த இந்த லட்சுமி நரசிம்மன் இப்ப நரசிம்மானந்தாவா மாறி ஆனந்தமா இருக்கேன்.

எனக்கு தீட்சை கொடுத்து எனக்குள்ள என்னை அடையாளம் காட்டிட்டார் அந்த யோகி... அதான் யாத்திரையா இந்த ஊருக்கும் வந்தேன். இங்க நீ தொடர்ந்து இருந்தா கடைசில நீங்களும் என்னை மாதிரி ஆயிடுவீங்க.

உங்களுக்கு ஒரு பொண்ணு இருக்கால்ல?"

"ஆமாம் சார்..."

"நான் இப்ப லட்சுமி நரசிம்மன் இல்ல... நரசிம்மானந்தா! என்னை சாமின்னு கூப்பிடுங்க சார்'ங்கற அடிமை வார்த்தை வேண்டாம்."

"சரி... சரிங்க சாமி நீங்க எதை வெச்சு இப்படி சொல்றீங்கன்னு தெரிஞ்சுக்கலாமா?"

"அதை எல்லாம் கேட்காதீங்க காண்டீபன். புறப்படுங்க. இந்த கோவில்ல பல அதிசயங்கள் நடக்கப்போகுது. ஆனா எதுவும் வெளிய தெரியக்கூடாது.

அதெல்லாம் உங்களுக்கும் எனக்கும் மட்டுமே அதிசயமா இருக்கும். உலகத்துக்கு வேறு மாதிரி தெரியும்.

எதையும் பிளந்து பிளந்து பார்க்குற விஞ்ஞானத்தை கட்டிப்போட மெய்ஞான சித்தர்கள் முடிவு செய்துட்டாங்க."

"புதிரா இருக்கு உங்க பேச்சு...?"

"சரி புறப்படுங்க... நீங்க புறப்பட வேண்டிய நேரம் வந்தாச்சு" என்று அவர் கூறும்போதே செல்போனில் அழைப்பு. காதைக் கொடுத்தார். அவர் மகள் பேசினாள்.

"அப்பா, அம்மாவுக்கு மைல்ட் ஹார்ட் அட்டாக் வேகமா வாங்க" அவர் அதிர்வு குறையாமல் திரும்பி நரசிம்மானந்தாவை பார்த்தார். அவரோ கண்களை மூடி தியானத்தில் ஆழ்ந்துவிட்டிருந்தார்.

◈◈◈

மூச்சுப்பயிற்சி பற்றி எளிதாக கூறமுடியுமா? உடம்புக்கான உடற்பயிற்சிக்கும் அதற்கும் என்ன வேறுபாடு?

ராமானுஜன், திருவல்லிக்கேணி

என்னை என்னவோ ஒரு பெரும் சித்த யோகியாக கருதி இந்த கேள்வியை கேட்டுவிட்டீர்கள். நான் மூச்சுப்பயிற்சி பற்றி சித்தர் இலக்கியங்கள் வாயிலாக ஓரளவு அறிந்தவன். மற்றபடி நானும் உங்களைப்போலத்தான்...

உடற்பயிற்சி என்பது உடம்பை ஆரோக்யமாக வைத்துக் கொள்ளவென்றே உள்ளது. இதில் பலவிதமான பயிற்சிகள் உள்ளன. இதனால் உடல் வியர்க்கும், விரிந்து கொடுக்கும், ரத்த ஓட்டம் சீராகும், நன்கு பசி எடுக்கும், உடம்பும் கலகலப்பாய் இருக்கும். மூச்சுப் பயிற்சியால் அதிக நன்மை மனதுக்குதான். அதே சமயம் ரத்த ஓட்டத்தில் கலக்கும் ஆக்சிஜன் அளவு சீராகி உடம்புக்குள்ளேயும் நரம்பு மண்டலத்திலும் மூச்சுப் பயிற்சி பெரும் ஆரோக்யத்தை தருகிறது.

மூச்சுப் பயிற்சியில் பிராணாயாமம் என்பது அடிப்படை முடிவு. மூக்குக்குள் உள்ள இரு துவாரங்களில் ஒன்றின் வழியாக காற்றை இழுத்து சுவாசப்பையில் நிரப்பி பின் மறுதுவாரம் வழியாக வெளியேற்றுவதுதான் பிராணாயாமம். இதற்கொரு மிக சரியான கால அளவு இருக்கிறது. அது கூடவோ குறையவோ கூடாது. இந்த பயிற்சிகளை உரிய குருநாதர் இல்லாமலும் செய்யக் கூடாது. அவரது வழிநடத்தல் மிக முக்கியம்.

அடுத்து வாசி யோகம் என்றும் பயிற்சி முறை உள்ளது. நாடி சுத்தி என்று பயிற்சியும் உள்ளது.

* ———— *

42

சோத்து சித்தர் என்று எல்லோராலும் அழைக்கப்பட்ட அந்த சித்தர் அன்றுமுதல் சாப்பிடுவதை அப்படியே நிறுத்தி விட்டார். ஒரு குறிப்பிட்ட இடத்தில் சென்று அமர்ந்துகொண்ட பெரியவருக்கும் மனது மிக வருத்தமாகிவிட்டது. நம் பேச்சு ஒரு சித்த சன்யாசியை புண்படுத்திவிட்டதோ என்று கருதியவர் சோத்து சித்தரிடம் சென்று தான் கோபமாக பேசியதற்காக மன்னிப்பு கேட்டுக்கொண்டார்.

சோத்து சித்தரும் அவரிடம் 'நீ பேசியதில் தவறில்லை என்றைக்கு இப்படி ஒருவர் பேசுவார் என்று தான் காத்திருந்தேன். இன்று நீ பேசி என் இந்த பிறப்பை முடித்துவிட்டாய்' என்றார்.

பெரியவருக்கு ஒன்றுமே புரியவில்லை என்ன பார்க்கிறாய்? எல்லாவற்றையும் துறப்பவனைத்தான் துறவி என்பார்கள். இருந்தபோதிலும் இந்த உலகில் எல்லாவற்றையும் துறப்பது மிக கடினம்.

அதனால் ஏதாவது ஒரு விஷயத்தில் பற்று வைத்துவிட்டு மற்றதை சுலபமாக துறந்துவிடுவார்கள். நான் தின்பதில் பற்று வைத்தேன். அதன் மூலமாக எனக்கு சோறிடுபவர்களின் கர்ம மூட்டையை நான் வாங்கிக்கொண்டேன். உன் வரையில் கர்மம் அதிகம் இருந்ததால் நான் சார்பாக வேண்டியதும் அதிகமாக இருந்தது.

என் வயிற்றில் உள்ள ஜிடராக்னியால சோறு ஜீரணமானதைப்போல உன் கர்மமும் ஜீரணமானது. அதுதான்

என்னை கோபிக்கவும் வைத்தது. நானும் எனக்குள் ஒருவன் என்னை பார்த்து சோற்றாலடித்த பிண்டம் என்று கூறும்வரை இவ்வாறு வாழ்வது என்று முடிவெடுத்திருந்தேன்.

இன்று நீ என்னை பார்த்து கோபித்து என் கணக்கை முடித்து வைத்தாய். உனக்கு என் நன்றிகள் என்றார். கோபித்த பெரியவருக்கு அடடா ஒரு சித்தர் வரையில் நம் பேச்சு இப்படி ஒரு முடிவுக்கே காரணமாகிவிட்டதே என்று வருத்தமாகவும், தான் தவறு செய்துவிட்டது போலவும் ஒரு குற்ற உணர்வு ஏற்பட்டது.

சோத்து சித்தரும் அதன்பின் மூன்றாம் நாளில் ஜீவசமாதியாகி விட்டார்! சித்தர்கள் விஷயத்தில் இப்படி நுட்பமான விஷயங்கள் உள்ளடங்கியிருக்கும்.

ஒரு மனிதன் இவ்வளவு தான் சாப்பிட முடியும் என்கிற கணக்கைத் தாண்டி ஒரு சித்தர் சாப்பிடுகிறார் என்றாலே அங்கே மனித சக்திக்கு அப்பாற்பட்ட ஒரு விஷயம் இருப்பதை புரிந்துகொள்ள வேண்டும்.

அதை விளங்கிக்கொள்ள பொறுமையும் நமக்குள் சித்த பாவனையும் மிக முக்கியம் மாறாக அவர்களிடம் நாம் சராசரியாக நடந்துகொண்டால் நஷ்டம் நமக்குத்தான்.

சோத்து சித்தரை பார்த்து பெரியவர் கோபப்படாமல் இருந்திருந்தால் அவர் இன்னும் சில காலம் இருந்து பலரிடம் சாப்பிட்டு அவர்களது கர்மவினைகளை எல்லாம் குறைத்திருப்பார்.

ஆனாலும் சித்தர் பெருமக்களும் விதிப்பாடு உண்டு என்பதையே சோத்து சித்தர் விஷயம் காட்டுகிறது!

காண்டீபனுக்கு நடந்ததும் சரி, நடந்து கொண்டிருப்பது சரி கனவுபோல தோன்றியது. ஆனால் அது ஒரு அப்பட்டமான நிஜம். அங்கே இருந்துகொண்டு ஒரு பெரும் அமானுஷ்யத்தை

அனுபவிக்கப் போகிறோம் என்று பரபரப்பில் இருந்தவருக்கு மகளுடைய அழைப்பு ஒரு எரிச்சலையும் கோபத்தையும்தான் ஏற்படுத்தியது.

அப்படியே நரசிம்மானந்தாவை பார்க்கவும் அவர் தியானத்தில் இந்த உலகம் மொத்தத்தையும் மறந்து ஒரு கடலுக்குள் மூழ்கிப்போகும் இரும்புக் குண்டுபோல மூழ்கிப் போயிருந்தார்.

காண்டீபன் திரும்பவும் மகளை தொடர்பு கொண்டார்.

"நான் இம்மீடியட்டா வந்தாகணுமாம்மா..."

"என்னப்பா இது கேள்வி... நான் தனியா ஐ.சி.யுவுக்கு வெளிய உட்கார்ந்துகிட்டிருக்கேன்."

"இல்லை உன்னால சமாளிக்க முடியாதான்னுதான் கேட்டேன்."

"அப்ப அந்த பூமிக்காத்தான்பட்டில் நீங்க இருந்தே தீரணும்கற மாதிரி ஏதாவது நடக்கப் போகுதாப்பா?"

"ஆமாம்மா... இப்பதான் சில விஷயங்கள் தொடங்கியிருக்கு."

"அதைவிட அம்மா உயிர் பெருசுன்னா நீங்க புறப்பட்டு வாங்க. அதுதான் பெருசுன்னா அங்கே இருங்க..."

அவளிடம் இருந்து வெளிப்பட்ட பதில் காண்டீபனை அங்கிருந்து வேகமாக புறப்படச் செய்தது. நரசிம்மானந்தாவிடம் சொல்லிக்கொள்ள விரும்பி திரும்பிப் பார்த்தார். அவரையும் காணவில்லை சுருக்கென்றது!

◈◈◈

கூடல்பட்டியில் முருகன் கோவிலில் வைகாசி விசாக பூஜைகள் தொடங்கியிருந்தன. ஜானகியும், அகிலாவும், பிருந்தாவும் அது சம்பந்தமான வேலைகளில் இருந்தனர். வெங்கடேஸ்வர குருக்களும் ஓடியாடிக் கொண்டிருக்க கோவிலிலும் கூட்டம் அதிகம் காணப்பட்டது.

கூடல்பட்டி முருகன் நவபாஷாணத்தால் ஆனவன் என்பதால் சித்தர்களில் பால்வர்க்கத்தை சேர்ந்தவர்கள் முருகனின் ஜனன

தினமான விசாக நட்சத்திரத்தன்று உச்சிப்பகல் வேளையில் ஒன்றுகூடி தங்கள் கையாலே பாலாபிஷேகமும், தைல அபிஷேகமும் தேன் அபிஷேகமும் அவரவர்கள் நோக்கத்திற்கு ஏற்ப செய்வார்கள்.

அப்படி அவர்கள் செய்த அபிஷேக பாலையும், தைலத்தையும், தேனையும் எடுத்துச் சென்று மருந்தாக பயன்படுத்தவென்றே பல சித்த வைத்யர்களும் அன்று வந்துவிடுவார்கள்.

கைபடாமல் அதை எடுக்க வேண்டியது முக்கியம் எச்சில்படாதபடி சாப்பிட வேண்டியதும் முக்கியம். உடம்பின் ஆரா எனப்படும் ஒளிக்கதிர் அதனுள் ஊடுருவி விடக்கூடாது என்பது மிக முக்கியம்.

இதனால் பல சித்த வைத்யர்கள் சுரைக் குடுவையுடனும், தாமிரப் பாத்திரத்துடனும் வந்திருந்தார்கள். அபிஷேக நீர் வந்து விழும் கல் தொட்டியைச் சுற்றிலும் தயாராக பலர் அமர்ந்திருந்தனர்.

அவர்களின் பார்வை மலை மேலேயே இருந்தது. அதற்கு காரணமும் இருந்தது. மலைமேல் இருந்துதான் சடைமுடியோடும் கோவணத்துடனும் கையில் தண்டக்கோலுடனும் சித்தர்கள் இறங்கி வருவார்கள்.

வருடத்திற்கு ஒரு நாள் இந்த விசாகத்தன்று மட்டும் மலையைவிட்டு கீழ் இறங்குபவர்கள் அதன்பின் அடுத்த வருடம்தான் வருவார்கள். அப்படி அவர்கள் இறங்கி வரும்போது அவர்களை தரிசிப்பதும் அவர்கள் காலடிபட்ட மண்ணை வீட்டுக்கு எடுத்துச் சென்று வீட்டு வாசலில் கொட்டி மூடிவிட்டால் வீட்டுக்குள் எந்த காரணம் கொண்டும் தீய சக்திகள் நுழையாது என்பது நம்பிக்கை.

வைத்தியர்கள் இப்படி காத்துக் கொண்டிருக்கும்போது அதை பார்த்த பிருந்தாவுக்கும் அகிலாவுக்கும்கூட அடிக்கடி மலைப்பக்கம் பார்வை சென்றது.

அவர்களை அவர்கள் வந்த அன்று பார்த்துவிட்டு சென்ற ராமண்ணா அதன்பின் இன்னமும் வரவில்லை. அன்று அவர் நிச்சயம் வருவார் என்று இருவர் மனமும் நம்பிக்கையோடு இருந்தபோது, "என்னம்மா நல்லா இருக்கீங்களா?" என்கிற குரல் கேட்டது.

குரல் வந்த திசையில் திரும்பினார்கள். ஜோதிடர் ரங்கசாமிதான் வந்திருந்தார் வெள்ளை வேட்டி ஜிப்பாவில் நெற்றியில் விபூதி பட்டையுடன் தோளில் துணிப்பை தொங்க அவர் வந்து நின்றவிதமே அலாதியாக இருந்தது.

"ஜோதிடரா வாங்க வாங்க" என்று வரவேற்றாள் அகிலா. அவரும் மல்லிகைப் பந்தலைக் கடந்து உள்ளே நுழைந்து எதிரில் பஞ்சாமிர்தத்துக்காக வாழைப்பழங்களை ஒரு ஏனத்தில் போட்டு பிசைந்து கொண்டிருந்த ஜானகியை பார்த்தார்.

ஜானகியும் வாங்க என்று வரவேற்றாள். பிருந்தா பாயை எடுத்து விரித்தாள். ரங்கசாமி அதில் அமரவும் ஓடிச் சென்று தண்ணீர் எடுத்து வந்து தந்தாள்.

"உன் அம்மா உன்னை நல்லா வளர்த்திருக்காங்க. வெளிய இருந்து மூணாம் மனுஷன்னு யார் வந்தாலும் முதல்ல தண்ணி கொடுக்கணும்கறது சாஸ்த்ரம்" என்றபடியே தண்ணீர் குடித்து முடித்தார்.

"நான் என்ன வளர்ந்து என்ன புண்ணியம் ஜோசியரே. ஊர்விட்டு ஊர் வந்து மறைஞ்சு வாழற மாதிரியல்ல வாழ வேண்டியிருக்கு. வாழ்க்கையே நினைச்சு பார்க்க முடியாதபடி மாறிப்போச்சே..." என்று பெருமூச்சுவிட்டாள்.

"நம்ப கைல எதுவும் இல்லைங்கறது தானேம்மா... வாழ்க்கை. இது உங்களுக்கு தெரியாதா?"

"அப்படின்னா நாம் எதுவுமே செய்ய வேண்டாமா...?

நடக்கறது நடந்தே தீரும்னு நாம் சும்மா இருந்துடலாமா?" வேகமாய் கேட்டாள் பிருந்தா.

“இப்படி வேகமா கேட்கலாம்மா. ஆனா அரைமணி நேரத்துக்கு மேல சும்மா இருக்க முடியாதுங்கறதுதான் நிஜம்.”

“ஜோசியரே அப்ப முயற்சி திருவினையாக்கும், நீ எதை நினைக்கிறாயோ அதுவாக நிச்சயம் ஆவாய்னுல்லாம் பெரியவங்க சொல்லியிருக்கற தன்னம்பிக்கை வார்த்தைகள் எல்லாம் அர்த்தம் இல்லாததில்லையா?”

என் மாதிரி ஜோதிடத்தில ஊறினவங்ககிட்ட கேட்டா அர்த்தம் இல்லாததுன்னுதான் சொல்லுவோம். இதை கேக்கற சில படிச்சவங்க எங்க கருத்தை பழமைவாதிங்க கருத்து மூடத்தனமான கருத்துன்னும் சொல்வாங்க அதை எல்லாம் கேட்டுக்க வேண்டியதுதான்.”

“என்ன ஜோசியரே இப்படி சொல்றீங்க... இது மனசுக்கு சோர்வு தருது. என் அப்பா மாதிரி ஒரு நல்லவரை பார்க்கவே முடியாது. யாரோ செய்த தப்புக்கு அவர் பலியாக் தண்டனை அனுபவிச்சார். ஆனா அவரோட சிவபக்தியால அப்பா விதியையே ஜெயிச்சு இப்ப உயிரோடயும் இருக்காரு. உங்க கருத்துக்கு எதிரால்ல அப்பாவோட நிலைப்பாடு இருக்கு.”

“இல்லம்மா... அப்பா விதியை எல்லாம் ஜெயிக்கலை. அவர் வாழ்க்கையும் விதிப்படியேதான் நடந்துகிட்டு வருது.

அவர் ஜாதகத்தை பார்த்த நான் அவர் விதி முடியற விதி இல்லைன்னு ஜெயில்ல வார்டர் ஐயாகிட்ட சாதிச்சேன். நான் சொன்னபடிதான் கடைசில ஆச்சு, உங்க அப்பா ஜாதகம் நூறுகோடி ஜாதகத்துல ஒரு ஜாதகம்மா. ரொம்பவே அபூர்வமான ஜாதகம்.”

“அப்படின்னு நீங்க சொன்னா ஆச்சா...

ஊர் உலகத்தை பொருத்தவரை அவர் ஒரு கொலைகாரர் அதுக்காக தூக்கு தண்டனை அனுபவிச்சவர். இவங்கள்ளாம் கொலைகாரங்களோட பிள்ளைங்க.

இவங்களுக்கு ஒரு கல்யாணம்னு ஒண்ணு நடந்து இவங்க எல்லாரையும்போல சகஜமா வாழ்ந்து பிள்ளை குட்டி பெத்து அதுங்க வளர்ந்து அதுங்களும் இந்த சமுதாயத்துல மானத்தோட வாழ வழியில்லாத நிலையில இருக்கோம்."

ஜானகி மிகவே உருக்கமாக பேசினாள்.

"புரியுதும்மா... உங்க பேச்சுல இருக்கற நியாயம் எனக்கு நல்லாவே புரியுது. ஆனா அது உங்களுக்கு சோதனையான ஒரு கட்டம். அவ்வளவுதான்.

மத்தபடி நீங்க நினைச்சு கவலைப்படறது நடக்கப் போறதில்ல. உங்க பிள்ளைகள் நீங்க விரும்பின மாதிரி நல்லபடியா கல்யாணம் கட்டி பிள்ளை குட்டிகன்னு வாழப்போறாங்க. அதை நீங்களும் பார்க்கப் போறீங்க."

"என்ன ஜோசியரே... பொய்யா எங்களுக்கு ஒரு சந்தோஷம் தர பார்க்கறீங்களா?"

"சத்யமா இல்லை... நான் உள்ளதை உள்ளபடி சொல்ற ஒரு ஜோசியன்மா. கெட்ட விஷயங்கள் ஒரு ஜாதகத்துல இருந்தா எதுவும் சொல்லாம மௌனமா வேணும்னா இருப்பேன். பொய் சொல்லமாட்டேன்."

"சரி உங்க வாக்கு எப்படி பலிக்குதுன்னுதான் பாக்கிறேன்."

"நாளைக்கு காலைல இதே நேரத்துக்குள்ளேயே நான் சொன்னதை சரின்னு நீங்க உணருவீங்க. உங்க கணவரை கொலைகாரனா நினைச்சுகிட்டிருக்கற இந்த உலகம், குறிப்பா அவர்மேல கொலைக் குற்றச்சாட்டை வைத்த போலீசும் அவருக்கு தண்டனை கொடுத்த சட்டமும் நாளைக்கு ஒரு பெரிய தர்மசங்கடத்தை சந்திக்க போகுது."

"என்ன சொல்றீங்க நீங்க?"

"நான் சொல்லலை... உங்க கணவர் ஜாதகம் சொல்றத சொல்றேன் அதே சமயம் இந்த வைகாசி விசாகத்துல இந்த

முருகன் கோவில்ல ஒருவன் இருக்க கொடுத்து வெச்சிருக்கணும். இன்னிக்கு பலப்பல சித்தர்கள் முருக தரிசனத்துக்காக வருவாங்க.

அவங்களை பாக்கறது ரொம்பவே நல்லது. உச்சிப்போதுல முருகனுக்கு தீபாராதனை செய்யும்போது நாம் வேண்டிக்கறது நடக்கும். அந்த நேரத்துல மனசு ஒப்பி நான் இந்த நாட்டுக்கு ஜனாதிபதி ஆக விரும்பறேன்று வேண்டிகிட்டா அதுகூட பலிக்கும். ஆனா அந்த நொடிகள்ல ஆத்மலயத்தோட வேண்டிக்க விதி ஒத்துழைக்கணும். பிரார்த்தனைங்கறது வெறும் ஆசையா மட்டும் இருக்க கூடாது. அது... இல்லாததா இருக்கறது ரொம்ப முக்கியம்."

ஜோதிடர் அழுத்தமாக சொன்ன அந்த நொடிகளில் வெளியே பரபரப்பு. பிருந்தா ஓடிச் சென்று பார்த்தாள்.

கோவிலுக்கு நேர் எதிரான மலைச்சரிவில் அங்கும் இங்குமாக சில சித்தர்கள் வந்து கொண்டிருந்தனர். ஒரு சித்தரின் ஜடாமுடி அவருக்கு பின்னே தரையில் புரண்டு வந்து கொண்டிருந்தது.

அவர் உடலோ பாலில் ஊறியதுபோல பளிச்சென்று இருந்தது. இன்னொறு சித்தரின் தாடி முன் பாகத்தில் லிங்கக் குறியையே மறைக்கும் அளவு வளர்ந்திருந்தது ஒரு சித்தர் இரண்டடி உயரம் மட்டுமே இருந்தார்.

ஒரு சித்தர் உடம்பு முழுக்க விபூதியை பூசிக்கொண்டு வந்தபடி இருந்தார். இப்படி ஒவ்வொரு சித்தர்களும் ஒவ்வொரு விதம்.

அவர்களைப் பார்த்த வைத்தியர்களும், கோவிலுக்கு வந்திருந்த பக்தர்களும் எழுந்து நின்று 'ஹரஹரமகா தேவ ஜெய ஜெய மகாதேவ...' என்று கோஷம் எழுப்பினார்.

அவர்களுக்கு பின்னாலே சில மலை சாதியினர் அவர்களுக்கு அபிஷேகப் பொருட்களை எடுத்துக்கொண்டு வந்தபடி இருக்க, அவர்களில் ராமண்ணாவும் இருந்தார். ராமண்ணாவின் தலைமேல் ஒரு பானை அதில் மலைப்பசுவின் பால்!

ஆங்கிலத்தில் லைட் அண்ட் சவுண்ட் என்றும் தமிழில் ஒளி ஒலி என்றும் கூறப்படுவதில் ஒலியாகிய மொழியை பேசுவது மனித இனம் மட்டுமே. மற்ற உயிரினங்களால் அர்த்தமில்லாத சப்தங்களை வேண்டுமானால் எழுப்ப முடியும்.

மனிதன் மட்டும் எப்படி தன்னால் பேச முடியும் என்பதை அறிந்தான்? பின் இதில் இசையும் பிறந்தது... இதெல்லாம் எப்படி நிகழ்ந்தது என்று கூற முடியுமா?

ராஜபாதர், சென்னை - 61

நமது இந்துமத சித்தாந்தப்படி ஓம் எனும் பிரணவ எழுத்தில் இருந்து அகார, உகார, மகார எனும் சப்தங்கள் முதலில் தோன்றியதாக கூறுவார்கள்.

குழந்தையாக பிறக்கும்போதே 'உ அ' என்றுதான் அழுகிறோம். இதைதான் பேச்சு வழக்கில் குவா குவா என்கிறோம். உண்மையில் 'உ அ' என்றே அழுகிறோம். அதற்கு முன்பாக நாம் தாயின் கருவறைக்குள் இருப்பதை பார்த்தால் ஓம் எனும் எழுத்தின் வடிவம்போல கருப்பைக்குள் நாம் தலைகீழாக இருப்பதை காணலாம். அதேபோல கேட்கும் திறன் படைத்த காதுகளும் ஓம் எனும் எழுத்து வடிவில் இருப்பதை காணலாம். இந்த பிரணவ சப்தத்தின் மூல ரூபம் விநாயகப் பெருமான் ஆவார்.

அதாவது யானை வடிவம். யானைக்கும் காதுகள் பெரிது கண்களோ மிகச் சிறியது இதிலிருந்தே கேட்பது பெரிது பார்ப்பதைவிட என்பது புலனாகும். இதை வைத்தே கற்றலிற் கேட்டல் நன்று என்றனர். கேளாத குழந்தை பேசாது.

* ——— *

43

ஒரு மனிதன் சித்தனாவதற்கு அவன் விதி அமைப்பு பெரிதும் துணைபுரிய வேண்டும். ஏன் என்றால் சித்தனாவதும் சரி கடவுள் நிலையை எய்துவதும் சரி ஒன்று!

இந்த மண்ணில் கோடானுகோடி உயிர்களில் ஒரு உயிராகத் தோன்றியுள்ள நாம் அவ்வாறு தோன்றியதன் பின் புலத்தை எண்ணி பார்த்தால் ஆச்சரியமாக இருக்கும். குறிப்பாக ஒரு மனிதனின் பின்னாலே குறைந்தபட்சம் ஏழுவிதமான பிறப்பின் பதிவுகள் இருக்கும். நம் உடம்புக்குள்ளேயேகூட நம் பாட்டன்மார்களில் ஏழு தலைமுறையை சேர்ந்த ஏழு பாட்டன்மார்களில் பதிவுகள் உள்ளது. இந்த ஏழுவித பதிவு என்பது பலவிதமாக இருக்கும். ஒரு தாத்தாவைபோல ரத்தம் அமைந்திருக்கும்.

இன்னொன்று தாத்தாபோல யோசிக்கும் விதம் இருக்கும். அதன்பின் நடக்கும் விதம், திரும்பிப் பார்த்தால் போன்ற பாடிலாங்வேஜ் எனப்படும் உடல் மொழி ஒரு தாத்தாவை கொண்டிருக்கும். இப்படி ஏழு பேர்களின் பாதிப்புகள் கொண்டதுதான் ஒரு உடல். இவர்களின் நன்மை, தீமை அவ்வளவும் பதிவுகளாகி பிறவி தோறும் தொடரும்.

ஒருவர் சித்தர் ஆகிட இந்த ஏழு தலைமுறையை சேர்ந்தவர்களும் பெரும் பாவங்கள் குறிப்பாக பஞ்சமா பாதகங்கள் எனப்படும் பெற்ற தாயை துன்புறுத்துதல், பசுவை கொலை செய்தல்,

பிறன் மனைவியை விரும்புதல், தேசத்தை காட்டிக் கொடுத்தல், குருவுக்கு துரோகம் செய்தல் போன்றவைகளை செய்யாமலிருக்க வேண்டும். அப்போதுதான் பிறவியிலிருந்து விடுதலை பெற முடியும்.

அப்படி ஒரு விடுதலைதான் சித்தனாவது என்பதும்! சித்தனாக மாறிவிட்டால் பிறவித்தளை தீர்ந்துவிடும். எனவே நீங்கள் ஒரு சித்தரை எங்காவது பார்க்கிறீர்கள் என்றால் பெரும் பாவங்கள் செய்திடாத ஏழு தலைமுறை கொண்ட ஒருவரை பார்க்கிறீர்கள் என்று பொருள்.

இப்படி சித்தனாகி விட்டவர்கள் தங்கள் தவ சக்தியாலே நம் பாவங்களையும் களைகின்றவர்களாக இருப்பார்கள். தங்கள் பார்வையாலேயே 'நேத்ர தீட்சை' என்னும் பார்வை வருடலாலேயே நம் உடம்பைச் சூழ்ந்திருக்கும் தீவினைகளை தங்கள் வசம் இழுத்துக்கொண்டு விடுவார்கள்.

திருவண்ணாமலையில் வாழ்ந்த பகவான் ரமணர் முதல் சேஷாத்ரி ஸ்வாமிகள், யோகி ராம்சரத்குமார் போன்றவர்கள் தங்கள் பக்தர்களை இப்படித்தான் ரட்சித்தனர். இப்படி இவர்கள் கருணை காட்டுவதால் நமக்குதான் நன்மை. அவர்களுக்கோ பெரும் உடற்பிணிகள் ஏற்படும். அதற்கு பெரிய உதாரணம் பகவான் ரமணர்!

௸

தலைமேல் பாலோடு வரும் ராமண்ணாவைப் பார்த்த பிருந்தாவுக்கும் அகிலாவுக்கும் முகம் மலரத் தொடங்கியது. "அம்மா, அப்பாவும் வந்துகிட்டிருக்கார்..." என்று குரல் கொடுத்தபடியே ஜானகியை நோக்கி ஓடினாள்.

வெளியே பெரிய அளவில் 'ஹரஹர மகாதேவா' என்கிற கோஷம். இடையில் வெற்றிவேல் முருகனுக்கு அரோகரா என்கிற கோஷமும் சேர்ந்து கொண்டது.

ஜோதிடர் ரங்கசாமி எழுந்து நின்று சித்தர்களைப் பார்த்து கை கூப்பி வணங்கியபடி இருந்தார். ராமண்ணா அருகில் வரவும் நின்று ஒரு பார்வை பார்த்தார். அதுவே நலமா என்று கேட்பதுபோல இருந்தது.

ராமண்ணாவை இப்போது யாராவது பார்த்தால் அடையாளமே கண்டுபிடிக்க முடியாது. தாடியும் மீசையுமாய் அவரிடம் அப்படி ஒரு மாற்றம். அவர் பார்வை அடுத்து அவரது பெண்களின் மேல்தான் சென்றது. மற்றபடி எதுவும் பேசவில்லை கொண்டு வந்திருந்த பால் பாத்திரத்தோடு கோவிலுக்குள் நுழைந்துவிட்டார்.

மலையிலிருந்து இறங்கி வந்திருந்த சித்தர்கள் கர்பகிரகம் முன்னாலே ஒன்று கூடியிருந்தனர். அவர்கள் பார்வை உள்ளிருக்கும் முருகனின் திரு உருவச்சிலை மேலேயே இருந்தது.

குருக்களும் முருகனுக்கான அபிஷேக ஆராதனைகளை தொடங்கி விட்டார். கூடியிருந்த கூட்டத்திடம் ஹர ஹர மகாதேவ கோஷமும், வெற்றிவேல் முருகனுக்கு அரோகரா கோஷமும் துளியும் குறையவில்லை.

கூடல்பட்டியே கோஷப்பட்டியாக மாறிவிட்டதுபோல் இருந்தது. ரங்கசாமியும் கோஷமிட்டபடியே ஓரிடத்தில் நின்றபடி அபிஷேகத்தை கவனித்தபடி இருந்த பிருந்தாவிடமும் அகிலாவிடமும் நெருங்கினார். அவர்களை தனியேயும் அழைத்தார்.

"என்ன ஜோசியரே!"

"நான் சொல்றத இப்ப நல்லா காது கொடுத்து கேட்டுக்கணும்."

"சொல்லுங்க"

"இப்ப இங்க நடந்துகிட்டிருக்கறது கோவிலுக்கு கோவில் நடக்கற அபிஷேகம் மாதிரியான ஒரு அபிஷேகமில்லை. இப்ப நடந்துகிட்டிருக்கற கால நேரமும் வழக்கமான கால நேரமில்ல..."

"அதனால என்ன ஜோசியரே..."

“அம்மாடி... உங்க அப்பா ஒரு உலக அதிசயம்னு சொன்னேன் இல்லையா?”

“ஆமாம்...”

“அது உங்களுக்கும் எனக்கும் தவிர யாருக்காவது தெரியுமா?”

“தெரியாது”

“நீங்க இப்ப இந்த முருகன்கிட்ட பிரார்த்தனை செய்துகிட்டா உங்க அப்பாமேல இருக்கற பழி நீங்கி இந்த உலகமும் உங்க அப்பாவை ஒரு அதிசய மனிதரா பார்க்கும். உங்க அம்மா வருத்தப்படற மாதிரி இப்ப இருக்கற சூழலே தலைகீழா மாறிடும்.”

“நிஜமாவா ஜோசியரே.”

“ஆமாம்மா... ஆள் செய்யாததை நாள் செய்யும், நாள் செய்யாததையும் கோள் செய்யும், கோள் செய்யாததையும் வேல் செய்யும் அதாவது கந்தவேல்ங்கற முருகன்.

விதி இருந்தா மட்டுமே இங்க இப்ப இருக்க முடியும். கூடவே மதி இருந்தா மட்டுமே தேவையை கேட்டு வாங்க முடியும். நீங்களும் கேட்டு வாங்கிக்குங்க.”

ரங்கசாமி எடுத்துக் கொடுத்தார்.

பிருந்தாவும் அகிலாவும் கண்களை மூடிக்கொண்டனர். பிருந்தா அப்பாமேல் உள்ள கொலை பழி நீங்க வேண்டும் என்கிற வேண்டுதலை மனதில் வைத்தாள். அகிலாவோ அக்காவுக்கு நல்லபடி கல்யாணமாகணும் அப்பாவோட பழி நீங்கி அவர் உலகம் முழுக்க சுதந்திரமா சுற்றி வரணும் என்று வேண்டிக்கொண்டாள்.

மல்லிகைக்கொடி படர்ந்திருக்கும் வீட்டு வாசலில் நின்றபடியே கோபுரத்தை பார்த்து தரிசித்துக் கொண்டிருந்த ஜானகி, எல்லா குழப்பங்களும் விலகி நல்லது நடந்தால் போதும் என்கிற பிரார்த்தனைக்குள் இருந்தாள்.

அதற்கு ஏற்ப அபிஷேகத்தின் முடிவில் ஐந்துமுக தீபம் காட்டிவிட்டு மகாதீபாராதனையும் நடைபெற்றது.

அதன் முடிவில் சாம்பிராணி புகையும் போடப்பட்டது.

அப்போது வந்திருந்தவர்கள் அருகில் இருந்த சித்தர்களின் கால்களில் எல்லாம் விழுந்து ஆசிர்வாதங்களை பெற்றபடி இருந்தனர். அவர்கள் நெற்றியில் கை வைத்து விபூதி வைத்துவிட வேண்டும் என்று சிலர் கெஞ்சினர்.

அது ஞானக் கண்ணை விழிக்கச் செய்யும் என்பது அவர்களின் நம்பிக்கை. ராமண்ணாவும் தன் பெண்களிடம் வந்தார். அபிஷேகப்பாலை அவர்கள் வசம் தந்தவர்.

"அம்மாகிட்ட கொண்டுபோய் கொடுங்க. அப்பா நாளைக்கு சாயந்தரம் வரேன். இப்ப மலைமேல வேலை இருக்கு. இன்னிக்கு ஆகாசலிங்கத்துக்கு அர்த்தஜாம பூஜையும் இருக்கு" என்றார். அப்போது ரங்கசாமி இடையிட்டார்.

"என்ன ஜோசியரே"

"என் கணக்குப்படி உங்க பழி பாவம் நீங்கற நேரம் வந்தாச்சு."

"சந்தோஷம்."

"உங்க பிள்ளைகளும் கல்யாணமாகி நல்லா இருப்பாங்க."

"ரொம்ப சந்தோஷம்."

"நீங்க விரும்பினா வெளிப்படையாவும் நடமாடலாம்."

"அது இனி சாத்யமில்ல... என்னை கடமைக்காக தூக்குலபோட்ட ஜெயிலர் அய்யாவை நான் களங்கப்படுத்த விரும்பலை."

"நீங்க என்ன சொல்றீங்க."

"நான் வெளிப்படையா நடமாடினா ஜெயிலர் அய்யா என்னை தூக்குல போட்டது பொய்யின்னு ஆயிடும். என்னை காக்கா சித்தர் காப்பாத்தினது பெரிய விவாதப் பொருளாயிடும். இரண்டுமே நல்லதில்லை ஜோசியரே. இப்ப எனக்கு ஒண்ணும் குறை இல்லை. யாருக்கும் கிடைக்காத பாக்யம் எனக்கு கிடைச்சிருக்கு. சித்தர் சாமிங்களோட குறை சித்தர் சாமிங்களோட வசிக்கற பாக்யமும் சித்த விலாசமும் கிடைக்கறது சாதாரணமில்ல.

தூக்குங்கற மரணம் என்வரைல மறுஜென்மம்.

என்வரைல பந்தபாசமெல்லாம்கூட தப்பான விஷயம்.

ஆனா அப்பனா கடமையை சரியா செய்யாததால் இவங்களோட ஒட்டிகிட்டு இருக்கேன். நீங்க சொன்ன மாதிரி என் மேலான கொலை பழி நீங்கி குற்றவாளி நான் இல்லேன்னு தெரிய வந்துட்டா இவங்களுக்குதான் அதனால நிறைய நன்மை.

அது நடந்து இவங்க வாழ்க்கை நேராயிட்டா நான் என் மனைவியோட மலை ஏறிடுவேன். அப்புறம் நானும் சரி, அவளும் சரி வருஷம் ஒரு தடவை இந்த முருகனை கும்பிடத்தான் இறங்குவோம்."

ராமண்ணா தன் முடிவை சொல்லச் சொல்ல அதைக் கேட்டு சந்தோஷம் ஒருபுறமும் துக்கம் ஒருபுறமும் அகிலாவிடமும், பிருந்தாவிடமும் பீறிட்டது. ரங்கசாமியும் பரவசமான உணர்வோடு குனிந்து ராமண்ணா காலைத்தொட்டு வணங்கிவிட்டு நிமிர்ந்தார்.

என்ன ஆச்சரியம்? அங்கே ஒரு சித்தர்கூட இல்லை.

எல்லோருமே அங்கிருந்து ஷணத்தில் மறைந்துவிட்டிருந்தனர்.

கூட்டத்திடம் திரும்பவும் சரண கோஷம்!

◈◈◈

சிறைச்சாலை!

தனக்கான அறைக்குள் நுழைந்து நாற்காலியிலும் அமர்ந்த பெருமாள்துரைக்கு முன்னாலே அன்றைய நாளிதழ்கள் கிடந்தன. எடுத்து விரித்தார். அதில் வரும் தீவிரவாதி கைது செய்யப்பட்ட விபரமும் அவனிடம் இருந்து கைப்பற்றப்பட்ட பொருட்களும் இருந்தன.

அவனுக்கு மறைமுக உதவி செய்பவர்களில் பல தொழிலதிபர்களும் அடக்கம் என்கிற தகவலோடு அவர்களைக் கண்டறிவதில் போலீசார் மும்முரமாக இருப்பதையும் படித்த பெருமாள்துரை அந்த தீவிரவாதியின் முகத்தை உற்றுப்பார்த்தார்.

அவன் ஒரு சுற்றுலா சென்றபோது எடுத்துக்கொண்ட புகைப்படம் அது. அதில் இன்னொருவன் முகமும் பெருமாள்துரையை உறுத்தியது.

யார் அது?

யார் அது? என்று மனதுக்குள் அல்லாடியவர், அந்த வழக்கில் செயல்பட்டு வரும் போலீஸ் ஆபீசர் சந்திரசேகர் என்பவரை உடனேயே தொடர்பு கொண்டார்.

“வெல்கம் மிஸ்டர் பெருமாள்துரை எப்படி இருக்கீங்க.”

“நல்லா இருக்கேன் சந்திரசேகர். இப்பதான் பேப்பர்ல நியூஸ் பார்த்தேன்.”

“பாத்துட்டீங்களா... உங்க ஜெயில்ல டார்க் செல்லை சுத்தப்படுத்தி வெச்சுக்குங்க. என்கொயரி முடிஞ்ச உடனே கோர்ட்ல புரொட்யூஸ் பண்ணி உங்ககிட்டதான் அனுப்புவோம்.”

“அனுப்புங்க அனுப்புங்க... பை த பை பத்திரிகைல வந்துருக்கப் போட்டோலகூட இருக்கறவங்கள எல்லாமும் விசாரிச்சீங்களா?”

“விசாரிச்சுகிட்டே இருக்கேன்.”

“அதுல ஒரு முகம் எனக்கு பரிச்சயமான முகம். நான் பல தடவை பார்த்துருக்கேன்.”

“அப்ப யார்னு சொல்லுங்களேன்...”

“அதான் தீவிரமா யோசிச்சுகிட்டிருக்கேன். ஞாபகம் வருவேனாங்குது...”

“எப்படியாவது கண்டுபிடியுங்க. இவங்க அவ்வளவு பேருமே இவனுக்கு வலது கை மாதிரி. அரெஸ்ட் பண்ணப்போ இவன் தங்கி இருந்த இடத்துல கிடைச்சது. இந்த போட்டோ...”

“ஆங்... ஞாபகம் வந்துடுச்சி சந்திரசேகர். அந்த நபர் பேர் அமரேஷ். அமரேஷ் கார்மெண்ட்ஸ் மேனேஜிங் டைரக்டர் இவன். கடைசி கடைசியா தூக்கு தண்டனை கைதி கேஸ்ல சாட்சி சொன்னவங்கள்ள இவனும் ஒருத்தன்...”

“ஓ அமரேஷ் கார்மெண்ட்ஸ் அமரேஷா...?”

“இன்ஃபாக்ட் அந்த ராமண்ணா ரொம்ப நல்லவர்ங்கறதுதான் என் பர்சனலான கருத்து. இவன்தான் ஏதோ செய்திருக்கணும். ஏன்னா இவனுக்குதான் தீவிரவாதி தொடர்பு இருக்கு. ஆனா ராமண்ணாவை தீவிரவாதியா போலீஸ்ல சித்தரிச்சிருக்காங்க. இடைல எங்கையோ தப்பு நடந்துருக்குன்னு தோணுது.”

“நோ பிராப்ளம்... நான் இப்பவே அமரேஷ் கார்மெண்ட்ஸ் போறேன். அவனை அரெஸ்ட் பண்றேன். மற்ற விஷயங்களை பிறகு பேசுவோம்.”

போனை கட் செய்த சந்திரசேகர் அதே வேகத்தில் புறப்பட்டுவிட்டதை பெருமாள்துரையும் புரிந்து கொண்டார். தவறு செய்துவிட்டதுபோல் லேசாக ஒரு உணர்வு. அப்போது “வணக்கம் சார்” என்றபடியே வந்து அமர்ந்தார் ஜோதிடர் ரங்கசாமி!

ஜீவசமாதிகளின் பின்னால் பெரும் மர்மம் இருப்பதாகவும் அதை உணர்தல் கடினமென்றும் கூறப்படுகிறது. பொதுவில் சமாதி என்பது பிணங்களை புதைத்த இடத்தை உணர்த்துவதாகும். அச்சமூட்டும் ஒரு இடமும்கூட. ஆனால் ஜீவசமாதியைப் பார்த்து யாரும் அச்சப்படுவதில்லை. மாறாக வணங்குகிறோம். இது எதனால்?

ராமதாஸ், போரூர்

உங்களுக்கு சராசரி மனிதர்களின் சமாதிக்கும் சித்த புருஷர்களின் ஜீவசமாதிக்கும் வேற்றுமை தெரியவில்லை என்று புரிகிறது. சராசரி மனிதர்களின் இறந்த உடலை மண்ணானது முழுவதுமாய் தின்று தீர்க்க பல ஆண்டுகள் ஆகும்.

ஆனால் ஜீவசமாதியில் உள்ள சித்தர்களின் உடல் துளியும் அழுகாமல், அப்படியே இருக்கும். இன்னும்

சொல்லப்போனால் அந்த உடலில் நகம், முடி முதலியவைகூட வளரும். ஆனால் நமக்கு வளர்வதுபோல வேகம் இருக்காது. அவர்கள் ஆன்மாவும் அணுபோல பிளந்துகொண்டு எப்போதும் ஒரு பாகம் அங்கேயே இருக்கும் மறுபாகமே பரம்பொருளை சென்று சேரும்.

இதற்கு காரணம் அவர்களின் உடம்பை காயகற்பங்களால் அவர்கள் அழிவற்ற தன்மைக்கு மாற்றிக்கொண்டு விட்டதுதான். அது மட்டுமல்ல மிகுந்த இளம்பிராயத்தில் இருந்தே ஒரு துளி விந்துவைக்கூட அவர்கள் வீணாக்கி வெளியேற்றி இருக்கமாட்டார்கள்.

அவ்வளவையும் அவர்கள் குண்டலினி யோகத்தால் உச்சந்தலைக்கு கொண்டு சென்று அங்கே நிறுத்தி விடுவதுதான் சமாதி நிலை. இந்நிலையில் ஆன்மாவை உடம்பில் இருந்து பிரித்துக்கொண்டு சென்றாலும் உடம்பு அப்படியே இருக்கும். குறிப்பாக இதயம் ஃபிரிட்ஜில் இருக்கும் பழம்போல துளியும் கெடாது இருக்கும்.

அனைத்துக்கும் அடிப்படை விந்துதான்.

அதை அடக்கி ஆள்வதில்தான் சித்தனின் உன்னதம் உள்ளது. எனவே ஜீவசமாதிகளில் அவர்கள் உயிரோடு இருப்பதாக கருதப்படுவதால் வணங்கப்படுகிறார்கள்.

* ——— *

44

கடந்த நூற்றாண்டின் ஒரு அதிசயம் பகவான் ரமணர். மதுரைக்கு அருகில் திருச்சுழி எனும் ஊரில் பிராமண குடும்பத்தில் பிறந்த ராமணர் மிகுந்த இளம்வயதிலேயே அதாவது பத்து பன்னிரெண்டு வயதிலேயே துறவு மனப்பான்மைக்கு வந்துவிட்டார்.

துள்ளி விளையாடும் பருவம் அது. நல்லது கெட்டதை பிரித்துப் பார்க்கவும் தெரியாது. அதனால்தான் அதற்கு அறியாப் பருவம் என்றே பெயருண்டு.

ஆனால் அந்த பருவத்திலேயே ரமணருக்குள் நாம் எதற்காக பிறந்துள்ளோம்? அதிலும் எதனால் மனிதப் பிறப்பெடுத்தோம்? அதிலும் குறிப்பிட்ட இனத்தில் இடத்தில் ஒரு தாய் தந்தைக்கு மகனாக பிறந்தது என்பது ஒரு தற்செயலான நிகழ்வா? இல்லை இதற்கு பின்னால் உள்ள காரணம் என்னவாக இருக்கும்? என்று ஏராளமான கேள்விகளை கேட்டுக்கொண்டவர்.

இப்படி இளம்வயதிலேயே ஒருவர் சிந்திப்பது என்பது மிக அபூர்வமான ஒன்றாகும்.

கோடானுகோடி பேரில் ஒரு சிலரே இப்படி வித்யாசப்படுகின்றனர்.

இதைத்தான் ஜென்மாந்ரத தொடர்பு என்று சான்றோர்கள் கூறுகின்றனர். அப்படி ஒன்று இல்லாத பட்சத்தில் இத்தனை இளம்வயதில் இதை சிந்திப்பதில் சாத்தியமே இல்லை.

இதைவிட ஆச்சரியமூட்டும் ஒரு விஷயமும் நம் வரலாற்று நிகழ்வுகளில் உண்டு.

திருஞான சம்பந்தருடைய வாழ்க்கையை கவனித்தால் அது மேலும் வியப்பைத் தரும்.

ஞான சம்பந்தப் பெருமான் மிகுந்த இளம்வயதிலேயே அதாவது ஐந்து வயதில் இறைவன் மேல் 'தோடுடைய செவியன்' என்று பதிகமே பாடியுள்ளார்.

அந்த வழியில் ராமணர்தான் பின்னாளில் 'நான் யார்?' என்பதே இந்த உலகின் தலையான கேள்விகளில் முதலில் உள்ள கேள்வியாகும்.

நம்மிடம் நீ யார்? என்று யாராவது கேட்டால் நாம் உடனே நம் பெயரைச் சொல்வோம். ஆனால் பெயரல்ல நாம். அடுத்து உடலைக் காட்டுவோம். இதுவல்ல நாம்! இப்படி நான் யார் என்று கேட்டுக்கொண்டால் அது பல கிளைக் கேள்விகளை அடைந்து இறுதியாக நம் ஆத்மாவே நாம் என்று முடியும்.

இந்த நான் யார்? கேள்வியின் நாயகனாக திகழ்ந்த ரமணரிடம் ஆறறிவு படைத்த மனிதர்கள் மட்டுமல்லாமல் ஆடு மாடுகளும், அணில் குஞ்சுகளும்கூட அன்பு காட்டின. உண்மையான துறவியாக இவர் திகழ்ந்ததால் இவரிடம் அருள் மிகுந்திருந்தது. இவரை தரிசிப்பவர்களின் வாழ்க்கைத் துன்பங்களை எல்லாம் இவர் அவர்கள் கூறாமலே ஒரு மூச்சுக்காற்றில் தனக்குள் வாங்கிக்கொண்டு தன் பார்வையாலேயே 'நயன தீட்சை' என்னும் கருணையை பொழிந்து அனுப்பி வைத்தார்.

அப்படி ஆயிரக்கணக்கானவர்கள் இவரை தரிசிக்கையில் தங்கள் பாவங்களை இவர் காலடியில் வைத்திட அதை இவர் தனக்குள் ஏற்றுக்கொண்டார். ஒரு கட்டத்தில் அந்த பாவச்சுமையே புற்று நோயாக மாறி இவர் உடம்பை அரிக்கத் தொடங்கிவிட்டது!

௸

ஜோதிடரைப் பார்க்கவும் பெருமாள்துரையிடம் ஒரு சின்ன அதிர்வு!

அவரை பெருமாள்துரை அங்கே சற்றும் எதிர்பார்க்கவில்லை. அது அவர் முகம் போனபோக்கில் தெரிந்தது.

"என்ன சார் என்னை நீங்க கொஞ்சம்கூட எதிர்பார்க்கல... இல்ல?"

"ஆமாம் ஜோசியரே... அப்புறம் எப்படி இருக்கீங்க?"

"பரவால்ல எங்க வந்தீங்கன்னு தோரணையா கேட்காம நலம் விசாரிக்கறது குறிச்சு ரொம்ப சந்தோஷம்."

"நீங்க பேசறத பார்த்தா பலமான நோக்கங்களோட வந்திருக்கற மாதிரி தெரியுதே?"

"ஆமாம் சார்... இப்பகூட நான் ஜோசியம் சொல்லத்தான் வந்திருக்கேன்."

"போன தடவை நீங்க சொன்ன ஜோசியம் என்னாச்சுன்னு உங்களுக்கு தெரியும். திரும்பவும் வந்திருக்கீங்கன்னா உங்களுக்கு தைரியம்தான்."

"சரியா ஜோசியம் சொல்லும்போது தைரியத்துக்கு என்ன சார் குறை?"

ஜோதிடர் ரங்கசாமி பதில் பெருமாள்துரை நெஞ்சில் குத்தியது.

"சரியா சொன்னீங்களா?"

"ஆமாம்."

"அந்த ராமண்ணா செத்து அவரை புதைச்ச இடத்துல புல்லு முளைச்சிடிச்சிங்கறது உங்களுக்கு தெரியுமா?"

"அது உங்க வரையிலான உண்மை. ஆனா அதை கடந்த பல உண்மைகளையும் நான் பாத்துட்டேன். அதே சமயம் அதை பேசவரலை. உங்ககிட்ட ஒரு விஷயத்தை மட்டும் சொல்லிட்டு போக வந்துருக்கேன்..."

“என்ன... ராமண்ணா உண்மைல அப்பாவி அவரை அநியாயமா நாங்க தூக்குல போட்டுட்டோம்னு சொல்லப் போறீங்களா?”

“இல்லியா பின்னே?”

ஜோதிடர் கேள்விக்கு பதில் கூறாமல் மௌனமாக வெறித்தார் பெருமாள்துரை.

“பார்த்தீங்களா உங்களால் பதில் சொல்ல முடியல்ல...?”

“ஜோசியரே... சட்டப்படி நான் எந்த தப்பும் பண்ணல. ஆனா தர்மப்படி தப்பு நடந்துட்டதை ஒத்துக்கறேன். சரி நீங்க உங்க ஜோசியத்த சொல்லுங்க முதல்ல”

“சொல்றேன். ராமண்ணா கேஸ்ல உண்மையான குற்றவாளி சிக்குவான் அவன்கிட்ட இருந்து வரப்போற வாக்குமூலம் ராமண்ணா தங்கமான மனுஷன்கறத இந்த உலகத்துக்கு சொல்லும்.”

“இதுதான் உங்க ஜோசியமா?”

“ஆமா.”

“இந்த தடவை உங்க ஜோசியத்தை நான் சந்தேகப்பட போறதில்ல. ஏன்ன நீங்க சொன்ன மாதிரி நடக்கத்தான் நூத்துக்கு தொண்ணூறு பர்சண்ட் வாய்ப்பு இருக்கு.”

“உங்க வரைல தொண்ணூறு என்வரைல நூறு பர்சண்ட் இன்னிக்கு பேப்பர்ல ஒரு தீவிரவாதியோட குரூப் போட்டோ பிரசுரமாகியிருக்கறத பார்த்தீங்களா?”

“பார்த்தேன். ரொம்ப அதிர்ச்சியா இருந்தது. அதுல இருக்கற அமரேஷை பிடிக்க மிஸ்டர் சந்திரசேகர் போயிட்டார். இந்த நொடி அவனை கைது செய்திருப்பார். ஒரு இன்டர்நேஷனல் கிரிமினலோட உனக்கென்ன வேலைன்னு கேட்டு என்கொயரி ஆரம்பமாகும். அது பல உண்மைகளை வெளிய கொண்டு வரும்னும் நம்பறேன்.”

பெருமாள்துரை சொல்லி முடிக்க டெலிபோன் அலறிட சரியாக இருந்தது. அதற்கு செவியைக் கொடுக்கவும் அமரேஷ் கைது செய்திதான் காதில் விழுந்தது.

அந்த தீவிரவாதி பிடிபட்டுவிட்டான் என்கிற செய்தி நியூசில் வெளியான உடனேயே அமரேஷ் சுதாரித்துக்கொண்டு விட்டான். நேற்று இரவே வெளிநாட்டுக்கு செல்ல தயாராகி சிங்கப்பூர் ஏர்லைன்சில் டிக்கட்டையும் பதிவு செய்துவிட்டான்.

அவனது துரதிர்ஷ்டம் அவன் புறப்பட இருந்த விமானம் பழுதடைந்ததால் புறப்படவில்லை. அடுத்தடுத்த விமானங்களில் புறப்பட இடமும் இல்லை. டிக்கட்டுக்காக ஏர்போர்ட்டில் இருந்துகொண்டே போராடிக் கொண்டிருந்தவனை சந்திரசேகர் அவன் டெல்லி செல்லும் ஒரு விமானத்தில் ஏறும்போது பிடித்துவிட்டார்.

இப்போது அவனிடம் விசாரணை ஆரம்பமாகிவிட்டது என்றது செய்தி.

ரங்கசாமி உண்மையில் நடந்ததை தானறிந்த ஜோதிடத்தின் மூலம் சொல்லத் தொடங்கினார்.

“அமரேஷ் கார்மெண்ட்ஸ் அமரேஷ் ஜாதகத்தை நான் பார்த்தேன். ஒரு கிரிமினலுக்குரிய ஜாதகம் அது. அவன் கைது செய்யப்படுவான்னும் சொன்னேன். அவன் பதைச்சு போயிட்டான். அவன் கார்மெண்ட்ஸ்ல ராமண்ணா மகள் பிருந்தா வேலை பார்த்தா.

அவளுடைய அழகும் சுறுசுறுப்பும் அமரேஷிக்கு ரொம்ப பிடிச்சதால பர்சனல் செகரட்ரியா ஆக்கிட்டான்.

அதே சமயம் கார்மெண்ட்ஸ் பிசினஸ்ங்கறது அவன்வரைல வெளிப்போர்வைக்குத்தான். உள்ளுக்குள் கார்மெண்ட்சை ஏற்றுமதி பண்ணும்போது போதை மருந்தை வெச்சு ஏற்றுமதி செய்யறதுதான் அவனோட பிரதான நோக்கம்.

அங்க தைக்கப்படற துணிகளோட பட்டன்களிலும், காலர்லயும் போதை மருந்து பொட்டலம் ஒளிச்சிருக்கும்.

சரியா பத்து வருஷத்துக்கு முந்திவரை இந்த அமரேஷ் சிங்கிள் டீக்கு லாட்டரி அடிச்சவன். ஆனா இப்ப பலகோடிக்கு அதிபதி. எல்லாம் கடத்தலால... அதனால தீவிரவாத அமைப்புகளோடயும் பழக்கம்.

அமைப்பை சார்ந்தவங்களுக்கு எல்லா உதவியும் செய்வான். அப்படி ஒருமுறை அமைப்பை சார்ந்தவங்களோட அவன் இருந்தப்ப பிருந்தா வந்திருக்கா. போதைல இருந்தவங்க அவளை கெடுக்க பார்த்துருக்காங்க. தப்பிச்சு பிழைச்சு வீட்டுக்கு போய் அப்பா ராமண்ணாகிட்ட சொல்லியிருக்கா பிருந்தா.

ராமண்ணாவும் ஆவேசமாக நியாயம் கேட்டு வந்திருக்கார். வந்த இடத்துல துப்பாக்கியை காட்டி மிரட்டி இருக்கான். அப்ப நடந்த கைகலப்புல துப்பாக்கி அழுத்தப்பட்டு குண்டு பாஞ்சு அங்க வேலை பாத்துகிட்டிருந்த பொண்ணு இறந்துட்டா. தீவிரவாதிகள் தப்பி ஓடிட்டாங்க.

போலீஸ் வந்தது. ராமண்ணாவை கைது செய்தாங்க. ராமண்ணாவும் எதுவும் பேசலை. ஏன்னா பேசப்போனா மகளை மானபங்கப்படுத்தின விஷயம் வெளிய செய்தியாகி அதனால் பிருந்தா வாழ்க்கை பாதிக்கப்படும்கற பயம்.

கொலை நடந்த இடத்துல பயன்படுத்தப்பட்ட துப்பாக்கி தீவிரவாதிகள் பயன்படுத்துற துப்பாக்கி. அவங்களும் அமரேஷை காப்பாத்த ராமண்ணா எங்க ஆள்தான்னு ஒரு கடிதம் எழுதிப் போட்டுட்டுட்டாங்க.

ராமண்ணாவும் எதையும் மறுக்கலை.

காரணம் பொண்ணோட வாழ்க்கை மட்டுமில்ல அவரோட குருநாதரான காக்கை சித்தர் ராமண்ணாகிட்ட ஒரு கெட்ட நேரம் வர இருக்கு அப்ப மௌனமா இருந்துடு... உன்னால பல அதிசயங்கள் நடக்கப்போகுதுன்னு சொல்லியிருந்தார்.

அதுவும் அவர் கோர்ட்ல பேசாததுக்கு காரணம்."

என்று சொல்லி நிறுத்த பெருமாள்துரையிடம் பிரமிப்பு.

“என்ன பாக்கறீங்களா?”

“இல்ல... ராமண்ணா குருபக்தியை நினைச்சேன். ஆனா எந்த அதிசயமும் நடந்த மாதிரி தெரியலியே?”

“நடந்து முடிஞ்சிடிச்சு சார்... உங்களுக்கு எப்ப தெரியணும்னு இருக்கோ அப்ப தெரிய வரும். தெரியாமலேகூட போகலாம். உங்களுக்கு ஒரு வேண்டுகோள்.

அமரேஷ் உண்மையை நிச்சயம் ஒத்துக்குவான். ஏன்னா அவன் ஜாதகத்துல இனி அவன் சாகறவரை களி திங்கணும்னு இருக்கு. அதனால ஒண்ணு அவன் சொல்வான், இல்லை சொல்ல வைக்கப்படுவான்.

எது நடந்தாலும் சரி பிருந்தாவுக்கு நடந்த மானக்கேடு வெளிய தெரிய வேண்டாம். உங்க சக அதிகாரிகள்கிட்ட தயவுசெய்து சொல்லி அது பத்திரிகை டிவில வராம பாத்துக்குங்க. அந்த பொண்ணு இனியாவது நல்லா இருக்கணும்கற நல்ல எண்ணத்துல சொல்றேன்” என்றார் ஜோதிடர்.

பெருமாள்துரைஅழுத்தமாய் அதை கேட்டு மௌனித்தார். பின் ஜோதிடரிடம் தீர்மானமாக பேசத் தொடங்கினார்.

“ஜோசியரே... ராமண்ணா விஷயத்துல நான் தப்பு பண்ணிட்ட ஒரு குற்ற உணர்ச்சி என்கிட்ட இருக்கு. அது நீங்க ஒரே வழி அவர் மகளான பிருந்தாவை நான் என் மருமகளாக்கிறதுதான்.

என் பையனும் நல்ல பையன். இதுக்கு ராமண்ணா மனைவி சம்மதிப்பாங்களா?” என்று ஒரு இன்ப அதிர்வை ஏற்படுத்தினார் பெருமாள்துரை.

ரங்கசாமிக்கே அந்த கேள்வி சிலிர்க்க வைத்துவிட்டது.

“நிஜம்மாவா சார்?” என்றார்.

“சத்தியமா?”

“இது போதும் சார்... நானே போய் அவங்ககிட்டே பேசறேன் உண்மைல இது ஒரு நல்ல விஷயம்.”

"ஆமாம்... அவரை தூக்குல போட்டதுக்கு அந்த பொண்ணை மருமகளாக்கி பரிகாரம் தேடிக்கறன்." என்று பெருமாள்துரை கூற ஜோதிடருக்கு கொஞ்சம் நெருடவும் செய்தது. ராமண்ணா பெருமாள்துரைக்கு தனது இப்போதைய உயிர் வாழ்க்கை தெரிய கூடாது என்று சொன்னது ஞாபகத்துக்கு வந்தது!

சமீபகாலமாக சதுரகிரி மலை பற்றி நிறைய கேள்விப்படுகிறேன். அங்கே சித்தர்கள் இன்னும் நடமாடுவதாக கூறுவதெல்லாம் உண்மையா? அந்த மலை பற்றி கூற முடியுமா?

ராஜாத்தி மனோகரன், சிதம்பரம்

சதுரகிரி மலை என்பது மேற்கு தொடர்ச்சி மலைத்தொடரை ஒட்டியுள்ள பெரும் மலைக் கூட்டமாகும்.

இதன் ஒரு பாகம் பொதிகை மலையை நோக்கி சென்று முடிகிறது. இன்னொரு பாகம் கேரளாவிலும் முடிகிறது.

இது புராணச் சிறப்பு மிகுந்த மலை.

சதுர்வேத கிரி என்பதே மறுவி அது சதுர் வேதகிரி ஆனது என்பார்கள். அதாவது நால்வகை வேதங்களான ரிக், யஜூர், சாம, அதர்வண என்னும் வேதங்கள் இங்கே நாற்புர மலைகளாக இருந்திட நடுவில் பெரும் வனப்பரப்பை உடைய மலை இந்த மலை.

பெருநெல்லி, பலா, போன்றவை மிகுதியும் விளையும் இம்மலையில் சந்தனமும் உண்டு. கூடவே எண்ணிலடங்காத மூலிகைகளையும் இது கொண்டுள்ளது. நிறைய ஓடைகள், அருவிகள் என்று இதன் நீர் ஆதாரமும் பெரியது.

மிருக நடமாட்டத்திற்கும் பஞ்சமில்லை இங்கே சந்தன மகாலிங்கம், சுந்தர மகாலிங்கம் எனும் பெயர்களில் அங்கே ஈசனுக்கு சன்னதிகள் உள்ளன. இது போக

வெள்ளைப் பிள்ளையார், முருகன், ஆனந்த வள்ளியம்மை, பலாவடிக்கருப்பு என்னும் சன்னதிகள்!

சதுரகிரி தலபுராணம் என்று இதற்கென நூல் உள்ளது. அந்த நாளில் கோவில் பூசாரியாக விளங்கிய வாலசுந்தர சாமியார், தம்பிப்பட்டி சுந்தர பரதேசி போன்றோரிடம் இதற்காக புராண ஏடுகள் இருந்ததாகவும் இதை மதுரை புதுமண்டபம் புத்தக கடை ராமகுருசாமிக்கோனார் என்பவர் முயற்சியால் காட்டூர் ஜமீன்தாரின் ஆதரவுடன் நூலாகவும் வெளிவந்தது.

அதன்படி இந்த சதுரகிரி மலையில் பதினெட்டு சித்தர்களும் தவம் செய்து பலகாலம் இங்கே வாழ்ந்துள்ளனர். அவர்களது வரலாறு சுருக்கங்களாக இடம் பெற்றுள்ளது. இதுபோக பல முனிவர்கள் பற்றியும் பஞ்சபாண்டவர்கள் பற்றி எல்லாமும் இந்த புராணம் மூலம் அறிய முடிகிறது.

இதை படிக்கையில் நம்புவதற்கு மிக சிரமமாக இருக்கும் அந்த அளவு ஃபேன்டசி இதனிடம் காணப்படுகிறது.

50 ஆண்டுகளுக்கு முன் வரை இந்த மலைக்கு சென்று வருவது ஒரு சிரமமான விஷயமாகும் கூட்டமாகவும் பகலிலும் மட்டுமே செல்ல முடியும் மலைமேல் ஒரு குடிசை வீடுகூட கிடையாது.

இன்று அமாவாசை, பௌர்ணமிகளில் லட்சக்கணக்கில் கூடுகிறார்கள். அதிலும் ஆடி அமாவாசை மிக பிரசித்தம்.

ஜனக்கூட்டம் மலையை மெல்ல அசுத்தப்படுத்தி வருகிறது. இது எதில் வேண்டுமானால் போய் முடியலாம்!

* ——— *

45

ரமணருக்கு வந்த புற்றுநோயை அவர் மிக சாதாரணமாக எடுத்துக்கொண்டார். நாமாக இருந்தால் பதறிப் போவோம். அவர் நான் யார்? என்கிற கேள்விக்கு விடை கண்டவராதலால் தன் உடம்பு அவர் ரமணராக கருதவில்லை. உடம்புக்கு நேரும் எந்த ஒரு கோளாறு குறித்தும் கவலைப்படவில்லை.

திருமூவரது சித்தாந்தத்தின்படி உடம்பு என்பது உயிர் வாழத் தேவைப்படும் ஒரு வீடு. எப்பேர்ப்பட்ட கட்டிடமும் காலப்போக்கில் மழை காற்று மற்றும் பருவ மாற்றங்களால் பலத்தை இழந்து பழையதாகும். இது மனித உடம்புக்கும் மிகப்பொருந்தும்.

அதிலும் பலர் வாழ்ந்தும் வசித்தும் வரும் வீடுகள் வேகமாய் பழுமையடையும். அதேபோல ரமணரை பலரும் வந்து தரிசனம் செய்து அவர் முன் தங்கள் துன்பங்களை இறக்கிவிட்டுச் சென்றதால் அந்த அதிர்வுகளை அவரது வலிமையான மனம் ஏற்கவில்லை. ஆனால் உடல் ஏற்றுக்கொண்டது.

விஞ்ஞான ரீதியாக இதைப் பற்றி சிந்தித்தால் மிகவே முரண்பாடாக தெரியும். ரமணருக்கு வந்த புற்றுநோய்க்கு விஞ்ஞானம் அவரது உடலில் உள்ள நோய் கிருமியை காரணமாக கூறும். ஆனால் நம்பிக்கை என்னும் உணர்வின் அடிப்படையில் பார்க்கும்போது பிறரது உணர்வின் தாக்கங்களை உடம்பானது வாங்கிக் கொள்கிறது என்பதை மறுப்பதற்கில்லை.

இப்படி தாக்கத்திற்கு ஆளான ரமணர் புற்றுநோய் உபாதையான வலியை மகிழ்ச்சியோடு அனுபவிக்க முனைந்தார் என்றால் ஆச்சரியமாக இருக்கும். ஆனால் அதுவே உண்மை.

இந்த உடல் எப்போதும் சுகமாக இருக்கவே விரும்புகிறது. நடக்கும்போது செருப்பு, குளிரும்போது போர்வை என்று உரியதைத் தேடி சுகப்பட முனைகிறது. பசி தாங்க மறுத்து நாளைய தேவைக்கும் இன்றே வாங்கி வைத்துக் கொள்கிறது. உணவுப் பதார்த்தங்களில்கூட கசப்பைத் தவிர்த்து இனிப்பை மிக விரும்புகிறது.

உலகம் முழுக்க எல்லா உயிர்களுமே சுகமாய் இருக்கவே விரும்புகின்றன. அதற்கே முனைகின்றன. ரமணர் இதை எண்ணிச் சிரித்தார். இந்த உடம்பின் மேல்தான் நமக்கு எவ்வளவு பயம்?

குறிப்பாக வலியை நினைக்கவே பயப்படும் வலிமை குன்றியவர்களாக நாமெல்லாருமே இருக்கிறோம். எனவே வலியை நேசித்து மனதை அடக்க ரமணர் பெரிதும் விரும்பினார். அதன் எதிரொலியாக அவரது புற்றுநோயை குணப்படுத்த மருத்துவர்கள் முன்வந்து மயக்க மருந்து செலுத்த முனைந்தபோது வேண்டாம் என்று கூறியவர்.

ரண சிகிச்சையை நீங்கள் செய்யுங்கள். எவ்வளவு வலித்தாலும் நான் தாங்கிக் கொள்கிறேன். எவ்வளவு அதிகமாக வலிக்கும் என்பதும் எனக்கு தெரிய வேண்டும் என்றாராம்! பிரமிப்பாக இருக்கிறதல்லவா?

ဏ

ஜோதிடர் ரங்கசாமியின் முகம்போன விதம் வார்டர் பெருமாள்துரையை சற்று சலனப்படுத்தியது.

“என்ன ஜோசியரே... திடீர்னு என்ன யோசனை?”

“இல்ல சார்... இது வேற மாதிரி சிக்கல்”

“வேற மாதிரின்னா?”

“இந்த கல்யாணம் ஒருவேளை நடந்தா அப்ப உங்களுக்கு தானா புரிஞ்சிடும்...”

“ஒருவேளை நடந்தான்னா... நடக்காம போக வாய்ப்பிருக்கா...?”

“ஆமாம்... அப்பாவை கொன்னவரையே மாமனாரா ஏத்துக்க அந்த பொண்ணு மனசு ஒத்துக்கணும்...?”

“ஜோசியரே நான் எங்க கொன்னேன்... என்னை இப்படி கொலைகாரனாக்கிறீங்களே...?”

“மன்னிக்கணும்... நீங்க கடமையை செய்தீங்க, ஆனா பிஞ்சு மனசு அதை பகுத்து பார்த்து எடுத்துக்கணுமே.”

“என்னதான் நான் கடமையா அதை நினைச்சாலும் எனக்குள்ள ஒரு குற்றவாளியை தண்டிச்சிட்ட குற்ற உணர்ச்சியும் இல்லாம இல்லை. அதுக்குதான் இந்த பரிகாரம்! அந்த பெண்ணுக்கு நான் மாமனாருக்கு மாமனாராக அப்பாவுக்கு அப்பாவா இருக்க விரும்பித்தான் இந்த யோசனையை சொன்னேன்...”

“புரியுதுங்க... உங்க நல்ல எண்ணம் வீண்போகாதுன்னுதான் நான் நினைக்கறேன். இருந்தாலும் சில சிக்கல்களும் இதுல இருக்கறதால நான் முயற்சி செய்து பார்த்துட்டு வந்து சொல்றேன். எதுக்கும் உங்க மகன் என்ன செய்யறார்னு சொல்ல முடியுமா?”

“என் மகன் ஒரு ஐ.டி. கம்பெனில எம்பதாயிரம் சம்பாதிக்கிறான். இருபது வருஷ சர்வீஸ்ல நான்கூட, இந்த சம்பளம் வாங்கலை. எந்த கெட்ட பழக்கமும் கிடையாது. ஒழுக்கமா வளர்த்துருக்கேன்.

ஒரு ஆச்சரியம் இதுல என்னன்னா ராமண்ணாவை தூக்குல போட்ட அன்னிக்கு அவன் ரொம்பவே வருத்தத்துல இருந்தான்! அப்பா இந்த ஜெயில் வார்டர் வேலை உங்களுக்கு வேண்டாம். ராஜினாமா பண்ணிடுங்க. ஒரு உயிரைக் காப்பாத்தினா அது பெருமை. இது என்னப்பா வேலைன்னு ரொம்பவே வருத்தப்பட்டான்.”

பெருமாள்துரை சொன்னது ரங்கசாமிக்கு மிகவே இதமாக இருந்தது.

"உங்க மகன் எப்படிப்பட்டவர்னு இதுல இருந்தே புரிஞ்சுக்க முடியுது. நான் இந்த கல்யாணம் நல்லபடியா நடக்க என்னால் ஆன எல்லாத்தையும் செய்வேன்.

திரும்பவும் சொல்றேன். அப்படி இந்த கல்யாணம் நடந்துட்டா அப்ப உங்களுக்கு ரொம்பவே ஆச்சரியங்களும் அதிசயங்களும் காத்திருக்கு. அதை நீங்களும் சரி, உங்க மகனும் சரி எப்படி எடுத்துப்பீங்கன்னுதான் எனக்கே தெரியலை..."

"புரியாமலே பேசறீங்களே..."

"விஷயம் அப்படி சார்..."

"சரி பீடிகை போடாம அவங்க தரப்புல பேசிட்டு வாங்க. பொண்ணு பாக்கறது, ஜாதகம் பாக்கறதுன்னு எதுவும் தேவையில்லை. பொண்ணை நான் ஏற்கனவே பாத்திருக்கேன். என் பையனும் என்னை பாக்க ஜெயிலுக்கு வந்த சந்தர்ப்பத்துல அவங்க என்னை பாத்துட்டு போகும்போது பாத்திருக்கான்.

ஆகையால் கல்யாணத்துக்கு சம்மதம்னா நேரா போயிட வேண்டியதுதான். அவங்களால பெருசா செலவு பண்ண முடியாதுன்னும் நல்லா தெரியும். பாத்திரம் பண்டம்னும் எதுவும் தேவையில்லை. எல்லாம் நான் பாத்துக்கறேன்..."

பெருமாள்துரை பேச்சில மளமளவென்று விசுவரூபமெடுத்து விட்டார். ஜோதிடர் ரங்கசாமி மனதுக்குள் 'இது நல்லவிதமாக முடிய வேண்டும்' என்று பிரார்த்தனை மட்டும் செய்து கொண்டார்!

◈◈◈

க்ரைம் பிராஞ்ச்சின் டார்க் செல்லுக்குள் கதறிக் கொண்டிருந்தான் அமரேஷ்! கிட்டத்தட்ட சினிமாவில் வருவது போலவே இருந்தது அந்த சூழல். க்ரைம் பிராஞ்ச் ஆபீசர்கள் அவ்வளவு பேரும் அங்கே வந்துவிட்டிருந்தார்கள்.

மும்பை தாஜ் ஹோட்டல் பயங்கரத்துக்கு பிறகு தீவிரவாதிகள் விஷயத்தில் ஒரு விசேஷ கவனமும் அளவுக்கு அதிகமான எச்சரிக்கையும் போலீசாரிடம் ஏற்பட்டுவிட்டிருந்தது.

ஒரிஸ்ஸாவில் கலெக்டரே கடத்தப்பட்ட பிறகு ஒரு சாதாரண ரவுடியைகூட மூன்றாவது கண் கொண்டு பார்த்தாக வேண்டிய ஒரு கட்டாயம் போலீசுக்கு ஏற்பட்டுவிட்டது.

பிரம்மாண்டமாய் வளர்ந்துவிட்ட மீடியாக்கள் வேறு சாதாரணமாய் எரிகின்ற குப்பை புகையைகூட வெடிகுண்டுப் புகையாய் காட்ட முனையும் ஒரு நிலை...

எல்லாமாய் சேர்ந்து அமரேஷிடம் அடி உதையாய் மாறியிருந்தது. அவனும் அப்படி எல்லாம் அயர்ந்துவிடுவதாக தெரியவில்லை. கொஞ்சம் கொஞ்சமாய் உண்மைகளை சொல்லிக் கொண்டிருந்தான். அவனை வைத்தே இன்டர்நேஷனல் அளவுக்கு விஷயங்களை கற்கும் ஒரு முனைப்பு அங்கே ஆபீசர்களிடம் தெரிந்தது.

டெல்லி இன்டர்போலுக்கு தகவல் போய் அங்கே இருந்து ஒரு ஆபீசர் புறப்பட்டு வந்து கொண்டிருந்தார். ஆனால் அமரேஷ் சொன்ன ஒரு சிறு விஷயத்தைகூட போலீசார் வெளியே விடவில்லை.

மொத்த செய்தி சேனல்களும் கேமராவுடன் ரவுண்டு கட்டி நின்று கொண்டிருக்க ஒரு உண்மை மட்டும் வெளியே அலசப்பட்டுக் கொண்டிருந்தது.

அது ராமண்ணா ஒரு பாவமும் அறியாதவர் என்றும் அவரை தூக்கில் போட்டதன் மூலம் சட்டம் தவறு செய்துவிட்டதாகவும் செய்தியாளர்கள் தங்கள் சேனல் மூலமாக பேசிக் கொண்டிருந்தனர்!

கூடல்பட்டி குருக்கள் வீட்டுக்குள் டிவி வழியாக செய்தியாளர்கள் பேசுவதை கேட்டபடி இருந்தாள் ஜானகி.

கூடவே இருந்தனர் பிருந்தாவும் அகிலாவும் பிருந்தாவின் கண்களில் கண்ணீர் வழிந்து கொண்டிருந்தது! ஜானகியும் கண்களைத் துடைத்துக்கொண்டாள். கோவிலில் இருந்து வந்திருந்த குருக்களும் அவர்கள் அழுவதைப் பார்த்து ஆறுதல் சொல்லத் தெரியாமல் நின்றார்.

தர்மசங்கடம்கற ஒரு வார்த்தையை எல்லாரும் சொல்லக் கேட்டிருக்கேன். நானும் பல தடவை சொல்லியிருக்கேன். ஆனா இப்பதாம்மா அதுக்கு அர்த்தத்தை உங்க மூலமா நேர்ல பாக்கறேன்.

உங்களுக்கு நியாயம் கிடைச்சிடிச்சு. ஆனா அதை உரத்தகுரல்ல சொல்லி கூற முடியாத நிலைல இருக்கீங்க. சில விஷயங்களை அப்படியே விட்டுடணும் விவாதிக்கவே கூடாது.

“மகாபாரதத்துல அந்த மாதிரி பல விஷயங்கள் உண்டு. குந்தி தனக்கு தெரிஞ்ச மந்திரத்தை பரிசோதனை செய்து பாக்க ஆசைப்பட்டு சூரியனை அந்த மந்திரத்தை சொல்லி அழைப்பர். சூரியனும் வந்துடுவான். குந்தி சொன்ன மந்திரப்படி சூரியன் குந்திக்கு ஒரு குழந்தையை தந்தே தீரணும். குந்தியோ நான் விளையாட்டா பரிட்சை பண்ணி பார்க்க கூப்பிட்டேன்னு சொல்வா.

மந்திர விஷயத்துல விளையாட்டுக்கு இடமில்லைன்னு சூரியன் சொல்ல கடைசில குந்திக்கும் சூரியனுக்கும் கர்ணன் பிறப்பான். அதுவும் கவச குண்டலத்தோட... அதே சமயம் சூரியன் குந்திகிட்ட உன் கன்னித் தன்மைக்கு ஒரு பங்கமும் வராதுன்னு சொல்லி அதுக்கான வரத்தையும் தந்துட்டு போவான்.

கர்ணனோட பிறப்பும் சரி, குந்தியோட கன்னித் தன்மையும் சரி மிகப்பெரிய ஆச்சரியம்! அதை எந்த ஒரு உபன்யாசகரும் விலாவாரியா பேசமாட்டாங்க. பேசவும் முடியாது. ஏன்னா அது அறிவுக்கு அப்பாற்பட்ட ஒரு அதிசயம். கிட்டதட்ட உங்கப்பா விஷயமும் அப்படிதான்.

இந்த விஷயத்தை நான் பேசினாலும் நம்ப ஆள் கிடையாது. நான் உளர்றதாதான் சொல்வாங்க. இப்ப உங்க அப்பாவே மீடியா முன்னால் உயிரோட வந்து நின்னாலும் அவர் கூடுவிட்டு கூடு பாய்ஞ்சு தப்பிச்சு வந்தார்னு சொல்றதை ஏத்துக்கமாட்டாங்க.

தூக்கு போடும்போது ஏதோ தப்பு நடந்து உங்க அப்பா உயிர் பிழைச்சுட்டதாதான் சொல்லுவாங்க. என்று குருக்கள் சொல்லிக் கொண்டிருக்கும்போது ஜோதிடரும் வந்து நின்றார்.

ஜானகி அவரை மெல்லிய புன்னகைக்கு தன்னை மாற்றிக்கொண்டு வரவேற்றாள்.

உங்க ஜோசியம் பலிச்சிடிச்சு. என் புருஷன் குற்றவாளி இல்லைன்னு பேச ஆரம்பச்சிட்டாங்க. இனி எல்லா உண்மைகளும் தெரிய வந்துடும். அதே சமயம் இதுல பிருந்தாவுக்கு நடந்த அநியாயம் தெரிய வந்து அவ வாழ்க்கை எங்க கேள்விக் குறியாயிடுமோன்னும் பயமா இருக்கு...” என்றாள் ஜானகி.

“அதுக்கு அவசியமில்லம்மா...” என்ற ரங்கசாமி பெருமாள்துரையின் விருப்பத்தை சொல்லவும் ஜானகியிடம் ஒரு இன்பத் திக்குமுக்காடல்.

அங்கே ஒரு அசாத்யமான அமைதியும்கூட

குருக்கள்தான் இறுதியாக அதை கலைத்தார்.

“அம்மாடி என்ன யோசனை... சரின்னு சொல்ல... இதைவிட ஒரு நல்ல சந்தர்ப்பம் வரவே வராது” என்றார்.

“இல்லை. இதனால் பல குழப்பங்கள்தான் ஏற்படும். குறிப்பாக என் வீட்டுக்காரர் இப்ப உயிரோட இருக்கற விஷயம் பெரிய விவாதத்துக்கு ஆளாகும்.

அது ஒரு அதிசயம்னு ஏத்துக்கறவங்களைவிட இதுல ஏதோ தப்பு நடந்துருக்குன்னு பேசறவங்கதான் அதிகம் இருப்பாங்க.

அவருக்கு சிக்கலை உண்டாக்கற எந்த ஒரு விஷயமும் எங்களுக்கு வேண்டாம்” என்றாள் ஜானகி.

“ஆமாம். அப்பா தப்பு செய்யலேன்னு உலகத்துக்கு தெரிஞ்சிடிச்சு. அந்த அமரேஷ் ஒரு கிரிமினல்னும் தெரிஞ்சுப்போச்சு. இது போதும். எனக்கு கல்யாணமே வேண்டாம்! அவ்வையார் மாதிரி நான் இப்படியே இருந்துடறேன்” என்றாள் பிருந்தா.

ரங்கசாமிக்கு ஏமாற்றமாக இருந்தாலும் அவர்கள் சொல்வதிலும் நியாயம் இருப்பதை அவரால் புரிந்துகொள்ள முடிந்தது.

ஒரு வினோதமான சர்ச்சை ராமண்ணாவால் எழுவதை அவரும் விரும்பவில்லை. சரி என்று புறப்பட அவர் முயன்றபோது வாயிற்புறம் ‘கா…கா’ என்கிற காக்கைச் சித்தரின் கரையும் குரல்!

தவம் செய்யவோ, முக்தி அடையவோ இறை நாமங்களைச் சொல்ல வேண்டும். இதை எல்லா மதங்களிலும் பார்க்கிறோம். ஜெபிப்பது என்னும் இச்செயல்முறை சித்தர்களுக்கும் பொருந்துமல்லவா?

கோவில் குளங்கள், ஆகமங்கள், வேதங்களில் ஈடுபாடில்லாத சித்தர்கள் எப்படி முக்தி அடைந்தனர்?

ராமமூர்த்தி, பேரணாம்பட்டு

உங்கள் கேள்வியில் நிறைய பிழை உள்ளது. சித்தர் பெருமக்கள் கோவில் குளங்களையோ, ஆகமங்களையோ வேதங்களையோ எங்கும் வெறுக்கவில்லை அதேபோல அவர்கள் கடவுள் மறுப்பாளர்களாக நாத்திகர்களாகவும் இருந்ததில்லை.

இவர்கள் உருவ வழிபாட்டை பெரிதாக கருதவில்லை. உருவத்தை பற்றிக்கொண்டு பக்தி செலுத்துபவர்களேகூட முதிர, முதிர உருவத்துக்குள்ளான கருத்து பற்றி சிந்தித்து அதற்கான பொருளுக்குள் ஆழ்வதை காணலாம்.

முக்காலே மூணு வீசம் சித்தர்கள் சிவத்தை முழு முதலாக கருதி வழிபட்டவர்களே! இவர்கள் வரையில் சிவம் என்பது நாம் உருவில் காணும் புலித்தோல் அணிந்த திரிசூலம் ஏந்திய உருவத்தை அல்ல! 'சிவத்தை இவர்கள் அறிவு மயமான நிலையாக கருதினார்கள்.'

இதையே தெய்வத் தன்மையாக கருதி அதில் அவர்கள் ஆழ்ந்த நிலையில், இருக்க அவர்களிடமும் தெய்வத்தன்மை ஏற்பட்டது.

* ———— *

46

ரமணரின் மனத்துணிவு அவரது அச்சமற்ற மனநிலையை காட்டுகிறது. அச்சமற்ற மனம் என்பதே யோகிகளின் லட்சணமாகும். மனித உயிர்களை மட்டுமல்ல கால்கள்கொண்டு நடமாட முடிந்த அவ்வளவு உயிர்களையும் அச்சம் ஆட்டிப் படைக்கிறது. நம்மில் அச்சம் இல்லாதவர்கள் என்று ஒருவர்கூட இல்லை. பல கொலைகளையும், கொள்ளைகளையும் புரியும் ஒரு சமூக விரோதியை அச்சமற்றவன் என்று சிலர் கூறுவார்கள்.

அது ஒரு மிகப்பெரிய பொய். எங்கே தன்னை இந்த உலகம் மதிக்காமல் போய்விடுமோ என்கிற அந்தரங்க பயமே அவனை தைரியமுள்ளவன்போல தோற்றமளிக்கச் செய்து கொடுமைகள் புரியவும் வைக்கிறது.

தவறு செய்வதற்கு அஞ்ச வேண்டும் மற்ற எதற்கும் அஞ்சக் கூடாது. அவ்வாறு அஞ்சுவதால்தான் சுயநலம், பொய், பொறாமை, சூது, களவு என்கிற பஞ்ச குற்றங்களும் ஏற்படுகின்றன.

இதனாலேயே அச்சமே நரகம் என்றனர் என்றால் அஞ்சாமை என்பதே சொர்க்கம் என்றாகிறது.

இந்த அஞ்சாமையை கைவரப் பெற்றவனே முழுமையான துறவியாவான். இந்த அஞ்சாமைதான் பிராந்தர் என்னும் சித்தர் சுடுகாட்டில் படுத்து உறங்கும்போது காளிதேவியின்

கோர உருவம் பிரசன்னமான போதும் அவளிடமே கேள்வி கேட்கச் செய்தது.

இதே அஞ்சாமைதான் மகாகவி பாரதியை ஒரு கோவில் யானையையே நண்பனாகக் கருதி பழகிட வைத்தது. இதே அஞ்சாமைதான் சேஷாத்ரி ஸ்வாமிகள் சர்பத்தையே மாலையாக அணிந்து கொள்ளவும் வைத்தது!

ராமணர் பற்றி அறிந்து கொண்டவர்கள் அவசியம் அறிந்துகொள்ள வேண்டிய இன்னொறு யோகிதான் சேஷாத்ரி ஸ்வாமிகள். இவர் பிறந்தது ஒரு இடம், ஆனால் அதிகம் பொழுதுகளை கழித்தது திருவண்ணாமலையில்...

மிகப்பெரிய யோகி!

ஒருமுறை திருவண்ணாமலைக்கு அருகில் ஒரு ஊரில் உள்ள ஆலயத்தை சுற்றி வருகையில் பாம்பு ஒன்று பக்தர்கள் இடையே படம் விரித்து ஆடியபடி இருந்தது. அதைக் கண்டு பலரும் ஒதுங்க சிலர் அதை அடித்துக் கொல்ல முனைய, சேஷாத்ரி ஸ்வாமியோ அதைத் தடுத்தார். அது விஷ ஜந்து அதை கொல்வது சரி என்று பலரும் கூக்குரல் கொடுத்தனர். ஆனால் ஸ்வாமிகள் அதை மறுத்தார். அது ஒரு உயிர்... அதுவாக தேடி வந்து யாரையும் கடிக்காது... துன்புறுத்த நினைப்பவர்களிடம் இருந்து தப்பிக்கவே அது கொத்த முயல்கிறது.

நீங்கள் முழு அன்போடும் கருணையோடும் அதை நெருங்குங்கள் அதுவும் உங்கள் மேல் பரிவு காட்டும் என்றார். சொன்னதோடு அவரே அந்த பாம்பை பிடித்து தன் கழுத்தில் விட்டுக்கொண்டு அங்குள்ளோர் கண்களுக்கு ஒரு சிவபெருமானாகவே காட்சி அளித்தார்!

கா கா என்கிற அந்த குரல் அந்த வீட்டிலுள்ள அவ்வளவு பேரையுமே பரவசப்படுத்தியது. குறிப்பாக பிருந்தா மிகவேகமாய்,

“அம்மா சித்தர் சாமி வந்திருக்கற மாதிரி தெரியுது...” என்றாள் மிக உற்சாகமாய்.

அவள் சொன்னதைக் கேட்ட ஜோதிடர் ரங்கசாமியிடமும் ஒரு பரவசம்.

“சித்தர் சாமியா?” என்று பதிலுக்கு கேட்டார். அவர் கேள்விக்கு பதிலாக “வரலாமா?” என்கிற குரலோடு காக்கைச் சித்தரே உள் நுழைந்து நின்றார்!

நடுத்தரமான உயரம், சிகைமேல் கூம்பு வடிவ தலைமுடி. சற்றே கருமையான முகம். மூக்கில் காக்கையின் அலகுபோல சாயல்... கழுத்தில் ருத்ராட்ச மாலை... திறந்த மார்பு, இடுப்பில் கறுப்பு வஸ்திரம். மொத்தமாய் கறுப்பு நிறம். ஆனால் கண்களிரண்டும் வைரம்போல ஜொலித்தது.

தன்னையுமறியாமல் ரங்கசாமி கைகளைக் கூப்பி வணங்கத் தொடங்கினார். காக்கைச் சித்தரும் ரங்கசாமியைத்தான் கூர்ந்து கவனித்தார்.

‘சாமி...’ என்கிற பக்தி பெருக்கோடு ஜானகியும் பிருந்தாவும் அவர் காலில் விழுந்து வணங்கினர். அகிலா ஒருவித பிரமிப்போடு நின்றபடியே இருந்தாள்.

“என்ன ஜோசியர்... மாப்ளை பாத்துருக்கியா?”

சித்தரிடம் கேள்வி, அது ரங்கசாமியை திணறச் செய்தது.

“அ... ஆமாம் சாமி...”

“கல்யாணத்தை நாமளா பண்றோம்?” அவரிடம் அடுத்த கேள்வி.

“நீங்க கேக்கறது புரியலியே சாமி...”

“என்ன புரியல... கல்யாணம்கறது ஏற்கனவே வாங்கிட்டு வந்த வரமாச்சேன்னேன்...”

“ஆமாம் சாமி... அதுதான் உண்மை. கல்யாணத்தை நாம் நடத்தலை அதுதான் நம்மைக் கொண்டு தன்னை நடத்திக்குது...”

“அது மட்டுமா... ஒருத்தன் பொண்டாட்டிய இன்னொருத்தன் கட்ட முடியுமா என்ன?”

“முடியாது சாமி... முடியவே முடியாது...”

“இங்கேயும் அப்படியேதான். இவளுக்கு நீ பாத்துட்டு வந்தவன்தான் மாப்ளை... போ போய் மத்த ஏற்பாட்டை செய்...”

சித்தரின் பேச்சு ரங்கசாமிக்கு இருட்டில் வெளிச்சம் போட்டு காட்டியதுபோல் இருந்தது. சுற்றிவளைக்காமல் நேராக விஷயத்துக்குள் வந்துவிட்டார்.

“சாமி... அப்ப வில்லங்கமா எதுவும் நடந்துடாதுங்களே?”

“எதுவும் நடக்காது... நடக்க வழியும் இல்லை...”

“வழி இல்லையா?”

“ஆமா... ராமண்ணா கூடு பாஞ்சதுங்கறது என்னால... எனக்கு யார் கண்ணை எப்படி கட்டணும்னு தெரியும். நீ போ... போய் பொண்ணு வீட்டுல சம்மதம்னு சொல். இதே ஊர்ல இதே முருகன் கோவில்லதான் கல்யாணம். ராமண்ணாவும் வருவான். அவன் முன்னிலைதான் கல்யாணமும் நடக்கும். ஆனா யாரும் ராமண்ணாவை பார்த்து வாயைப் பிளக்கமாட்டாங்க. எந்த உற்பாதமும் ஏற்படாது. ஏற்பட இதில் இடமில்லை.

கல்யாணத்துக்கு பிறகு பொண்ணும் பையனும் கடல் தாண்டிப்போய் வாழப்போறாங்க. ராமண்ணா சிவன்மலை காட்டுக்குள்ள போய் தவம் பண்ணப் போறான். இவங்க இரண்டு பேரும் இதே வீட்டுல முருகனடிமைகளா இருக்கப் போறாங்க.

அதே சமயம் எந்த ஜெயிலர் ராமண்ணாவை தூக்குல தொங்கவிட்டானோ அந்த ஜெயிலர் கல்யாணம் நடந்த மறுநாளே காலன் கைல சிக்கப்போறான்... விதிப்பாடு இப்படி இருக்கும்போது அநாவசியமான கவலை உங்களுக்கு எதுக்கு?”

காக்கைச் சித்தர் சொன்னதைக் கேட்டு ரங்கசாமிக்கு முற்றாக எல்லாமே விளங்கிவிட்டது.

ஜெயிலர் பெருமாள்துரைக்கு ஆயுள் இன்னும் சில நாட்களோ இல்லை வாரங்களோ என்பது மட்டும் நெஞ்சைக் கரித்தது.

“சாமி...!”

“என்ன... அவன் சாகப்போறத நினைச்சு வருத்தப்படறியா?”

“எப்படி சாமி வருத்தப்படாம இருக்க முடியும்?”

“சரி... நல்லா பட்டுக்கோ... யார் வேண்டாம்னா? ஆனா நீ வருத்தப்படறதால எதுவும் மாறிடாது. யாரை நம்பியும் இந்த பூமி இல்லை. யாரா இருந்தாலும் ஒரு நாள் போய்தான் சேரணும். எவ்வளவு நாளைக்கு இந்த மண்ணுல மூச்சு விடணும்கறததான் பிறக்கும்போதே எழுதி வாங்கிட்டு வந்துடறோமே...?”

“உண்மைதான் சாமி...”

“அது மட்டுமா உண்மை... யாரா இருந்தாலும் அவங்களுக்கான கண்ணீருக்கும் ஒரு அளவு இருக்கு. காலம் எல்லாத்தையும் மாத்தும். பட்டினத்தார் பாடினது மாதிரி சுடுகாட்டுல பிணத்துக்கு கொள்ளி வைக்கும்போதே அவங்க மேலான பாசத்துக்கும் சேர்த்துதான் வைக்கறோம். சுடுகாட்டு வாசல்லயே நமக்கான ஆசாபாசமும் பசியும் தாகமும் காத்துகிட்டிருக்கு. நாம வெளிய வரவும் நம்ம தோள்மேல அது ஏறிக்கும். அப்புறம் பழைய குருடி கதவைத் திறடி கதைதான்...”

காக்கைச் சித்தர் தத்துவமாக பேசிச் சிரித்தார். ரங்கசாமிக்கு ஒரே சிலிர்ப்பாக இருந்தது. சித்தர்களை பற்றி புத்தகங்களில் படித்திருக்கிறார். ஆனால் ஒரு சித்தரையும் பார்க்கும் பாக்யம் வாய்த்ததில்லை. தங்களை தங்கள் வாயால் சித்தர்கள் என்று சொல்லிக் கொண்டவர்களை பல காரணங்களால் ரங்கசாமியால் சித்தர்களாக கருத முடியவில்லை.

இப்போதோ ஒரு சத்யமான சித்தரின் தரிசனம் தானாகவே வாய்த்துவிட்டது.

“என்ன திருதிருன்னு முழிக்கறே... என்னை பார்த்ததை உன்னால் நம்ப முடியலியா?”

“ஆமாம் சாமி கனவு மாதிரி இருக்கு. வெளிய போய் சொன்னா யாருமே நம்பமாட்டாங்க.”

“எதுக்கு சொல்ல ஆசைப்படறே?”

“ஒரு சந்தோஷம்தான் சாமி...”

“அதுக்கு பேர் சந்தோஷம் இல்லை. அது ஒருவித பெருமை. நான் சித்தனையே பாத்தவங்கற கர்வம்...”

“அது தப்புங்களா சாமி?”

“தப்புதான்... எப்பவும் கண்ட கனவையும் தெய்வீக அனுபவங்களையும் சரியான காரணகாரியம் இல்லாம வெளிய சொல்லக் கூடாது...”

“ஏன் சாமி அப்படி?”

“நீ சொன்னதை கேட்கறவனுக்கும் ஆசை வரும்... ஏக்கம் வரும். ஆனா அவனுக்கு விதிச்சிருந்தா தானே நடக்கும்? விதி இல்லாதபோது இந்த ஆசையும் ஏக்கமும் தண்டனைபோல அமைஞ்சிடும். அவனுக்கு தண்டனைன்னா உனக்கு அது பாவமாச்சே?”

காக்கைச் சித்தர் கேட்டது ரங்கசாமியின் பொட்டில் அறைந்தது. புதுவிளக்கம்! இத்தனை நாளில் கேட்டிராதது. ஜானகிக்கும் அவள் பிள்ளைகளுக்கும்கூட அதெல்லாம் புதிது.

“சாமி... இந்த கல்யாணம் நல்லபடியா நடக்கும்னு சொல்லத்தான் இந்த ஏழை வீடு தேடி வந்தீங்களா?” என்று மெல்லக் கேட்டாள் ஜானகி.

“ஆமாம்... ராமண்ணாவுக்கு நான் செய்ய வேண்டியது நிறைய இருக்கு. அதுல இதுவும் ஒண்ணு. பன்னிரண்டு கோடி தடவை சிவ நாமம் சொன்னவங்களுக்கு ஒவ்வொரு சித்தனும் அடிமை மாதிரி.

உன் புருஷன் அப்படி ஒருத்தன்...” என்று சொல்லவும் ஜானகிக்கே அப்போதுதான் ராமண்ணா பன்னிரண்டு கோடி முறை சிவநாமம் சொன்ன உண்மை தெரிய வந்தது.

“பன்னிரண்டு கோடி முறையா... அப்பா சதா சிவ சிவான்னுல சொல்லிகிட்டே இருக்கணும்?”

“ஆமாம்... நான் சிவனேன்னு கிடக்கறேன் என்னை ஏன் தொந்தரவு பண்றேன்னு சிலர் கேட்பாங்க இல்லையா? அப்படி புத்தியில் சிவனேன்னு கிடந்தவன்தான் ராமண்ணா...!”

“அடேயப்பா என்ன ஒரு சிவபக்தி...?”

“அதுதான் கூடுமாற வைச்சது அதுதான் சிவன்மலைக்கு கூட்டிகிட்டு போச்சு. அதுதான் உங்க வாழ்க்கையை நல்லவிதமா மாத்தப்போகுது.”

“சாமி... எனக்கு இப்ப எவ்வளவு சந்தோஷமா இருக்கு தெரியுங்களா?” ரங்கசாமி கண்களில் கண்ணீர் பீறிட்டது.

“சரி சரி போய் அடுத்து ஆக வேண்டியதைப் பார். எங்க அந்த டி.வி. பெட்டியைப் போடு...” என்ற காக்கைச் சித்தர் ஒரு மாதிரி சிரித்தபடி டிவியை பார்த்தார். அதில் அமரேஷ் தன் தவறை ஒப்புக்கொண்டு விட்டதும், அவனோடு தொடர்புடைய தீவிரவாதிகளை தேடி போலீஸ் சென்றிருக்கும் தகவலும் ஸ்க்ரோலிங்கில் ஓடியபடி இருந்தது.

தன் தாடியை தடவியபடியே அதைப் பார்த்து சிரித்த காக்கை சித்தர். “இங்க ஒருத்தன் சிக்கின மாதிரியே பூமிக்காத்தான்பட்டிலயும் ஒருத்தன் சிக்கப்போறான்...” என்றார்.

“பூமிக்காத்தான்பட்டியிலயாசாமி.”

“ஆமாம் பூலோக கைலாசமாச்சே... சித்தர்களோட கோட்டையுமாச்சே?”

“அப்ப அங்க எதாவது அற்புதம் நடக்கப்போகுதா சாமி.”

“அங்க அற்புதம் நடக்காத நாளும் உண்டா என்ன?”

“அப்படி என்ன சாமி நடக்கப்போகுது?”

“பாக்கப்போறே கேக்கப்போறே ஆனா புரிஞ்சுக்க முடியுமான்னு மட்டும் தெரியாது...”

"ஏன் சாமி அப்படி?"

"அதுதான் சிவ ரகசியம்..."

"சிதம்பர ரகசியம் மாதிரியா சாமி?"

"உனக்கு சிதம்பர ரகசியம்னா என்னன்னு தெரியுமா?"

"தெரியாது சாமி. நீங்க சொன்னீங்கன்னா சந்தோஷப்படுவேன்..."

"சிதம்பர ரகசியம்கறதே ஒண்ணுமில்லைங்கறதுதான்...!"

காக்கைச் சித்தர் புதிர் போட்டார்.

ஞானிகள், சித்தர்கள், முனிவர்கள், ரிஷிகள் என்று பல ஆயிரம் பேர் வாழ்ந்ததோடு - நம் நாடு. இவர்கள் கண்டறிந்ததிலேயே மேலான விஷயம் என்று தாங்கள் எதைக் கருதுகிறீர்கள்?

ராமகிருஷ்ணன், கோவை

நல்ல கேள்வி.

இன்றைய விஞ்ஞானம் ஒரு உயிர் எப்படி உருவாகிறது என்பதை படம் பிடித்தே காட்டிவிடுகிறது. இதற்கு பின்னாலே காலம் காலமாக பல விஞ்ஞானிகள் பாடுபட்டு உழைத்துள்ளனர். ஆனால் இவர்களுக்கெல்லாம் முன்பாகவே, விஞ்ஞானம் என்கிற கல்வியோ, விஞ்ஞானி என்றே ஒருவனோ இல்லாத நாளில் நம் சித்த புருஷர்கள் ஒரு உயிர் எப்படி உருவாகிறது என்பதை கண்டறிந்து கூறியுள்ளனர்.

அமிர்தமான 'சுக்கில் சுரோணிதம்' கடல் முத்துபோல உதித்து உருவமாகிறது. வாயு அதை மதில்போல் வந்து மூடிக்கொள்கிறது. பின் பிராண வாயு எனும் உயிர் உள்புகுகிறது. அதை தொடர்ந்து உதான வாயு உள்புகுந்து உருவமாகிய பிண்டத்துக்கு உணவு தருகிறது. இவ்வேளையில்தான் வினைப் பயன்களும் வந்து பதிவாகின்றன.

'முதல் மாதம் உயிர் பிண்டம்

இரண்டாம் மாதம் தலை, முதுகு.

மூன்றாம் மாதம் இடுப்பு, கை கால்கள்.

நான்காம் மாதம் மூக்கு.

ஐந்தாம் மாதம் வாய், நாக்கு, காது, கண்.

ஆறாம் மாதம் நகங்கள்.

ஏழில் தலை முடி, எலும்பு, நரம்பு எட்டாம் மாதம் தாய்ச்சத்து உடலில் சேரும்.

ஒன்பதாம் மாதம் மன அமைப்பு புள்ளிபோல உருவாகி கரம் கூப்பிக் கொள்ளும்.

பத்தாம் மாதம் அபான வாயு கருப்பைக்குள் மிகுந்து அது உந்தித் தள்ள யோனியின் வாயை பிளந்துகொண்டு வெளியே வரும். வெளிக்காற்றை அது சுவாசிக்கத் தொடங்கும் நொடியே அதன் பிறந்த நேரமாகும்.

இந்த நொடி முதல் உலகமாயை அதை பிடித்துக் கொண்டுவிடும்' இந்த கருத்தை ஊர்வசி பஞ்சரத்னம் எனும் நூலில் மிக விரிவாகப் பார்க்க முடிகிறது. விஞ்ஞானம் கருவிகளின் துணைகொண்டு வெகுகால ஆராய்ச்சியில் கண்டறிந்ததை ஒரு சிறு தவத்தின் மூலம் மட்டுமே கண்டறிந்த நம் ஞானிகள் எத்தனை மேலானவர்கள்!

——

47

'சேஷாத்ரி ஸ்வாமிகளின் அந்த காட்சியை பார்த்து அதிசயிக்காதவர்களே இல்லை. இதெல்லாம் ஒரு மனிதனுக்கு எப்படி சாத்தியமாகிறது என்கிற கேள்விக்குள்தான் சூட்சுமம் உள்ளது. மனிதப் பிறப்பெடுத்து விட்ட நாமெல்லாமே வெந்ததை தின்றுவிட்டு வேளை வந்தால் சாகின்றவர்களாகவே உள்ளோம்.

நாம் நம்மைப்பற்றி சிந்திப்பதே இல்லை. நமது சிந்தனை என்பது நிறைய பணம் சம்பாதிப்பது எப்படி? பெரிய பங்களா கட்டிக்கொள்வது எப்படி? நாவிற்கு ருசியாக சாப்பிடுவது எப்படி என்கிற லௌகீக சிந்தனைகளிலேயே உள்ளது.

நம்மைப்பற்றி சிந்திப்பது என்பது இதுவல்ல.

நான் யார் என்கிற கேள்வியே நம்மைப் பற்றி சிந்திப்பதன் சரியான தொடக்கமாகும்.

இந்த கேள்வியால் தாக்கம் பெற்று பெரும் யோகியாக திகழ்ந்த ரமணரையும் சேஷாத்ரி ஸ்வாமிகளையும் பார்த்தோம். இவர்கள் நான் யார் கேள்விக்கு கண்ட விடையில் பிரதானமானது இந்த உடம்பு நானில்லை என்பதே!

எண்ணக் கூட்டமாகிய மனமே நான். அது வசிக்கும் வீடுதான் உடல். மனோசக்தி என்பது மகத்தானது. இதை பயன்படுத்த நாம் கற்றுக்கொண்டு விட்டால் விஷப்பாம்பு மட்டுமல்ல சிங்கம் புலிகூட நம் அருகில் நாய்க்குட்டிபோல வந்து நிற்கும். இந்த

மனோசக்தியை பெற நமது ஆன்மீகம் ஆறு மார்க்கத்தை காட்டுகிறது. மார்க்கம் என்றால் வழிமுறை!

அதாவது 'சைவம், வைணவம், கௌமாரம், சாக்தம், சௌரம், காணாபத்யம்' என்று ஆறு வழிமுறை. இந்த ஆறு வழிமுறைக்குள் மூன்று விதமான அணுகுமுறைகளில் நாம் பக்தி செய்யலாம். அதுதான் எந்திர மந்திர தந்திர முறை.

அதில் தந்திர முறையில் குருவருளால் நாம் நம்மை அறிய முயலும்போது மனம் ஒடுங்கி, உடம்பும் அடங்கி நமது உடல் மனம் என்னும் இரண்டிலுள்ள சக்தியும் நமக்கு தெரிய வரும்.

அந்த சக்தி பற்றி பல பேருக்கு தெரியாது.

இந்த மண்ணில் நூற்றுக்கு தொண்ணூற்றி எட்டு பேர் தங்கள் ஆற்றல் பற்றி அறியாமல் இளமையில் மட்டும் சற்று சக்தி இருப்பதாக கருதிக்கொண்டு இறக்கும் வரை தங்களை அறியாமலே இருந்து விடுகின்றனர்.'

சிதம்பர ரகசியம் பற்றி பதில் கேட்ட காக்கை சித்தரே சிதம்பர ரகசியம் என்றால் என்னவென்றும் புரிய வைக்கத் தயாரானார்.

"சிதம்பரம் என்பதை சித்தம்பரம் என்று பிரிக்கலாம். அதாவது நமது அறிவாகிய எண்ணமாகிய சித்தம் என்பது வடிவமற்றது. அதை பார்க்க முடியாது. ஆனால் அது உணர முடிவது. அந்த ஈசனும் அப்படிப்பட்டவனே அவனை உணர்ந்தாலே நாம் தவத்தில் முயன்று அவனை காணவும் முடியும்.

எனவே சித்தம் பரம் என்பதே சிதம்பரம் என்று ஆனது. இது பஞ்சபூத தலங்களிலேயே ஆகாயத்துக்கான தலமாகும்.

திருவானைக்காவல் நீருக்கான தலம், காளஹஸ்தி காற்றுக்கான தலம், திருவண்ணாமலை நெருப்புக்கான தலம், காஞ்சிபுரம் நிலத்துக்கான தலம். அந்த வகையில் சிதம்பரம் ஆகாயத்துக்கான

தலமாகும். சன்னதியிலேயே ஒரு திரையை விலக்கி இதுதான் சிதம்பர ரகசியம் என்று ஆகாயத்தை காட்டுவார்கள்.

உண்மையில் ஆகாயம் என்று ஒன்று இல்லவே இல்லை?" காக்கைச் சித்தரும் அது எப்படி இல்லை என்பதையும் எதனால் இருக்கிறது என்பதையும் உணர்த்த தயாரானார்.

"இந்த ஐந்து பூதங்கள்ல எது பெரிது?" கேட்டார்.

"பூதம்னாலே பெருசுன்னுதானே சாமி அர்த்தம். அப்படி இருக்க அஞ்சுல எது பெருசுன்னு கேட்டா என்ன சாமி சொல்ல?"

"சரி இதுல எது முதல் பூதம்?"

"தெரியலியே சாமி..."

"யோசிச்சு சொல்லு..."

"யோசிச்சா நெருப்புதான் முதல் பூதமா தெரியுது. நெருப்புதான் வெளிச்சம். வெளிச்சம் இருந்தாதான் பூமியையோ இல்லை ஆகாயத்தையோ அதுவுமில்லை நீரையோ நாம் பார்க்கவே முடியும்..."

"அந்த நெருப்பை நீர் அணைச்சுடுதே அப்ப நீர் பெருசு இல்லையா?"

"ஓ... அப்ப நீர்தான் முதல் பெரிய பூதங்களா?"

"அந்த நீரை காத்து ஆவியாக்கி ஆவி ஆகாசத்துக்கே கொண்டுபோய் மேகமாகவே ஆக்கிடுதே அப்ப காத்துதானே முதல் பூதமா இருக்க முடியும்?" ஜோதிடர் ரங்கசாமியின் கேள்விக்கு சிரித்தவர் இந்த காத்து வீச ஆகாசம் வேணும் பூமி சுத்தவும் கிரகங்கள் வலம் வரவும் ஆகாசம் வேணும் ஆகாசத்துல ஒரு கோள்தான் சூரியனான நெருப்பு.

காற்றும் நெருப்பும் ஒண்ணு சேர்ந்துட்டா நீர் உண்டாகி மழை வந்துடுது. இந்த மழை பெய்யவும் ஆகாயம் வேணும். ஆக மத்த நாலு பூதத்துக்குமே பிரதானம் ஆகாயம்தான்.

ஒரு ஆச்சரியம் என்னன்னா இந்த நாலு பூதமும் இல்லேன்னா ஆகாயம்னு ஒண்ணு இருக்கறதையே நாம் உணர முடியாது. ஆக நிதர்சனமான நான்கு பூதங்களும்தான் வடிவமில்லாத ஆகாயத்தை உணர காரணமா இருக்கு. இதுதான் ரகசியம்!"

காக்கை சித்தர் சொன்னது ரங்கசாமிக்கு நன்றாகவே புரிந்தது. ஆனால் அகிலாவும் பிருந்தாவும் திருதிருவென விழித்தனர்.

"இவங்க முழிக்கறாங்க பார்... போ, போய் ஆக வேண்டியத பார். முகூர்த்தத்தை தள்ளிப்போடாதே. மற்றதெல்லாம் தானா நடக்கும்" என்று ரங்கசாமியையும் முறுக்கேற்றினார்.

ரங்கசாமி காக்கைச் சித்தரின் கால்களிலேயே விழுந்து வணங்கினார். நிமிர்ந்து எழுந்து பார்த்தால் அவரைக் காணவில்லை. காக்கை விசுக்கென்று பறந்து விடுவதைப்போலவே பறந்துவிட்டார்.

ஜானகியும் பிருந்தாவும் நெகிழ்ச்சியில் இருந்தனர்.

◈◈◈

பூமிக்காத்தான்பட்டி தோப்பு வீடு!

புறப்படுவதற்கான ஆயத்தத்தில் இருந்தார் கபாலீஸ்வரன். கண்மணியையும் ஜாடையாக பார்த்து, "எல்லாவற்றையும் எடுத்துக்கொள் நாம் இனியும் இங்கே இருப்பது நாகரிகமல்ல" என்றார்.

ஆனால் அர்ஜுன் அந்த ஊரைவிட்டுக் கிளம்பும் எண்ணமே இல்லாமல்தான் இருந்தான். அவனால் எதையும் முடிக்காமல் தோல்வியோடு திரும்புவதை எண்ணிப் பார்க்கவே முடியவில்லை. இருந்தும் கபாலீஸ்வரன் அவனிடம் வந்து, "புறப்படுவோம் அர்ஜுன்..." என்றார். கூடவே அர்ஜுனின் உதவியாளன் கதிரேசனும் அடுத்து என்ன செய்வது என்பது தெரியாதபடி குழம்பிப் போயிருந்தான்.

“ஏய் கதிரேசா... இப்படியே நமக்கு சொந்தமில்லாத இடத்துல இன்னும் எவ்வளவு நாள் இருக்கப் போறோம்பா... சென்னைல நமக்குன்னு பொழப்பு இருக்கு. நாம் ஒண்ணும் இங்க யாத்திரை வரலை.”

கதிரேசனுக்கு சொல்வதுபோல அர்ஜூனுக்கும்தான் சொன்னார் கபாலீஸ்வரன். அப்போது யாரும் எதிர்பாத்திராதபடி அர்ஜுன் அப்பா ராமரத்தினத்திடம் இருந்து போன்.

“அர்ஜுன்!”

“யெஸ் டாட்...”

“எல்லாம் கேள்விபட்டேன். சாமி உத்தரவு தரலைன்னா பரவாயில்ல. நீ புறப்பட்டு வராம அங்க என்ன பண்ணிகிட்டிருக்கே...?”

“டாடி... இந்த உத்தரவு விஷயத்தை நீங்க பெருசா நினைக்கலாம். நான் நினைக்க தயாரா இல்லை.”

“நீ இப்படிதான் பேசுவேன்னு எனக்கு தெரியும். உன் வயசு அப்படி! நீ நினைக்கறதும் நம்பறதும் அங்க யாருக்கும் ஒரு பொருட்டே கிடையாதுப்பா. தனிமனுஷனா உன்னால் எதையும் பண்ணவும் முடியாது. இதை ஒரு தோல்வியாவோ இல்லை பின்னடைவாவோ நினைக்காம புறப்பட்டு வா. நாம் அங்க செய்ய நினைச்சதை வேற எங்கையாவது செய்துக்கல்லாம்...”

ராமரத்னம் பிடித்து இழுத்தார். அவனும் “சரி” என்றான். போனையும் கத்தரித்தான். கதிரேசனைப் பார்த்து, “எல்லாத்தையும் எடுத்து வை ஒரு அரைமணி நேரத்தல கிளம்பறோம்” என்றான்.

கபாலீஸ்வரன் அப்பாடா என்று பெருமூச்சுவிட்டார்.

கண்மணி அருகில், “யார் சொல்லியும் கேட்காதவன் அத்தான் சொல்லவும் வழிக்கு வந்துவிட்டான். இங்க இருந்து கிளம்பினா போதும். அப்புறம் எல்லாமே மறக்க வேண்டிய பழைய நினைவுகள் ஆயிடும். என் விருப்பம் ஈடேறி கண்மணி நீ அவன் மனைவியாயிடுவே” என்று கண் சிமிட்டினார். அதே

வேளையில் அர்ஜுன் அந்த தோப்பு வீட்டைவிட்டு கால் நடையாக எங்கோ புறப்பட்டான்.

எங்கே போகிறான்? கபாலீஸ்வரன் அவனிடம் கேட்டே விட்டார். "அர்ஜுன் புறப்படச் சொல்லிட்டு எங்க போறே?"

"அவசியம் சொல்லணுமா மாமா..."

"நீ இன்னும் விரக்தியாவே பேசறே... போகப்போக எல்லாம் சரியாயிடும்பா..."

"சந்தோஷம் மாமா... இருங்க வந்துடறேன்." என்று வேகமாய் எங்கோ புறப்பட்டான்.

கண்மணி அவன் ரஞ்சனியை பார்க்கப்போவதாக மிகச் சரியாகவே யூகித்தாள்!

அருணாசலம் சோர்வாக அமர்ந்திருந்தார்.

பரபரப்பாக ஒவ்வொரு நாளும் இனி கழியப்போகிறது என்று கனவு கண்டு கொண்டிருந்தவருக்குள் நிறையவே ஏமாற்றம். கோவிந்தம்மாள் எந்த வருத்தமும் இன்றி வெற்றிலை கொட்டைப் பாக்கு என்று வாயில்போட்டு மென்று கொண்டிருக்க தனி அறைக்குள் ஒரு கற்சிலைபோல சுவற்றில் சாய்ந்த நிலையில் கால்களை நீட்டிக்கொண்டு அமர்ந்திருந்தாள் ரஞ்சனி.

அப்போது வாசற்புறம், "வரலாமா?" என்கிற குரல். அர்ஜுன் தலை தெரியவும் வாரிச்சுருட்டிக்கொண்டு எழுந்திருந்தார் அருணாசலம்.

"வாங்க தம்பி... வாங்க உள்ள வாங்க..."

"நான் ஊருக்கு புறப்பட்டுட்டேன். உங்ககிட்ட சொல்லிட்டு போகலாம்னு வந்தேன்." உள்ளே வந்தபடியே பேசினான்.

"சரிங்க தம்பி, நானும் நடந்ததை எல்லாம்தான் நினைச்சுக்கிட்டே உட்காந்திருந்தேன். எல்லாமே கனவு மாதிரி இருக்கு..."

"நீங்க கனவா நினைக்கலாம் நான் அப்படி நினைக்க தயாரா இல்லை. எனக்குள்ள இன்னும்கூட நம்பிக்கை இருக்கு..."

“என்ன சொல்றீங்க தம்பி...?”

“எந்த சாமி உத்தரவு தரலையோ அவரே திரும்ப தந்தா நீங்க அப்ப மறுப்பு சொல்லமாட்டீங்க தானே?”

“அது எப்படி தம்பி திரும்ப உத்தரவு வரும். இங்க எல்லாமே ஒரு தடவை தான்...”

“அதெல்லாமே இனி மாறும் பாருங்க.” அவன் பதிலோடு உள்ளே ரஞ்சனியை பார்வையால் தேடினான்.

அவளும் அவன் தேடலை அறிந்து மெல்ல அவன் பார்க்கும் படியாக அறை வாசலில் வந்து நின்றாள்.

அவளை பார்த்தவன் வெளியே வரும்படி ஜாடை காட்டிவிட்டு புறப்பட்டான். அருணாசலம் சோகமாக விடை கொடுத்தார். வெளியே வந்தவன் பக்கவாட்டில் வராண்டாவில் வந்து நின்ற ரஞ்சனியை பார்த்தான். அவள் தலை குனிந்திருந்தாள்.

“இப்பவும் நீ என்னை விரும்பறேதானே?” கேட்டான்.

அவள் மௌனமாக தலையை அசைத்தாள்.

“நான் இப்ப ஊருக்கு போயிட்டு யாருக்கும் தெரியாம இரண்டு நாள்ல திரும்பி வருவேன். அப்ப உனக்கும் எனக்கும் கல்யாணம்.” என்றான். அவளோ அதிர்ச்சியுடன் அவனை பார்த்தாள்.

“நீ என்னை விரும்பறது உறுதின்னா கிட்டதட்ட நான் உன் புருஷன் மாதிரிதான். நம் நாட்டுல புருஷனுக்கு பிறகுதான் சாமியே! அதனால எனக்கு பிறகுதான் உங்க ஊர் சாமி அதோட உத்தரவு எல்லாம் அப்படின்னு நான் சொல்றேன். நாம் இரண்டு பேரும் எந்த சாமி சம்மதம் தர மறுத்ததோ அந்த சாமி முன்னாலேயே கல்யாணம் பண்ணிக்குவோம். நிஜமாலுமே அது இருந்தா அதை எதிர்த்து கல்யாணம் பண்ணிகிட்ட நம்மை அது என்ன செய்யுதுன்னு தான் பார்த்துடுவோமே... இது ரகசியம்!

உனக்குள்ள வெச்சுக்கோ... போய்ட்டு வரேன்...”

அவன் புறப்பட்டு விட்டான்! அவள் விக்கித்து நின்றாள்.

தீட்சை என்றால் என்ன... விளக்கமாக புரியும்படி கூறுங்கள். அப்படியே எந்திர மந்திர தந்திரம் பற்றியும் கூறவும்?

ராமமூர்த்தி, வேட்டவலம்

நமது ஆன்மீக அணுகுமுறை என்பது எந்திர தந்திர மந்திரம் என்னும் மூன்று விதங்களால் ஆனது. இதில் எந்திர வழிபாடு என்பது ஆலயங்களில் நிகழ்த்தப்படுவதாகும். இன்று எந்திர வழிபாடு வீடு, கடை என்று எல்லா இடங்களிலும் பின்பற்றப்படுகிறது. நம் அன்றாட வாழ்வில்கூட நமக்கு பலவித எந்திரங்கள் பயன்படுகின்றன.

நம் கையில் நாம் கட்டியுள்ள கெடிகாரம்கூட ஒரு எந்திரமே. இந்த எந்திரங்கள் நாம் உணரக்கூடிய விதத்தில் நமக்கு பயன் தருகின்றன. ஒவ்வொன்றும் ஒவ்வொரு விதமாக பயன்படுகின்றன.

ஆன்மீக அணுகுமுறையிலான எந்திரங்களும் பல வகைப்பட்டு அவ்வாறே பயன் தருகின்றன. இன்னும் சொல்லப்போனால் ஒரு எந்திரம் என்பது தனக்கான சக்தி எப்படிப்பட்டது என்பதை கோட்டு வடிவில் (இதுவும் ஒரு பாஷையே) கொண்டு நமக்கு கூறுகிறது. இது அந்த வடிவத்திற்கேற்ப செயல்பட்டு அலை வடிவில் செயலாற்றுகிறது.

இந்த அலைகள் நம்மை சுற்றி பரவி நாம் விடும் மூச்சுக்காற்று வழியாக நம்முள்ளும் புகுந்து நமது எண்ணத்தில் மெல்ல செயலாற்றத் தொடங்கி நாம் சரியான முடிவுகள் எடுக்கவும், சரியான கால நேரத்தில் செயல்பாடுகளை தொடங்கவும் காரணமாகி நமக்கு வெற்றிகளை தருகின்றன.

மந்திர வழிபாடு என்பது சப்த அலை சார்ந்தது. சப்தம் என்று வந்துவிட்டாலே மனம் வந்துவிடும். எனவே தியானம், யோகம் இவற்றுக்கு பின்னாலும் தோத்தரிப்பது மனம் உருகப்பாடுவது போன்றவற்றிலும் மந்திரங்கள்

செயலாற்றுகின்றன. பஜனை வழிபாடும் மந்திர வழிமுறை சார்ந்ததே. தந்திரம் என்பது குருவை நாம் சரண் புகுந்த நிலையில் அவர் மூலமாக நாம் கடைத்தேறுவதைக் குறிக்கும்.

தந்திரத்தின் வழிமுறைகளில்தான் அபிஷேகம் ஆராதனை போன்றவைகளும் வருகின்றன. கடவுளை உணர்த்த சான்றோர்கள் மனிதமன அமைப்பை ஒட்டி கண்டறிந்திருக்கும் ஒரு வழிமுறை இது.

இந்த தந்திர வழிமுறையில்தான் தீட்சையும் வருகிறது. தீட்சை என்றால் நாம் திரும்பப் பிறக்கிறோம் என்று பொருள். ஒரு சாரர் 'அதிகாரத்தை அடைதல்' என்றும் கூறுவார்கள்.

அதாவது நாம் குருவை சரண் புகுந்துவிட்ட நிலையில் நம் பிறப்பு மாற்றம் கண்டு நாம் திரும்பப் பிறப்பெடுக்கிறோம். இதை இரண்டாம் பிறப்பு என்று கூறுவார்கள். இந்த இரண்டாம் பிறப்பை குருவை தவிர யாராலும் வழங்க முடியாது.

தாய் நம்மை மண்ணுக்கு தருகிறாள்.

குருநாதன் நம்மையே நமக்கு தருகிறார்.

இதுவே தீட்சை எனப்படும். இந்த தீட்சை 'நயன தீட்சை, ஸ்பரிச தீட்சை, திருவடி தீட்சை' என்று மூன்று வகைப்படும். அதாவது பார்வையால் வழங்குவது, சிரசைத்தொட்டு வழங்குவது. காலில் விழுந்த நிலையில் வழங்குவது என்று அது மூன்று வகைப்படும்.

* ——— *

48

ஒரு மனிதனிடம் அவன் சரீரம் சார்ந்த சக்தியோடு மனோசக்தி என்று இருவித சக்தி அம்சங்கள் உள்ளன. ஒரு மனிதனின் உடலின் சக்தி என்பது அவன் உண்ணும் உணவைப் பொருத்தது மட்டுமல்ல. அவன் தாயின் கருவறையில் பத்துமாத காலம் அவன் எவ்வாறு இருந்தான். அப்போது அவன் தாய் எந்த அளவு உடல் மற்றும் மனநலத்தோடு இருந்தாள் என்பதையும் பொருத்ததாகும். அதேபோல கருக்கொண்டவிதம்... நல்ல நாளில் நட்சத்திர கதியில் பிரசவமானது. போன்றவற்றை எல்லாம் அடிப்படையாக கொண்டது. இதை எல்லாம் மனதில் வைத்தே நமது சான்றோர்கள் ஒரு ஆண் பெண்ணின் திருமணப் பருவத்தில் இருந்து அவர்களுக்கு உரிய முகூர்த்த நாளில் திருமணமாவது தொட்டு பல நியதிகளை கண்டறிந்து அதை நடைமுறைக்கும் கொண்டு வந்தார்கள்.

திருமண சடங்கையும் ஒரு ஆணும் பெண்ணும் சேரும் ஒரு சம்பவமாக கருதிடாமல் அதை ஆயிரம் காலத்து பயிர் என்று அதற்கு மிகுந்த பொருட்செறிவை அளித்தனர். அப்படிப்பட்ட திருமண பந்தம் என்பது நல்ல ஜாதக பொருத்தத்தோடு இருக்க வேண்டும். என்பதில் இருந்து திருமணமானது முதல் அவர்களின் ஜாதகத்துக்கு ஏற்ப நல்ல முகூர்த்த நாளில் அவர்கள் தாம்பத்திய சேர்க்கை கொள்ளும் நேரமும் கனிந்த நல்ல நேரமாக இருக்கும்படி பார்த்துக் கொண்டனர். இந்த வகையில் பொருத்தங்களுடன் சேரும் தம்பதிகளுக்கு

பிறக்கும் பிள்ளைகளும் நல்லவிதமாக நல்ல நட்சத்திரகதியில் பிறப்பார்கள் என்பது நம்பிக்கை. அதேபோல் கருவில் ஒரு பிள்ளை வளர்ந்திடும்போது வளைகாப்பு சீமந்தம் என்று சடங்குகளைச் செய்து கருவைச் சுமக்கும் பெண்ணின் மனதை உற்சாகப்படுத்தி அந்த மனதில் மகிழ்ச்சி, நம்பிக்கை, பணிவு போன்ற பல உணர்வு நிலைகளை ஏற்படுத்தினர். இதெல்லாம் அந்த பெண்ணின் மூலம் பிள்ளைக்கும் சென்றடையும் என்பதுதான் இதன் சூட்சுமம் ஆகும்.

மிருகங்கள் இச்சைகொண்டு இணைகின்றன. அதன் காரணமாக கருக்கொண்டு இனவிருத்தியும் செய்கின்றன. அவைகளுக்கு மனம் என்கிற ஒரு அமைப்பு இல்லாததால் அவைகள் உணர்வார்ந்த வாழ்க்கையை மட்டுமே வாழ்ந்துவிட்டு மடிந்துவிடுகின்றன. ஆனால் மனிதர்கள் அப்படி அல்ல... மனம் கொண்டதால்தான் மனிதர்கள் என்றாகி பின் மனிதர்கள் ஆனார்கள்.

இந்த மனதிற்கு இருக்கும் சக்திதான் உலகின் சக்திகளிலேயே மிகவும் பெரியது. மனோசக்தி காரணமாகவே விஞ்ஞானம் தோன்றி வளர்ந்து அது மனிதனின் தேவைகளை அதிக சிரமமின்றி பூர்த்தி செய்து வருகிறது. இந்த மனோசக்தியால் கற்பனைக் கெட்டாத அதிசயங்களைச் செய்தவர்கள் பலர் உண்டு!

ஃ

தோப்பு வீட்டில் எல்லோரும் காத்திருக்க அர்ஜுனும் வந்து சேர்ந்தான். மாமா கபாலீஸ்வரன் ஒரு மாதிரி பார்த்தார். கண்மணி எங்கே போய்விட்டு வருகிறாய்? என்றெல்லாம் கேட்க விரும்பாதவள்போல், “புறப்படலாமா அர்ஜுன்” என்றாள்.

“ஐ ஆம் ரெடி” என்று தோளைக் குலுக்கினான். கதிரேசன் அவனது சூட்கேஸை கார் டிக்கியில் வைத்திருந்தான். கண்மணியும் கபாலியும் போய் காரில் ஏறினார்கள். அவர்களை

நெருங்கி வந்தவன், "சாரி அங்கிள் இந்த கார்ல நீங்க என்கூட வரவேண்டாம் அந்த டாடா சுமோவுல வாங்க நான் கதிரேசனோட தனியா போக விரும்புறேன்" என்றான்.

கபாலீஸ்வரனுக்கு அது அதிர்ச்சியாக இருந்தாலும் காட்டிக்கொள்ளாமல் "சரிப்பா", என்றபடி டாடா சுமோ நோக்கி சென்றார். கண்மணியும் சற்று ஏமாற்றத்தோடு பின் தொடர்ந்தாள். அவனைப் பார்த்தபடியேதான் சென்றாள்.

அர்ஜுன் காரில் ஏறிக்கொண்டு கதிரேசனை கிளப்பச் சொன்னான். ஊருக்குள் புகுந்து அது ஓடத் தொடங்கியது. எல்லோரும் திரும்பித்திரும்பி பார்த்தார்கள். சிலர் முகத்தில் ஏமாற்றம் நன்றாக தெரிந்தது. சிலர் கோபத்துடன் அந்த காரை பார்ப்பதையே தவறு என்பதுபோல நினைத்துக் கொண்டனர்.

குறிப்பிட்ட ஒரு இடத்தில் தன்னையே மறந்துவிட்ட ஒரு மனிதர் மட்டும் நடுரோட்டில் நின்று கொண்டு வெறித்தபடி நின்றார். கோவிலின் ஆசாரத்தையும் அதிகாரத்தையும் டாக்டர் வில்சன்போல ஒளிந்திருந்து பார்த்தவர். கோபமாக வந்தது அர்ஜுனுக்கு. திரும்பி கதிரேசனைப் பார்க்கவும் கதிரேசன் இறங்கிச் சென்று ஓரத்தில் அந்த நபரை பிடித்து நிறுத்திவிட்டு திரும்ப வந்து காரில் ஏறிக்கொண்டான்.

பின் தொடர்ந்து வந்த டாடா சுமோவை அந்த நபர் திரும்ப வந்து மறிப்பதுபோல நின்றார்.

ஆனால் கபாலி, மேலே ஏற்றுவதுபோல அருகில் வந்து சற்று காரை வளைத்து ஒரு இடி இடித்தார். அவன் பலத்த அடியோடு தூரம் போய் விழுந்தான். அதை ஊர்க்காரர்களும் அதிர்ச்சியோடு பார்த்தனர்.

"ஏம்ப்பா இப்படி பண்ணீங்க?" என்று உள்ளே இருந்தபடியே கோபப்பட்டாள் கண்மணி.

"பேசாம வா... அவனுக்கெல்லாம் அடிபட்டாதான் புத்தி வரும்..."

“அது புத்தி நல்ல நிலைல இருக்கிறவங்களுக்கு...”

“என்ன கண்மணி அப்பாகே புத்தி சொல்றியா?”

“எப்படி வேணா எடுத்துங்க...”

“நான் உன் நல்லதுக்காகவே ஒவ்வொரு காரியமும் பண்ணிகிட்டு இருக்கேன்...”

“ஏம்ப்பா அதை தப்பு தப்பா பண்ணிகிட்டு இருக்கீங்க...”

“தப்பை தப்பில்லாம பண்ணா அது தப்பு இல்லை. உனக்கு தெரியுமா?”

“வேண்டாம்பா... சினிமா வில்லன் மாதிரி நடந்துகிட்ட நீங்க வில்லன் மாதிரியே பேசவும் ஆரம்பிச்சிட்டீங்க...”

“நீ ரொம்ப பயப்படறே... அதான் இப்படி எல்லாம் பேசுறன்னு நினைக்கிறே...”

“ஆமாம்... உங்க போக்கே பிடிக்கல... அர்ஜுன் ரஞ்சனி கல்யாணம் நடக்காம போனதுலகூட உங்க திருவிளையாடல் எதாவது இருக்கும்னுதான் நான் நினைக்கறேன்.”

“நான் இந்த ஊர்ல பண்ணாத திருவிளையாட்டா... அதனால தானே திரும்பிப் போய்கிட்டிருக்கோம். உனக்கும், அர்ஜூனுக்கும் கல்யாணமும் நடக்கப்போகுது.”

“எனக்கு அந்த நம்பிக்கை இல்லை.”

“இப்ப அப்படியே நினைச்சுகிட்டு இரு... நடக்கும்போதுதான் இந்த அப்பா யார்னு உனக்கு புரியும்.”

“வேண்டாம்பா... நான் பலமுறை சொல்லிட்டேன் செயற்கையா செய்யற எந்த விஷயமும் வெற்றியை தராது. தந்தாலும் அது நல்லவிதமா இருக்காது...”

“நீ புரியாமலேயே பேசறே... அர்ஜுன் என் அக்கா மகன். நீ அவன் முறைப்பொண்ணு. உனக்கென்ன குறை? நீ இருக்கும்போது யாரோ ஒருத்திய அவன் கல்யாணம் பண்ணிக்க விடறதுங்கறதை நான் எனக்கு விடப்பட்ட சவாலா

நினைக்கிறேன்...” கபாலீஸ்வரனிடம் கோபம் தொனிக்க ஆரம்பித்தது.

“அப்பா இந்த உரிமை, ஆசை, இதுக்கெல்லாம் கல்யாண விஷயத்துல இரண்டாவது இடம்தான். மனசுக்கு பிடிச்சிருக்கறதுங்கற விஷயம்தான் முதல் விஷயம். இது ஏன் உங்களுக்கு புரியல...”

“அப்ப அர்ஜூனுக்கு உன்னை பிடிக்கலையா?...”

“பிடிச்சிருந்தா ரஞ்சனியை கல்யாணம் பண்ணிக்க சரின்னு சொல்லியிருப்பாரா?”

“இதோ பார். இந்த பெண்ணை அவன் ஆசையால்லாம் காதலிக்கல. இந்த ஊர்ல இடம் வாங்கணும், அதுக்கான ஒரு குறுக்கு வழி அது. அதனாலதான் நான் டோட்டலா எல்லா விஷயத்துலயும் ஒரு திட்டம்போட்டு அவனையும் திசை திருப்பிட்டேன். இனி இந்த ஊரை இவன் நினைக்கவேமாட்டான். நினைக்கவும் முடியாது. சென்னை வந்த பிறகு ஒரு வாரமோ பத்து நாளோ எல்லாம் மறந்து உன்கிட்டதான் அவன் வந்தாகணும்.”

கபாலீஸ்வரன் ஒரு சகுனிபோல பேசியதை கேட்ட கண்மணிக்கு ஒரே ஒரு கேள்விதான் அவரிடம் கேட்கத் தோன்றியது.

“அப்பா உங்ககிட்ட நான் இப்ப ஒரே கேள்வி மட்டும் கேட்க விரும்பறேன். இந்த ஊர்ல சாமிகிட்ட இருக்கற குருக்கள்ல இருந்து எஞ்ஜினியர்கள் வரை எல்லாரையும் உங்க விருப்பப்படி ஆட்டி வெச்சுட்டீங்க. அப்ப இந்த ஊர்ல எல்லாருக்கும் இருக்கற நம்பிக்கை பத்தி மேல உங்களுக்கு ஒரு மரியாதையோ பயமோ கொஞ்சம்கூட இல்லையா?”

அழகாக கேட்டாள் கண்மணி. பதிலுக்கு சிரித்தார் கபாலீஸ்வரன்.

“இப்படி சிரிச்சா நீங்க மட்டும் புத்திசாலியாயிட்டீங்கன்னு அர்த்தமா?”

“சந்தேகம் என்ன... செவ்வாய் கிரகத்துல தண்ணி இருக்கா இல்லையான்னு தேடிகிட்டிருக்கற இந்த காலத்துல ஒரு கோவில் அதுல நம்பமுடியாத அதிசயங்கள்னு பேசறத நீயும் நம்பிகிட்டியிருக்கியாம்மா...

இப்பல்லாம் ஆயிரம் பத்தாயிரத்துலயே யாரும் ஊழல் பண்றதில்ல... எல்லாம் கோடிகள்லதான்! அதுவும் ஒரு கோடி இரண்டு கோடி இல்ல... ஆயிரம் கோடி, பத்தாயிரம் கோடின்னுதான் பண்றாங்க! நூறு கோடி பேர்கொண்ட ஒரு நாட்டுல ஒரு நூறு பேர் இருப்பாங்களா இந்த அரசியல்வாதிகள்...?”

“எதனால இப்படி டாபிக்கை மாத்தி பேசறீங்க?”

“மாத்தி பேசலை... சரியாதான் பேசறேன்... இந்த நூறு பேர்தான் நூறு கோடி பேரையே ஆட்டி வைக்கறாங்க. இந்த நூறு பேருக்கு இருக்கற தைரியத்தை நினைச்சு பார். நீ சொல்ற இந்த சாமியும் சித்தர்களும் உண்மையா இருந்தா இவங்களால் ஊழல் பண்ண முடியுமா?

ஒரு நாடே கொள்ளை போகுது. எல்லா தப்பும் நடக்குது. அங்கல்லாம் என்னான்னுகூட கேட்காத உன் சாமி கேவலம் ஒரு பத்து மைல் சுற்றளவில இந்த ஊரில் இருக்கற மக்களை மட்டும் தன் கண்ட்ரோல்ல வெச்சிருக்குங்கறது உன் சாமிக்கே முதல்ல அழகா இருக்கா? யோசிச்சு பார்... எல்லாம் பொய்மா... நான் ஜெயிச்சிகிட்டே வரதை பாத்துமா உன்னால் இன்னும் இதை எல்லாம் புரிஞ்சுக்க முடியல?”

கபாலீஸ்வரன் கேட்டதில் உள்ள நியாயம் கண்மணியை கட்டி போட்டுவிட்டது. அவர்கள் சென்றபடி இருந்த டாடா சுமோவும் ஊர் எல்லையை தொட்டிருந்த நிலையில் அர்ஜுனின் கார் அவர்கள் பார்வையை எல்லாம் விட்டு மறைந்து போயிருந்தது.

பக்கவாட்டில் மரத்தடியில் சூரியலிங்கத்தின் சன்னதி. கண்மணி அதை பார்த்தபடியே கடந்தாள். கன்னத்தில் போட்டுக்கொள்ள கைகள் முயன்றன. ஆனால் கபாலீஸ்வரன்

கேட்டிருந்த கேள்விகளின் நியாயத்தால் உயர்ந்த கைகள் அப்படியே நின்றுவிட்டன.

அதே வேளையில் சுமோவின் முன் சக்கரத்திடம் ஒரு பெரும் வெடிப்பு. அந்த வாகனம் தாறுமாறாக ஓடி சாலை ஓர மரம் ஒன்றின் மேல் மோதித்தான் நின்றது. சப்தம் வெகுதூரத்துக்கு கேட்டது. ஒரு ஆச்சரியம்போல அந்த விபத்தில் கபாலீஸ்வரனுக்கு எதுவும் ஆகவில்லை. ஆனால் கண்மணி முன்னும் பின்னும் மோதி மண்டை உடைந்து ரத்தப் பீறிடலோடு மயங்கிவிட்டிருந்தாள்.

முன் சீட்டில் காலிரண்டும் சிக்கிக் கொண்டுவிட்டிருந்தது. கபாலீஸ்வரன் வாகனத்தைவிட்டு இறங்கி பரிதவிப்போடு நாலாபுறமும் பார்த்தார். கண்ணுக்கு எட்டிய தூரம் யாரையும் காணவில்லை. கண்மணியிடம் இருந்து ரத்தம் கசிவதில் தொடங்கி பீறிட தொடங்கியிருந்தது.

"அம்மாடி கண்மணி... கண்மணி..." என்று அவராக முயன்று வெளியே எடுக்க முனைந்தார். ஆனால் கதவு நசுங்கியதில் திறக்க முடியவில்லை. பதைப்புதான் அதிகரித்தது. அப்போது சூரிய லிங்கம் உள்ள மரத்தின்பின் இருந்து முன்பு வரும்போது பார்த்த அதே சித்தர்!

அவரைப் பார்க்கவும் திகைப்பாகவும் இருந்தது. உதவிக்கு ஒருவர் கிடைத்துவிட்டது போலவும் இருந்தது.

"சாமி... கொஞ்சம் வந்து உதவி செய்யுங்க..." என்று அங்கிருந்தபடியே கத்தினார். சித்தரும் கையில் திரிசூலத்தோடு நெருங்கி வந்தார்.

"சாமி... கொஞ்சம் வந்து உதவி செய்யுங்க..."

"சாமியா... நானா? அவரிடம் குத்தலான கேள்வி"

"சாமி இது என்ன கேள்வி... உங்களை அப்படிதானே கூப்பிட்றாங்க. இது பேசற நேரமா உதவி செய்யுங்க சாமி காருக்குள்ள என் மகள் சாகக்கிடக்கறா..."

“அப்படியா?”

“ஐயா இது இப்படி கேக்கற நேரமா... ஒரு கை கொடுங்க சாமி.”

“ஒரு நாட்டையே கண்டுக்காத சாமி... உன் மகளை மட்டும் கண்டுக்கணுமா?” அவரின் கேள்வி பொட்டில் அடித்தது. வரும்போது பேசிய பேச்சு! ஒரு வினாடி ஊன்றிப் பார்த்தார்.

பின் தன் சூலாயுதத்தால் கதவை நெம்பித் திறந்தார். கண்மணியும் சீட்டில் இருந்து விழப்போனாள். கபாலீஸ்வரன் வேகமாக முன் சென்று தாங்கிப்பிடித்தார்.

ரத்தம் அருவியாக கொட்ட ஆரம்பித்தது. அப்படியே தோள்மேல் போட்டுக்கொண்டு சாலைக்கு வந்து எதாவது வாகனம் வராதா என்று பார்த்தார், சித்தருக்கு இப்போது சிரிப்பு வந்தது.

“அந்த கதவைத் திறக்க மட்டும் தான் நான் உனக்கு தேவைப்பட்டேன்போல இருக்கு. சரி வரேன்” என்று நழுவப் பார்த்தவரை,

“சாமி... ஆஸ்பத்திரியில் என் மகளை சேர்க்க எந்த உதவி வேணும்னாலும் செய்யுங்க சாமி. உங்களுக்கு கோடி புண்ணியம்” என்றார் கபாலீஸ்வரன்.

“புண்ணியமா... நீயா பேசுற? பாவபுண்ணியமெல்லாம் சும்மா கற்பனைன்னு நினைக்கற நீயா பேசுற?”

“சாமி... ஈ...ஈ...”

“செவ்வாய்ல தண்ணி இருக்கான்னு தேட முடிஞ்ச விஞ்ஞானத்தை பத்தி பேசத் தெரிஞ்ச உனக்கு இப்படி எல்லாம் விபத்து நடக்க எது காரணம்னு தெரியலையா?”

அவர் கேள்விகள் கபாலீஸ்வரனை நெஞ்சில் குத்தின. காரில் பேசிக்கொண்டு வந்ததை பக்கத்தில் இருந்து கேட்டதுபோல் கேட்கிறாரே!

“சாமி... இது விவாதம் பண்ற நேரமா. முதல்ல என் மகளை காப்பாத்துங்க சாமி...”

“மகள்ங்கற பாசத்தோட கேட்காம ஒரு உயிரை காப்பாத்தற மனித நேயத்தோட கேள். அப்படியே அதோ அந்த சூரியலிங்கத்துகிட்ட போய் மண்டியிடு இப்ப உன் புத்திக்கு சக்தி கிடையாது பணிவுக்கும் பக்திக்கும்தான் சக்தி. அப்புறம் பார் அதிசயங்களை...”

அவர் சொன்னதன் அழுத்தம் கபாலீஸ்வரனை சூரியலிங்கம் முன்னால் சென்று மண்டியிட்டு கதறச் செய்தது.

அப்படியே திரும்பிப் பார்த்தபோது ஒருவருக்கு நாலு பேர் கண்மணி அருகில் வந்து அவள் காயத்துக்கு மருந்து போட தொடங்கியிருந்தனர் அந்த நான்கு பேரிடமும் ஏராளமான மூலிகைகள் மருந்துகள்!

முதல் முனிவர், முதல் ரிஷி, முதல் சித்தர் யார்? ஏன்?

ஜெயபால், அவினாசி

ஆஹா!!

வேதம், புராணம், என்று இரண்டிலும் ஊறியவர்களிடம் கேட்க வேண்டியதை அதை முழுவதுமாய் அறிந்திராத என்னிடம் போய் கேட்டுவிட்டீர்களே...? பரவாயில்லை முயன்று பதில் தர முனைகிறேன்.

முதல் முனி எனக்கு தெரிந்து அகத்தியராகத்தான் இருக்க வேண்டும். ரிஷி அனேகமாய் வசிஷ்டராக இருக்கலாம். வியாசர், துர்வாசர், வைசம்பாயனர் என்று ஒரு பட்டியலே உள்ளது. முதல் சித்தன் சந்தேகமின்றி சிவபெருமான்தான்! திருவிளையாடற் புராணம் இதை அறுதியிட்டு கூறுகிறது. அந்த சிவபெருமான் மதுரையில் சித்தனாய் வந்து பல லீலைகள் புரிந்திருக்கிறார்.

சரி இந்த முனி... ரிஷி... சித்தர்களுக்கு இடையே என்ன பெரிய வேறுபாடு என்றும் தெரிந்து கொள்ளுங்கள். முனிவர்கள் அவர்களை முனைந்து பின்பற்றியவர்கள். இவர்கள் எந்த சாகசங்களையும் செய்யவோ அல்லது அது பற்றி எழுதவோ விரும்பியதில்லை. விசுவாமித்திரர் மட்டும் தன் சக்தியை நிரூபிக்க திரிசிங்கு சொர்க்கத்தை உருவாக்கிக் காட்டினார்.

ஆனால் சித்தர்கள் இவர்களில் இருந்து மிக மாறுபட்டு வேதங்களே இல்லாமல் தன்னையறிதல்... உலகையறிதல் என்று வாழ்ந்து, தாங்கள் அறிந்ததை ஏடுகளில் பாடல் வடிவில் எழுதியும் வைத்தவர்கள் ஆவார்கள்!

* ——— *

49

மனோசக்தியாலேயே அதிசயங்கள் பல செய்பவர்களில் ஒருவர் நம் கண் முன் வாழ்ந்துவிட்டு சென்றிருக்கும் காஞ்சி முனிவர்! இவர் செய்த அதிசயங்கள் பல. ஆனால், அதை அதிசயம் என்று ஒப்புக்கொள்ள அவர் ஒரு போதும் தயாராய் இருந்ததில்லை. அதிசயம் புரிவது என்பது அவரது நோக்கமாகவும் இருந்ததில்லை.

இருப்பினும் போகிறபோக்கில் அவர் பக்தர்களின் துயர் தீர்க்க பல அதிசயங்கள் செய்திருக்கிறார். மும்பையை சேர்ந்த காந்தாமணி என்கிற பெண்மணி பெரியவரை தரிசிக்க காஞ்சி வந்திருந்தார். அன்று ஏராளமான கூட்டம். இருந்து தரிசித்து திரும்ப பலமணி நேரம்கூட ஆகலாம்.

ஆனால், அவருக்கோ ரயிலுக்கு செல்லும் அவசரம். பெரியவரை தரிசிக்காமல் செல்லவும் மனம் வரவில்லை. அவர் தத்தளித்தபோது அந்த தத்தளிப்பை பெரியவர்தான் இருந்த இடத்தில் இருந்து உணர்ந்ததுதான் பெரும் அதிசயம்.

காஞ்சி பெரியவர், மடத்தை சேர்ந்த சிப்பந்தி ஒருவரிடம், 'ஒரு காவிப்புடவை கட்டிக்கொண்டு கையில் ஒரு கட்டைப்பை வைத்திருக்கும் பெண்மணியை இந்த கூட்டத்தில் தேடி அழைத்துக்கொண்டு வா' என்றார்.

காந்தா மணி உடுத்தியிருந்த புடவையைகூட தன் மனோசக்தியால் அறிந்து கூறவும் அந்த உதவியாளரும் போய்

அழைத்து வந்தார். பெரியவரும் அவருக்கு தீர்த்த பிரசாதம் தந்து 'பம்பாய் ரயிலை பிடிக்கணும் இல்லியா? பார்த்து போய் வா' என்று சொன்னபோது அந்த பெண்மணி அதைக் கேட்டு சிலிர்த்துப் போனாராம்.

இது மனோசக்திக்கு ஒரு உதாரணம். விஞ்ஞான உலகம் நம் மன அமைப்பை ஆல்ஃபா நிலை, பீட்டா நிலை, காமா நிலை என்று தரம் பிரித்துள்ளது. இதை உளவியல் பாடம் படிப்பவர்கள் தெளிவாய் அறிவார்கள். இந்த மனநிலைகள் பற்றிய தெரியாமல், மனோசக்தி என்றால் என்னவென்றே தெரியாமல் வாழ்ந்து கொண்டிருப்பவர்கள்தான் நாம் எல்லோரும்.

ஆனால், மனதை ஒடுக்கி அடக்கி துறவறம் பூணுபவர்களுக்கு மனோ சக்தியானது சுலபமாக வசப்பட்டு விடுகிறது. அப்படி அது வசப்பட்டுவிட்டால், அதைக் கொண்டு இப்படி பெரியவர் செய்த அதிசயம்போல மட்டுமல்ல... அதனினும் மேலான சாதனைகளையும் செய்யலாம்.

சொல்லப்போனால் வானில் பறந்தபடி இருக்கும் பறவைகளின் போக்கைகூட மாற்றிவிட முடியும். அதற்கும் சான்றுகள் உண்டு.

ௐ

அந்த நான்கு பேரும் கண்மணியின் தலைக் காயத்துக்கு மிக அழகாக கட்டுபோட்டார்கள். ஒருவர் பச்சிலை ஒன்றை ஒரு மண்பாண்டத்தில் கசக்கிப் பிழிந்தார். இன்னொருவர் ஒரு கல் பாத்திரத்தில் இன்னொரு பச்சிலையை மாவுபோல கரைக்க தொடங்கினார்.

மூன்றாமவர், ஒரு குடுவையில் உள்ள நீரைக்கொண்டு கண்மணியின் தலைக் காயத்தை கழுவத் தொடங்கினார். அதை பார்க்கப்பார்க்க கபாலீஸ்வரனுக்கு வியப்பாக இருந்தது. ஒரு பதினைந்து நிமிடத்தில் கட்டுபோட்டு முடித்து, அவளை அப்படியே தூக்கிக்கொண்டனர்.

"சாமிங்களா, எங்க தூக்கிட்டு போறீங்க..."

"உன் பாஷைல உனக்கு புரியற மாதிரி சொல்லணும்னா, இவளுக்கு இப்ப ஆக்சிஜன் அதிக அளவு தேவைப்படுது. அதைக் கொடுக்க தூக்கிட்டு போறோம்."

"இந்த காட்டுல அதுக்கான வசதி எல்லாமும் இருக்கா?"

"இருக்கா இல்லையான்னுகூட வந்து பாத்து தெரிஞ்சுக்கோ..."

"இல்ல... நீங்க இவ்வளவு தூரம் உதவினது போதும், என் மகளை என்கிட்ட கொடுங்க. நான் சிட்டில எதாவது ஆஸ்பத்திரில கொண்டுபோய் சேர்த்து மிச்சத்த பாத்துக்கறேன்..."

"ஆத்தோரமா ஓடுற ஆத்தை பார்த்தபடி நடக்கற ஒருவன் வீட்டுக்கு போய் குளிச்சிட்டு வரேன்னு சொல்ற மாதிரி இருக்கு உன் பதில்..."

அவர்கள் பேச்சோடு விறுவிறுவென்று நடந்தனர். பின்னாலேயே சூரியலிங்க சித்தரும் திரிசூலமும் கையுமாய் நடந்தார்.

அசாதாரணமான நடை! அந்த நடையோடு கபாலீஸ்வரனால் போட்டிபோட முடியவில்லை. மூச்சிரைத்தது.

"உன் மனசுல மட்டுமல்ல, உடம்பு நிறையவே கொழுப்பு அதான் இப்படி இரைப்பெடுக்குது" என்று அதற்கொரு பதிலை சூரியலிங்க சித்தர் சொன்னபோது, மறுக்க முடியவில்லை.

கபாலீஸ்வரனிடம் இப்போது பழைய கிறுக்குத்தனம் பேச்சு இல்லை. அந்த விபத்தும் அதைத் தொட்டு தொடரும் சம்பவங்களும் வெகுவான பாதிப்பை அவருக்குள் ஏற்படுத்திவிட்டது.

குறிப்பாக, டாடா சுமோவுக்குள் கண்மணியிடம் பேசிய பேச்சுக்களை சூரியலிங்க சித்தர் பக்கத்தில் இருந்து கேட்டதுபோல் திருப்பிக் கேட்டது. ஆச்சரியத்தில் ஆழ்த்திவிட்டது. அதன் பின்னால் இருக்கும் அமானுஷ்யம் அவரை கட்டிப் போட்டுவிட்டது.

அவர்கள் காட்டுப் பகுதிக்குள் வளைவான ஒற்றையடிப் பாதையில் நடந்து சென்று ஒரு பெரும் அரசமரத்தின் கீழ் சென்று நின்றனர். அந்த அரசமரத்தோடு ஒரு வேப்பமரமும் இணைந்து வளர்ந்திருந்தது.

மரத்தைச் சுற்றி வட்டமாய் கருங்கற்களை கொண்டு உருவாக்கப்பட்ட ஒரு இடுப்புயர மேடை. அந்த மேடை மேல் ஒரு சிவலிங்கம் ஒன்றும் இருந்தது.

கண்மணியை அந்த லிங்கத்தின் முன்னால் கிடத்தினர். கிடத்திய நொடி ஒருவர் கண்மணியின் கால் விரல்களை இழுத்து சொடக்கு எடுத்தார். உச்சந்தலையில் உள்ள தலை முடியில் ஒரு கற்றையை பற்றி சுண்டி இழுத்தார். பின் திரும்பி கபாலீஸ்வரனைப் பார்த்து சிரித்தார்.

“சாமி...”

“என்ன கேக்கணுமோ இப்ப கேள்...” அவர் சொல்லிவிட்டு கல்மேடை மேல் போய் அமர்ந்தார். அப்போது அங்கும் இங்குமாய் இருந்து சில சித்த புருஷர்களும் வரத்தொடங்கினார். அந்த இடத்திற்கு நூறு மீட்டர் தொலைவில் சிவன்மலையின் அடிவாரச் சரிவு தெரிந்தது.

அந்த சரிவின் வழியாக தான் அவர்கள் வந்து கொண்டிருந்தனர். ஒவ்வொருவர் ஒவ்வொரு விதம். ஒரு சித்தர் வெறும் கோவணம் மட்டும் கட்டியிருந்தார். ஒருவர் தலைமுடி சடைபிடித்து அவரது எடையைவிட கூடுதலாக இருந்தது. இன்னொருவரோ உடம்பு முழுக்க விபூதி பூசி நிர்வாணத்தில் இருந்தார்.

இப்படி ஒவ்வொருவரும் ஒவ்வொரு விதம்! கபாலீஸ்வரனுக்கு அவர்களை பார்க்கப்பார்க்க ஆச்சரியத்தோடு பதட்டமும் அதிகரிக்க ஆரம்பித்தது.

“என்ன பாக்கறே... நீ என்ன கேக்க நினைக்கறியோ கேள்... எங்களுக்கு தெரிஞ்ச பதிலை சொல்றோம்.”

“சாமி... எனக்கு இப்ப என்ன கேக்கறதுன்னே தெரியல. என் மக குணமாயிருவாதானே?”

“கவலைப்படாதே. அவ இப்ப நவபாஷண லிங்கம் முன்னால் கிடத்தப்பட்டு நாடி தூண்டப்பட்டிருக்கா. இப்ப அவ மூக்குல இடகலை சுவாசம் நடந்துகிட்டு இருக்கு. இந்த அரசமரத்தடில் இப்ப நிலவர காத்துல ஒரு ஆப்ரேஷன் தியேட்டர்ல உள்ள சிலிண்டர்ல உள்ள காற்றைவிட, அதி அளவிலான ஆக்சிஜன் உண்டு.

எங்க சித்த பாஷையில ஆக்சிஜனை நாங்க உயிராவின்னு சொல்லுவோம். கெட்ட கரிமில வாயுவை அசுத்தின்னு சொல்வோம்... அசுத்தி வெளியேறி உயிராவி ரத்தத்துல நிரம்பி, காயமும் நாராயண மூலிகையால ஜீவசக்தி பெற்று மூணே கால் நாழிகைக்குள்ள ஆறிடும். கண்முழிக்கும்போது எந்த வாதையும் இருக்காது...”

அவரின் விளக்கம் கபாலீஸ்வரரை அடுத்து என்ன கேட்பது என்று தெரியாமல் கட்டிப்போட்டது.

“உம் கேளு... என்ன சந்தேகம் உனக்கு?”

“சந்தேகம், சந்தேகம்...”

“தயங்காதே! முதல்ல உன் பிரதான கேள்விக்கு பதில் சொல்லிடுறேன். நூற்றி இருபது கோடி பேர்கொண்ட இந்த பாரத நாட்டை ஆள அதிகபட்சம் ஒரு நூறு பேரும் ஆகாசத்துல இருந்து குதிச்சுடலை.

உன்னப்போலவே அவங்களும் தாயோட... யோனி வழியாக பிறந்து அரசியல்ங்கிற வாழ்க்கை அமைப்புக்குள்ள நுழைஞ்சு அதிகாரத்தை அடைஞ்சவங்க.

அவங்க அதிகாரத்தை அடைய ஒத்துழைச்சது ஜனங்கதான். அந்த ஜனங்க பார்த்து அவங்களை வெச்சுக்கலாம். தூக்கிப் போட்டுடலாம். வெச்சுக்கறதும் தூக்கிப்போட்றதும் ஜனங்க விருப்பம். இந்த ஜனக் கூட்டமும் வேண்டாம். அவர்கள்

வாழ்க்கை முறையும் வேண்டாம்னு ஒதுங்கி இறை சிந்தனையோட வாழறவங்க நாங்க.

நாங்க எதுக்குப்பா நாட்டுக்குள்ள ஊழல் இருக்கு, மழை இல்லை, ஜனங்க கஷ்டப்பட்றாங்கன்னு எல்லாம் கேட்டுகிட்டு அதுல மூக்கை நுழைக்கணும்?"

அவர் கேட்ட கேள்வி, கபாலீஸ்வரனை மலங்க மலங்க பார்க்க வைத்தது.

"உன்னத்தான் கேக்கிறேன். நாங்க எதுக்கு மூக்கை நுழைக்கணும்! அதுமட்டுமல்ல... இப்படித்தான் வாழணும் இப்படி எல்லாம் வாழக்கூடாதுன்னு ஏராளமான அறநூல்கள் ஏற்கனவே இருக்கு. திருக்குறள் ஒண்ணுபோதும். ஊருக்கு ஊர் அவருக்கு சிலை வேற! ஓடற பஸ்ல எல்லாம் அவர் எழுதின குறள்!

எந்த நல்லதை எங்க முன்னோர்கள் சொல்லலை? இருந்தும் அதன்படி நடக்காம சுயநலம், பயம், பேராசை, அறியாமை, மூடத்தனம்னு நீங்க வாழறதுக்கு நாங்க எப்படி பொறுப்பாவோம்?"

அவர் கேள்வி கேட்க சொல்லிவிட்டு சொன்ன கருத்துக்கள் கபாலீஸ்வரனுக்கு ஒரு உண்மையை மெல்ல புரிய வைத்தது.

அவர்கள் அவருக்கு பெரிதாக எதையோ உணர்த்தப் போகிறார்கள் என்பதுதான் அது!

"என்ன கேட்டே...? ஒரு நாடே கொள்ளை போகுது... எல்லா தப்பும் நடக்குது. அங்கெல்லாம் என்னன்னுகூட கேட்காத சாமி கேவலம் ஒரு பத்து மைல் சுற்றளவுள்ள இந்த ஊர்ல இருக்குற மக்களை மட்டும் தன் கண்ட்ரோல்ல வெச்சிருக்குதான்னுகூட கேட்டிருக்கே நீ.

இதற்குப் பதில் சொல்கிறேன். இந்த பத்து மைல் கிராமத்தை நாங்கதான் எங்க கண்ட்ரோல்ல வெச்சிருக்கோம். அந்த சர்வேஸ்வரன் இல்லை.

வேணும்னா எங்க மூலமா அவன் இந்த கிராமத்தை கண்ட்ரோல்ல வெச்சிருக்கான்னு சொல்லலாம். இப்படிச் சொன்னா

இந்த உலகம் அந்த ஆகாயம், கோள்கள், நட்சத்திரங்கள் அவன் கண்ட்ரோல்ல இல்லையான்னு ஒரு கேள்வி தோன்றும்.

எல்லாமே அவன் கண்ட்ரோல்லதான் இருக்கு! இல்லேன்னா நூறுகோடி பேர் சாப்பிட்டு, தூங்கி, எழுந்திருந்து, சினிமா, டிவி பார்த்து காலம் கழிக்கறது எப்படி?" அவரது நீண்ட விளக்கம் கபாலீஸ்வரனை நெருடியது.

"சாமி... நான் உங்கள் பார்த்து நேரா எந்த கேள்வியையும் கேட்காமலே எனக்கு நீங்க பதில் சொல்ல தயாராயிட்டீங்க. என்னை கேளுன்னும் சொல்லிட்டீங்க. நான் கேட்கிறேன். நிச்சயமா என்னோட சில கேள்விகளுக்கு உங்களால் பதில் சொல்லவே முடியாது.

ஆனா, என் மக இப்படி கிடக்கற இந்த நேரத்துல என்னால அந்த கேள்விகள் கேட்க முடியாது. இவ எழுந்திருக்கட்டும், நான் கேட்கறேன்" என்றார் கபாலீஸ்வரன்.

அவர்கள் அதற்கு எந்த பதிலையும் கூறவில்லை. சம்மதிப்பதுபோல பாவனை காட்டினர்.

◈◈◈

பத்திரிகை ஆசிரியர் காண்டீபன் வீடு. மொட்டை மாடியில் மௌனமாக வானத்தை பார்த்தபடி அமர்ந்து கொண்டிருந்தார் காண்டீபன். அவர் முகத்தில் பெரிய அளவில் சோகம். அப்போது அவரது மகள் ரஞ்சிதா கையில் காபியோடு அவர் அருகில் வந்து நின்றாள்.

"அப்பா காபி..."

"வெச்சுட்டு போம்மா..."

"என்ன யோசனை...?"

"என்னத்த சொல்ல... என்னவோ வாழ்க்கை போ..."

"அம்மா பத்தின கவலைதான் உங்கள இப்படி பேச வைக்குது."

“ஆமாம். ஹார்ட் அட்டாக்லே... கடைசில பார்த்தா என்னென்னமோ கோளாறுகள்.”

“அதான் டாக்டர்கள் ட்ரீட்மென்ட் கொடுத்துகிட்டு இருக்காங்களே... அம்மா குணமாகி வந்துடுவாங்கப்பா...”

“நான் அதை நினைச்சுகூட கவலைப்படல ரஞ்சிதா. பூமிக்காத்தான்பட்டில இருந்து நான் கிட்டதட்ட துரத்தப்பட்டுதான் இங்க வந்துருக்கேன். அங்க இருக்கற சித்தர்களுக்கு என் மேல அப்படி என்ன கோபம்? நான் எதை உணர்ந்துடுவேன்னு அவங்க என்னை ஊருக்கு போன்னு சொன்னாங்க?”

“அம்மாக்கு உடம்பு மோசமா இருக்கு, கிளம்பி வாங்கன்னு நான்தானே கூப்பிட்டேன்.”

“உங்க அம்மா இப்படி ஆக வேற காரணங்கள் இருக்கிறதா நான் நினைக்கிறேன்.”

“அப்படி என்னப்பா காரணம்?”

“இப்படி உங்கம்மா படுத்திருந்தாதானே என்னாலேயும் இங்க இருக்க முடியும்?”

“அப்பா நீங்க முடிவா என்ன சொல்ல வர்றீங்க?”

“அங்க நடக்க கூடாத விஷயங்கள் நடக்கப்போகுது ரஞ்சிதா. ஒரு பெரிய பிசினஸ்மேனான ராமரத்னம் மகன் அர்ஜுன் எப்படியாவது அங்க சக்கரை தொழிற்சாலை அமைக்க எல்லாவித தகிடுதத்த வேலையையும் செய்ய தயாராயிட்டார்.

அதே சமயம் ஆராய்ச்சி பண்ண வந்த டாக்டர் வில்சனோ மனபாதிப்புக்கு ஆளாகி ஆராய்ச்சியை விட்டுவிட்டார். இந்த விஷயத்துல பயபக்தியோட உண்மை நிலையை விளங்கிக்க நான் முயற்சி செய்தது தப்பா?”

“அப்பா... நான் கேட்ட கேள்வி வேற. நீங்க சொல்லிகிட்டு இருக்குற பதில்கள் வேற...”

“நான் தொடர்போடதான் பேசுறேன். உங்கம்மாவுக்கு இப்படி உடம்புக்கு வந்ததுக்கு பின்னாலயும் ஏதோ இருக்கு...”

"இப்படி நீங்க குழப்பிக்கறதுக்கு உங்க குருநாதரான வாலேஸ்வர சித்தர்கிட்டே போய் நாம் முறையிடறது ரொம்ப சரி. ஏன் இப்படி சந்தேகம் குழப்பம்னு மனசுல சுமக்கறீங்க..."

ரஞ்சிதா எடுத்துக் கொடுக்க காண்டீபனும் அதை பிடித்துக்கொண்டான்.

"அப்ப புறப்படு." இருவருமே வாலேஸ்வர சித்தரின் ஜீவசமாதி நோக்கி புறப்பட்டுவிட்டனர்.

வாலேஸ்வர சித்தரின் ஜீவசமாதியில் எப்போதும்போல் பேரமைதி. அதை பராமரித்து வரும் வரதம்மாள் என்கிற பெண்மணி புன்னகையோடு வரவேற்றாள்.

"நிறைய மனக்குழப்பம், பிராத்தனை பண்ண வந்திருக்கேன்" என்றார் காண்டீபன்.

"போங்க... போய் தியானத்துல உக்காருங்க. காக்கா கத்திகிட்டே இருந்தது. உங்க வருகைக்காகதான் சாமியும் காத்திருந்தார்" என்றாள் வரதம்மாள். அதைக் கேட்கவும் காண்டீபனுக்குச் சிலிர்த்தது.

மரத்தடியில் உள்ள சமாதி முன்போய் காண்டீபனும் ரஞ்சிதாவும் அமர்ந்தனர். கண்களை மூடி பிரார்த்தனையிலும் மூழ்கினர். அதேசமயம் ஒரு அகலமான அரச இலை மேல் இருந்து உதிர்ந்து காண்டீபன் மடிமேல் விழுந்தது.

அதில் "உன் மனைவியை அழைத்துக்கொண்டு பூமிக்காத்தான்பட்டிக்கு போ" என்கிற குறிப்பு!

சித்தர்கள் எழுதிய அவ்வளவு நூல்களும் இப்போது உள்ளதா? அவைகளை யார் புத்தகமாக வெளியிட்டுள்ளனர்?

ஆதித்தன், திசையன்விளை

ஏராளமான நூல்களை சித்தர்கள் எழுதியுள்ளனர். அவ்வளவும் பனை ஏடுகளில்தான் முன்பு இருந்தது. அதை

திரட்டிச் சேகரித்து அதை இன்றைய அச்சு வசதிக்கு ஏற்றபடி எடுத்து பல புத்தகங்களும் வந்துள்ளன.

தமிழ்நாட்டில் சென்னை வடபழனியில் உள்ள தாமரை நூலகம் பெரும்பாலான சித்தர் நூல்களை வெளியிட்டுள்ளது. வேறு சில பதிப்பகங்களும் வெளியிட்டுள்ளன.

இவைகளில் சித்த வைத்தியம் தொடர்பான பல நூல்களும் அடக்கம். இதை படிக்கும்போது பிரமிப்பு ஏற்படும். ஆனால், நம்மால் பயன்படுத்த முடியாது.

உதாரணமாக, கோரக்கர் மலைவாகடம் எனும் நூலில் 246 விதமாக காய கல்பங்கள் பற்றிய தகவல்களும், அதை செய்யும் முறைகளும் விவரிக்கப்பட்டடுள்ளது.

ஆனால், அதை புரிந்து செய்வது மிகவும் கடினம். தாவரவியலிலும், மூலிகை பற்றிய தேடலிலும் மிகுந்த அனுபவம் இருந்தாலே அந்த காயகற்பங்களை நம்மால் செய்ய முடியும்.

கடுக்காய் மரக்கற்பம் பற்றிய ஒரு குறிப்பை தருகிறேன் அப்போது புரியும்.

வரிசை நாட்டுமலை அதாவது ‘வருச நாட்டுமலை’ மேல் இரண்டு நாழிகை தூரம் போனால், மலைக்குடிகள் வாழும் ஊர் வரும். அங்கேயிருந்து ஒரு நாழிகை தூரம் போனால் பால்வண்ணன் கோவில் வரும். அந்த பால்வண்ணரை தரிசித்து நடந்தால் காளிங்கமகரிஷி ஆஸ்ரமம் வரும்.

அந்த ஆசிரமத்தை ஒட்டி சதம்புத்தரையில் கடுக்காய் மரங்கள் உள்ளன. இதன் பிஞ்சுக்காயை வென்னீரில் வேகச் செய்து அதைக் குடித்தால் மலச்சிக்கல் தீரும். நுரையீரல் கோளாறுகள் அகலும்.

இதை பன்னிரெண்டு பலம் எடுத்து கஷாயம் காய்ச்சி அதில் சுக்கு, மிளகு, திப்பிலி, ஓமம், இஞ்சி, சிவதை ஆகியவற்றை ஒரு ரூபாய் எடைக்குபோட்டு - இத்துடன்

அரைக்கால் படி பசு நெய்விட்டு அரை பலம் சக்கரைபோட்டு லேகியமாக கிண்டி புன்னைக் காயளவு சாப்பிட்டு வர உடம்பில் காய சித்தி ஏற்படும்.

குறிப்பாக, இதயம், நுரையீரல், வயிறு, கணையம், சிறுநீரகம் தொடர்பான வியாதிகள் காத தூரம் ஓடிவிடுமாம்.

மேற்கண்ட செய்தியில், சதம்புத் தரை என்றால் என்னவென்றே நமக்கு தெரியாது. அடுத்து கடுக்காய் பிஞ்சு அதில் முக்கியம். சுக்கு, மிளகு, திப்பிலி, ஓமம், இஞ்சி நமக்கு தெரிந்தவை. சிவதை என்றால் எது என்பது மூலிகை ஆய்வாளர்க்கே தெரியும்.

இவைகளை திரட்டி இதிலுள்ள எடை மாறாமல் லேகியம் செய்ய வேண்டும். எடை மாறினால் எல்லாம் மாறும். இப்படி சித்த வைத்தியம் பின்னே மிக மிக நுட்பமான விஷயங்கள் பல உள்ளன!

* ——— *

50

கொங்கணார் என்று ஒரு சித்தர்! மனோசக்திக்கு பெரிய உதாரணம். பல நூறு ஆண்டுகாலமெல்லாம் ஊன் உறக்கம் இன்றி தவம் செய்ய வல்லவர். இவர் மட்டுமல்ல, பல சித்த புருஷர்கள் தவநெறியிலேயே தங்கள் காலத்தை பெரிய அளவில் கழித்தவர்கள் ஆவார்கள்.

திருமூலர் 'திருமந்திரம்' எனும் பெயரில் 3000 பாடல்கள் பாடியுள்ளார். அவர் 3000 ஆண்டுகள் இந்த மண்ணில் வாழ்ந்ததாக வரலாறு கூறுகிறது. 3000 ஆண்டுகள் வாழ்ந்து 3000 பாடல்கள் பாடினார் என்று நாமும் அறியும்போது நிறைய கேள்விகள் எழுகின்றன.

ஒரு மனிதனின் ஆயுட்காலம் என்பதே நூறு வருடங்கள்தானே... முழுமையாக நூறு ஆண்டுகள் வாழ்வதே அபூர்வமான ஒரு விஷயமாயிற்றே... அப்படி இருக்க எப்படி 3000 வருஷமெல்லாம் வாழ முடியும் என்று கேட்கத் தோன்றும். தவறில்லை...

ஆனால் இம்மட்டில் நம் கணக்கு வேறு. சித்தக்கணக்கு வேறு. குறிப்பாக தேவர்களுக்கு ஒரு நாள் எனப்படுவது நமக்கு ஒரு வருடம் ஆகும். திருமூலரும் கைலையில் இருந்து இறைவனால் பூமிக்கு அனுப்பப்பட்டவர். எனவே அவரும் ஒரு தேவர். எனவே 3000 நாட்கள் பூமியில் அவர் வாழ்ந்ததை 3000 வருடங்கள் என்று குறிப்பிட்டிருக்க வாய்ப்பு உண்டு.

சில சித்த சாகசங்களையும், காயகல்பங்களையும் பற்றி அறிய நேர்ந்திடும்போது உடம்பை வென்று எவ்வளவு காலங்கள் வேண்டுமானாலும் சித்த புருஷர்களால் வாழ முடியும் என்பது தெரிய வருகிறது.

அதன்படி பார்த்தால் 3000 ஆண்டுகள் அவர் வாழ்ந்திருக்க வாய்ப்புண்டு என்றும் கூற முடியும். ஆனாலும் நம் அறிவுக்கு அவ்வளவு சுலபத்தில் அகப்படாத பல விஷயங்கள் ரகசியங்களாக சித்தர்கள் வரையில் உள்ளன.

கொங்கண சித்தரிடம் திரும்ப வருவோம். மனோசக்திக்கு இருவரும் ஒரு பெரிய உதாரணம். வானில் பறந்தபடி இருக்கும் ஒரு கொக்கு கோபத்தோடு இவர்மேல் எச்சமிட்டுவிட இவர் கோபத்தோடு அண்ணாந்து பார்க்கிறார்.

பார்த்த நொடி கொக்கு எரிந்து சாம்பலாகி விடுகிறது! எப்படி?

மடியில் விழுந்த இலையில் எழுதப்பட்டிருந்த குறிப்பைப் பார்க்கவும் காண்டீபனுக்கு சிலிர்ப்பு ஏற்பட்டது. அதை மகள் ரஞ்சிதத்திடம் காட்டினார்.

அவளும் சிலிர்த்தாள். அந்த ஜீவசமாதியை பராமரித்து வரும் வரதம்மாளும் அதைப் பார்த்து பரவசப்பட்டாள்.

“ரஞ்சிதா, சாமி என்னை திரும்பி வரச்சொன்னது உன் அம்மாவை நான் கூட்டிகிட்டு போகறதுக்குதான்னு இப்பதான் புரியுது...” என்றார் காண்டீபன்.

“ஆமாம் தம்பி... காரணமில்லாம ஒரு காரியமும் நம்மை சுற்றி நடக்கறதே இல்லை. உங்க மனைவிக்கும் உங்களுக்கும் பூமிக்காத்தான்பட்டில் ஏதோ ஒரு நல்ல விஷயம் நடக்கப்போகுது...”

“ஏதோ ஒரு நல்ல விஷயம்னா நிச்சயமா அது எங்கம்மா உடல்நலமா தான் இருக்கணும். அம்மா இப்ப மூச்சுவிடவே சிரமப்பட்டுகிட்டு இருக்காங்க.

இங்கிலீஷ் வைத்யத்துல அவங்க சக்திக்கு செய்ய முடிஞ்சதை செய்துட்டாங்க. அதே சமயம் இவங்க சுவாசம் சரியாகிறது எங்க கைல இல்லைன்னும் சொல்லிட்டாங்க” என்றாள் ரஞ்சிதம்.

“உன் ஆசைப்படியே உங்க அம்மாவோட உடல்நலமாகற விஷயமாகவே இருக்கட்டும். இங்க முன்னபோக வேண்டாம்னு சொன்ன சாமி இப்ப போகச் சொல்றார்னா நிச்சயம் நல்லதுக்குதான். புறப்படுங்க உடனே” என்றாள் வரதம்மாள்.

அவர்களும் வேகமாக புறப்பட்டனர். காண்டீபனிடம் இப்போது ஒரு பெரும் நம்பிக்கை ஒளிவிட்டபடி இருந்தது!

◈◈◈

விடிந்தால் திருமணம்!

ஜெயில் வார்டர் பெருமாள் எல்லா ஏற்பாடுகளையும் எந்திர வேகத்தில் செய்தபடி இருந்தார். கூடல்பட்டி முருகன் கோவில் வைத்தே திருமணம். ஆர்ப்பாட்டமில்லாத எளிமையாக பத்திரிகையும் அடிக்கப்பட்டிருந்தது. மிக நெருங்கிய உறவுக்காரர்களுக்கு மட்டும் அழைப்பு.

கூடல்பட்டியில் ஜானகியும் பத்திரிகையை மிக நெருங்கிய சொந்தங்களுக்கு மட்டும் அளித்துவிட்டு வந்திருந்தாள். மனசுக்குள் ஒரு இனம் தெரியாத படபடப்பு, பிருந்தாவுக்கு புரிந்தது. “அம்மா... என்னம்மா நேரம் நெருங்க நெருங்க என் கல்யாணம் எப்படி நடக்குமோன்னு பயமா இருக்கா?”

“ஆமாம்மா... நம்மை சுத்தி நடக்கற ஒரு விஷயம்கூட நாம் நினைக்கற மாதிரி எங்க நடக்குது... ஏதோ ஒரு சக்தி இழுத்துகிட்டு போகுது. நாமளும் போய்கிட்டே இருக்கோம்...”

“இருந்தாலும் நமக்கு எல்லாமே நல்லபடியா தானேம்மா நடக்குது...”

“நமக்கு ஏற்பட்ட சிக்கலுக்கு இப்ப நடக்கறது எல்லாமே நல்லதா இருக்கலாம், ஆனா அப்படி ஒரு சிக்கல் உன்னால் ஏன் வரணும்...? உன் அப்பா ஏன் நம்மோட இல்லாம போகணும்?”

ஜானகியிடம் பெருமூச்சு வெடித்தது.

கேட்டுக்கொண்டே வந்தார் ஜோசியர் ரங்கசாமி. அவர் முகத்தில் ஒரு அர்த்தமுள்ள புன்னகை

“என்னம்மா கல்யாணத்துக்கு தயாராகிட்டீங்களா?’ ஆகிகிட்டே இருக்கோம். அப்பா பக்கத்துல இல்லாம நாங்களா இங்க எல்லாம் செய்யறது எங்களுக்கு ஒரு புது அனுபவமா இருக்கு.”

“ஆமாம் ஜோசியரே... அப்பா இப்ப சித்தர் சாமிகளோட சாமியா போய் சேர்ந்துட்டார். எங்க அப்பா ஒரு சித்தர் சாமிங்கறதுல எனக்கு பெரிய பெருமை இல்லை ஜோசியரே. அப்பா அம்மா எங்ககூட இருந்து பேரன் பேத்தின்னு பாக்கறதுலதான் எங்களுக்கு சந்தோஷம்.”

“நீ எல்லாரையும்போல் பேசறேம்மா... ஆனா எதுவா இருந்தாலும் மாறிப்போறதுதான் வாழ்க்கை. இப்ப நீ கேக்கற கேள்விக்கெல்லாம் பதில் உனக்கு ஒரு நாள் நிச்சயம் தெரிய வரும். அப்புறம் ஜெயிலர் சார் இதை எல்லாம் கொடுத்துவிட்டார்.”

என்று ஒரு பையை கொடுத்தார் ஜோசியர், அதில் பிருந்தா அணிந்துகொள்ள வேண்டிய நகைகள் இருந்தன.

“ஜோசியரே என்ன இது?”

“என்ன கேட்டா... ஐயா தான் கொடுத்துவிட்டார்...”

“நகை எல்லாம் நாங்கதான் போடணும்”

“இல்லம்மா... ஜெயிலர் அய்யா பரிகாரமா நினைச்சு இப்படி நடந்துக்கிறார். நீங்க இங்க வித்யாசமா நினைக்க வேண்டாம்.”

“இதெல்லாம் கல்யாணமாகி பிருந்தா அவங்க வீட்டுக்கு போன பிறகு போடலாமே.”

“எப்ப போட்டா என்ன... போய் தயாராகுங்க இடையில் சில மணி நேரங்கதான் இருக்கு”

“அது சரி... ஜெயிலர் குடும்பத்துல எல்லோரும் வர்றாங்களா?”

“என்னம்மா கேள்வி இது... அவங்க வராமலா...”

“இல்ல... இங்க அவர் வந்தா என்னாகுமோன்னு மனசு அச்சப்படுது.”

“அதான் காக்காசித்தர்தான் பார்த்துக்கறேன்னுட்டாரே. கவலையேபடாதீங்க, எல்லாரும் வருவாங்க. உங்க கணவரும் வருவாரு, ஆனா நீங்க பயப்படற மாதிரி எதுவும் நடந்துடாது...”

“அதுதான் எப்படின்னு தெரியல எனக்கு...”

“சித்த விஷயங்களை நாம் புரிஞ்சக்க முடியாது. நடந்து முடியவும் நிச்சயமா புரியும். தைரியமா இருங்க...” ஜோசியர் நம்பிக்கை தந்திட அவர்கள் வீட்டு வாசலிலும் வாழைமரம் கட்டப்பட்டு கொண்டிருந்தது. சில உறவினர்களும் தோளில் பையுடன் வந்தபடி இருந்தனர்.

எவ்வளவோ ரசவாதங்களை (அதாவது செப்பைத் தங்கமாக்குவது) சித்தர்கள் செய்துள்ளனர் என்று படிக்கிறோம். அப்படி உதாரணமாக எங்காவது உள்ளதா?

கௌரி, மடிப்பாக்கம்

இன்று தங்கம் விற்கும் விலையில் இப்படி ஒரு கேள்வியா? உண்மையில் ரசவாதம் தெரிந்த சித்தர்கள் மட்டும் இன்று நமது அரசாங்கம் வசம் அகப்பட்டால் அடுத்த நாளே இந்தியாதான் உலகின் முதல் வல்லரசு நாடாகும்.

ஏனென்றால் தங்கம்தான் உலகின் பொதுவான பணம். அதை மொழி, மதம் கடந்து உலகம் மதிக்கறது.

உங்கள் கேள்விக்கு பதிலாக ஒரு உதாரணம் உண்டு. மதுரைக்கு பக்கத்தில் திருப்புவனம் என்று ஒரு ஊர் உள்ளது. வைகை ஆற்றின் கரையோரமாக உள்ள ஊராகும் இது. இந்த திருப்புவனத்தில் வைகை ஆற்றோரமாக ‘திருப்பூவன நாதர்’ எனும் பெயரில் சிவபெருமான் கோவில் கொண்டுள்ளார்.

இங்கே பாயும் வைகைக்கு கங்கைக்குண்டான பாவம் நீக்கும் குணமிருப்பதாக திருவிளையாடல் புராணமும் கூறுகிறது.

சிவனின் சிகையில் இருந்து வந்தது கங்கை. அவன் மண்ணில் கை வைக்க வந்ததே வைகை. எனவே இந்த வைகையை தென்னாட்டு கங்கை என்பார்கள். இங்கே ஈமக்கிரியைகள் செய்வதும் காசியில் செய்வதும் ஒன்றே!

இந்த திருப்பூவனநாதர் கோவிலில் பொன்னனையாள் என்று ஒரு தேவதாசி இருந்தாள். இவள் பக்திக்கு மகிழ்ந்து சிவபெருமான் சித்தர் வடிவில் வந்து இவள் ஆசைப்பட்டதிற்கிணங்க ஒரு சோமாஸ்கந்த மூர்த்தி சிலையை அதாவது 'சிவன் பார்வதி மடியில் முருகன்' இருக்க உருவாக்கப்பட்ட சிலைக்கான தங்கத்தை செம்பு பித்தளை பாத்திரங்களை கொண்டு ரசவாதத்தில் செய்து தருகிறார். அந்த தங்கத்தில் செய்த விக்கிரகம் இன்றும் உள்ளது!

* ——— *

51

கொங்கண சித்தர் அண்ணாந்து பார்த்த நொடியில் அந்த கொக்கு சாம்பலாகிவிட்டது. தவத்தின் சக்தி மிகுதியாகும்போது அது கண்களின் வழியாக லேசர் கதிர்களைப்போல் சென்று தாக்கும் என்றால் தவசக்தி மின்விசைப்பாடுபோல் மாறுமா என்கிற கேள்வி எழும்...

மின் விசைப்பாடுபோல மட்டுமல்ல அது ஒரு தவசி விரும்பும் வண்ணமெல்லாம் வெளிப்படும். விவேகானந்தரை நாம் அறிவோம். அவர் இந்து தர்மத்திலும் ஆன்மீகத்திலும் பற்று கொண்டதன் பின்புலம் மிக ஆச்சரியகரமானது. எடுத்த எடுப்பில் அவருக்கு கடவுள் நம்பிக்கை என்பது வந்துவிடவில்லை.

அவர் தனது பத்து வயதில் இருந்தே எந்த ஒரு சன்யாசியை பார்த்தாலும் 'நீங்கள் கடவுளைப் பார்த்திருக்கிறீர்களா?' என்று கேட்பாராம். ஒருவர்கூட 'நான் பார்த்திருக்கிறேன்' என்று கூறவில்லை, வெகு காலத்திற்கு பிறகு ராமகிருஷ்ண பரமஹம்சரை அவர் சந்திக்கிறார்.

அவரிடமும் அதே கேள்வியை கேட்கிறார். பரமஹம்சர் உடனே 'நான் பார்த்திருக்கிறேன்' என்று கூறி அவர் சிரசின் மேல் கை வைத்தாராம்.

அடுத்த நொடி மின்சாரம் பாய்ந்ததுபோல் ஆனதாம் விவோகானந்தருக்கு. ஒரு சில வினாடிகள் ராமகிருஷ்ண பரமஹம்சரே அவருக்கு பேரொளியாக தெரிந்தாராம்.

> **அதன்பின்தான் விவேகானந்தரும் ஞானம் பெற்றார் என்கிறது அவரது வரலாறு. ராமகிருஷ்ண பரமஹம்சரின் தவசக்தி மின்சக்திபோல பாய்ந்தது எப்படி?**

ஃ

கூடல்பட்டி பரமேஸ்வர குருக்களின் வீடு கல்யாணக் களை கட்டிவிட்டது. வாழைமரம் நிமிர்ந்து நிற்க மாவிலைத் தோரணம் மணக்க உறவினர்களும் இருந்தனர்.

இந்த உறவினர்கள் யாரும் பிருந்தாவின் அப்பாவான ராமண்ணாவை பார்த்தவர்கள் இல்லை. ராமண்ணாவை பெருமாள்துரையும் அவரோடு பணியாற்றும் காவலர்களும்தான் பார்த்திருக்கிறார்கள்.

அடுத்து ராமண்ணாவுக்கு தூக்கு தண்டனை வழங்கிய நீதிபதியும் அன்று நீதி மன்றத்தில் இருந்தவர்களும் பார்த்துள்ளனர். இவர்களில் யார் வந்தாலும் ராமண்ணாவை இங்கே பார்த்தால் நிச்சயம் ஒரு அதிர்ச்சிப் பிரளயம் உறுதி.

இவர்களோடு ஜானகியின் உறவினர்கள் அக்கம் பக்கத்தவர்கள் பார்த்தாலும் ஒரு அதிர்ச்சி நிச்சயம். இதை எல்லாம் எப்படி கடக்கப் போகிறோம் என்று இருந்தது ஜானகிக்கு.

ஆனால் ஜோதிடர் ரங்கசாமியிடம் எந்த பதட்டமும் இல்லை. அவர் கற்று வைத்திருக்கும் ஜோதிடம் மனித வாழ்க்கை என்பது எப்படிப்பட்டது என்பதை அவருக்கு பலமுறை புரிய வைத்திருக்கிறது.

ஒரு உழவன் தன் மாட்டை நீண்ட ஒரு கயிற்றில் கட்டி அந்த கயிறை ஒரு கொம்பில் கட்டியிருப்பான். அந்த மாடும் அந்த கயிறு உள்ள நீளத்துக்கு நடக்க முடிந்த தூரத்துக்கு சுற்றிச்சுற்றி வரும்.

ஆனால் அதனால் அந்த கயிற்றின் நீளத்துக்கு அப்பால் ஒரு அங்குலம்கூட போக முடியாது. அதன் சுதந்திரம் என்பது

அந்த வட்டத்துக்குள்தான். மனிதனும் விதி என்னும் கயிற்றால் கட்டப்பட்டு வாழ விடப்பட்டிருப்பவன்தான்.

அந்த விதியை மீறிய ஒரு ஜீவனைக்கூட ரங்கசாமி தன் வாழ்நாளில் பார்த்ததில்லை. பிறந்தால் நம் வசம் இல்லாமல் வாழ்ந்து ஒரு நாள் இறந்தே தீர வேண்டும் என்பதுதான் வாழ்க்கை நியதி

என்றால் சாவதற்குதான் பிறக்கிறோமா? வாழ்வாங்கு வாழவே முடியாதா...?

இந்த கேள்வியை பரம்பொருளான மகாவிஷ்ணுவே ராமனாக அவதாரம் எடுத்தபோது கேட்டுக் கொண்டிருக்கிறார்.

அப்போது அவருக்கு வசிஷ்டர்தான் சரியான பதிலைக் கூறினார். அந்த பதில்கள்தான் 'ஞான வாசிஷ்டம்' என்கிற ஒரு நூலாகவே உள்ளது. அதை எல்லாம் ரங்கசாமியும் படித்திருக்கிறார். இந்த வாழ்க்கையை வெற்றிகொள்ள ஒரே வழி சன்யாசம்தான்.

இந்த சன்யாசத்திலும் ஒரு ஆபத்து உண்டு. சன்யாசி எல்லா சந்தோஷங்களையும் துறந்துவிட்டது போலவே புண்ணிய செயல்களையும் துறக்க வேண்டும். எக்காரணம் கொண்டும் ஒரு சன்யாசி புண்ணியமும் செய்யக் கூடாது. ஏன் என்றால் இந்தப் புண்ணியத்திற்கு ஒரு பலன் உண்டு.

அதை அனுபவிக்க திரும்ப பிறக்க வேண்டியிருக்கும். எனவேதான் சித்தர்களும் முனிவர்களும் மனிதத் தொடர்பே வேண்டாம் என்று காட்டுப் பக்கம் போய் அங்கே தங்கள் ஆயுளை தவத்தில் கழித்துக் கரைத்தனர்.

இப்போது அந்த தவத்தில்தான் ராமண்ணாவும் இருக்கிறார். அவர் செய்த சில புண்ணியச் செயல்பாடுதான் தூக்கில் தொங்கி உயிர்போன பின்பும் கூடுவிட்டு கூடு பாய்ந்து வந்து வாழவைத்துக் கொண்டிருக்கிறது.

பெண் பிள்ளைகளை பெற்றுவிட்ட ஒருவர் அவர்களை கன்னிகாதானம் செய்து கொடுத்து கடமையை முடித்துக் கொள்ளாமல் போகவிடாது.

ராமண்ணாவையும் அதுதான் பிடித்து வைத்துக் கொண்டிருக்கிறது. ஒரு மனிதனுக்கு பின்னால் இப்படி சூட்சுமமாக ஒளிந்து கொண்டிருக்கும் விஷயங்கள் மிகவே அதிகம்.

இதெல்லாம் ரங்கசாமிக்கு தெரிந்திருந்தபடியால் அவரிடம் பதட்டமேயில்லை. விதி தன் காரியத்தை எப்படி வேண்டுமானாலும் சாதித்துக்கொள்ளும். அப்போதும் அந்த விதி வேலையை காட்ட ஆரம்பித்தது. வார்டர் பெருமாள்துரை கல்யாண மண்டபத்துக்கு புறப்பட ஆயத்தமாகும்போது நெஞ்சில் லேசான வலி.

வேனில் ஏறிக்கொண்டு மாப்பிளைப் பையனோடும் உறவினர்களோடும் வரும்போது அந்த வலியும் அதிகரித்து வியர்த்துக் கொட்டத் தொடங்கிவிட்டது.

மண்டப வாசலில் எல்லோரும் இறங்கிக்கொள்ள அவரும் இறங்கினார். ஆனால் இறங்கிய நிலையில் அப்படியே மயங்கிவிட்டார்.

சிரமப்பட்டு மயக்கம் தெளிவிக்கவும் அவரிடம் சிரமமான பேச்சு. “எனக்கு நெஞ்சை அடைக்குது. இதனால கல்யாணம் நிக்கக் கூடாது. போங்க போய் சீக்கிரமா கல்யாணத்தை முடியுங்க. என்னை ஆஸ்பத்திரிக்கு கொண்டு போங்க” என்றார்.

தயங்கிய தன் மகனிடம், “எனக்கு எதாவது ஆனாலும் உங்களை நான் தம்பதிகளா பாக்காம சாக விரும்பலப்பா... போப்பா...” என்று கூறவும் மனதை கல்லாக்கிக்கொண்டு அவன் மணமேடைக்கு வந்தான்.

பெருமாள்துரையோடு சொல்லி வைத்ததுபோல அவரது உடன் பணியாற்றும் சகாக்களும் மற்றவர்களும் ஆஸ்பத்திரிக்கு சென்றுவிட தாடியும் மீசையுமாக ராமண்ணா வந்தபோது அவரை பலருக்கு அடையாளமே தெரியவில்லை.

ரங்கசாமியால் நடப்பதை நன்றாக அனுமானிக்க முடிந்தது. ராமண்ணாவை சிலருக்கு அடையாளம் தெரிந்து ஆச்சரியப்பட்டு, “இவர் ராமண்ணா மாதிரியே இருக்காருல்ல?” என்று கேட்க

ரங்கசாமியும், “இவர் ராமண்ணாவோட தம்பி...” என்று அவர்களை சமாளித்தார்.

ராமண்ணாவும் மேடையில் தன் மடியில் பிருந்தாவை உட்கார வைத்து மாப்பிள்ளை தாலி கட்டவும் தன் கன்னிகாதான கடமையை முடித்தார். பதட்டமும் பரபரப்புமாக இருந்த ஜானகிக்கும் பிருந்தா கழுத்தில் தாலி ஏறவும்தான் உயிரே வந்தது.

எப்படி நடக்கப் போகிறதோ என்று பயந்த விஷயம் நடந்து முடிந்துவிட்டது. பிருந்தாவும் அவள் கணவனும் ராமண்ணா காலில் விழுந்து வணங்கினார்கள். அந்த வேளையில் மின்சாரம் வேறு தடைபட்டதால் வீடியோ கேமராவும் இயங்கவில்லை.

சொல்லி வைத்த மாதிரியும் கேமரா பேட்டரியும் தீர்ந்துவிட்டிருந்தது. தாலி கட்டும்போது காகம் கரையும் சப்தம் மேள சப்தத்துக்கு நடுவில் துல்லியமாக கேட்டது.

அதுவே காக்கைச்சித்தர் அங்கே வெளியே உள்ள மரத்தில் இருந்து கொண்டு எல்லாவற்றையும் வழி நடத்துவதை உணர்த்தி விட்டது.

தாலி கட்டி முடித்த கையோடு பிருந்தாவை அழைத்துக்கொண்டு மாப்பிள்ளை ஆஸ்பத்திரி நோக்கிதான் புறப்பட்டார். பெரும்பாலோர் அவர்களைப் பின் தொடர்ந்து சென்றுவிட தனி அறை ஒன்றில் பாலருந்தியபடி இருந்த ராமண்ணாவின் காலடியில் கண்ணீரோடு வந்து அமர்ந்தாள் ஜானகி.

“என்ன ஜானகி எதுக்கு அழறே, அதான் எல்லாம் நல்லபடியா முடிஞ்சிச்சே...?”

“ஒருத்திக்கு தானே வழி பிறந்துருக்கு இன்னொருத்தி இருக்காளுங்களே...?”

“இப்பவே உனக்கு அகிலா பத்தின கவலையா?”

“நீங்க முழு சன்யாசியாகிவிட்டது இப்ப நீங்க பேசறதுல தெரியுது. நான் பத்து மாசம் சுமந்து பெத்தவ...”

“பைத்தியக்காரி... நடக்கறதை எல்லாம் பார்த்து உனக்கு தைரியமும் தன்னம்பிக்கையும் ஏற்படணும். நம்ப வாழ்க்கைல

எல்லாமே அதிசயமாகவே நடக்கறதை எண்ணி சந்தோஷமும் படணும்."

"உண்மைதாங்க.... கஷ்டமும் நமக்குதான் அதிகம். அதிசயமும் நமக்குதான் அதிகம்..."

"இரண்டையும் சமமா பாக்க பழகிக்கோ நான் புறப்பட்றேன். சம்பந்தி காரியத்தை குறையில்லாம செய்யுங்க."

"என்னங்க காரியமா!" ஜானகியிடம் விதிர்ப்பு. ராமண்ணா முகமும் சற்றுவாடி கலக்கத்தை எதிரொலித்தது.

"என்னங்க சொல்றீங்க?"

"எது நடக்க போகுதோ அது வார்த்தைல வந்துடுச்சி ஜானகி"

"கடவுளே... நம்ம பொண்ணு அந்த வீட்டுக்கு போகப்போற நேரம் இப்படியா நடக்கணும்"

"போகலேன்னாலும் இதுதான் அவர் முடிவு."

"இருந்தாலும் ஊர் ஒரு மாதிரி பேசாதா?"

"பேசாது ஜானகி கவலைப்படாதே, பிருந்தா ரொம்ப நல்லா இருப்பா. அவ தோஷம் நீங்கிடிச்சு. இனி அவ சந்தோஷமா வாழ்ந்தாகணும்." ராமண்ணா சொல்லும்போது ரங்கசாமி உள்ளே வந்தார். ராமண்ணா காலில் சாஷ்டாங்கமாக விழுந்தார்.

"என்ன ஜோசியரே என் கால்ல போய் விழுந்துகிட்டு?"

"நீங்க ஒரு அதிசயம். அதோட சித்த புருஷர். உங்க வாக்கு மந்திரவாக்கு. அந்த வாக்கால் என் வாக்கு பலிக்கணும்னு வாழ்த்துங்க..." என்றார்.

ராமண்ணாவும் வாழ்த்தினார். அவர் செல்போனும் அப்போது சிணுங்கி வார்டர் பெருமாள்துரை தம்பதிகளாக பிருந்தாவையும் மகனையும் பார்த்தபடியே உயிரைவிட்டு விட்ட செய்தி வந்து சேர்ந்தது.

"முடிஞ்சிடுச்சி..." என்றார் ஒரு வார்த்தையில், "எனக்கு சில கடமைகள் பூமிக்காத்தான்பட்டில் இருக்கு. நாளைக்கு ராத்திரி சில விசேஷ சம்பவங்கள் அங்க நடக்க போகுது" என்றார் ராமண்ணா.

எவ்வளவோ சித்தர்கள் இப்போதும் இருப்பதாக கூறுகிறார்கள் சித்தர்களுக்கு அழிவே கிடையாது என்றும் கூறுகிறார்கள். ஒரு சித்தரோடகூட எந்த வகையிலும் தொடர்புகொள்ள முடியவில்லையே... அப்படி இருக்க எதை வைத்து இந்த கருத்தை ஒப்புக்கொள்வது?

ராமநாதன், திருச்சி.

சித்தர்கள் விஷயமானாலும் சரி, கடவுள் விஷயமானாலும் சரி முதலில் நம்பிக்கை வைக்க வேண்டும். உணர்ந்தால் மட்டும் நம்புவேன் என்று சொல்வது பிழையில் முடியும். மிக வேகமாக ஒரு ஆறு ஓடிக்கொண்டிருக்கிறது.

அதன் ஆழத்தை தெரிந்துகொள்ள ஒன்று அதில் இறங்கிப் பார்க்க வேண்டும் இல்லாவிட்டால் இறங்கிப் பார்த்தவர்கள் சொல்வதை நம்ப வேண்டும். இருந்தாலும் உங்கள் கேள்விக்கு ஒரு பதில் உள்ளது. மகாராஷ்ட்ராவின் புனா நகரில் ஹரிதாஸ் சுவாமிஜி என்பவர் தன் தியானத்தின் வலிமையால் கோரக்கர் என்னும் சித்தரோடு தொடர்புகொண்டு அவர் உருவத்தையும் படமாக வரைந்துள்ளார்! கோரக்கர் பல நூறு ஆண்டுகளுக்கு முன்பே மகாசமாதி அடைந்துவிட்டார்.

அவரை தொடர்புகொள்ள மந்திரம் ஒன்றும் உண்டு. அதை ஹரிதாஸ் சுவாமிஜியே அறிவார். அந்த மந்திரத்தை ஜெபித்தால் கோரக்கரின் தொடர்பு நமக்கும் ஏற்படும். இது நம்பி ஏற்க வேண்டிய விஷயம்.

* ——— *

52

ராமகிருஷ்ண பரமஹம்சர் நாம் பார்க்க நம்மைப்போல ஒரு மனிதராக தோற்றத்தில் இருந்தாலும் உண்மையில் அவர் உடல் இயக்கமும் அவர் மன அமைப்பும் வேறு. நம் உடலானது தாயின் கருவில் தாயானவள் தந்தையோடு கூடப்போய் விந்து மற்றும் சுரோணிதம் கலந்த சேர்க்கையால் உருவானது. மைப்புள்ளி அளவுள்ள ஒரு விதைக்குள்ளே எப்படி ஒரு மரமானது ஒளிந்திருக்கிறதோ அப்படியே 'விந்து சுரோணிதத்துக்குள்' நாம் ஒவ்வொருவரும் ஒளிந்திருந்தோம்.

பின் தாயின் கருப்பைக்குள் மெல்ல வளர்ந்தோம். அந்த வளர்ச்சியானது நாம் பல காலம் மண்ணில் வாழ்ந்து இறக்கும்வரை தொடர்கிறது. அதன்பின் இறப்பு என்பதுகூட ஒரு மாற்றமாகத்தான் அமைகிறது. அதுவரை அடுத்தடுத்த நிலையை கண்ட உடலானது இறப்புக்கு பின் வளர்வது என்னும் நிலை மாறி அழிவது எனும் நிலைக்கு ஆளாகி தளர்ந்து சுருங்கி பின் மண்ணோடு மண்ணாகி விடுகிறது.

இப்படிப்பட்ட நம் வாழ்வானது கர்மவாழ்வு எனப்படும். இந்த கர்ம வாழ்வின் தன்மையை புத்தியைக்கொண்டு புரிந்துகொண்டு அதன் காரணமாய் உருவாகிச் செயல்படும் மனம் என்னும் எண்ணங்களின் கூட்டத்தை கொஞ்சம் கொஞ்சமாய் அழித்து மனம் என்று ஒன்றே இல்லாமல் போதல் என்பது ஒரு யோக நிலையாகும்.

இதை கிரியா யோகம் என்பார்கள்! இந்த கிரியா யோகத்தில் ஒரு உச்சநிலையை அடையும்போது நம் உடம்பில் உள்ள ஆறு சக்கரங்களான மூலாதாரம்,

சுவாதிஷ்டானம், மணிபூரகம், அனாகதம், விசுத்தா, ஆக்ஞா, சஹஸ்ராம் ஆகியவை இயங்கும்.

இது இயங்கும்போது விண்ணில் உள்ள 12 ராசிகளுடன் தொடர்பு ஏற்படும்.

இதன் காரணமாக கர்மப்பதிவு அழிந்துபோய் நம் உடலானது நூறு சதம் நம் விருப்பத்துக்கு கட்டுப்படும். அதாவது இந்நிலையில் உடலை இரு கூறாகக்கூட பிளக்கலாம்.

வலி உணர்வு தோன்றது. உடல் மேல் ஆதிக்கம் செலுத்தலாம், கனக்கலாம், பஞ்சுபோல் ஆகலாம், பெரிதாகலாம், சிறிதாகலாம்!

இப்படிப்பட்ட ஒரு உடம்பில் கோடானுகோடி வாட் அளவிலான மின்சக்தி சாதாரணமாக உருவாகும். சராசரி மனித உடம்பில் 50 வாட் அளவுக்கே மின்சக்தி உள்ளது.

அது கோடானகோடிக்கு அதிகரிக்கும்போது உடம்பைச் சுற்றியும் ஒளிவட்டம் பிரதிபலிப்பாக தோன்றும். இப்படி ஒரு உடம்புதான் ராமகிருஷ்ண பரமஹம்சருடையது. அவர் ஒரு கிரியா யோகி.

அதனால் தான் அவர் விவேகானந்தரை தீண்டவும் அவரிடம் மின் தாக்கம் ஏற்பட்டது. அதுமட்டுமல்ல விவேகானந்தரின் கர்மப்பதிவும் இத்தாக்கத்தால் அழிந்து கர்ம விடுதலை பெற்ற ஞானியாக விவேகானந்தர் மாறினார்!

ராமண்ணா வந்த வேலை முடிந்துவிட்டது. ஜானகி பயந்ததுபோல எதுவும் ஆகிடவில்லை. ஆனால் கல்யாணம் மரணத்தால் இல்லாமல் போய்விட்டது. ராமண்ணாவும் புறப்பட்டார்.

ஜானகியும் ஏக்கமாய் பார்த்தாள். கொஞ்ச காலம் பிள்ளைப் பாசம் காரணமாக இங்கே இரு. பிறகு நீ என்னோடு சிவன்மலைக்கு வந்து நீயும் ஒரு யோகினியாக ஆகிவிடலாம் என்று அவர் சொல்லாமல் சொல்லிவிட்டு வெளியே வந்தவர் முன்னால் காக்கை சித்தரே நின்று கொண்டிருந்தார். அவரைப் பார்த்த நொடி ராமண்ணா அப்படியே சாஷ்டாங்கமாக அவர் காலில் விழுந்தார்.

ஜானகியும் விழவும் ஜோதிடர் ரங்கசாமியும் விழுந்தார். சித்தர் புன்னகைத்தார். மூவரும் எழுந்து நின்றனர் நின்று கொண்டிருந்த சித்தர் வானில் பறக்கத் தொடங்கியிருந்தார். ராமண்ணாவும் பரவசத்தோடு ஜானகியிடமும் ரங்கசாமியிடமும் விடைபெற்றுக்கொண்டு நடக்கத் தொடங்கினார்.

◈◈◈

அர்ஜுன் பங்களாவில் அவனிடமும் தவியான தவிப்பு. அவன் உதவியாளன், “எக்ஸ்யூஸ்மீ சார்” என்றபடியே அருகில் வந்து, “உங்க மாமாவோட செல்போனும் சரி, கண்மணி மேடம் செல்போனும் சரி நாட்ரீச்சபுள்ளே வருது” என்றான்.

“நம்பளைத் தொடர்ந்துதானே மாமா வந்தார்?”

“ஆமாம் சார்...”

“ஒருவேளை பாதி வழில திரும்பிட்டாரோ!”

“அப்படியும் இருக்கலாம் சார்.”

“நான் கூப்பிட்டு பேசறதை தவிர்க்கத்தான் செல்லையும் ஆஃப் பண்ணியிருக்கணும். மாமா எப்பவுமே கிரிமினல். இப்ப வேற ஏதோ திட்டம் போட்டுருக்கணும்னு நினைக்கறேன்”

“சாரி சார்... செல்லை ஆஃப் பண்ணி வெச்சிருந்தா ஸ்விட்ச் ஆஃப்னுதான் வந்திருக்கும். நாட்ரீச்சபுள்னா டவர் இல்லாத இடத்துலதான் இருக்கணும்.”

இருவரும் பேசும் சமயம் அர்ஜுன் அப்பா ராமரத்தினம் வந்தார்.

“அர்ஜுன் கபாலிய எங்க காணோம்?” என்று அவரும் கபாலீஸ்வரனைத்தான் கேட்டார்.

“தெரியல டாடி... ஊர்ல இருந்து வரும்போது பின்னால ஃபாலோ பண்ணி வந்துகிட்டிருந்த வரை கொஞ்ச நேரத்துலயே காணோம்.”

“போன் பண்ணியா?”

“நாட்ரீச்சபுள்னு வருது.”

“அப்ப யாரையாவது விட்டு என்னன்னு பாக்கச்சொல். கூட கண்மணியும் இருக்கால்ல?”

“ஆமாம் டாடி.”

“பை த பை அந்த புராஜக்டை மறந்துடு. இங்க நம்ம ஆபீசுக்கு டெய்லி போ. அதை நாம் வேற எங்கையாவது போட்டுக்கலாம்.”

ராமரத்னம் சொல்லிவிட்டு அவன் பதிலை எதிர்பார்க்காமல் தன் அறை நோக்கி செல்லத் தொடங்கினார். அவனுக்கு அவர் சொன்னது உறுத்தலாக இருந்தது.

“டாடி” என்று அவரை தடுத்தான். அவரும் ஏறிட்டார்.

“அந்த புராஜக்ட் விஷயத்துல நான் ரொம்ப தெளிவா இருக்கேன். ஒரு புது பிராஜக்டை அதை தொடங்கறவங்க எங்க வேணும்ணா போடலாம். அது அவங்க விருப்பம். அப்படி யோசிச்சுதான் நாம் பூமிக்காத்தான்பட்டில தொடங்க முடிவு செய்தோம்.

அப்படி எடுத்த முடிவுல ஒரு மாற்றம் ஏற்படுத்திக்கறோம்னா அதுக்கு பின்னால் சரியான காரணங்கள் இருக்கணும். கடவுளுக்கு பிரியமில்லைன்னு ஒரு முட்டாள்தனமான காரணத்தை மட்டும் சொல்லி இந்த பிராஜக்டை கை விடறத நான் ஏத்துக்க தயார் இல்லை.”

“அப்ப நீ அங்க தொடங்கியே தீரணும்கறியா?”

“செர்ட்டன்லி... ஒய் நாட்?”

“உன்னால முடியாது அர்ஜுன்.”

“முடிச்சு காண்பிச்சுட்டா...”

“நேர்வழில போய் முடிக்கறதா இருந்தா எனக்கு ஆட்சேபணையில்லை. ஏன்னா அது என் சொந்த ஊர்.”

“நீங்க நேர் வழிங்கறீங்க, நான் புத்திசாலிதனமான வழின்னு சொல்லப்போறேன்.”

“சரி... உன் புத்திசாலித்தனமான வழியாலேயே முடியாதுங்கறதுதான் என்னோட அபிப்ராயம்.”

“முடிச்சுட்டா?”

“ஆல் த பெஸ்ட்”

“பை த பை உங்ககிட்ட இன்னொரு முக்கியமான விஷயம்”

“என்ன... அந்த ரஞ்சினியைத்தான் கல்யாணம் பண்ணிக்க போறியா?” ராமரத்னத்தின் சரியான அந்த கேள்வி அவனை நிஜமாலுமே திக்குமுக்காட வைத்துவிட்டது.

“எப்படி சரியா கெஸ் பண்ணீங்க?”

“உன் வயசைக் கடந்துதானே நான் வந்துருக்கேன்?”

“அப்ப நான் ரஞ்சினியை கல்யாணம் பண்ணிகிட்டா உங்களுக்கு எந்த ஆட்சேபணையும் இல்லையே?”

“காதலுக்கு நான் எதிரியில்லை. ஆனா இங்கேயும் நேர்வழி ரொம்ப முக்கியம்.”

“நான் புத்திசாலித்தனமான வழியைதான் என்வரைல நேர் வழியா நினைக்கறேன்.”

ராமரத்னம் அதற்கு பதில் சொல்லாமல் சிரித்தார். “உங்க சிரிப்புக்கு எனக்கு பொருள் புரியல டாடி.”

“நீ என்ன நினைக்கறே, என்ன செய்யப்போறே, என்ன நடக்கப்போகுதுன்னு எல்லாமே எனக்கு தெரியும்பா.”

“அப்ப என்னை கண்காணிக்க ஒரு பிரைவேட் டிடெக்டிவை போட்டுட்டீங்கன்னு சொல்லுங்க...”

“நிச்சயம் இல்லை...”

“அப்புறம் எப்படி?”

“பேசினது போதும் புறப்படு. நீ நிறைய உண்மைகளை தெரிஞ்சிக்க வேண்டியிருக்கு...”

ராமரத்னம் மிக தெளிவாக அதே சமயம் அழுத்தமாக பேசியது அர்ஜுனுக்கு ஒரு புதுவிஷயம். அப்படி ஒரு அப்பாவை அவன் இதற்கு முன் பார்த்ததேயில்லை. அவனும் அதற்குமேல் பேசாமல் உதவியாளன் கதிரேசனைப் பார்த்தான். இருவரும் புறப்பட்டுவிட்டனர்.

அந்த ஆலமரமும் அரசமரமும் இணைந்து வளர்ந்திருந்த மரத்துக்கு கீழே கண்மணி கம்பீரமாக உட்கார்ந்திருந்தாள். அவள் உடம்பில் காயங்கள் ஆறிவிட்டிருந்தன. மிக அதிகபட்சமாய் மூன்று நாட்களில் இந்த அதிசயம் நடந்திருந்தது. கபாலீஸ்வரனும் பழைய கபாலீஸ்வரனாகவே இல்லை எங்கேயும் எப்போதும் கிரிமினல் புத்தியோடு சுயநலமாகவே யோசித்து செயல்படுபவரிடம் பெரிதாக பசி தாகம்கூட இல்லை.

அவர் எதிரில் நிறைய சித்த யோகிகளின் நடமாட்டங்கள். ஒருவர் கழுத்தை வளைத்து ஆகாயத்தையே பார்த்தபடி அமர்ந்திருந்தார். அவர் முகத்தில் ஒரு திரைப்பட காட்சியை பார்ப்பது போன்ற உணர்ச்சி நிலைகள்.

ஆனால் ஆகாயம் மேகப் பொதிகூட இல்லாமல் துப்புரவாக இருந்தது. ஒரு சித்தர் நிறைய விதைகளை தரையில் தூவியபடி இருக்க அவைகளை பல மேல்நாட்டு பறவைகள் வந்து விழுங்கியபடி இருந்தன.

கபாலீஸ்வரன் காலாற நடக்கத் தொடங்கினார். தோப்பு போன்ற அந்தவனப் பகுதியில் ஒரு மூங்கிலால் அமைந்த வீடு ஒன்று இருந்தது.

அதில் ஆச்சரியமூட்டும் விதத்தில் சூரிய சக்தியை பயன்படுத்திப் பெறும் மின்சார வழிமுறை கண்ணில் பட்டது. வீட்டினுள் லாப்டாப்பை ஒருவர் இயக்கிக் கொண்டிருந்தார். அவரைப் பார்க்க பாரதியார்போல அங்கி அணிந்து கொண்டிருந்தார். மிக நீண்ட தாடி முகத்தில் எண்ணெய்ப் பசையே இல்லை. கண்களும் பவழம்போல ஜொலித்தது.

ஒரு மனித முகம் இத்தனை பளிச்சென்றுகூட இருக்க முடியுமா என்பதுபோல் இருந்தது. ஆனால் அவரிடம் போய் குயுக்தியாக எதையும் கேட்க கபாலீஸ்வரனுக்குத் தோன்றவேயில்லை.

அது எதனால் என்றும் தெரியவில்லை ஒரு சிறிய குளத்தில் ஒரு புலியை ஆடுமாட்டை குளிப்பாட்டி விடுவதைபோல ஒருவர் குளிப்பாட்டிவிட்டுக் கொண்டிருந்தார்.

அதைப் பார்க்க அதிகபட்ச ஆச்சரியம் ஏற்பட்டது. அதே சமயம் பயம் ஏற்படவில்லை. பெரிதாக யாரும் யாருடனும் பேசிக் கொள்ளவில்லை. மிக மிக அமைதியாக இருந்தது அந்த வனச்சூழல்! குளிர்வாக இருந்தது, வெளிச்சமும் இருந்தது. தாகம் இல்லை, வியர்வை இல்லை, அழுக்கோ குப்பையோ இல்லவே இல்லை.

மரங்கள் உதிர்ந்து சருகுகள்கூட உரம்போல அங்கங்கே குழிகளில்தான் குவிந்திருந்தன. அந்த உரக்குழிகளை சுற்றி மிகச்சிறிய பூக்கள்கொண்ட தாவரங்கள் வளர்ந்து பார்க்க அழகாக இருந்தது. இதுவரை பார்த்திராத ஒரு புது விஷயம்கூட அங்கே இல்லை.

எல்லாமே பார்த்தவைதான். காரணகாரியங்கள் தெரிந்தவைதான். ஆனால் அவைகளின் இயல்புகளில் மட்டும் மாற்றம். அப்போது கபாலீஸ்வரன் மேல் ஒரு பறந்து கொண்டிருந்த கிளி சொத்தென்று விழுந்து கீழேயும் விழுந்தது.

அதனிடம் துடிப்பு...! கபாலீஸ்வரன் குனிந்து அதை எடுத்தார். அது யாராலோ கல்லாலோ இல்லை துப்பாக்கி குண்டாலோ அடிப்பட்டதுபோல் இருந்தது. அதன் உடம்பில் ரத்தக்கசிவு அதைப் பார்த்த கபாலீஸ்வரன்.

மனதில் பரிதாப உணர்ச்சி மேலிட்டது. கண்களில்கூட கண்ணீர் துளிர்த்துவிட்டது.

* ———— *

53

கடந்த நூற்றாண்டில் தோன்றிய மகத்தான ஒரு ஞானி தான் விவேகானந்தர். மிக இளைய வயதில் சன்னியாசத்தில் ஒரு உச்சத்தை தொட்ட இவர், மிக இளைய வயதிலேயே மரணமடைந்து விட்டார்.

எவ்வளவு காலம் ஒருவர் இந்த மண்ணில் வாழ்கிறார் என்பதில் எதுவுமில்லை. அவர் வாழ்ந்த நாளில் என்ன செய்தார் என்பதில்தான் எல்லாமே உள்ளது.

விவேகானந்தர் தான் வாழ்ந்த சொற்ப நாட்களில் இந்த உலகையே திரும்பிப் பார்க்க வைத்தவர். அவருடைய கருத்துக்கள் அவ்வளவுமே மனிதர்களுக்கு வழிகாட்டுபவைதான். அதில் மிக முக்கியமான ஒரு கருத்து ஒன்று உண்டு. அது நம் பாரதநாட்டைப் பற்றியதாகும்.

'இந்த பூமி ஒரு வீடு என்றால் அந்த வீட்டில் உள்ள பூஜையறையைப் போன்றது பாரத தேசம்' என்ற அவர் கூறிய கருத்து மிகவும் சிந்திக்க வேண்டிய ஒன்றாகும்.

ஒரு வீட்டின் ஹால், பெட்ரூம், கிச்சன், வராண்டா என்கிற இடங்களை எல்லாம் விடவும் பூஜை அறை தூய்மையாகவும், வாசமுடனும் மனதுக்கு அமைதி தருவதாகவும் இருக்கும். காரணம்? அங்கே தான் நம் மனம் பிரார்த்தனையில் ஈடுபட்டு அமைதியாக திகழ்கிறது.

> **மற்ற இடங்களில் அந்த வீட்டுக்கு உரியவர்களைத் தவிர பிறரும் சுதந்திரமாக வந்து செல்லக்கூடும். ஆனால் அந்த பிறருக்கு பூஜை அறைக்குள் இடம் கிடையாது. ஏன் என்றால் அதன் தூய்மை என்பது கெட்டு விடக்கூடாது என்கிற எச்சரிக்கையும் பயமும்தான் காரணம்.**
>
> **இதை தவறாக யாருமே கூறமாட்டார்கள். ஏன் என்றால் அவர்கள் வீட்டு பூஜை அறையை அவர்கள் இப்படித்தான் தூய்மையோடு வைத்திருப்பார்கள்.**
>
> **இம்மட்டில் பூஜை அறை போன்ற பாரத தேசத்தில் பஞ்சபூதங்களின் சக்தியை சரிசமமாகவும் மன அமைதியை தரும் முகமாகவும் உள்ள சில இடங்களும் உண்டு.**
>
> **அந்த இடங்களுக்கு பின்னாலே மனித அறிவால் புரிந்துகொள்ள முடியாத ரகசியங்கள் பல உண்டு! அறிவுக்கு அவ்வளவு சுலபத்தில் புலப்படாத ரகசியத்தை சிதம்பர ரகசியம் என்பார்கள். அதேபோல் இந்த இடத்து ரகசியத்தை சிவரகசியம் என்பார்கள்.**

ஞ

கபாலீஸ்வரன் கையில் உயிருக்கு போராடிய அந்த கிளியைப் பார்த்து அவர் மனதில் பரிதாப உணர்வும் கருணை உணர்வும் கசியத் தொடங்கியது.

அதே வேகத்தில் கண்மணிக்கு இதேபோல் ரத்த காயம் ஏற்படப் போய் அதை குணப்படுத்திய சித்தரின் நினைவு வரவும் அந்தக் கிளியோடு அவர் எங்கே என்று தேடத் தொடங்கினார். சொல்லி வைத்ததுபோல அவரும் எதிரில் தெரிந்தார்.

அருகில் வந்தவர் துடிக்கும் கிளியைப் பார்த்து முகம் சுளித்து வருந்தினார். பின் அதை வாங்கிப் பார்த்துவிட்டு கபாலீஸ்வரனிடமே தந்துவிட்டு கீழே குனிந்து ஒரு செடியைப் பிடுங்கி அதைக் கசக்கி அதன் சாற்றினை கிளியின் காயத்தின்

மேல்படுமாறு பிழிந்தார். பின் அதை அப்படியே ஒரு இடத்தில் விடச் சொன்னார்.

“கிளி பிழைச்சிடுமா சாமி?”

“அதுல என்ன சந்தேகம். இது சிவ வனம், இதுல பறக்கற பாக்யம் இருக்கும்போது மற்ற விஷயங்கள் எல்லாம் ஒண்ணுமேயில்லை.”

“இது சிவ வனமா?”

“ஆமாம்... மங்களவனம்னும் சொல்லலாம்.”

“நான் கேள்விப்பட்டதே இல்லையே...?”

“அதனாலதான் இங்க நாங்கள்ளாம் எங்க கடமையை சரியா செய்துகிட்டிருக்கோம்...”

“புரியலியே...?”

“உனக்கு புரிய வேண்டாம். இது அசாதாரணமான இடம். அது மட்டும் உனக்கு தெரிஞ்சாபோதும்.”

“அதுல எனக்கு எந்த சந்தேகமும் இல்லை. நான் இங்க ஒரு பேரமைதியை உணர்ந்தேன். என் மனசுல படபடப்பில்லை. ஒரு இனம்புரியாத அமைதி எனக்குள்ள இப்ப ஏற்பட்டிருக்கு.”

“அதுக்கு காரணம் இங்க தவழ்கிற காத்துல ஆசை, மோகம், காமத்தோட அதிர்வுகள் இல்லை. அருள், தவம், ஞானம் இதெல்லாம்தான் இங்க பரவி இருக்கு...”

“ஒரு இடத்துக்கு இப்படி ஒரு சக்தி ஏற்பட முடியுமா?”

“அந்த சக்தியை அனுபவிச்சுகிட்டே இப்படி ஒரு கேள்வியை நீ கேட்கலாமா?”

“ஏன் இந்த இடம்போல இந்த மண்ணுல எல்லா இடங்களும் இல்லை?”

“மனிதர்களுடைய ஆசாபாசங்களும், அவங்களை ஆட்டி வைக்கற மாயையும்தான் அதுக்கு காரணம்.”

“அப்ப இங்க யாருக்கும் ஆசாபாசமே கிடையாதா?”

“நீ இன்னும் சில நாள் இங்க இருந்தா உனக்கும் ஆசாபாசம் இல்லாம போயிடும். அதுக்கு பதிலா கருணையும் தெளிவும்தான் உனக்கு ஏற்படும்.”

“சாமி! நானும் என் மகளும் இந்த பக்கம் வந்த காரணமே வேற. வாஸ்தவத்துல நான் நல்லவனே கிடையாது. அறிவுதான் பெருசுன்னு நினைச்சவன். ஆனா இப்ப எனக்குள்ள பெரிய மாற்றங்கள்...”

“சிவபெருமான் கருணைன்னு நினைச்சு சந்தோஷப்படு. எப்பவுமே ஒரு மருந்து இருக்குன்னா அது வியாதி உள்ளவங்களுக்கு தானே பயன்படும். ஆரோக்யமா இருக்கறவனுக்கு எதுக்கு மருந்து?”

அவர் சொல்லி முடிக்க அந்த அடிப்பட்ட கிளியும் தான் கிடந்த இடத்தில் இருந்து எழுந்து நின்று ‘கீய் கீய்’ என்றது.

“சாமி, கிளிக்கு உசுர் வந்துடுச்சி...!”

“போகாத உயிர் எப்படி வர முடியும்? நீ நினைக்கற மாதிரி அது கிளி இல்லை. இங்க தவம் செய்யற ஒரு சித்தர் கூடுமாறிப் புகுந்து கிளி ஆகியிருக்கார்...”

அந்த சித்தர் கூறவும்,

“நன்றி ஞானேஸ்வரரே...! உங்க பேச்சை மீறி நான் பரகாயப் பிரவேசம் பண்ணி இந்த சிவ வனத்தைவிட்டும் வெளியே போய்ட்டேன். ஒரு குருவிக்காரன் என்னை வேட்டையாடப் பார்த்து சுட்டதுலதான் காயம்பட்டது. எப்படியோ சிரமப்பட்டு பறந்து வந்து இந்த வனத்துக்குள்ள விழுந்தேன்” என்று அந்த கிளி பேசியது. அதை கேட்ட கபாலீஸ்வரனுக்குள் அடுத்தகட்ட பிரமிப்பு அது பேசிய பிறகே அந்த சித்தர் ஞானேஸ்வரர் என்பதும் தெரியவந்தது. “சாமி... கூடுவிட்டு கூடு பாயறதுன்னு கதைகள்ல படிச்ச விஷயத்தையா இந்த சாமி சொல்றார்?”

“ஆமாம். சித்த விளையாட்டுல அதுவும் ஒண்ணு.”

“கூடுவிட்டு கூடு பாயறது விளையாட்டா?”

“இந்த உலகத்துல தவத்தை தவிர எல்லாமே விளையாட்டுதான். விளையாடினா உடம்பு ஆரோக்யமடையும். பொழுதும்போகும். ஆனா அளவோடு விளையாடி தவத்துக்கு திரும்பிடணும். அளவு மீறும்போது இப்படி அடிபட வேண்டி வரும்.”

ஞானேஸ்வர சித்தர் கூறிட திரும்பவும் அந்த கிளி பேசியது.

“உண்மைதான் ஞானேஸ்வரரே!

நான் ரொம்பவே விளையாட்டு பிள்ளையா இருந்துட்டேன். என்னையும் மாயை விடலை...”

“அது யாரையும் விடாது, இனியாவது கவனமா இரு. உனக்கு ஏற்பட்ட இந்த காயமும் வலியும் உன்னை இனி வலிமையோட வைக்கும். எப்பவும் வலிதான் வலிமை!”

ஞானேஸ்வரர் பேசப்பேச பிரமிப்பு ஏற்பட்டது. கிளிக்குள் உள்ள சித்தரும் முயன்று பறந்து தலைக்கு மேல் ஞானேஸ்வரரை மூன்றுமுறை வலம் வந்துவிட்டு தன் உடல் கிடக்கும் பகுதி நோக்கி பறக்கத் தொடங்கினார்.

“இங்க இன்னும் என்னென்ன அதிசயங்கள் இருக்கு சாமி?”

“நிறைய இருக்கு... இதை எல்லாம் நீ உணர்ந்தா மட்டும் போதாது. உன்னைச் சேர்ந்த சிலரும் உணரணும்.

“நீங்க யாரைச் சொல்றீங்க?”

“போகப்போக பார்க்கத்தானே போறே?” ஞானேஸ்வரர் கேட்டவிதத்தில் ஒரு மெல்லிய மர்மம்!

◈◈◈

பதட்டத்தோடு இருந்தாள் ரஞ்சனி. வீட்டுக்குள் பதட்டம் குறையாமல் சுற்றிச்சுற்றி வந்து நகத்தை கடித்து துப்பியதில் விரல் முனைகள் எல்லாம் மொழுக்கென்று ஆகியிருந்தன. அருணாசலமும் கவனித்தார். பாட்டி கோவிந்தம்மாளிடமும்

ரஞ்சனி தவிப்பது பதிவாகி இருந்தது. அருணாசலத்தை கூப்பிட்டு மெல்லிய குரலில் கேட்கவும் செய்தாள்...

“ஏண்டா இவ குட்டி போட்ட பூனை மாதிரி இங்கிட்டும் அங்கிட்டுமாவே திரியறா?”

“அந்த முதலாளித் தம்பி நினைப்பு ஆத்தா...”

“அதான் முடிஞ்சுபோன விசயமாச்சே... இவளுக்குள்ள இன்னுமா அவன் நினைப்பு?”

“நம்ம பொண்ணு பரவால்ல ஆத்தா. மத்த ஊர் பொண்ணுகளா இருந்தா இன்னேரம் ஓடியே போயிருக்கும்.”

“என்கிட்ட எதுக்குடா சப்பக்கட்டு கட்றே. எல்லா ஊரும் நம்ம ஊர் மாதிரி ஆகுமா?

“விடு என்ன நடக்குதுன்னு பாக்கலாம்...”

அம்மாவும் பிள்ளையும் பேசிக் கொண்டிருக்க ரஞ்சனி மெல்ல வெளியேற ஆரம்பித்தாள்.

“எங்கம்மா கிளம்பிட்டே?”

“விருட்சக் கோவிலுக்குப்பா...”

அவள் பதிலைத் தொடர்ந்து அவள் ஆடையை கவனித்தார். பட்டுப் புடவையை எடுத்து அணிந்து கொண்டிருந்தாள்.

“என்ன இது அதிசயமா பட்டுப் புடவையை கட்டிகிட்டிருக்கே?”

“ஆசையா இருந்துச்சி கட்டிகிட்டேன். கட்டிக்கத்தானேப்பா புடவை?” ரஞ்சனியிடம் இருந்து சற்று கோபமாகவும் பதில் வந்தது. “சரிம்மா நீ போய்ட்டு வந்துடு...” என்றார் அவள் புறப்படவும் அவருக்குள் ஒரு எச்சரிக்கை உணர்வு அவரையும் பின் தொடர வைத்தது!

◈◈◈

விருட்சக் கோயில்!

மாலை நேரக் காற்றில் கற்பக மரமாகவே கருதப்படும் அந்த மரக்கோயிலை பலர் சுற்றி வந்து வணங்கிக் கொண்டிருந்தனர்.

எப்படியோ அந்த மரம் பற்றி கேள்விப்பட்டு, பதவியிழந்திருந்த ஒரு பீகார் அமைச்சர் ஒருவர் பஞ்சகச்ச வேட்டியும் ஜிப்பாவும் சரசரக்க அந்த மரத்தை சுற்றிக் கொண்டிருந்தார். மனதுக்குள்தான் திரும்ப பதவிக்கு வந்துவிட வேண்டும் என்கிற வெறி.

அங்கே ஆசிரியர் காண்டீபனின் காரும் வந்து நின்றது. அதில் இருந்து அவரோடு அவரது ஒரே மகளும், அவரது நோயாளி மனைவியும் இறங்கினர். அவர் மனைவியால் நிற்கக்கூட முடியவில்லை. ஒரு சால்வையை போர்த்திக்கொண்டு பார்க்க மிக பரிதாபமாக இருந்தாள். அப்படியே மரத்தை நின்ற இடத்தில் இருந்து பார்த்தாள்.

“இந்த மரம்தாம்மா இந்த பூமிக்காத்தான்பட்டியோட கோவில் விருட்சம். இதை கற்பக மரமாவே இங்க பலர் நினைக்கறாங்க. இந்த மரத்தை பக்தியோட சுத்தி வந்து மனசுல வேண்டிக்கறதை இந்த மரம் நிச்சயம் தரும்கிறது நம்பிக்கை...” என்றார் காண்டீபன்.

“என்ன கூட்டிகிட்டு போங்க. எனக்கு தேவை ஆரோக்யம். இப்ப என் முன்னால் ஒரு தட்டுல என் நோய்க்கான மருந்தையும், மறுதட்டுல இந்த உலகத்தையும் வெச்சு எது வேணும்னு கேட்டா நான் மருந்தைதான் எடுத்துப்பேன். ஆரோக்யம் முன்னால் எல்லாமே சின்னதுங்க. ஆனா இது நல்லா இருக்கும்போது தெரியறதே இல்லை...” என்று பெருமூச்சுவிட்டாள். அப்போது ரஞ்சனியும் வந்தபடி இருக்க அர்ஜூனின் காரும் நுழைந்து கொண்டிருந்தது. குறிப்பாக கையில் ஒரு வில்வ மாலையுடன் ராமண்ணாவும் நடந்து வந்து கொண்டிருந்தார்.

அந்த விருட்ச மரமும் அவர்களை எல்லாம் ஒன்றாக தன் முன்னே பார்த்துவிட்ட மகிழ்வில் காற்றில் ஆடத் தொடங்கியது.

இன்றைய விஞ்ஞான உலகில் கதைகளில் நாம் படிக்கும் சித்த சாகசங்கள் சாத்யம்தானா?

ராமநாதன், கோவை

அன்றும் சரி, இன்றும் சரி, நாளையும் சரி சித்த சாகசங்கள் என்றும் நாம் பெயர் சூட்டி குறிப்பிடும் சித்த விளையாட்டுகள் நடந்தபடியேதான் உள்ளன.

ஆனால் நம் அறிவுக்கு அது எட்டாத விதமாகவும் நம்ப முடியாத விதமாகவும், அதை அதிசயம் என்றோ இல்லை கண்கட்டு என்றோ நாம் அதை கடந்து போய்கொண்டே இருக்கிறோம்.

அன்பர் ஒருவருக்கு சிறுநீரகத்தின் வழித்தடத்தில் கடுமையான புற்றுநோய். அடையாறு புற்றுநோய் மருத்துவமனையில் ஆறுமாத காலம் படுக்கை நோயாளியாக இருந்து சிகிச்சை பெற்றார். டாக்டர்கள் கணிப்பில் அவர் 2 ஆண்டுக்கு மேல் உயிர் வாழ முடியாது.

அவருக்கோ ஒரு சித்தர் மேல் பக்தி அவர் படத்தை எப்போதும் சட்டை பாக்கெட்டில் வைத்து அவரையே நினைத்து உருகிக் கொண்டிருந்தார். அவருக்கு ஆபரேஷன் செய்ய வேண்டிய நாளன்று ஆபரேஷன் தியேட்டருக்கு சென்று ஆபரேஷனைத் தொடங்கியபோது சிறுநீரக வழித்தடத்தில் எந்த கோளாறும் இல்லை.

டாக்டர்கள் திகைத்துப் போனார்கள். அதன்பின் அவர் புற்றுநோயாளியே இல்லை என்று டாக்டர்கள் கூறி அவரை அனுப்பி வைத்தனர். இது நடந்து 5 வருடங்கள் ஆகிவிட்டது. அவர் இன்றும் ஆரோக்யமாக உள்ளார். ஆபரேஷனுக்கு அவர் புறப்பட்டபோது அவர் வணங்கி வந்த சித்தரே தேடிவந்து அவர் வயிற்றின் மேல் கை வைத்து வருடித் தந்துவிட்டு போனாராம்.

அந்த அன்பர் தனக்கு புற்றுநோயே இல்லை என்று டாக்டர்கள் கூறவும்தான் சித்தரின் மகிமை அவருக்கே புரிந்தது. இதை நம்புவதும் நம்பாததும் நம் விருப்பம். இந்த அன்பருக்கு வந்த சித்தர் ஏன் மற்ற நோயாளிகளுக்கெல்லாம் அப்படி அருள் செய்யவில்லை?

இவருக்கு மட்டும் உதவ என்ன காரணம்?

அது எப்படி மருந்தே இல்லாத புற்றுநோயை கையால் தடவி இல்லை என்றாக்க முடியும்?

இப்படி நம் பகுத்தறிவு கேள்விகளாய் கேட்கிறது. பொட்டில் அடித்த மாதிரி ஒரு பதில் தெரிந்தால்தான் நாம் எங்கோ போய்விடுவோமே சித்தம் ஒரு அதிசயம் மட்டுமல்ல, அது ஒரு பெரிய புதிரும்கூட!

———

54

> **விருட்சமரம்!**
>
> **அதன் முன்னால் ஒருபுறம் அர்ஜுன், ரஞ்சனி... இன்னொருபுறம் காண்டீபன் அவர் மனைவி பரிமளம், மகள் ரஞ்சிதம்... இவர்களுக்கு இடையில் கையில் வில்வ மாலையுடன் ராமண்ணாவும், ரகசியமாக பின் தொடர்ந்து வருபவராக அருணாசலமும் என்று அந்த விருட்ச மரத்தின் முன்னே அவ்வளவு பேரும் இருக்க அங்கே ஒருவித அமானுஷ்ய அமைதி.**

௸

அர்ஜுனையும் ரஞ்சனியையும் ஒரு சேரப் பார்த்த காண்டீபனுக்கு புரிந்துவிட்டது. அவனும் அவரை நோக்கி வந்தான்.

"என்ன எடிட்டர் சார்... எப்படி இருக்கீங்க?"

"நான் எப்படி இருக்கேங்கறத விடுங்க. நீங்க எங்க இங்க?"

"என்னை எதிர்பார்க்கல இல்லை?"

"இப்படி ஜோடியா எதிர்பார்க்கல..."

"அதுவும் சரிதான்... ஒரு வகைல நீங்க இங்க வந்ததும் நல்லதுக்குதான். என் கல்யாணத்துக்கு ஒரு பத்திரிக்கை ஆசிரியரே சாட்சியா இருக்கறது நல்லதுதானே?"

“அப்ப நீங்க ரஞ்சினியை கல்யாணம் பண்ணிக்க போறீங்களா?”

“எக்ஸாக்ட்லி அதுல எந்த மாற்றமும் இல்லை. முன்வெச்ச காலை நான் பின் வைக்கறவனும் இல்லை.”

அர்ஜுன் அழுத்தமான தன் முடிவை புன்னகையோடு தெரியப்படுத்தினான். அப்படியே வீல் சேரில் அமர்ந்த நிலையில் அவனையே ஊன்றிப் பார்த்தபடி இருக்கும் அவர் மனைவி பரிமளத்தையும், மகள் ரஞ்சினியையும் பார்த்தான்.

“இவங்க...?”

“என் மனைவியும், மகளும்...”

“இவங்களுக்கு...?”

“வாயில் நுழைய முடியாத அளவுக்கு ஆங்கிலத்துல பேர்கொண்ட ஒரு வியாதி. உடம்புல உள்ள திசுக்கள் கொஞ்சம் கொஞ்சமா அழிஞ்சிகிட்டே வருது.”

“நமக்கெல்லாமும் அழியுது, ஆனா புதுசா ஒரு திசு நமக்கு உருவாயிடும். அந்த புதுப்பிக்கற சக்தியை என் மனைவி பரிமளம் இழந்துட்டா!”

“இன்டியால முடியலன்னா வெளிநாட்டுக்கு கூட்டிகிட்டு போகலாமே...?”

“இந்த பூமிக்காத்தான்பட்டிக்கு போனாலே போதும்னு என் குருநாதர் சொன்னதால இங்க வந்துருக்கேன்...”

காண்டீபன் கூறவும் அர்ஜுன் சற்று அதிசயித்தான். “இங்க வந்து இந்த மரத்தை சுத்தினா இவங்க குணமாயிடுவாங்கன்னு உங்க குருநாதர் சொன்னாரா?”

“ஏளனமா பேசாதீங்க... நான் நம்பிக்கையோட வந்துருக்கேன். ஆன்மீகத்துக்குள்ளவும் விஞ்ஞானம்தான் இருக்கு அர்ஜுன். அது எப்படின்னு அறிவுக்கு புரியும்போது தான் நான் சொன்னது உங்களுக்கும் புரியும். நீங்க உங்க வேலையை பாருங்க.”

“என் வேலை ரஞ்சனி கழுத்துல தாலி கட்டுறதுதான். உள்ளபடியே எங்களுக்கு உத்தரவு தராத கோவிலுக்குள்ள வெச்சு தாலி கட்டத்தான் முதல்ல நினைச்சிருந்தேன். அதை எவ்வளவு பேர் பார்க்க முடியும்னு எனக்கு தெரியலை. ஆகையால் இந்த மரம் முன்னால இதோ இவங்கல்லாம் பார்க்க நான் ரஞ்சனி கழுத்துல தாலிய கட்டப் போறேன்.

எங்க கல்யாணத்துக்கு அனுமதி தராத அந்த சாமி என்ன செய்யப்போகுதுன்னும் பார்த்துடறேன். நீங்களும் சாட்சி, நான் கேமரா கொண்டு வந்துருக்கேன். அதுல நீங்க எங்க கல்யாணச் சடங்கை வீடியோவா எடுக்கணும். எடுப்பீங்கதானே?”

அர்ஜுன் வேகம் காட்டினான். ரஞ்சனி மௌனமாக நின்று கொண்டிருக்க அப்போது ராமண்ணா அவர்களை நோக்கி வந்து நின்றார். ராமண்ணாவை பார்க்கவும் காண்டீபனுக்கு எங்கோ பார்த்ததுபோன்ற ஒரு ஞாபக உணர்வு.

“நீங்க?”

“தூக்கு தண்டனை பெற்று அந்த தண்டனைக்கும் ஆளான ராமண்ணா...! நீங்கதானே உங்க பத்திரிக்கைக்காக என்னை பேட்டி எடுத்த ஆசிரியர் காண்டீபன்?”

“நானேதான்... நீங்க... நீங்க உயிரோடயா இருக்கீங்க... கடைசி கடைசியா தமிழ்நாட்டுல தூக்குல போட்டது உங்களத்தானே?”

“ஆமாம். என்னை தூக்குல போட்டு சட்டம் தன்னோட கடமையைச் செய்துடிச்சி. இறந்துபோன எனக்கு உயிர் கொடுத்து சித்தம் தன் கடமையை செய்துகிட்டிருக்கு!”

“இறந்துட்ட உங்களுக்கு உயிர் கொடுத்திச்சா... இது எப்படி சாத்தியம்...?”

“ஆமாம்... சாத்தியம் இல்லை தான். ஆனா சித்தர்கள் உலகத்துல இதெல்லாம் அல்பம். கூடுவிட்டு கூடு பாய நீங்க பழகிட்டா இதெல்லாம் உங்களுக்கும் சுலபம். இப்ப என்னைப் பத்தி பேச்செதுக்கு? நான் உங்களப் பார்க்கத்தான் வந்தேன்...”

"என்னைப் பார்க்கவா...?"

"ஆமாம்... உங்கள் சிவ வனத்துக்கு அழைச்சுகிட்டு வரச்சொல்லி எனக்கு உத்தரவு?"

"சிவ வனத்துக்கா... அது எங்க இருக்கு?" "இந்த ஊரே சிவ வனம்தான். இருந்தாலும் இதோட தென்பாகம்தான், சிவ வனம். நீங்க இந்த வில்வமாலையை இந்த விருட்சம் மரத்துக்கு சாத்திவிட்டு உங்க மனைவியோட விருட்சத்தை பிரதட்சணம் செய்தபடி வாங்க. நான் உங்களை கூட்டிக்கிட்டு போறேன்."

ராமண்ணா பேசியதை கேட்ட அர்ஜுன் அடுத்தகட்ட அதிர்வுக்கு ஆளாகியிருந்தான்.

"எடிட்டர் சார்... என்ன இதெல்லாம்?"

"நம்ப முடியல இல்ல?"

"எனக்கு தலை சுத்துது..."

"மயங்கி விழறதுக்குள்ள நீங்க வந்த வேலையை பாருங்க."

காண்டீபனை ஒரு புது உற்சாகம் தொற்றிக் கொண்டிருந்தது. அவர் மனைவி பரிமளம் முகத்தில் புதிதாய் ஒரு நம்பிக்கையும் மகள் ரஞ்சிதாவிடம் ஒரு பரவசமும் உருவாகியிருந்தது.

தொலைவில் ஒரு மறைவில் நின்றபடி பார்த்துக்கொண்டே இருந்தார் அருணாசலம்! அவர் முகத்தில் கலவரமான ரேகைகள். அப்போது அவர் தோள்மேல் ஒரு கரம் விழவும் திரும்பிப் பார்த்தார். கோவில் குருக்களான வைத்யநாத பட்டர்!

"சாமி நீங்களா?"

"நானேதான்... என்ன விஷயம் கை மீறி போய்கிட்டு இருக்கா?"

"ஆமாம் சாமி, முதல்ல இவங்க கல்யாணம் நடக்கணும்னு திருவுளச்சீட்டு போட்டப்ப உங்கள் வெச்சுகிட்டு உத்தரவு தந்துட்டதா தப்பு பண்ணேன்.

இப்ப சாமி மறுத்தும் அர்ஜுன் தம்பி விடாப்பிடியா என் மகளை கட்டிக்கற முடிவுல இருக்கார். இப்பவும் தடுக்க முடியாம தவிச்சுகிட்டு இருக்கேன்."

"தவிக்கலாம் வேண்டாம். முதல் தடவை நீங்க உத்தரவு கேட்ட போதும் சரி, இரண்டாவது தடவை கல்யாணம் பண்ணிக்க விருப்பம் கேட்ட போதும் சரி இரண்டு முறையும் சம்மதம்னுதான் இவங்க சுவாமி சன்னதில வந்தது.

கூடவே ஒரு ஓலையை இப்ப இருக்கற சூழ்நிலைக்கு ஏற்ப நடந்துக்கோன்னு எனக்கு உத்தரவும் வந்தது.

நானும் அப்ப உங்களுக்காவும், அப்புறம் அந்த கபாலீஸ்வரனுக்காகவும் உங்க விருப்பப்படி நடக்கறதா நடிச்சேன். இப்பகூட விருட்சக் கோவிலுக்கு போன்னு அசரீரி கேட்டுதான் வந்துருக்கேன்."

"சாமி என்ன இது... இப்படி ஒரு இன்ப அதிர்ச்சியை கொடுக்கறீங்க..."

"நான் கொடுக்கலை. நம்மை எல்லாம் எப்பவும் தங்களோட மேலான பார்வைக்குள்ள வெச்சு வழி நடத்தற சித்தர்கள் கொடுக்கறா. இது அவாளோட இடம்.

இங்க அவா வைச்சதுதான் சட்டம். ஆனா சட்டத்தால் இந்த லோகத்துக்கு நல்லது தானே ஒழிய சிறு தீங்கும் கிடையாதுங்கறதுதான் எல்லோரும் தெரிஞ்சுக்க வேண்டிய விஷயமாகும்.

வாங்க போவோம்... அந்த பிள்ளையாண்டான் தாலிய கட்ட தயாராயிட்டான் பாருங்கோ..."

குருக்கள் அருணாசலத்துடன் விருட்சக்கோவில் மரத்தை நெருங்கவும் காண்டீபன் மனைவியோடு பிரதட்சணத்தை முடிக்கவும் சரியாக இருந்தது.

அர்ஜுன் குருக்களையும் அருணாசலத்தையும் பார்த்து சற்று அதிர்ந்தாலும் "என்ன... நான் வந்துருக்கறது தெரிஞ்சு எங்க கல்யாணத்தை தடுக்க வந்துருக்கீங்களா?" என்று தான் கேட்டான்.

“இல்லப்பா. நீ தாலிய கட்டு. நான் மந்திரம் சொல்ல வந்துருக்கேன். இவரும் ஆசிர்வாதமும் பண்ணுவார்.”

“என்ன குருக்களே... அந்தர்பல்டி அடிக்கறீங்க, என் செல்வாக்கை எதுவும் செய்ய முடியாதுன்னு உங்களுக்கு புரிஞ்சுபோச்சா?”

“அப்பு, இந்த ஊர்ல யாருக்கும் ஒரு புண்ணாக்கும் கிடையாது. இது சித்தர்களோட சாம்ராஜ்யம்.

அவா செல்வாக்கு முன்னால நாமல்லாம் சும்மா...! ஒருவேளை பட்டினி கிடக்க பயப்படற ஜென்மங்கள் நாம் எல்லாம்! ஆனா அவா ருசியா சாப்பிட பயப்படறவா! நமக்கு எப்பவும் நம்ம சந்தோஷம்தான் பெருசு.

அவாளுக்கோ இந்த லோக சந்தோஷம்தான் பெருசு. நீங்க வாயளக்காம வந்த வேலையை பாருங்கோ.

உங்களுக்கு எதை உணர்த்தணுமோ அதை உணர்த்த அவாளும் தயாரா இருக்கா.

என் கடமை இப்ப உங்க கல்யாணத்துக்கு மந்திரம் சொல்லணும். நான் தயார் நீங்க தயாரா?”

குருக்கள் கேட்க அர்ஜுனுக்குதான் சற்று திமிராக பேசிவிட்டது உறைத்தது. கூடவே எப்படி இப்படி இவர்கள் இறங்கி வந்தார்கள் என்பதும் தெரியவில்லை.

ஆனால், காண்டீபனுக்கு எல்லாமே சித்த விளையாட்டு என்பது தெளிவாகிவிட்டது. “அர்ஜுன்... நீங்க விரும்பினபடியே ரஞ்சனி கழுத்துல தாலிய கட்டுங்க. தடுத்தவங்களே இப்ப முன் வந்து நடத்தி வைக்கறாங்க, கமான்...”

அவரும் தூண்டிவிட குருக்கள் மந்திரம் கூறத் தொடங்கினார். தாலிச்சரட்டையும் எடுத்து வந்திருந்தார்.

அதை அர்ஜுன் வசம் தந்து விருட்ச மரத்தைப் பார்த்து வணங்கியபடியே பார்த்து கட்டச் சொன்னார். அவனும் அவள் கழுத்தில் கட்டி முடித்தான்.

எல்லோரும் வாழ்த்தினார்கள்!

விருட்சமரத்தில் இருந்து சில வில்வ இலைகள் ஆசிர்வதிப்பதுபோல அவர்கள் சிரம் மேல் விழுந்து இறைவனே ஆசிர்வதித்துவிட்டதை உணர்த்தின. பின்னர் மரத்தை அர்ஜுன் ரஞ்சனியோடு வலம் வந்து முடித்தான்.

ராமண்ணா தானும் முன்வந்து வாழ்த்திவிட்டு, "கபாலீஸ்வரனும், கண்மணியும் உங்களுக்கு உறவுதானே?" என்று கேட்டார்.

"ஆமாம் அவங்கள உங்களுக்கு தெரியுமா?"

"அவங்க இப்ப சிவ வனத்துலதான் இருக்காங்க."

"அங்க எப்படி அவங்க போனாங்க."

"நேரம்... எல்லாம் நேரம்தான் தம்பி, சம்சாரியான நான் செத்து பிழைச்சு சித்தனானதும் நேரத்தால... இப்ப நீங்க சம்சாரியானதும் நேரத்தால... இதோ இவங்க குணமாகி நடந்தே வீடு திரும்பப் போறதும் நேரத்தால..."

"ஏன் உங்கள மாதிரி ஆன்மீகவாதிகள் ஒரு கேள்வி கேட்டா பளிச்சின்னு பதில் சொல்லாம இப்படி காலம் நேரம்னே தத்துவம் பதில் சொல்றீங்க..."

"சரி... நான் இனி பேசலை, நீங்க உணர்ந்தே புரிஞ்சுக்குங்க... புறப்படுங்க..."

"எங்க?"

"சிவ வனத்துக்கு..."

அவர் அவர்களை அழைத்துச் செல்லத் தொடங்கினார்!

◈◈◈

சிவ வனம் அமைதிக்கும், தூய்மைக்கும் இலக்கணம் சொல்லிக் கொண்டிருந்தது. உள்புகுந்த மாத்திரத்தில் அர்ஜுனிடம் அசாத்ய மாற்றம்.

எதற்கெடுத்தாலும் கேள்வி கேட்பவனுக்குள் கேள்விகளே எழும்பவில்லை. அவனுக்கான பதில்கள் நிதர்சனமாக கண் எதிரில்...!

பழுதில்லாத ஆகாயம், புஷ்டியாய் பசுமையோடு நிலப்பரப்பு... தூய்மையான நீரோடைகள். உலகில் அழிந்துவிட்டதாக கருதப்படும் பறவையினங்கள்.

அர்ஜுன் பிரமித்துப் போனான். எதிரில் கபாலீஸ்வரனை காவி உடையில் பார்த்தபோது அது பல மடங்கு அதிகரித்தது.

கண்மணியும் தூய வெள்ளை புடவையில் தேவதைபோல் எதிரில் வந்தாள். ராமண்ணா அவர்களை அங்கே உள்ள ஒரு ஸ்படிகலிங்க சன்னதிக்கு அழைத்துச் சென்று அமர வைத்தார்.

ஒரு சித்தர் வந்து எல்லோருக்கும் குடிக்க தண்ணீர் கொடுத்தார். இன்னொரு சித்தர் லேகியம்போல் ஒரு உருண்டையை கொடுத்து வாயில் போட்டுக்கொள்ளச் சொன்னார்.

அதுவே காண்டீபன் மனைவி பரிமளத்தை வீல் சேரில் இருந்து எழுந்து நடக்க வைத்துவிட்டது.

"என்னங்க... நான் இங்கேயே இருக்கேன். நான் இங்க என்னை ஒரு புதுப்பிறவியா உணர்றேன்" என்றாள் அவள்.

"அர்ஜுன் இந்த பூமிக்காத்தான்பட்டியும், சிவ வனமும் பூமியோட பொக்கிஷம்பா. இது நல்லா இருந்தா பூமியும் நல்லா இருக்கும்.

இங்க ஒரு அழிவுன்னா உலகமும் அழியப்போறதா அர்த்தம். அதனாலதான் சித்தர் சாமிங்க சில கட்டுப்பாடுகளை உருவாக்கி வழி நடத்திகிட்டிருக்காங்க. அது புரியாம நாம பணம் சம்பாதிக்கற நோக்கத்தோட சர்க்கரை தொழிற்சாலையை கட்டியே தீருவோம்னு அடம்பிடிச்சிருக்கோம்." என்றார் கபாலீஸ்வரன்.

"அர்ஜுன் நீ விரும்பற தொழில் சாம்ராஜ்யத்தை இந்த சிவ வனத்துக்கு பதினாறு மைலுக்கு வெளிய எங்க வேணா வெச்சுக்கோ.

எல்லோருக்கும் வேலை வாய்ப்பும் கொடு. லௌகீகமா வாழ உழைப்பும் அது சார்ந்த பிழைப்பும் ரொம்ப அவசியம்.

ஆனா இங்க வேண்டாம். இயற்கைக்கு சாதகமான மண்ணையும் விண்ணையும் கெடுக்காத ரசாயன குணமில்லாத ஒரு விஞ்ஞானமுறை இன்னும் உருவாகலை.

ரொம்ப சிரமப்பட்டு பலருடைய தவசக்தியால வனத்தை சுத்தி அந்த ரசாயன குணம் உள்ளே நுழையாதபடி தடுத்துருக்கோம்.

இங்க விளையாத மூலிகைகளே கிடையாது. தவறான எண்ணங்களோட கண்ணால பார்த்தா பட்டுபோற மூலிகை செடிகள் உண்டு.

மாதவிலக்குப் பெண்கள் மூச்சுப்பட்டா கருகிப்போற செடிகளும் உண்டு. மூலிகை உலகம் ஒரு பெரிய புதிர்.

சொன்னா புரியாது. அதனாலதான் இந்த ஊர்ல நம்பிக்கை பேரில் நாங்க சில கட்டுப்பாடுகளை உருவாக்கி வழி நடத்திகிட்டிருக்கோம்.

இதை எந்த விஞ்ஞானியும் தெரிஞ்சுக்கத் தேவையில்லை. இந்திய விஞ்ஞானிக்கு இந்திய நலம்தான் கணக்கு. அமெரிக்க விஞ்ஞானிக்கு அமெரிக்க நலம்தான் கணக்கு.

எங்களுக்கு உலகம் கணக்கு. ஆகையால எங்களை நம்புகிறவர்களைவிட நம்பாமல் விமர்சிக்கறவர்கள்தான் எங்கவரைல எங்களுக்கும் இந்த உலகத்துக்கும் அதிக நன்மை செய்யறவங்க. அவங்க அப்படியே இருக்கட்டும். நீங்களும் இனி நீங்களா இருங்க. நாங்க நாங்களா இருக்கோம்."

புன்னகையோடு சொல்லி முடித்தார் ஒரு சித்தர். "அப்படியே புறப்படுங்க..." என்றார்.

"எங்க?"

"உங்க ஊருக்கு, உங்க வாழ்க்கைக்கு..."

"இங்கையே இருந்துடறோமே..."

“ராமண்ணாவுக்கே இன்னும் முழு அனுமதி கிடைக்கல...”

அந்த பதில் அதற்கு மேல் அவர்களை கேள்வி கேட்க விடவில்லை. சூரிய சித்தர் திரிசூலத்தோடு முதல்முதலாக அவர்களை சந்தித்தவர். அவரே அவர்களை சந்தித்தவர். அவரே அவர்களை அழைத்துக்கொண்டு ஊருக்கு வெளியில் சூரிய லிங்க சன்னதி வரை வந்து எதிரே தெரியும் தார்சாலையை காட்டி இனி போய்க்கொள்ளுங்கள் என்பதுபோல பார்த்துவிட்டு விடைபெற்றுக் கொண்டார்.

காண்டீபன், தன் மனைவி நடந்து வருவதை பார்த்து அதிசயத்தபடியே தொடர்ந்தார். கண்மணியும், கபாலீஸ்வரனும் அர்ஜூனுடன் அவன் காரை நோக்கி நடந்தனர் அருணாசலமும், குருக்களும் மௌனமாக இனி பேச எதுவுமே இல்லை என்பதுபோல நடந்தனர்.

அவர்களுக்கு தீட்சை கிடைத்து நோயற்ற வாழ்வு உறுதி செய்யப்பட்டு விட்டது. யாரும் எதுவும் கூறாமலே எதை பேச வேண்டும் எதை பேசக்கூடாது என்பது இனி அவர்களுக்கு தெரியும்.

அவர்களிடம் ஒரு அமைதி ஒரு தெளிவு! அது எப்படி? அதுதான் சிவரகசியம்!

அவர்களிடம் ஒரு அமைதி!

ஒரு தெளிவு!

அது எப்படி?

அதுதான் சிவரகசியம்!

முற்றும்

www.ingramcontent.com/pod-product-compliance
Lightning Source LLC
LaVergne TN
LVHW100416051026
849518LV00004B/1288
* 9 7 8 9 3 5 6 9 5 6 5 5 1 *